कॅच मी इफ यू कॅन

लेखक

फ्रँक अबॅग्नेल

सहलेखक

स्टॅन रेडिंग

अनुवाद

ज्योत्स्ना लेले

मेहता पब्लिशिंग हाऊस

© +91 020-24476924 / 24460313 / Mob. No. 9545000513
Email : production@mehtapublishinghouse.com
Website : www.mehtapublishinghouse.com

CATCH ME IF YOU CAN by Frank W. Abagnale with Stan Redding

This translation published by arrangement with The Doubleday Broadway Publishing Group, a division of Random House, Inc.
Translated into Marathi languge by Jyostna Lele

कॅच मी इफ यू कॅन / अनुवादित आत्मकथन

अनुवाद : ज्योत्स्ना लेले
Email : author@mehtapublishinghouse.com
मराठी अनुवादाचे व प्रकाशनाचे हक्क मेहता पब्लिशिंग हाउस प्रा. लि., पुणे ३०
संस्थापक : सुनील अनिल मेहता
प्रकाशक : मेहता पब्लिशिंग हाऊस प्रा. लि.,
१९४१, सदाशिव पेठ, माडीवाले कॉलनी, पुणे - ४११ ०३०
मुद्रक : पार्कसन्स ग्राफिक्स
मुखपृष्ठ : चंद्रमोहन कुलकर्णी
प्रकाशनकाल : जानेवारी, २०१० / पुनर्मुद्रण : नोव्हेंबर, २०२५
किंमत : ₹ ४९५
P Book ISBN 9788184980950

माझ्या वडिलांच्या स्मृतीस

अनुवादकाचे मनोगत

'कॅच मी इफ यू कॅन' हा स्टीव्हन स्पील बर्गने दिग्दर्शित केलेला एक उत्कृष्ट सिनेमा आहे. सत्य घटनेवर आधारित असलेल्या या सिनेमातली मध्यवर्ती भूमिका लिओनार्ड डि कॅप्रिओ या नटाने अत्यंत समर्थपणे सादर केलीये.

हा सिनेमा पाहून मी आश्चर्याने थक्क झाले. ज्या कादंबरीवर हा सिनेमा बेतलाय ती वाचावी असं वाटलं, म्हणून मी कादंबरी वाचली. मला ही कादंबरी फार आवडली. स्वत: फ्रँक अबॅग्नेलने ती सीन रेडींग या लेखकासमवेत लिहलीये. अविश्वसनीय वाटावी अशी सत्य घटना अत्यंत प्रभावीपणे, सुंदर, ओघवत्या भाषेत मांडलीये. समर्पक उदाहरणं, उपमा-उत्प्रेक्षा, स्थलकालाची वर्णनं यांनी नटलेली, ही एक नि:संशय श्रेष्ठ वाङ्मयीन कलाकृती आहे.

फ्रँक अबॅग्नेल – उत्कृष्ट शरीरसंपदा, अत्यंत देखणं रूप लाभलेला, हायस्कूलचे शिक्षणही पूर्ण न केलेला पोरसवदा तरुण! अनेक नावं धारण करून डॉक्टर, वकील, प्रोफेसर, एफ.बी.आय. एजंट आणि मुख्यत्वे सहवैमानिक अशा अनेक तोतया भूमिका पार पाडणारा कसबी नट! खोटे चेक देऊन जगभरच्या बँकांना लुबाडणारा भामटा! त्याने केलेल्या उचापती, घोटाळे यांची माहिती त्यानेच उघड करून सांगितलीये.

फसवाफसवीच्या या व्यवसायात त्याने संपादन केलेल्या प्रावीण्यामागे त्याने केलेल्या अभ्यासाची जोड आहे. प्रत्येक भूमिका पार पाडताना तो त्या-त्या विषयाचा कसून अभ्यास करायचा. सूक्ष्म निरीक्षण, उत्तम आकलनशक्ती, प्रसंगावधान व धाडस या गुणांमुळेच अनेक कठीण प्रसंगांतूनही तो सुखरूप बाहेर पडला.

'वाल्या कोळ्याचा वाल्मीकी ऋषी होणं' ह्या पौराणिक चमत्काराची आजच्या आधुनिक काळात अमेरिकेत पुनरावृत्ती झालीये, हे सुखद आश्चर्य आहे.

अचाट बुद्धिमत्ता लाभलेल्या फ्रँक अबॅग्नेलने काळे धंदे करून जगभर हैदोस घातला असला, तरी त्याची सारासार विवेकबुद्धी जागृत होती. त्याने उत्तर आयुष्यात खोटे चेक देण्याच्या दुष्कृत्यांमध्ये संपादन केलेल्या ज्ञानाचा समाजाच्या भल्यासाठी उपयोग करायचा ठरवलं. समाजानेही त्याला पापक्षालनाची संधी दिली. आता तो 'चेक स्वीकारताना कोणती खबरदारी घ्यावी, खोटे चेक कसे ओळखावेत' या विषयावर बँका, हॉटेल्स, विमान कंपन्यांच्या कर्मचाऱ्यांना व्याख्यानं देतो.

अशी ही आगळीवेगळी उत्कृष्ट कादंबरी मराठीत अनुवादित करावी ही मूळ कल्पना माझे पती श्री. विद्याधर यांची. योग्य भाषांतरासाठी विचारविनिमय, सहकार्य व मार्गदर्शन या दृष्टीने या भाषांतरात त्यांचा मोठा वाटा आहे.

श्री. सुनील मेहतांनी मूळ लेखकाची परवानगी घेण्यासाठी खूप मेहनत घेतली. तसेच पुस्तकाच्या प्रकाशनासाठी त्यांनी व मेहता पब्लिशिंग हाऊसच्या सहकाऱ्यांनी केलेल्या मदतीबद्दल मी अत्यंत आभारी आहे.

ज्योत्स्ना लेले

अनुक्रमणिका

पंख फुटताना

माणसाची बदललेली स्वाभिमानी वृत्ती म्हणजे दुसरं काही नसून ती त्याची स्वत:बद्दलची आवडती प्रतिमा असते. पॅरिसच्या विन्डसर हॉटेलमधल्या माझ्या खोलीतल्या आरशात मला माझी आवडती प्रतिमा दिसत होती – नितळ त्वचा, उत्तम कमावलेलं बलदंड शरीर, कर्तृत्ववान, देखणा, तरुण वैमानिक! नम्रता हा सद्‌गुण माझ्याजवळ नाही. त्या काळात सद्‌गुणी असणं माझ्या स्वभावातल्या गुणधर्मात बसत नव्हतं.

माझ्या प्रतिमेवर खूश होऊन मी माझी बॅग उचलली. खोलीतून बाहेर पडलो अन् दोन मिनिटांनंतर मी कॅशिअरच्या काऊंटरसमोर उभा राहिलो.

"गुडमॉर्निंग कॅप्टन."

कॅशिअरनं उबदार स्वरात अभिवादन केलं. खरंतर माझ्या युनिफॉर्मवर निर्देशित केलेल्या अक्षरांनुसार मी प्रथम अधिकारी – सहवैमानिक असल्याचं स्पष्ट ओळखू येत होतं; पण फ्रेंच लोक असेच असतात. त्यांच्या बायका दारू आणि कला सोडून प्रत्येक गोष्टीला अवाजवी महत्त्व देतात.

तिनं काऊंटरवर सरकवलेल्या हॉटेलच्या बिलावर मी स्वाक्षरी केली आणि जाण्यासाठी वळलो. नंतर परत मागे वळून युनिफॉर्मच्या आतल्या खिशातून कंपनीचा चेक काढला आणि म्हटलं, "ओह! हा चेक वटवणार का? तुमच्या

पॅरिसमधल्या रात्रीच्या भोगविलासात माझे सारे पैसे संपले आणि मला घरी पोहोचायला आणखी एक आठवड्याचा अवधी आहे.'' मी खेदपूर्ण हसलो.

तिनं 'पॅन अमेरिकन वर्ल्ड एअर वेज'चा चेक उचलला आणि त्यावरच्या रकमेवर नजर टाकली. ''आम्ही नक्कीच हा वटवू, पण इतक्या मोठ्या रकमेचा चेक वटवण्यासाठी मला मॅनेजरची संमती घ्यायला हवी.'' ती म्हणाली.

ती मागच्या ऑफिसमध्ये गेली आणि क्षणातच परतली. चेहऱ्यावर समाधान झाल्याचं स्मितहास्य करत तिनं सही करण्यासाठी माझ्या हातात चेक दिला.

''तुम्हाला अमेरिकन डॉलर्स हवे असतील ना?'' तिनं विचारलं आणि माझ्या उत्तराची प्रतीक्षा न करता ७८६.७३ डॉलर्सच्या नोटा आणि नाणी मोजून दिली.

मी ५० डॉलर्सच्या दोन नोटा तिच्याकडे सरकवल्या आणि हसत म्हटलं, ''हे बघ, मी थोडा वेंधळा आहे. माझ्यातर्फे हे पैसे तू संबंधित कर्मचाऱ्यांना दिलेस तर मला आनंद वाटेल.''

ती आनंदली. ''नक्कीच कॅप्टन. तुम्ही फारच चांगले आहात.'' ती म्हणाली. ''तुमचा प्रवास सुखाचा होवो आणि हो, परत इथे जरूर या आम्हाला भेटायला.''

मी ऑर्लीला जाण्यासाठी टॅक्सी घेतली आणि टॅक्सी ड्रायव्हरला टी.डब्ल्यू.ए.च्या प्रवेशद्वाराजवळ सोडण्यासाठी फर्मावलं. मी प्रतीक्षागृहातला टी.डब्ल्यू.ए.चा तिकीट-काऊंटर ओलांडला आणि माझं एफ.ए.ए. लायसन्स आणि 'पॅन-अॅम'चं ओळखपत्र टी.डब्ल्यू.ए.च्या ऑपरेशन ऑफिसरकडे दिलं. त्यानं त्याची यादी तपासली. ''ओके. फर्स्ट ऑफिसर फ्रँक विल्यम्स, तुम्ही रोमला चाललाये ना? प्लीज, जरा हे भरून देता का?'' त्यानं मला फुकट प्रवासासाठी असलेला नेहमीचा गुलाबी फॉर्म दिला. मी त्यावर आवश्यक तो मजकूर लिहिला. माझी बॅग उचलली आणि 'केवळ विमान कर्मचाऱ्यांसाठी' असं लिहिलेल्या कस्टम दरवाजाकडे प्रयाण केलं. मी माझी बॅग काऊंटरवर ठेवायच्या प्रयत्नात होतो, तोच एका शहाण्या, वृद्ध, पिळदार मिशीवाल्या इन्स्पेक्टरनं मला ओळखलं आणि हात हलवून पुढे जाण्याची अनुमती दिली.

मी विमानाकडे जात असताना माझ्याबरोबर चालणारा एक लहान मुलगा माझ्या चकाकणाऱ्या, सोनेरी पट्ट्यांच्या युनिफॉर्मकडे कौतुकानं पाहत होता. त्यानं विचारलं, ''तुम्ही पायलट आहात?'' त्याच्या शब्दोच्चारावरून तो इंग्लिश वाटत होता.

''नाही. तुझ्याचसारखा एक प्रवासी. मी 'पॅन-अॅम'ची विमानं चालवतो.'' मी म्हणालो.

''तुम्ही ७०७ विमान चालवता?''

मी संमतिदर्शक मान डोलावली आणि म्हटलं, ''चालवत होतो. पण हल्ली मी 'डी.सी.एट' चालवतो.'' मला मुलं आवडतात. या मुलाकडे पाहून मला माझं बालपण आठवलं.

मी विमानात पाऊल टाकलं, तेव्हा मला एक भुऱ्या केसांची आकर्षक हवाईसुंदरी भेटली. तिनं मला विमान-सेवकांच्या सामान ठेवण्याच्या जागेत सामान ठेवायला मदत केली आणि म्हणाली, ''मिस्टर विल्यम्स, या विमानफेरीत सर्व जागा भरलेल्या आहेत. इतर दोन जणांबरोबर तुम्हाला या जम्प सीटमध्ये बसायला लागेल. मी केबिनमध्ये खाद्यसेवा पुरवते.''

''मला फक्त थोडंसं दूध हवंय.'' मी म्हणालो. ''तू जर कामात व्यग्र असशील तर त्याचीही आवश्यकता नाही. फुकट प्रवास करणाऱ्यांना फक्त प्रवासाचीच सवलत असते.''

मी केबिनमध्ये घुसलो. वैमानिक, सहवैमानिक आणि फ्लाईट इंजिनिअर उड्डाणापूर्वी विमानाची, त्यातल्या इंजिनाची, साधनांची पूर्वतपासणी करत होते; पण माझ्या आगमनानं ते अदबीनं थांबले.

''हाय, मी फ्रँक विल्यम्स. 'पॅन-अॅम'. मी तुमच्या कामात व्यत्यय तर आणत नाहीये ना?'' मी म्हणालो.

''मी गॅरी गाईल्स'' हात पुढे करून वैमानिक म्हणाला. त्यानं इतर दोघांकडे मान वळवून म्हटलं, ''हा बिल ऑस्टीन आणि हा जिम राईट. आमच्याबरोबर तुम्ही आहात, याचा आम्हाला आनंदच आहे.'' त्या दोघा विमान कर्मचाऱ्यांबरोबर मी हस्तांदोलन केलं. त्यांचं काम त्यांना करू देण्यासाठी निरोप घेतला आणि जम्प सीटमध्ये बूड टेकवलं.

वीस मिनिटांत आम्ही आकाशात झेपावलो. गाईल्सनं ७०७ विमान ३०,००० फुटांवर नेलं. इंजिनाची तपासणी केली. ऑर्ली टॉवरबरोबरचा संवाद संपवला. आपल्या खुर्चीवरून बाजूला झाला आणि माझ्या उपस्थितीची दखल घेत त्यानं सहजच म्हटलं, ''फ्रँक, तू हा पक्षी काही वेळ उडव. मी पैसे मोजून प्रवास करणाऱ्या प्रवाशांमध्ये जरा फिरून येतो.''

आपल्या स्पर्धक विमान-कंपनीच्या वैमानिकाला विमानाचा ताबा स्वीकारण्यासाठी केलेली त्याची विनंती हा एक शिष्टाचार होता. केबिनच्या तळावर मी माझी हॅट ठेवली आणि वैमानिकाच्या खुर्चीवर बसलो. विमानातल्या मला धरून १४० जणांच्या जीवनाच्या सुरक्षिततेची जबाबदारी माझ्यावर सोपवली होती, याची मला पूर्ण कल्पना होती. जेव्हा गाईल्स त्याच्या आसनावरून उठला तेव्हा ऑस्टीननं विमानाचा ताबा घेतला होता. नंतर त्यानं तो माझ्याकडे सोपवला. ''कॅप्टन, हे तुम्ही छान सांभाळता.'' तो हसत म्हणाला.

मी तत्परतेनं ते मोठं जेट ऑटोमॅटिक पायलटवर ठेवलं आणि ते उपकरण व्यवस्थित काम करेल अशी आशा केली. कारण मला पतंगही उडविता येत नव्हता.

मी 'पॅन-ॲम'चा अथवा आणखी कशाचाही वैमानिक नव्हतो. मी तोतया होतो. चारही खंडांमध्ये कुप्रसिद्ध, 'मोस्ट वॉन्टेड' गुन्हेगारांपैकी एक होतो आणि या क्षणी मी काही सदाचारी लोकांची मती गुंग करण्याचं काम करत होतो.

वयाची एकविशी गाठण्याआधीच मी दोनदा करोडपती झालो होतो आणि परत अर्ध्या कोटीवर आलो होतो. यातला प्रत्येक पैसा मी चोरला होता आणि तो चमचमीत भोजन, अलिशान रेस्टॉरंट्स, सुंदर तरुणी, चकचकीत गाड्या आणि इतर भोगवस्तूंवर उधळला होता. युरोपमधल्या प्रत्येक राजधानीच्या शहरात मेजवान्या झोडल्या होत्या. सुप्रसिद्ध समुद्रकिनाऱ्यांवर सूर्यस्नानाचा आनंद उपभोगला होता. दक्षिण अमेरिका, पूर्वेकडचे देश आणि आफ्रिकेतल्या अनेक रमणीय ठिकाणीही मजा केली होती.

पण सर्व काही हे सुखासीन आयुष्य नव्हतं. मी खूप धास्तावलेला नसलो तरी मला खूप धावाधाव करायला लागली. पुष्कळ वेळा चोरवाटांमधून निसटायला लागलं. आग लागली असताना नेहमीच्या दरवाजातून, छतावरून सटकायला लागलं. या पाच वर्षांच्या काळात मला हॉटेलच्या कपाटात जितके कपडे सोडून पळायला लागलं, तेवढे कपडे माणसं उभ्या आयुष्यातही वापरत नाहीत. लोणी लावलेल्या उतारापेक्षाही मी अधिक निसरडा होतो.

आश्चर्याची गोष्ट म्हणजे मला कधीच वाटलं नाही की, मी गुन्हेगार आहे. अर्थात, मला याही सत्याची जाणीव होती की, मी एक गुन्हेगार होतो. 'या शतकातील सर्वांत हुशार, खोटे चेक वटवणारा, अत्यंत कुशल कलाकार व चक्रम, ॲकॅडमी ॲवॉर्ड मिळवण्याची पात्रता असणारा बिलंदर' असं माझं वर्णन बातमीदारांनी आणि सरकारी अधिकाऱ्यांनी केलं होतं. मी एक आश्चर्यकारक क्षमता असलेला कुशल नट आणि भामटा होतो. मी केलेल्या काही करामती आणि खटपटी आठवून कधीकधी माझं मलाच आश्चर्य वाटतं; पण मी कधीही खोट्या भ्रमात नव्हतो. मला नेहमीच जाणीव होती की, मी फ्रँक अबॅग्नेल (ज्यू) होतो. मी खोटे चेक वटवायचो; लांडीलबाडी करायचो. त्यामुळे जेव्हा मी पकडला जाणार होतो, तेव्हा मला काही ऑस्कर ॲवॉर्ड मिळणार नव्हतं; माझी रवानगी तुरुंगातच केली जाणार होती, याची मला पूर्ण कल्पना होती.

माझं वाटणं खरंच होतं. मी काही काळ फ्रेंच कोठडीत बंदिवान होतो. स्वीडनमध्ये मी गजाआड दिवस काढले आणि अमेरिकेतली पापं मी 'व्हर्जिनिया'च्या

शासकीय तुरुंगाची हवा खाऊन धुतली. शेवटच्या तुरुंगात व्हर्जिनिया युनिव्हर्सिटीच्या गुन्हे अन्वेषण मानसशास्त्रज्ञांकडून मानसशास्त्रीय विश्लेषणात्मक तपासणी करून घेण्यासाठी मी स्वत:हून तयार झालो. त्यानं माझ्याकडून सतत दोन वर्षं लेखी आणि तोंडी परीक्षा करवून घेतल्या, सत्यशोधक इंजेक्शनचा वापर केला आणि वेगवेगळ्या प्रसंगांतील माझ्या वर्तणुकीचे रेखालेख तयार केले.

या शास्त्रज्ञांचा निष्कर्ष दाखवत होता की, मी गुन्हेगारी प्रवृत्तीचा नव्हतो. म्हणजे मी गुन्हेगारीकडे वळणं मुळातच चुकीचं होतं.

न्यूयॉर्क पोलिसांपैकी एकानं मला पकडण्यासाठी खूप प्रयत्न केले होते. त्यानं हा रिपोर्ट वाचला आणि तो चिडून म्हणाला, "हा प्रमुख डॉक्टर आमची थट्टा करतोय. या भामट्यानं शेकडो बँका फोडल्या. जगातल्या निम्म्या हॉटेल्समध्ये चादरी सोडून सर्वांची दाणादाण उडवली. बहुतेक विमान कंपन्यांना त्यांच्या हवाईसुंदरीसकट हवेतल्याहवेत नागवलं. अनेक खोटे चेक वटवून पेन्टॅगॉनच्या भिंती रंगवल्या. स्वत:ची कॉलेजेस, युनिव्हर्सिटीज चालवल्या. दोन कोटी डॉलर्स लंपास करताना वीस देशांतल्या अर्ध्या पोलिसांच्या नाकी नऊ आणले; आणि हे मूर्ख म्हणतायेत, 'त्याची प्रवृत्ती फारशी गुन्हेगारीची नाही.' जर त्याची प्रवृत्ती खूपच गुन्हेगारीची असती, तर त्यानं अमेरिकेचा खजिनाच लुटला असता का?"

गुप्त पोलिसानं मला तो पेपर दाखवला. आम्ही दोघं एकमेकांना समजावून घेणारे शत्रू बनलो होतो. "काय फ्रँक, तू शास्त्रज्ञाला थापा मारल्यास. बरोबर ना?"

मी त्याला सांगितलं, "त्यांनी विचारलेल्या प्रत्येक प्रश्नाचं मी शक्य तितकं खरंखरं उत्तर दिलंय. प्रत्येक चाचणी प्रामाणिकपणे पूर्ण केलीये." असं सांगूनही त्याची खात्री पटली नाही.

तो म्हणाला, "नाही. तू त्या अधिकाऱ्याला उल्लू बनवू शकलास, पण मला बनवणं तुला शक्य नाही. तू त्याला थापा मारून गुंडाळलंस" त्यानं मान हलवून म्हटलं, "फ्रँक, तू स्वत:च्या बापालाही फसवशील."

खरंच, मी त्यापूर्वीच बापाला फसविलं होतं. माझा बाप हा माझ्या फसवणुकीच्या उद्योगातलं पहिलं सावज होता. माझ्यावरचा आंधळा विश्वास हा वडलांचा मोठा सद्गुण होता. मी त्यांना ३४०० डॉलर्सना गंडवलं. मी तेव्हा फक्त १५ वर्षांचा होतो.

मी न्यूयॉर्कमधल्या ब्रॉन्क्सव्हिलामध्ये जन्मलो. वयाच्या १६ वर्षांपर्यंत मी तिथे होतो. चार भावंडांमधला मी तिसरा होतो. माझं आणि वडलांचं नाव एकच होतं. मी जेव्हा बारा वर्षांचा होतो तेव्हा माझे आई-वडील विभक्त झाले. दुभंगलेलं घर हे मी बाल-गुन्हेगार होण्यामधल्या अनेक कारणांपैकी एक असलं,

तरी मीही आई-वडलांना गुंगारा द्यायचे उद्योग केले, हेही खरं आहे.

त्या दोघांमधल्या बेबनावामुळे आणि त्यानंतरच्या घटस्फोटामुळे माझे वडील फार व्यथित झाले होते. माझ्या आईवर माझ्या वडलांचा फार जीव होता. माझी आई – पॉलेट अबॅग्नेल फ्रेंच-अल्जेरियामध्ये राहत होती. ती सुंदर होती. वडील दुसऱ्या महायुद्धामध्ये ओरानमध्ये सैन्यदलाच्या सेवेत होते, तेव्हा त्या दोघांची भेट झाली. त्यांनी लग्न केलं तेव्हा आई १५ वर्षांची आणि वडील २८ वर्षांचे होते. त्या काळात वयातील अंतर ही फारशी दखल घेण्याजोगी गोष्ट नव्हती; पण मला नेहमीच वाटत आलंय की, हेच त्यांच्या घटस्फोटाचं कारण असावं.

सैन्यदलातून निवृत्त झाल्यानंतर वडलांनी न्यूयॉर्क शहरात स्वत:चा व्यवसाय सुरू केला. त्यांनी मेडिसन ॲव्हेन्यूला 'ग्रामर्सीज' नावाचं स्टेशनरीचं दुकान सुरू केलं. ते अत्यंत यशस्वी उद्योजक होते. आम्ही जरी फार श्रीमंत नसलो, तरी सधन नक्कीच होतो. आमचं घर खूप प्रशस्त आणि सुखवस्तू होतं. आम्हा भावंडांना लहानपणी कसलीच कमतरता नव्हती.

आई-वडलांमधल्या वितुष्टामुळे उद्भवणाऱ्या गंभीर समस्येची कल्पना मुलांना सर्वांत शेवटी येते. माझ्या बाबतीत तरी हे खरं होतं. माझ्या भावंडांनाही हे माझ्याआधी समजलं असावं, असं मला वाटत नाही. आम्हाला वाटायचं, गृहिणीपद निभावण्यात आणि माता म्हणून आई समाधानी आहे. काहीएका मर्यादेपर्यंत ते खरंही होतं. पण वडील नुसतेच यशस्वी उद्योजक नव्हते, तर ते राजकारणात सक्रिय होते. ब्रॉंक्स परिसरातल्या रिपब्लिकन पक्षाचे महत्त्वाचे कार्यकर्ते होते. ते न्यूयॉर्क ॲथलेटिक्स क्लबचे भूतपूर्व अध्यक्ष होते. या क्लबमध्ये उद्योजक आणि राजकारणी व्यक्ती यांच्याबरोबर ते बराच वेळ घालवत असत.

वडलांना खाऱ्या पाण्यातले मासे पकडण्याचाही खूप शौक होता. खोल पाण्यातल्या समुद्रातले मासे पकडण्याच्या सफरीसाठी ते विमानानं पुरटो रिका, किंगस्टन, बेलीझ किंवा आणखी एखाद्या कॅरिबियन बेटावर जात असत, पण ते आईला आपल्याबरोबर कधीच नेत नसत. त्यांनी खरंतर तिला आपल्याबरोबर न्यायला हवं होतं. ग्लोरीया स्टीनेमला आपली 'मेडनफॉर्म ब्रेसियर' कामुकता उद्दिपीत करणारी आहे, हे जाणवण्याआधीच्या काळातही माझी आई स्त्री-स्वातंत्र्यवादी होती. एक दिवस वडील एका समुद्रसफरीवरून परतले, तेव्हा त्यांनी पाहिलं की, घररूपी टोपलीतून मासळी निसटून गेली होती. स्वत:च्या सामानाची बॅग भरून आम्हा मुलांसकट ती एका मोठ्या अपार्टमेंटमध्ये निघून आली होती. आम्ही मुलं काहीशी भांबावलो होतो; पण आईनं शांतपणे स्पष्ट करून सांगितलं – वडलांबरोबर तिचं जमत नाही, त्यामुळे त्यांनी वेगवेगळं राहायचं ठरवलंय.

तिनं वेगळं राहायचा निर्णय घेतला, याचा वडलांना धक्का बसला. आईच्या वागण्यानं ते दुखावले. वडलांनी तिला घरी परतण्यासाठी विनवलं. चांगला पती आणि पिता होण्यासाठी वर्तनात सुधारणा करण्याचं आणि समुद्र-सफरीवर न जाण्याचं आश्वासन दिलं. राजकारणाला तिलांजली देण्याचंही वचन दिलं.

आईनं हे सर्व ऐकून घेतलं, पण तिनं कुठलीही प्रतिक्रिया दिली नाही आणि मी समजून चुकलो की, वडलांबरोबर कुठलीही तडजोड करायची नाही, असं आईनं ठरवलंय. तिनं ब्रॉंक्स डेंटल कॉलेजमध्ये डेंटल टेक्निशियन या कोर्ससाठी नाव दाखल केलं आणि तिचं शिक्षण चालू झालं.

वडलांनी आशा सोडली नव्हती. संधी मिळताच ते आमच्या अपार्टमेंटमध्ये यायचे आणि आईला विनवायचे. कधीकधी त्यांच्या रागाचा पारा चढायचा. ते ओरडायचे, 'अगं बाई, मी तुझ्यावर प्रेम करतो, हे तुला दिसत नाही का?'

अर्थातच, आम्हा मुलांवर त्याचा विपरीत परिणाम झाला. विशेषतः माझ्यावर. माझं वडलांवर प्रेम होतं. मी त्यांचा लाडका होतो. आईची मनधरणी करण्याच्या प्रयत्नांमध्ये त्यांनी माझा वापर करायला सुरुवात केली. ते मला सांगायचे, "आईशी बोल. तिला सांग, माझं तिच्यावर प्रेम आहे. जर आपण सर्व जण एकत्र राहिलो, तर सुखी होऊ. तिला म्हणावं, ती जर घरी परतली तर तुला छान वाटेल. आम्हा सर्व मुलांना खूप आनंद होईल."

ते माझ्याजवळ आईसाठी भेटवस्तू द्यायचे. आईचा असहकार गळून पडण्यासाठी ते माझ्याकडून भाषणं पाठ करवून घ्यायचे.

या कामात मी कुचकामी ठरलो. माझी आई काही बधत नव्हती. त्या दोघांच्या वैवाहिक बेबनावामध्ये वडलांनी मला आपल्या हातातलं बाहुलं बनवलं होतं. त्यामुळेच वडलांची बाजू लंगडी पडली. कारण माझा असा उपयोग करण्यामुळे आई रागावली. तिनं वडलांना घटस्फोट दिला, तेव्हा मी चौदा वर्षांचा होतो.

वडील उद्ध्वस्त झाले. मी दुःखी झालो, कारण त्यांनी एकत्र असावं, असं मला मनापासून वाटत होतं. मी वडलांबद्दल ग्वाही देऊ शकतो. ज्या स्त्रीवर त्यांनी एकदा प्रेम केलं, ते शेवटपर्यंत कायम होतं. १९७४ मध्ये ते ख्रिस्तवासी झाले. तोपर्यंत ते आईनं परत यावं म्हणून प्रयत्न करत होते.

अखेर जेव्हा आईनं वडलांना घटस्फोट दिला, तेव्हा मी वडलांबरोबर राहायचं ठरवलं. माझा हा निर्णय आईला पसंत नव्हता; पण मला वाटत होतं, वडलांनी एकटं राहू नये. आमच्यापैकी कोणीतरी त्यांच्याजवळ असणं आवश्यक आहे. मी आईचं मन वळवलं. वडलांना आनंद झाला. माझ्या निर्णयाचा मला कधीच पश्चात्ताप झाला नाही. कदाचित, वडलांना झाला असावा.

वडलांबरोबर राहणं खूपच छान होतं. मला त्यांच्याबरोबर न्यूयॉर्कच्या उत्कृष्ट क्लबमध्ये पुष्कळ वेळा जाता आलं. तेव्हा मला समजलं की, उद्योगपती नुसतं ३ कोर्सचं जेवणच घेत नाहीत, तर मजबूत न्याहरीही करतात आणि रात्रीच्या जेवण्याच्या वेळी खूप दारूही ढोसतात. तसंच राजकारणी व्यक्तींना जगातल्या घडामोडींचं चांगलं ज्ञान असतं, हेही मला उमजलं आणि 'ऑन द रॉक्स' व्हिस्की मिळाली की, हे ढेरपोटे जरा सैलही होतात. वडील दारूच्या गुत्त्यामध्ये त्यांच्या व्यवसायातल्या बऱ्याचशा गोष्टी आणि राजकारणातले डावपेच आखत असत. मीही तिथेच त्यांच्या जवळपास रेंगाळत असे. वडलांच्या दारू पिण्याच्या सवयीमुळे मी प्रथमत: थोडा धास्तावलो, पण दारू पिण्याबाबत ते चांगले संयमी होते. त्यांना दारूचं व्यसन जडल्याबद्दल मी निष्कारणच काळजी करत होतो. जरी ते सतत दारू पीत असले, तरी मी त्यांना कधीही दारू पिऊन झिंगलेलं पाहिलं नाही. काही काळानंतर माझा असा ग्रह झाला की, त्यांच्यावर दारूचा काही परिणामच होत नाही.

वडलांचे मित्र, ओळखीचे लोक, सहकारी यांचा माझ्यावर फार प्रभाव पडला. ब्रॉंक्सच्या सर्व सामाजिक स्तरांमधल्या लोकांचा यात समावेश होता. पोलीस, मजूर संघटनेचे पुढारी, उद्योगपती, ट्रक कंपन्यांचे मालक, कॉंट्रॅक्टर्स, शेअर दलाल, क्लार्क्स, ड्रायव्हर्स इ. यांपैकी काही जण कुविख्यात – अगदी 'डेमॉन रनियन'च्या यादीत समाविष्ट करण्याजोगे होते.

वडिलांच्या सहवासात सहा महिने घालवल्यामुळे मी चलाख आणि बराचसा तल्लख झालो. वडलांना मला असल्या हुशारीचं शिक्षण द्यायचं नसणार, पण अशा क्लबच्या वातावरणात असलं ज्ञान आपसूकच मिळत असतं.

मी शाळेला दांड्या मारायला लागलो आणि शेजारच्या परिसरातल्या वाह्यात मुलांबरोबर टंगळमंगळ करत फिरायला लागलो. तेव्हा मला समजलं की, वडलांच्या राजकारणातल्या सहभागामुळे त्यांचा सगळीकडे वचक आहे. माझ्याबरोबरची मुलं काही कुठल्या टोळीची सभासद नव्हती किंवा ती फारशी उपद्रवीही नव्हती. ती मुलं ज्या घरांतून आली होती, ती कुटुंबं तणावग्रस्त होती. त्यामुळे कुणाचंतरी लक्ष वेधण्यासाठी ती हे धंदे करत होती. कदाचित, मीही दुसऱ्यांचं लक्ष वेधण्यासाठी हे करत असेन. त्या वेळी मला अंधूकशी जाणीव होती की, मी जर बालगुन्हेगारासारखं वर्तन केलं, तर त्यामुळे माझ्या आई-वडिलांमध्ये पुन्हा समझोता होईल.

बालगुन्हेगारीमध्ये मी नवखा होतो. पुष्कळ वेळा मी अगदी मूर्खासारखा वागायचो. कॅंडी चोरणं, सिनेमागृहात घुसणं यांसारखा मूर्खपणा करायचो. मी माझ्या सवंगड्यांपेक्षा अधिक माहीतगार आणि धिप्पाड होतो. १५ वर्षांचा होतो,

तेव्हा माझी उंची ६ फूट आणि वजन १७० पौंड होतं. मी शारीरिकदृष्ट्या सक्षम होतो. बऱ्याचशा छोट्या-मोठ्या खोड्या करूनही आम्ही सहीसलामत सुटलो, कारण मला वाटतं, आमच्याकडे बघून बहुतेकांना मी विद्यार्थ्यांना घेऊन जाणारा शिक्षक किंवा बच्चे कंपनीला सांभाळणारा मोठा भाऊ आहे, असं वाटत असावं. मला स्वत:लाही असंच वाटायचं आणि त्या पोरांच्या माकडचेष्टांनी मी चिडायचो.

त्यांच्या कृतीतला सफाईदारपणाचा अभाव मला अधिक खटकायचा. उत्कृष्ट दर्जाची सर्व जगामध्ये वाखाणणी होते, हे मला बालवयातच उमजलं होतं. सफाईदारपणे केलेल्या कामात जरी गुन्हा, पाप वा चूक झालेली असेल तरी त्याकडे थोडा कानाडोळा केला जातो.

ही मुलं गाडीसुद्धा सफाईनं चालवत नसत. त्यांनी प्रथमच एक गाडी चोरली आणि ते मला घेण्यासाठी आले. आम्ही माझ्या घरापासून जेमतेम मैलभर अंतरावर होतो, तेव्हाच पोलिसांनी आम्हाला अडवलं. मालक लॉनवर पाणी शिंपडत होता त्या वेळी धक्के बसल्यामुळे ड्राईव्हवेमधून गाडी घसरली. आम्हा सर्वांची हिल्टनच्या बालगृहात रवानगी झाली.

वडलांनी माझी तिथून सुटका केली. एवढंच नव्हे, तर या घटनेमधल्या माझ्या सहभागाची नोंद असल्याचा पुरावाही खोडून टाकायला लावला. हे म्हणजे काहीसं जादूची कांडी फिरवून सर्व काही अदृश्य करण्याजोगं होतं, ज्यामुळे पुढे काही वर्षं कित्येक पोलिसांची अनेक रात्री झोप उडाली. शिकारीच्या सुरुवातीला बरोबर माग लागला, तर हत्तीलाही शोधून काढणं सोपं असतं.

वडलांनी मला धारेवर धरलं नाही. ते फक्त म्हणाले, "सर्वांच्याच हातून चुका होतात. मला माहीत आहे, तू काय भानगडी करत होतास. पण या गोष्टी अशा प्रकारे करायच्या नसतात. कायद्याच्या कक्षेमध्ये तू अजून जरी बच्चा असलास, तरी मोठ्या माणसाएवढा दिसतोस. तेव्हा तू मोठ्या माणसाप्रमाणे वागायचा विचार करायला हवास."

मी माझ्या बालपणातल्या खोड्यांना पूर्णविराम दिला. पुन्हा एकदा नियमितपणे शाळेत जायला लागलो आणि ब्रॉंक्स व्हिलाच्या गोदामामध्ये क्लार्क म्हणून अर्ध वेळ नोकरी धरली. वडलांना आनंद झाला. इतका आनंद झाला की, त्यांनी मला जुनी फोर्ड मोटार घेऊन दिली, जिचा उपयोग मी पुढच्या वर्षांत शिकाऱ्याच्या सापळ्यासारखा केला.

पुढे मी जी नीच कृत्यं केली त्याचा दोष एखाद्या गोष्टीच्या माथी मारायचा ठरवलं, तर ती आहे ही फोर्ड गाडी!

माझ्या ठिकाणी असलेल्या नैतिकतेच्या अस्तराला या फोर्ड गाडीनंच छेद दिला. या गाडीमुळे मी पोरींना गटवलं. मला परत अक्कल यायला सहा वर्षं

लागली. फार मजेदार वर्षं होती ती!

माणसाच्या आयुष्यात निश्चितच असा एक काळ असतो, ज्या वेळी त्याची कामवासना सारासार विचारांना झाकोळून टाकते. नुकत्याच वयात आल्यानंतरच्या त्या काळात निर्माण होणारे तसले विचार कानाच्या पाळ्या लाल करून टाकतात आणि समोरून जाणारी प्रत्येक गोड पोरगी गटवावी असं वाटू लागतं. मला पंधराव्या वर्षी मुलींबद्दल एवढीच माहीत होती की, मुलांपेक्षा त्या अंगापिंडानं निराळ्या असतात. पण माझ्या गाडीची चांगली डागडुजी करवून सिग्नलसाठी वाट पाहत असताना माझ्याकडेच पाहत असलेली ती मुलगी दृष्टीस पडेपर्यंत 'माझ्या मनात ही अशी काय घालमेल होतेय' याचा मला उलगडा झाला नव्हता. माझं लक्ष तिच्याकडे गेल्याचं तिला समजल्यावर तिनं डोळा मारला. शरीराची मादक हालचाल केली. मी माझ्या तंद्रीत पूर्ण बुडालो. धरणाचा बांध फुटला होता. मला समजलंच नाही, ती गाडीत कधी आली ते! मला इतकंच आठवतंय की, तिचा सळसळता स्पर्श, मऊ, उबदार गंध, सारंच मोहवून टाकणारं होतं. मला स्पर्शसुखाचा खेळ गवसला होता, ज्याचा मी आस्वाद घेऊ शकलो. तिचे मोहक चाळे इतके जबरदस्त होते की, हमिंगबर्डही खेचला जावा किंवा बुलडॉगही साखळी तोडून सटकावा!

स्त्रियांनाही शयनगृहात अधिकार हवेत, असं प्रतिपादन करणाऱ्या लठ्ठ पुस्तकांनी मला अजिबात आकर्षित केलं नाहीये. हेन्री फोर्डनं टी. मॉडेल गाडीचा शोध लावला, तेव्हा स्त्रियांनी त्यांचे कपडे उतरवले आणि प्रणयी चाळे खऱ्या अर्थानं रस्त्यावर आले.

स्त्रीलंपटपणा हा माझा एकमेव दुर्गुण झाला. मी त्यांच्याबरोबर मजा मारायचो. झोपताना बाईचा विचार करायचो. उठायचोही बायकांबद्दल विचार करतच. सगळ्या सुंदर, अप्रतिम, उत्कृष्ट आणि भुरळ पाडणाऱ्या युवती! सकाळ होताच मी पोरींची शिकार करायच्या स्वारीवर निघायचो. रात्रीही बाहेर पडायचो. झगमगत्या दिव्यांच्या उजेडात त्यांना न्याहाळायचो. माझी विषयवासना फार प्रबळ होती. मला मुसमुसत्या, चतुर बायका आवडायच्या.

पहिल्या काही अनुभवांनंतर मीही चलाख झालो होतो. पोरींवर फार पैसे खर्च करावे लागतात असं नाही; पण काही हौशी कुमारिकांना केवळ चेतवत ठेवण्यासाठी बर्गर आणि केक हवा असतो. माझ्या अशा चैनींसाठी मी पुरेसे पैसे मिळवत नव्हतो. पैसे जमवण्यासाठी काही युक्ती करणं आवश्यक होतं.

पोरींबरोबर चाललेल्या माझ्या प्रेमाच्या चाळ्यांबद्दल वडील पूर्णपणे अनभिज्ञ नव्हते. मी वडलांकडे तगादा लावला, "बाबा, मला तुम्ही गाडी घेऊन दिलीत हा तुमचा मोठेपणा आहे. आणखी काही मागायचं माझ्या जिवावर आलंय, पण

गाडीबद्दल एक अडचण उपस्थित झालीये.'' मी माझं घोडं दामटलं. ''मला गॅस क्रेडिट कार्डाची गरज आहे. मला महिन्यातून एकदाच पैसे मिळतात. शाळेत जेवणासाठी, खेळ खेळायला, डेटिंगला पैसे लागतात. पेट्रोल घ्यायला माझ्याकडे पैसेच नसतात. जर मला गॅसकार्ड घेऊन दिलंत, तर मी स्वत: पैसे भरेन. तुमच्या चांगुलपणाचा गैरफायदा घेणार नाही.''

सौदा पटवताना माझं वर्तन आयरीश घोडे विक्रेत्याप्रमाणे होतं. त्या वेळी त्यात सच्चेपणा होता. वडलांनी त्यावर काही वेळ विचार केला. त्यानंतर मान डोलवत ते म्हणाले, ''ठीक आहे फ्रँक. माझा तुझ्यावर विश्वास आहे.'' आपल्या पाकिटातलं 'मोबिल' कार्ड काढून ते म्हणाले, ''तू हे कार्ड घे आणि त्याचा वापर कर. मी यापुढे त्याचा वापर करणार नाही. दर महिन्याला जेव्हा बिल येईल, तेव्हा ते चुकतं करायची जबाबदारी मात्र तुझी. तू गैरफायदा घेशील, अशी काळजी मला अजिबात वाटत नाही.'' खरंतर त्यांनी काळजी करायला हवी होती.

पहिल्या महिन्यांत ही व्यवस्था ठीक होती. 'मोबिल'चं बिल आलं आणि मी ऑईल कंपनीला त्या रकमेची मनिऑर्डर केली, पण ते बिल चुकतं केल्यावर माझ्याकडे पैसेच उरले नाहीत. नित्य नव्या पोरींच्या शोधात असलेल्या माझ्यापुढे अडचणी उभ्या राहिल्या. मी पैशाअभावी निराश झालो. सुखाचा शोध घेणं, हा अमेरिकनांचा स्वाभाविक हक्क आहे. नाही का? मला वाटतं, या विधिवत्प्राप्त हक्कापासून मी वंचित झालो.

कोणी म्हटलंय, जगामध्ये कुणीही माणूस प्रामाणिक नसतो. हे म्हणणारा बहुधा भामटा असावा. शांतीचा संदेश देणाऱ्या लोकांची ही आवडती तर्कनिष्ठ धारणा असावी. पुष्कळ लोकांची स्वत:बद्दल भ्रामक कल्पना असते की, आपण मोठे गुन्हेगार आहोत – जगप्रसिद्ध. हिऱ्यांची चोरीनिरी करणारे आहोत, पण या चौर्यकर्माच्या कल्पना म्हणजे त्यांची दिवास्वप्नं असतात. मला असंही वाटतं की, पुष्कळ लोकांना गुन्हे करण्याचं खरंच आकर्षण असतं. विशेषत: जर गुन्हा करण्यामुळे मोठं घबाड मिळणार असेल आणि या माकडचेष्टा करताना ते त्याच्यात गोवले जाणार नसतील, तर ते गुन्हे करायला तयार असतात, पण हे लोक बहुधा असलं आकर्षण टाळतात. त्यांना उचित आणि अनुचित गोष्टींबद्दल एक आंतरिक आकलन असतं आणि सारासार विवेकबुद्धीचाच विजय होतो.

पण काही लोक असेही असतात की, ज्यांची स्पर्धात्मक वृत्ती त्यांच्या विवेकाचा कब्जा घेते. उदाहरणार्थ, एखाद्या गिर्यारोहकाला एखादं उंच शिखर पाहून ते सर करण्याचं आव्हान स्वीकारावंसं वाटतं. त्याचप्रमाणे या लोकांना प्राप्त परिस्थिती आव्हानात्मक वाटते. उचित किंवा अनुचित असं त्यात काही

नसतं. हे लोक गुन्ह्याकडे एक खेळ म्हणून बघतात. लूट मिळवणं हे त्यांचं उद्दिष्ट नसतं. साहस करण्यामध्ये मिळणारं यश महत्त्वाचं ठरतं. अर्थातच, मिळणारी लूट मौल्यवान असेल तर तेसुद्धा आणखी छानच असतं.

गुन्हेगारी जगतातले लोक बुद्धिबळपटू असतात. त्यांचा बुद्ध्यांक 'अत्यंत बुद्धिवान' या श्रेणीचा असतो. त्यांचे मानसिक घोडे व गुन्हे नेहमीच आक्रमक रूप धारण करतात. आपल्याला कोणी चितपट करेल, असं त्यांना वाटत नाही. जेव्हा सामान्य कुवतीचा पोलीस त्यांना जाळ्यात पकडतो, तेव्हा त्यांना नेहमीच अचंबा वाटतो. तर पोलिसाला या गुन्ह्यामागे कोणता हेतू असावा, याचं आश्चर्य वाटतं. गुन्हा हे एक आव्हान असतं का? देव जाणे!

माझ्या पहिल्यावहिल्या उचापतींसाठी हे आव्हानच कारणीभूत ठरलं. मला पैशांची गरज होती. ज्याला पोरींबरोबर प्रेमाचे चाळे करण्याची चटक लागलेली असते, त्याला जी मदत उपलब्ध असेल ती हवी असते. पण एका दुपारी जेव्हा मी मोबिलच्या पेट्रोलपंपावर थांबलो तेव्हा तिथे एक फलक पाहिला, 'तुमच्या मोबिल कार्डावर टायर्सचा सेट घ्या. आम्ही तो तुमच्या गाडीवर बसवून देऊ.' त्या क्षणी पैशांच्या चणचणीचा विचारही माझ्या मनात नव्हता. मला जाणवलं, मोबिल कार्ड हे फक्त पेट्रोलसाठीच नाही, तर त्याहीपेक्षा अधिक गोष्टींसाठी चांगलं उपयोगी आहे. माझ्या फोर्ड गाडीचे टायर्स जवळजवळ नवीनच होते. मला टायर्सची आवश्यकता नव्हती, पण त्या फलकाबद्दल विचार करत असताना एक भन्नाट योजना माझ्या मनात आकाराला येत होती. मला वाटलं, ती कदाचित यशस्वीही होईल.

मी गाडीतून उतरलो आणि पेट्रोलपंपावर असलेल्या कर्मचाऱ्याला भेटलो. तो गृहस्थ त्या पेट्रोलपंपाचा मालक होता आणि नेहमीच्या येण्या-जाण्यामुळे माझी त्याच्याशी तोंडओळखही होती. त्या पेट्रोलपंपावर फारशी गर्दी नसायची. तो एकदा सहज म्हणाला होता, "पेट्रोलपंप चालविण्यापेक्षा पेट्रोलपंप खरेदी करून चालवायला दिला तर मला जास्त पैसे मिळतील."

मी त्याला विचारलं, "टायरच्या सेटला मला किती पैसे द्यायला लागतील?"

"या गाडीसाठी १६० डॉलर्समध्ये चांगल्या टायर्सचा सेट मिळेल, पण तुझे टायर्स तर चांगले आहेत!"

त्यानं माझ्याकडे पाहिलं. मला जाणवलं की, मी त्याला भलतीच गळ घालणार आहे हे त्याला कळलंय.

मी म्हटलं, "हो, मला टायर्सची खरंच काही आवश्यकता नाहीये, पण मला पैशांची गरज आहे. मी काय करणार आहे, ते तुला सांगतो. मी टायर्स घेणार, या कार्डावर त्याची नोंद करणार; पण मी ते टायर्स काही घेऊन जाणार

नाही. त्याऐवजी तू मला १०० डॉलर्स दे. हे टायर्स जेव्हा तू विकशील तेव्हा तुझे सर्व १६० डॉलर्स तुझ्या खिशात येतील. तुझं काय मत आहे? तुला पुष्कळ पैसे कमावता येतील. हो ना?''

त्यानं मला जोखलं. त्याच्या डोळ्यातली सतर्क हाव मला स्पष्ट दिसत होती. त्यानं सावधपणे विचारलं, ''तुझ्या वडलांना कसं वाटेल?''

मी खांदे उडवून म्हटलं, ''ते माझ्या गाडीकडे कधी बघतही नाहीत. मी त्यांना सांगितलंय, मला नवे टायर्स घ्यायचेत. ते म्हणाले, बदलून टाक.''

तरीही तो साशंक होता. तो म्हणाला, ''पोरा, तुझं मोटार चालवण्याचं लायसन्स बघू. ते कदाचित चोरलेलं असण्याची शक्यता आहे.''

मी त्याला माझं 'शिकाऊ ड्रायव्हर' लायसन्स दाखवलं. त्यावरचं नाव आणि कार्डावरचं नाव सारखंच होतं.

''तू फक्त १५ वर्षांचा आहेस? तू दहा वर्षांनी मोठा वाटतोस.'' पेट्रोलपंपाचा मालक म्हणाला आणि त्यानं लायसन्स परत दिलं.

मी हसलो आणि म्हणालो, ''मी गाडी खूप चालवली आहे.''

त्यानं संमतिदर्शक मान डोलावली आणि म्हणाला, ''मला 'मोबिल'ला फोन करून त्यांची परवानगी घ्यायला हवी. अशा कोणत्याही मोठ्या खरेदीसाठी ते आवश्यक असतं. जर मला त्यांची संमती मिळाली तर आपला सौदा ठरला.''

खिशामध्ये २० डॉलर्सच्या ५ नोटा कोंबून मी त्या पेट्रोलपंपावरून बाहेर पडलो. मन धुंद करणारा सुखकारक अनुभव होता तो! मी तोवर दारूचा आस्वाद घेतला नव्हता, त्यामुळे शॅम्पेनच्या सुखाशी त्याची तुलना करता येणं शक्य नव्हतं, पण गाडी चालवत असताना मी सुखाच्या धुंद नशेवर स्वार होतो.

माझ्या हुशारीमुळे मी पूर्णपणे भारावून गेलो होतो. 'ही योजना जर एकदा यशस्वी झाली, तर दुसऱ्यांदा का होणार नाही?' ती झाली. पुढच्या काही आठवड्यांत ती अनेक वेळा यशस्वी झाली. किती वेळा, हेही मला आठवत नाही. किती टायर्सच्या जोड्या, बॅटऱ्या आणि मोटारीचे सुटे भाग मी त्या मोबिल कार्डावर खरेदी केले आणि जवळजवळ मूळ किमतीच्याच भावात परत विकले. ब्राँक्समधल्या प्रत्येक मोबिल पेट्रोलपंपावर मी डल्ला मारला. कधीकधी मी २० डॉलर्सच्या बिलावर नुसती सही करून पेट्रोल भरणाऱ्या पोऱ्याकडून १० डॉलर्स घ्यायचो. घोटाळा कर-करवून मी ते मोबिल कार्ड पिचकवून टाकलं.

साहजिकच, मी ते सर्व पैसे पोरींवर उधळून टाकले. प्रथमत: मला असं वाटलं की, मी जर मोबिलच्या खात्यावर मजा लुटत होतो, तर त्यात काय बिघडलं? त्यानंतर एक दिवस टपालपेटीत त्या महिन्याचं बिल आलं. ते बिलाच्या पावत्यांनी भरलेलं ख्रिसमसच्या कोंबडीसारखं गलेलठ्ठ पाकीट होतं.

बिलाच्या रकमेवर मी नजर टाकली आणि स्थितप्रज्ञाची भूमिका घेतली. हे पैसे वडील भरतीलच या अपेक्षेत मोबिल कंपनी असणार. आपण या खेळात वडलांना गोवतोय याची जाणीवच मला झाली नाही.

मी ते बिल कचरापेटीत टाकून दिलं. दोन आठवड्यांनंतर दुसरी नोटिस आली. तीही कचरापेटीत गेली. वडलांसमोर जाऊन सर्व कबूल करून टाकावं असा माझ्या मनात विचार आला, पण माझ्याजवळ ते धैर्य नव्हतं. आज ना उद्या त्यांना समजेलच, याची मला जाणीव होती. पण मी ठरवलं, ते मी सांगण्यापेक्षा दुसऱ्याकडून त्यांना समजावं.

आश्चर्य म्हणजे मोबिल आणि बाबा यांच्यामध्ये मीटिंग होईल म्हणून वाट बघत मी थांबलो नाही. मी माझे क्रेडिट कार्डाच्या गैरवापराचे धंदे आणि त्यातून मिळणारे पैसे सुंदर पोरींबरोबर मजा मारण्यात उडवणं चालूच ठेवलं. तरीही कुठेतरी मला ही जाणीव टोचत होती की, आपण वडलांना फसवतोय. 'कामातुराणां न भयं न लज्जा!' विषयवासनेच्या आत्यंतिक ओढीनं विवेकाचा कब्जा घेतला होता.

सरतेशेवटी मोबिलच्या तपासणी अधिकाऱ्यानं बाबांना दुकानात गाठलं. त्याला गहिवरून आलं होतं.

क्षमायाचना करत तो म्हणाला, "मिस्टर अबॅग्नेल, तुमच्याकडे गेली पंधरा वर्षं आमचं कार्ड आहे. तुम्ही आमचे उत्कृष्ट गिऱ्हाईक आहात. वेळेवर पैसे चुकते करण्यात तुमचा अग्रक्रम आहे. पैसे द्यायला तुमच्याकडून कधीच विलंब होत नाही. मी काही तुम्हाला बिलासंबंधी तगादा लावायला आलो नाहीये" एजंट बोलत होता तेव्हा वडलांच्या चेहऱ्यावर गोंधळून गेल्याचा भाव होता. "सर, आम्ही हे जाणून घ्यायला उत्सुक आहोत की, गेल्या ३ महिन्यांमध्ये १९५२ च्या फोर्ड गाडीवर पेट्रोल, तेल, बॅटऱ्या आणि टायर्स यांच्यावर ३४०० डॉलर्स कसे खर्च झाले? तुम्ही टायर्सच्या १४ जोड्या गेल्या ६० दिवसांत बदलल्यात. गेल्या नऊ दिवसांत २२ बॅटऱ्या विकत घेतल्यात. तुमची गाडी एक गॅलन पेट्रोलवर दोन मैलही जात नसावी. तुमच्या पेट्रोलच्या टाकीवर झाकण तरी आहे की नाही, कोण जाणे! ही गाडी विकून त्याऐवजी नवी गाडी विकत घेण्याचा काही विचार केलात का?"

बाबा सुन्न झाले,

"का? मी माझं मोबिल कार्ड कधीही वापरत नाही. माझा मुलगा वापरतो ते." मानसिक धक्क्यातून सावरल्यावर ते म्हणाले, "इथे काहीतरी चूक झालीये."

मोबिलच्या तपासणी अधिकाऱ्यानं मोबिलच्या कार्डावर घेतलेल्या गोष्टींच्या शेकडो डॉलरच्या पावत्या वडलांपुढे ठेवल्या. त्या प्रत्येकावर माझ्या हस्ताक्षरातली त्यांची सही होती.

"त्यानं हे असं कसं केलं? आणि का?" बाबा उद्गारले.

"मला ठाऊक नाही." मोबिल एजंट म्हणाला, "तुम्ही त्यालाच का विचारत नाही?"

त्या दोघांनी मला विचारलं. मी म्हटलं, "या फसवणुकीबद्दल मला काही ठाऊक नाही." त्या दोघांपैकी कुणाचीही मी खात्री पटवू शकलो नाही. बाबा भडकतील असा माझा कयास होता, पण रागावण्याऐवजी ते जास्त गोंधळलेच होते.

ते म्हणाले, "हे बघ पोरा, जर तू हे कसं केलंस आणि का केलंस हे सांगितलंस, तर मी तुला क्षमा करीन. शिक्षा करणार नाही. मी त्या बिलांचे पैसेही देईन."

माझ्या मनात वडलांबद्दल खूप आदर होता. आत्तापर्यंत ते माझ्याशी कधीच खोटं बोलले नव्हते.

मी ताबडतोब सांगून टाकलं. "डॅड, मुलींमुळे हे सर्व घडलं." मी सुस्कारा सोडून म्हटलं, "त्या चमत्कारिक गोष्टी करतात. मला स्पष्टीकरण नाही देता येणार."

वडील आणि मोबिलचा तपासणी अधिकारी या दोघांनीही समंजसपणे मान डोलावली. वडलांनी सहानुभूतीपूर्ण सामंजस्यानं माझ्या खांद्यावर हात ठेवला. "पोरा, त्याची काळजी सोड. आइन्स्टाईनलाही ते स्पष्ट करता आलं नाही." ते म्हणाले.

वडलांनी जरी मला क्षमा केली होती तरी आईनं केली नव्हती. या प्रसंगामुळे ती अगदी बेचैन झाली. माझ्या अपराधाबद्दल तिनं वडलांना दोष दिला. माझ्या आईकडे माझा कायदेशीर ताबा होता आणि तिनं मला वडलांपासून अलग करायचं ठरवलं. याहून वाईट गोष्ट म्हणजे ज्या कॅथलिक चॅरिटीमध्ये ती जात असे तिथल्या फादरच्या सल्ल्यानुसार तिनं मला कॅथलिक चॅरिटी प्रायव्हेट स्कूलमध्ये डांबलं. ही शाळा पोर्ट चेस्टर, न्यूयॉर्क इथल्या वाह्यात मुलांसाठीची शाळा होती.

सुधारगृह म्हणून त्या शाळेत फारसं काही नव्हतं. सुधारगृह असण्यापेक्षा तो एक झकास कॅंप होता. इतर सहा मुलांबरोबर मी एका कॉटेजमध्ये राहायचो. तिथे माझ्यावरचा सततचा पहारा आणि कॅंपसमध्ये राहण्याची सक्ती सोडली, तर इतर काहीही जाच नसायचा. चर्चमधले शिक्षक खूपच चांगले होते. आम्ही विद्यार्थी जसे राहत होतो तसेच तेही राहायचे. आम्ही सामाईक भोजनगृहात जेवायचो. जेवण चांगलं आणि भरपूर असायचं. सिनेमागृह, टीव्ही बघायचा हॉल, करमणुकीसाठी हॉल, तरणतलाव, जिमखाना या सगळ्या सुखसोयी तिथे होत्या. तिथे उपलब्ध असणाऱ्या सुखसोयींची मी कधीच मोजदाद ठेवली नाही. सोमवार ते शुक्रवार सकाळी ८ ते ३ या वेळात आम्ही शिक्षणवर्गात जायचो.

पण त्याव्यतिरिक्त इतर वेळात आम्हाला मनाजोगतं काहीही करण्याची मुभा होती. तिथले शिक्षक आमच्या चुकांबद्दल आम्हाला उपदेशांचे डोस अथवा भाषणं देत नसायचे. एखादी फार मोठी घोडचूक झाली, तरच शिक्षा व्हायची आणि तीसुद्धा तुम्हाला कॉटेजमध्ये डांबण्याची. अमेरिकन तुरुंगाची हवा चाखण्याआधी ज्याला शाळा म्हणावं, असं काही मला अनुभवायला मिळालं नाही. मला नेहमी वाटत आलंय, अमेरिकन राष्ट्राची शिक्षा द्यायची पद्धत कॅथलिक चॅरिटी मिशनकडून गुप्तपणे चालवली जात असावी.

मठातल्या जीवनाचा मला तिटकारा आहे. मी ते सहन केलं. माझ्या शाळेतल्या वास्तव्याकडे मी एक शिक्षा, निष्कारण झालेली शिक्षा म्हणून पाहायचो. माझ्या गुन्ह्यामुळे माझे वडील बळीचा बकरा ठरले होते आणि त्यांनी तर मला क्षमा केली होती. या शाळेबद्दल सर्वांत नावडती गोष्ट म्हणजे या शाळेत मुली नव्हत्या. इथे सारं पुरुषांचं राज्य होतं. इथे धर्मोपदेशक स्त्रिया असत्या तरी त्यांच्या दर्शनानं मला आनंद वाटला असता.

माझ्या इथल्या वास्तव्यात वडलांवर काय ओढवलंय हे मला कळलं असतं, तर मी खूपच अस्वस्थ झालो असतो. त्यांनी कधी नीटसं सांगितलं नाही, पण मी या शाळेत होतो त्या काळात त्यांना खूपच आर्थिक अडचणींचा सामाना करायला लागला. त्यांच्या व्यवसायात खोट आली. त्यांच्याजवळच्या सर्व किमती वस्तू नष्ट झाल्या. त्यांना त्यांच्या दोन मोठ्या कॅडीलॅक गाड्या आणि घर विकायला लागलं. करोडपती असणाऱ्या वडलांना काही महिन्यांत एखाद्या पोस्टात काम करणाऱ्या क्लार्कसारखं जिणं नशिबी आलं.

मी शाळेत एक वर्ष घालवल्यानंतर मला घेऊन जाण्यासाठी माझे वडील आले होते, तेव्हा त्यांची सांपत्तिक स्थिती ही अशी खालावलेली होती. आईचा कडकपणा कमी झाला होता. तिनं मला बाबांबरोबर राहायची संमती दिली होती. त्यांच्या बदललेल्या आर्थिक परिस्थितीमुळे मला धक्का बसलाच, पण त्याहूनही मला अपराधी वाटायचं. त्यांनी मला समजावलं की, मी त्यांना ३४०० डॉलर्सना लुबाडलं ही गोष्ट त्यांचा धंदा डबघाईला जाण्यास कारणीभूत नव्हती. ते म्हणाले, "बेटा, त्याचा विचारही करू नकोस. बादलीभर पाण्यातला तो एक थेंब होता."

अचानकपणे घसरलेली आर्थिक परिस्थिती, सामाजिक दर्जा याचं वडलांना काही वाटत नव्हतं, पण मला ते सतत टोचत होतं. स्वत:साठी नाही, पण वडलांसाठी! ते खरोखरच उच्चभ्रू समाजाला चालना देणारे होते आणि आत्ता रोजंदारीवर काम करणारे साधे नोकर होते. मी त्यांना उल्हसित करायचा प्रयत्न करायचो.

मी विचारलं, "बाबा, तुमचे मित्र कसे आहेत? तुम्ही ज्यांना संकटातून

बाहेर पडण्यासाठी नेहमी मदत करायचा, त्यांच्यापैकी कुणी तुमच्या मदतीला धावून आलं नाही?''

बाबा विषण्णपणे हसले. ''फ्रँक, तू शिकशील. जेव्हा तुम्ही यशाच्या चढत्या शिडीवर असता, तेव्हा शेकडो माणसं तुमच्याशी मैत्री करायला धडपडत असतात, पण तुमच्या पडत्या काळात कुणी तुम्हाला कपभर कॉफी पाजली तरी तुमचं सुदैव! मला जर पुन्हा आयुष्य जगायला मिळालं, तर मी नीट पारखून मैत्री करीन. माझे काही चांगले मित्र आहेत. ते श्रीमंत नाहीत, पण त्यांच्यापैकी एकानं मला ही पोस्टातली नोकरी मिळवून दिली.''

आपल्या दुर्दैवाबद्दल खूप बोलायला वा चर्चा करायला ते तयार नसायचे, पण मला ते सलायचं. विशेषत: जेव्हा मी त्यांच्याबरोबर गाडीतून प्रवास करायचो तेव्हा जास्तच वाईट वाटायचं. ती गाडी माझ्या 'फोर्ड'पेक्षा वाईट होती. फोर्ड गाडी त्यांनी विकून टाकली होती आणि आलेले पैसे माझ्या खात्यात जमा केले होते. त्यांची आत्ताची 'शोवरलेट' खटारा झाली होती.

मी विचारलं, ''डॅडी, ही चालवताना तुम्हाला जरासुद्धा वाईट वाटत नाही? म्हणजे पूर्वी 'कॅडीलॅक' चालवल्यावर आता तर हा खटाराच वाटत असेल ना?''

बाबा हसले. ''गोष्टींकडे पाहण्याचा हा विकृत दृष्टिकोन आहे. माणसाकडे काय आहे, हे महत्त्वाचं नसून माणूस कसा आहे, हे महत्त्वाचं आहे. ही गाडी माझ्यासाठी चांगली उपयोगाची आहे. तिच्यामुळे मला इथे-तिथे जाता येतं. मी कोण आहे, कसा आहे ते मला चांगलं समजतं आणि तेच महत्त्वाचं आहे. माझ्याबद्दल इतरांचं काय मत आहे, याचं मला महत्त्व वाटत नाही. मी प्रामाणिक आहे, असं मला वाटतं. मोठी गाडी असण्यापेक्षा हे महत्त्वाचं आहे, असं मला वाटतं. जोपर्यंत माणसाला स्वत्वाची जाणीव आहे तोपर्यंत तो चांगल्या गोष्टीच करेल.''

त्या वेळी मी कोण आहे, कसा आहे याची मला जाणीव नव्हती आणि हीच काळजीची बाब होती.

उण्यापुऱ्या तीनच वर्षांत मला उत्तर मिळालं. मायामी बीचवर माझ्याजवळ पहुडलेल्या, पिंगट भुरे केस आणि निळे डोळे असलेल्या रसरशीत तरुणीनं मला हेच विचारलं होतं, ''तू कोण आहेस?''

''मला जो कोणी असावंसं वाटतं तसं वाटणारा कुणीही.'' मी म्हणालो आणि मी तसा होतोही.

○

एक वैमानिक

वयाच्या १६ व्या वर्षी स्वत:चा शोध घ्यायला मी घराबाहेर पडलो.

मी सुखी नसलो, तरी माझ्यावर घर सोडून जाण्याचा कसलाही दबाव नव्हता. माझ्या दोन्ही घरांतली परिस्थिती बदललेली नव्हती. मी आईची मनधरणी करावी, असं अजूनही वडलांना वाटायचं, पण आई बधत नव्हती. आईला परत वश करण्याच्या प्रयत्नात बाबा माझा माध्यम म्हणून वापर करायचे. माझा कबुतरासारखा वापर करण्याबद्दल आईला राग यायचा. मलाही ते आवडायचं नाही. आईनं डेंटल टेक्निशियन स्कूलमधून पदवी संपादन केली होती आणि ती 'लार्चमोंट' इथल्या दंतवैद्याकडे काम करायची. नव्या, स्वतंत्र आयुष्यात ती समाधानी वाटायची.

घरातून पळून जायचा माझा विचार नव्हता; पण पोस्टाच्या क्लार्कचा गणवेश घालून बाबा जुन्या खटारा गाडीतून कामाला जायला निघायचे, त्या वेळी मला खूप वाईट वाटायचं. ते 'लुईस रॉथ' कंपनीचे सूट घालून फार किमती गाड्या चालवत असत, हे सारं मी विसरू शकत नव्हतो.

१९६४ च्या जून महिन्यातल्या एका सकाळी मी उठलो आणि मला जाणवलं, 'घर सोडायला हवं!' मला जगातल्या दूरच्या कोपऱ्यातून कुजबुजती हाक आली, ''ये'' आणि मी बाहेर पडलो.

मी कुणाचाही निरोप घेतला नाही. मागे कोणतीही चिठ्ठी सोडली नाही. चेस मॅनहॅटन बँकेत बाबांनी एक वर्षापूर्वी माझ्या नावचं खातं उघडलं होतं आणि त्यात माझ्या खात्यावर २०० डॉलर्स होते. ते मी कधीच वापरले नव्हते. ते माझ्याकडे होतेच. मी चेकबुक शोधलं. एका प्रवासी बॅगेत माझे चांगले कपडे घेतले आणि न्यूयॉर्कला जाणारी गाडी पकडली. न्यूयॉर्क काही फार लांब नव्हतं; पण मला वाटलं, इथे-तिथे धावपळ करायला हे चांगलं ठिकाण आहे.

मी जर 'कंसास' वा 'नेब्रास्का'हून पळून आलेला असतो, तर न्यूयॉर्कच्या सबवेमधला कलकलाट, गगनचुंबी इमारती, सतत ओघवती, गजबजती रहदारी, सतत धावपळ करणाऱ्या माणसांची गर्दी हे सगळं बघून मी अमेरिकेच्या उत्तरेकडच्या थंड प्रदेशातच पळून गेलो असतो. पण 'बिग-ॲपल न्यूयॉर्क' माझ्या आवडीची खेळपट्टी होती किंवा तसं मला वाटलं.

मला गाडीतून उतरून एक तासही झाला नव्हता, तोच मला भेटलेल्या एका मुलाला मी उल्लू बनवलं. त्यानं मला आपल्या घरी नेलं. मी त्याच्या आई-वडलांना सांगितलं की, मी न्यूयॉर्कच्या उत्तरेकडच्या राज्यातला आहे. माझे आई-वडील दोघंही स्वर्गवासी झालेत आणि मी स्वतःच्या पायांवर उभं राहायला बाहेर पडलोय. मला काही कामधंदा मिळेपर्यंत आसरा हवाय. त्यांनी मला सांगितलं, "तू आमच्याकडे पाहिजे तितके दिवस राहू शकतोस."

त्यांच्या आदरातिथ्याचा मला गैरफायदा घ्यायचा नव्हता. त्या वेळी आपण काय करायचं, कुठे जायचं याची मला कल्पना नव्हती, तरी न्यूयॉर्क सोडायला आणि नशीब आजमावयाला मी उत्सुक होतो.

माझं निश्चित असं ध्येय होतं. मला कोणत्यातरी क्षेत्रात यशस्वी व्हायचं होतं. मला एखाद्या क्षेत्रातलं शिखर गाठायचं होतं. एकदा शिखर पादाक्रांत केल्यावर मला तिथून कोणीही पदच्युत करणार नव्हतं. माझ्या वडलांनी केलेली चूक मी करणार नव्हतो आणि या गोष्टीचा मी निश्चय केला होता.

न्यूयॉर्कसंबंधीची गोड स्वप्नं लवकरच विरली. काम मिळवण्यात मला फारशी अडचण पडली नाही. माझ्या वडलांच्या दुकानात मालाची मोजदाद करणारा क्लार्क म्हणून आणि माल पोहोचवणारा पोऱ्या या नात्यानं मी काम केलं असल्यामुळे मला स्टेशनरी दुकानाचा अनुभव होता. त्यामुळे काम मिळवण्यात मला अडचण आली नाही. मोठ्या स्टेशनरी फर्मना फोन करून मी स्वतःबद्दल चांगली प्रतिमा साकारू शकलो. मी सांगायचो की, मी फक्त १६ वर्षांचा, हायस्कूलमधून नापास झालेला आहे, पण स्टेशनरी उद्योगाची मला चांगली माहिती आहे. तिसऱ्या फर्ममध्ये तिथल्या मॅनेजरनं ताशी १^{१}/$_{२}$ डॉलर्स पगारावर माझी नेमणूक केली. हे वेतन पुरेसं आहे असं वाटण्याइतका मी भोळसट होतो.

एका आठवड्यातच माझा भ्रमनिरास झाला. मला जाणवलं की, मी अगदी गचाळ हॉटेलमध्ये राहिलो आणि धाब्यावर जेवलो, तरीही आठवड्याच्या ६० डॉलर्समध्ये न्यूयॉर्कला जीवन जगणं अशक्य होतं. आणखीनच नाउमेद करणारी गोष्ट म्हणजे प्रियाराधनाच्या खेळात माझी भूमिका फक्त बघ्याची झाली होती. आत्तापर्यंत मी ज्या मुलींना भेटलो, त्यांच्याबरोबर सेंट्रल पार्कमधून फेरफटका मारणं आणि रस्त्यावरचा हॉटडॉग खाणं म्हणजे काही रमणीय संध्याकाळ नव्हे. हॉटडॉगची मला शिसारी आहे.

मी परिस्थितीचं विश्लेषण केलं आणि या निर्णयाप्रत आलो की, मी हायस्कूल अनुत्तीर्ण आहे म्हणून मला कमी पगार देत नाहीत, तर मी फक्त १६ वर्षांचा होतो म्हणून मला कमी पगार मिळायचा. लहान मुलाला मोठ्या माणसाइतके पैसे दिले जात नाहीत.

एका रात्रीत मी दहा वर्षांनी मोठा झालो. मी अजून विशीच्या आतला आहे या गोष्टीचं लोकांना, विशेषत: बायकांना नेहमीच आश्चर्य वाटायचं. मी ठरवलं की, आपण जर वयापेक्षा मोठे वाटलो तरच आपण मोठे होऊ. शाळेमध्ये आलेख, चित्राकृती बनवण्यात मी अत्यंत कुशल होतो. ड्रायव्हरच्या लायसन्सवरची जन्मतारीख १९४८ ऐवजी १९३८ अशी बदलण्याचा बेमालूम उद्योग मी केला. त्यानंतर माझ्या वयाचा पुरावा माझ्या खिशात ठेवून २६ वर्षांचा, शाळेतून हकालपट्टी झालेला मुलगा या नात्यानं नोकरी शोधायला बाहेर पडलो.

माणसांसाठीचं किमान वेतन ठरवणाऱ्या कायद्यासाठी हायस्कूलचा डिप्लोमा नसणं, ही फारशी अडचणीची गोष्ट नव्हती. कोणालाही माझ्या वयाबद्दल शंका आली नाही. ट्रक ड्रायव्हरचा मदतनीस म्हणून ताशी २.७५ डॉलर्स हा मला देण्यात आलेला चांगला पगार होता. काही संभाव्य मालकांनी मला स्पष्टच सांगून टाकलं की, कामासाठी मिळणारं वेतन हे वयावर ठरत नाही, शिक्षणावर ठरतं. शिक्षण जास्त असेल तर जास्त पगार मिळतो. पश्चात्तापदग्ध होऊन मी निष्कर्ष काढला, 'हायस्कूल अनुत्तीर्ण मुलगा' हा जंगलात असणाऱ्या तीन पायांच्या लांडग्याप्रमाणे आहे. तो जगू शकेल, पण त्याला कमी वेतनावरच गुजराण करायला लागेल.

आठवड्याला ११० डॉलर्सवर माझी गुजराण झाली असती, पण तेवढ्याच पैशांत महिना काढणं मला शक्य नव्हतं. मला बायकांचं मोठं आकर्षण होतं. घोड्यांच्या शर्यतीवर पैसे लावणारा कोणीही सांगेल की, मनमुराद खेळणं म्हणजे कफल्लक होणं. मी ज्या मुलींबरोबर शृंगार करत होतो त्या सगळ्या शर्यतीतल्या चालत्या-बोलत्या घोड्या होत्या आणि मला त्यांच्यासाठी खूप पैसे खर्च करायला लागायचे.

जेव्हा-जेव्हा मला पैशांची चणचण भासायची, तेव्हा-तेव्हा मी माझ्या २०० डॉलर्स शिल्लक असलेल्या खात्यातल्या चेकवर सह्या करायला सुरुवात केली.

माझ्याजवळ असणाऱ्या या शिल्लक रकमेला मला हात लावायचा नव्हता. १० डॉलर्स अथवा जास्तीतजास्त २० डॉलर्सचे चेक मी वटवायचो. माझे सारे पैशाचे व्यवहार मी 'चेस मॅनहॅटन' बँकेच्या एका शाखेकरवी करायचो. नंतर मला समजलं, चेकची रक्कम छोटी असेल आणि चेक वैध असल्याची खात्री पटवता आली, तर स्टोअर्स, हॉटेल्स आणि दुकानंही चेक स्वीकारतात. माझं सुधारित ड्रायव्हिंग लायसन्स अशी खातरजमा करून द्यायला पुरेसं असल्याचं मला जाणवलं. जवळच्या हॉटेलमध्ये अथवा डिपार्टमेंटल स्टोअरमध्ये जाऊन मी २०/२५ डॉलर्सचे चेक वटवायला लागलो. मला कुणीच काही प्रश्न विचारले नाहीत. चेक वैध आहे का, हेही बँकेला कुणी विचारलं नाही. मी फक्त माझ्या चेकबरोबर माझं ड्रायव्हिंग लायसन्स द्यायचो. ड्रायव्हिंग लायसन्स आणि उरलेले पैसे मला परत केले जायचे.

हे सोपं होतं, फारच सोपं! काही दिवसांतच मला समजलं, माझ्या खात्यातल्या शिल्लक रकमेपेक्षा अधिक रकमेचे चेक मी दिले आहेत आणि मी देत असलेले चेक खोटे होते, तरीही मला पैशांची जरुरी असेल तेव्हा मी चेक वटवू शकायचो. सुंदर पोरींबरोबर एखादी संध्याकाळ मौजमजेत घालवायलाही मी चेक वटवायचो. कोंबड्या पोसणाऱ्या शेतावर जेवढ्या कोंबड्या असतात, त्याहीपेक्षा जास्त सुंदर तरुणी न्यूयॉर्कमध्ये आहेत. त्यामुळे आणि मला मिळणाऱ्या पगाराला पूरक म्हणून मी रोज २/३ खोटे चेक लिहून द्यायचो.

माझ्या कृतीचं मी तार्किक समर्थन करायचो. मी स्वतःला पटवायचो की, चेक वटवण्यासाठी पैसे अपुरे पडले तर वडील त्याची भरपाई करतील. चोरानं आपल्या चौर्यकर्माची भलावण करावी, त्याप्रमाणे मी स्वतःच्या मनाचं सांत्वन करायचो. चेकचा खरेपणा पडताळून न पाहता चेक स्वीकारण्याइतके लोक मूर्ख असतील, तर त्यांची ही फसवणूक समर्थनीयच आहे.

स्वतः कुमारवयीन असल्याच्या वास्तवतेमुळे मी स्वतःचं सांत्वन करायचो. न्यूयॉर्क राज्याचे कुमारविषयक कायदे आणि कुमारांचे कज्जे हाताळणाऱ्या न्यायाधीशांची नरमाई पाहता, मी पकडलो गेलो असतो तरी माझ्या गुन्ह्यासाठी मला कडक शिक्षा होणं असंभवनीय होतं. 'हा माझा पहिलाच गुन्हा असल्यामुळे बहुधा मला आई-वडलांकडे सोपवतील. कदाचित मला झालेलं नुकसान भरूनही द्यावं लागणार नाही.' असं मला वाटलं.

या तकलादू बचावामुळे माझी विवेकाची टोचणी बोथट झाली. मी नोकरी

सोडली आणि बनावट चेक्स वटवूनच गुजराण करायला लागलो. मी किती खोटे चेक वटवले याची मोजदादही केली नाही. पण माझी जीवनशैली खूपच सुधारली. तसंच माझं कामजीवनही संपन्न झालं.

दोन महिने सातत्यानं खोटे चेक वटवून झाल्यानंतर मला काही अप्रिय सत्याला सामोरं जावं लागलं. मी लुच्चा माणूस होतो हेच खरं! रस्त्यावरच्या बोली भाषेत म्हणायचं तर मी एक धंदेवाईक भामटा होतो. त्याबद्दल मला काही वैषम्यही वाटायचं नाही, कारण या व्यवसायात मी यशस्वी झालो होतो आणि त्या क्षणी कोणत्याही गोष्टीत यश मिळवणं, हीच गोष्ट मला जगातील सर्वांत महत्त्वाची बाजू वाटायची.

खोटे चेक वटवण्यातल्या व्यावसायिक धोक्यामुळे मी अस्वस्थ व्हायचो. वडलांनी मी बेपत्ता झाल्याचं पोलिसांना कळवल्याचं मला ठाऊक होतं. बहुधा, जर काही दुष्कृत्य केल्याचा संशय नसेल तर पोलीस १६ वर्षं वयाच्या बेपत्ता मुलाला शोधून काढण्यासाठी फारसा वेळ खर्च करत नाहीत. अर्थातच, माझी केस निश्चितपणे जगावेगळी होती. मी खोटे चेक वटवून माझ्या दुष्कृत्याबद्दल सज्जड पुरावा उपलब्ध करून ठेवला होता. मला ठाऊक होतं की, घरातून पळून गेलेला पोरगा म्हणून नव्हे, तर एक चोर म्हणून पोलीस माझा तपास करत होते. मी ज्यांची धुलाई केली होती, असा प्रत्येक व्यापारी, दुकानदार माझ्याबद्दल सावध झाला असावा, याचा मला अंदाज होता.

थोडक्यात, मी जोरदार चर्चेत होतो. अजून काही काळ आपण पोलिसांना फसवू, हे मला माहीत होतं. तसंच मला हेही माहिती होतं की, न्यूयॉर्कमध्ये खोटे चेक वटवत, लोकांचे खिसे खाली करत राहिलो तर आपण कधीतरी पोलिसांकडून पकडले जाणार.

न्यूयॉर्क सोडण्याचा पर्याय मला भेडसावत होता. दूर देशीचा तो कोपरा मला अगदीच अनोळखी आणि भीतिदायक वाटायचा. मॅनहॅटनमध्ये माझ्यावर कोणाचं नियंत्रण नसल्याचा आभास निर्माण केला असला, तरीही तिथे माझ्यासाठी नेहमीच एक संरक्षक कवच उपलब्ध होतं. मी एखादा फोन केला असता, तरी आई-बाबा हजर झाले असते. एखादा छोटासा रेल्वेचा प्रवास करून मला त्यांच्याकडे जाता आलं असतं. मी कितीही दुष्कृत्यं केली तरी ते माझ्या चुका पदरात घेतील, हे मला ठाऊक होतं. शिकागो, मायामी, वॉशिंग्टन अथवा दूरच्या शहरांत मी पळून गेलो, तर त्यामुळे उद्भवणारी परिस्थिती मला भयंकर निराश करणारी वाटायची.

खोटे चेक वटवणं, या एकाच कलेत मला गती होती. पैसे कमावण्याच्या इतर साधनांवर मी कधी विचारही केला नव्हता आणि ही गोष्ट मला फार हैराण

करायची. 'न्यूयॉर्कमध्ये व्यापाऱ्यांना मी फसवलं तसं दुसऱ्या शहरात मला सहजपणे करता येईल?' कितीही कवडीमोलाचं असलं तरी न्यूयॉर्कमध्ये माझ्या नावे एक वैध असं बँकेतलं खातं होतं. दहा वर्षं फरकाचं असलं, तरी एक ड्रायव्हिंग लायसन्स होतं. या दोन्हींमुळे मला माझ्या नीच धंद्यातून भरभराट प्राप्त झाली होती, पण दुसऱ्या शहरात माझं स्वत:चं नाव असलेली चेक्सची थप्पी (नाव खरं असलं तरी शिल्लक काल्पनिक होती) आणि माझं चकाकणारं टिनपाट ड्रायव्हिंग लायसन्स दोन्ही कुचकामी होतं. तिथे मला माझं नाव बदलायला लागलं असतं. खोटं ओळखपत्र मिळवायला लागलं असतं आणि बँकेत खातं उघडण्यासाठी मला दुसरं नाव धारण करायला लागलं असतं. ते सगळं मला गुंतागुंतीचं आणि धोकादायक वाटलं. मी एक यशस्वी लुच्चा माणूस होतो, पण मी निर्धास्त लुच्चा माणूस नव्हतो.

४२ व्या रस्त्यावरून चालताना कित्येक दिवसांपर्यंत मी भांबावलेल्या मन:स्थितीत होतो. 'कमांडर' हॉटेलच्या फिरत्या दारामुळे माझ्या समस्येवर तोडगा सापडला.

मी हॉटेलच्या प्रवेशद्वाराजवळ आलो. त्यातून ईस्टर्न एअरलाईन फ्लाईटचा कर्मचारी वर्ग – कॅप्टन, सहवैमानिक, फ्लाईट इंजिनिअर आणि चार हवाईसुंदरी बाहेर पडल्या. ते सर्व हसत-खिदळत होते. त्यांच्या विश्वातच मशगूल होते. सगळे पुरुष सडसडीत आणि सुंदर होते. सोनेरी किनार असलेल्या त्यांच्या युनिफॉर्ममुळे ते रुबाबदार वाटत होते. मुली सडपातळ, सुंदर, डौलदार आणि मोहक होत्या. जशी काही बगीच्यामधून उडणारी फुलपाखरं! मी थांबलो आणि त्यांना बसमध्ये चढताना पाहिलं. मला वाटलं, आपण यापूर्वी माणसांचा इतका मनमोहक जमाव कधीच पाहिला नव्हता.

मी पुढे-पुढे चालत राहिलो. त्यांच्या जादूई प्रभावाचा अजूनही माझ्यावर अंमल होता आणि अचानक एका भन्नाट, डोळे दिपवणाऱ्या, झगमगाटी कल्पनेनं मला झपाटून टाकलं.

'समजा, मी वैमानिक असतो तर?' अर्थातच खरा वैमानिक नव्हे. दमछाक करणारा अभ्यास, प्रशिक्षण, फ्लाईट स्कूलचा अभ्यासक्रम, सराव आणि इतर ऐहिक कामं या सर्व गोष्टी प्राप्त केल्यानंतरच माणसाला जेट विमानाच्या कॉकपिटमध्ये बसता येतं. ते करण्याची माझी तयारी नव्हती. 'पण माझ्याजवळ वैमानिकाचा गणवेश आणि इतर सर्व साजशृंगार असेल तर? मला वाटतं, मी देशातल्या कुठल्याही बँकेत, हॉटेलमध्ये वा ऑफिसमध्ये सहज प्रवेश करून माझा चेक वटवू शकेन. का नाही? वैमानिकांबद्दल लोकांना एक प्रकारचं कुतूहल वाटतं. त्यांना प्रतिष्ठा असते. ते लोकांच्या विश्वासाला पात्र असतात. मालदार असतात.

विमानसेवेतला वैमानिक त्या गावचा स्थानिक रहिवासी असण्याची कोणी अपेक्षा करत नाही किंवा तो खोटे चेक वटवणारा असणंही संभवत नाही.'

त्या भुलवणाऱ्या आकर्षणाच्या मिठीतून मी स्वत:ला सोडवलं. त्या कल्पनेवर विचार करणंही खूप हास्यास्पद, खूप विक्षिप्तपणाचं होतं. ती कल्पना आव्हानात्मक नक्कीच होती, पण मूर्खपणाचीही होती.

नंतर मी ४२ वा रस्ता आणि पार्क अॅव्हेन्यूच्या चौकात उभा होतो. तिथे असलेली 'पॅन-अॅम वर्ल्ड एअर वेज'ची इमारत मला प्रचंड भासली. मी आकाशात झेपावलेल्या त्या उंच इमारतीकडे दृष्टिक्षेप टाकला. मला तो लोखंड, दगड आणि काच यांनी बनवलेला सांगाडा वाटला नाही. ती इमारत हा एक यशस्वी चढाई करण्यासाठी आव्हान देणारा डोंगर वाटला.

'पॅन-अॅम'च्या अधिकारी वर्गाला या गोष्टीची जाणीव नसेल, पण तिथे आणि तेव्हाच 'पॅन-अॅम'ला एक अत्यंत महागडा 'जेट-जॉकी' प्राप्त झाला, ज्याला विमान चालवता येत नव्हतं. पण त्यानं काय अडणार होतं? 'बम्बल बी' मधमाशी मोठी असते व फार उडू शकत नाही, हे शास्त्रीय सत्य आहे; पण तरीही तीसुद्धा पुष्कळ मध मिळवते. आणि हेच करायचा माझा प्रयत्न होता. मला 'पॅन-अॅम'च्या मोहोळामधली एक मधमाशी बनायचं होतं.

रात्रभर बसून मी खोलवर विचार केला. मनामध्ये एक साधारण रूपरेषा तयार होत होती. पहाटेच्या आधी माझा डोळा लागला, त्या वेळी मला जाणवलं की, सर्व गोष्टी लक्षपूर्वक ऐकून योजना आखायला हव्यात. लक्षपूर्वक ऐकणं हा ज्ञानाचा पाया आहे. आपण ऐकतो आणि शिकतो.

मी दुपारी १ वाजता उठलो. डिरेक्टरीतल्या यलो पेजेसवर 'पॅन-अॅम'चे नंबर शोधले. मुख्य टेलिफोन ऑपरेटरचा नंबर फिरवला आणि खरेदी खात्यातल्या कोणाशीतरी मला बोलायचंय, असं सांगितलं. त्यानं ताबडतोब संबंधित व्यक्तीशी फोननं संपर्क साधून दिला.

"मी जॉन्सन बोलतोय. मी काही मदत करू शकतो का?"

सिझरनं ज्या जिद्दीनं 'रूबीकॉन' ओढा पार केला, त्याच धाडसानं मी माझा सापळा रचला.

"हो." मी म्हणालो. "माझं नाव रॉबर्ट ब्लॅक. मी 'पॅन-अॅम'मध्ये सहवैमानिक आहे. लॉस एंजल्समध्ये राहतो." पलीकडच्या व्यक्तीची प्रतिक्रिया अजमावण्यासाठी मी थांबलो. माझ्या छातीत धडधडत होतं.

"येस. मि. ब्लॅक, मी आपली काय सेवा करू?" तो अत्यंत अदबशीर आणि सरळ, व्यावहारिक बोलला. मी घोडं पुढे दामटलं.

"आज सकाळी आठ वाजता आम्ही फ्लाईट घेऊन आलो आणि मला

आज संध्याकाळी ७ वाजता इथून निघायचंय.'' मी म्हणालो. मी आपल्या मनानंच फ्लाईटच्या वेळा सांगितल्या. 'पॅन-ॲम'च्या वेळापत्रकाबद्दल तो जाणकार नसावा, अशी मी आशा केली. मला तर त्या नक्कीच ठाऊक नव्हत्या.

स्वरात हळहळ व्यक्त करीत मी पुढे म्हटलं, ''मी या कंपनीमध्ये सात वर्षं आहे, पण पहिल्यांदाच एक विचित्र प्रकार घडलाय. हे कसं झालं, हेही कळत नाहीये. अहो, कुणीतरी माझा युनिफॉर्म लंपास केलाय किंवा तो गहाळ तरी झालाय आणि युनिफॉर्मचा दुसरा जोड लॉज एंजल्सला माझ्या घरी आहे. आत्ता रात्री मला विमान घेऊन परतायचंय आणि सिव्हिलिअन ड्रेसमध्ये तसं करता येणार नाही, याची मला कल्पना आहे. मला सांगा, इथे कुठे युनिफॉर्म मिळेल? युनिफॉर्म पुरवणारा कोणी आहे का? किंवा फक्त या फेरीपुरता कोणाकडून उसना मिळेल का?''

जॉन्सन खुदकन हसला. ''ठीक आहे. हे काही कठीण नाही.'' त्यानं उत्तर दिलं. ''तुमच्याकडे लिहायला कागद आणि पेन्सिल आहे का?''

''माझ्याकडे आहे.'' मी म्हटलं.

त्यानं पुढे सांगायला सुरुवात केली. ''तुम्ही 'वेल बिल्ट युनिफॉर्म' कंपनीकडे जा आणि मि. रोजनशी संपर्क साधा. तो तुमचं काम करेल. मी त्याला फोन करून तुम्ही येणार असल्याचं सांगतो. तुमचं नाव पुन्हा एकदा सांगाल का?''

''रॉबर्ट ब्लॅक.'' मी उत्तर दिलं आणि विसरल्यामुळे त्यानं पुन्हा नाव विचारलं असावं, अशी आशा केली. त्याच्या अखेरच्या शब्दांनी माझं समाधान झालं.

''काळजी करू नका मि. ब्लॅक. रोजन तुमचं काम करेल.'' जॉन्सन उल्हसित होत म्हणाला. त्या दिवसाची उत्कृष्ट सेवा बजावलेल्या बालवीरासारखा तो वाटला. आणि खरंच त्यानं कामही चोख बजावलं होतं.

पुढच्या अर्ध्या तासाच्या आतच मी 'वेल बिल्ट युनिफॉर्म' कंपनीच्या ऑफिसमध्ये पोहोचलो. रोजन हा छोटा कद, केसाळ, मंद हालचाली असलेला करारी गृहस्थ होता. शिंप्याचा टेप त्याच्या छातीवर लोंबत होता.

''तुम्ही ऑफिसर ब्लॅक का?'' त्यानं कर्कश्श आवाजात विचारलं. मी होकार भरल्यावर त्यानं बोट वाकवून मला बोलावलं.

''इकडे, माझ्यामागे या.''

मी त्याच्या मागोमाग चालत होतो. तिथल्या फळ्यांवर वेगवेगळ्या प्रकारच्या युनिफॉर्मचे गठ्ठे होते. निरनिराळ्या विमान कंपन्यांसाठी ते असावेत, असं जाणवत होतं. सरतेशेवटी गडद निळ्या रंगाचे सूट ज्या रॅकवर होते तिथे आम्ही थांबलो.

जॅकेटसचे गठ्ठे अलग करीत रोजन म्हणाला, "तुमची श्रेणी कोणती?"

"सहवैमानिक." मी म्हणालो. मला विमानसेवेची परिभाषा ठाऊक नव्हती. आशा केली, हे उत्तर बरोबर असावं.

"फर्स्ट ऑफिसर, बरोबर?" तो म्हणाला आणि माझ्या मापाचे कपडे आहेत का, हे पाहण्यासाठी जॅकेट्स, पँट्स माझ्याकडे दिल्या. सरतेशेवटी रोजनचं समाधान झालं.

"हे काही अगदी योग्य मापाचे कपडे नाहीत, पण यात योग्य ते बदल करायला मला आत्ता वेळ नाहीये. योग्य प्रकारे बसणारे कपडे घेण्यासाठी तुम्हाला सवड मिळेपर्यंत तुमचं काम भागेल." त्यानं जॅकेट शिवण यंत्रावर ठेवलं आणि कौशल्याने झटकन प्रत्येक बाहीच्या कफवर ३ सोनेरी पट्ट्या बसवल्या. नंतर त्यानं माझ्या मापाची व्हिजर कॅपही दिली.

मला एकदम जाणवलं, या युनिफॉर्मच्या जॅकेटमध्ये आणि कॅपमध्ये कशाचीतरी उणीव आहे.

"पॅन-ॲमचे विंग्ज आणि मानचिन्ह कुठे आहे?" मी विचारलं.

रोजननं माझ्याकडे प्रश्नार्थक नजरेनं पाहिलं आणि मी मात्र धास्तावलो. मला वाटलं, मी सगळी योजना उधळून लावली. नंतर त्यानं खांदे उडवले.

"ओह! आम्ही ते ठेवत नाही. आम्ही फक्त युनिफॉर्म बनवतो. तुम्ही हार्डवेअरबद्दल म्हणताय ना! निदान इथे न्यूयॉर्कमध्ये तरी हार्डवेअर थेट पॅन-ॲमकडून मिळतं. पॅन-ॲमच्या डिपार्टमेंटल स्टोअरमधून तुम्हाला विंग्ज आणि बोधचिन्ह मिळेल."

"ओह! ओके." मी हसत म्हणालो, "लॉस एंजल्समध्ये जे लोक युनिफॉर्म पुरवतात तेच बोधचिन्हंही पुरवतात. युनिफॉर्मचे किती पैसे द्यायचे? मी तुम्हाला चेकनं पैसे देईन." मी खिशातून चेकबुक काढणार होतो. इतक्यात माझ्या लक्षात आलं की, चेकवर फ्रँक अबॅग्नेल (ज्यू) असं नाव होतं. त्यामुळे नक्कीच माझं पितळ उघडं पडलं असतं.

रोजननंच मला या संकटातून वाचवलं.

"याचे २८९ डॉलर्स झाले, पण मी चेक स्वीकारत नाही."

मी निराश झाल्याचं दर्शवलं. "ठीक आहे रोजन. मला बाहेर जाऊन चेक कॅश करायला हवा आणि तुम्हाला द्यायला पैसे आणायला हवेत."

रोजननं मान हलवली. "रोख पैसेही स्वीकारत नाही." तो म्हणाला, "हे बिल मी तुमच्या कर्मचारी अकाऊंटला पाठवणार. मग ते तुमच्या 'युनिफॉर्म अलाऊन्स'मधून कापले जातील अथवा तुमच्या पगारातून. इथे हीच पद्धत आहे."

रोजन म्हणजे विमान कंपन्यांच्या कारभाराचा विश्वसनीय स्रोत होता आणि मी त्याचा अत्यंत आभारी होतो.

त्यानं मला तीन प्रती एक असलेला फॉर्म दिला. त्यात आवश्यक ती माहिती भरायला मी सुरुवात केली. माझ्या नावासमोर पाच रिकाम्या जागा होत्या. त्या पगारदाराच्या अकाऊंट नंबरसाठी असाव्यात, असा मी अंदाज बांधला. माझ्या मनात जे पहिले अंक आले ते अंक मी लिहिले. फॉर्मवर सही केली आणि रोजनकडे तो परत दिला. त्यानं फॉर्मची खालची प्रत फाडून माझ्याकडे दिली.

"मी फारफार आभारी आहे मि. रोजन." मी म्हणालो आणि तो सुंदर युनिफॉर्म घेऊन निघालो. रोजननं काही उत्तर दिलं असल्यास मी ते ऐकलं नव्हतं.

मी माझ्या खोलीवर परत गेलो आणि पॅन-ॲमच्या स्विच बोर्डला पुन्हा फोन केला.

"एक्सक्यूज मी. मला 'स्टोअर डिपार्टमेंट'शी संपर्क साधायला सांगितलंय." गोंधळल्याचं भासवत मी म्हणालो, "ते कुठे आहे आणि कायकाय काम करतं ते कृपा करून सांगाल? मी या कंपनीमध्ये काम करत नाही. मला तिथे फक्त माल पोहोचवायचाय."

स्विच बोर्डावरची मुलगी मदत करणारी होती.

"स्टोअर हे आमच्या सेवक वर्गाला मालाचा पुरवठा करणारं ठिकाण आहे." ती म्हणाली, "ते केनडी एअरपोर्टला १४ व्या हँगरमध्ये आहे. तिथे कसं जायचं ते सांगू का?"

मी नको म्हटलं आणि तिचे आभार मानले. मी केनडी एअरपोर्टला जाणारी बस पकडली. हँगर १४ च्या समोरच ड्रायव्हरनं मला सोडलं आणि मी चक्रावून गेलो. पॅन-ॲमच्या येथे ठेवलेल्या वस्तू फार मौल्यवानच असणार. हे हँगर म्हणजे चहूबाजूंनी पूर्ण तटबंदी असलेलं ठिकाण होतं. त्याच्या सभोवती उंच, चक्रीवादळ-विरोधक कुंपण होतं आणि त्यावर काटेरी तारांचं आच्छादन होतं. चौकीच्या प्रवेशद्वारावर स्पष्ट लिहिलं होतं – फक्त कर्मचारी वर्गासाठी.

मी बसस्टॉपवरून टेहळणी करत असताना मला १२/१५ वैमानिक, विमान-कंपनीचे कर्मचारी आणि मुलकी कर्मचारी त्या कंपाऊंडमधून प्रवेश करताना दिसले. मुलकी कर्मचारी तेथे थांबून गार्डला ओळखपत्र दाखवत होते, पण बहुतेक युनिफॉर्मधारी व्यक्ती, वैमानिक, हवाईसुंदरी दरवाजातून सरळ आत जात होते. काही जण पहारेकऱ्याकडे बघतही नव्हते. पहारा करणाऱ्या रक्षकाकडे परत वळून एक जण काहीतरी म्हणाला. त्याच्या छातीवरच्या खिशावर,

विंगखाली त्याचं ओळखपत्र लटकवलंय, असं माझ्या लक्षात आलं.

त्या दिवशी पाऊस येण्याची शक्यता होती म्हणून मी रेनकोट आणला होता. काही वैमानिकांनी त्यांच्या हातावर टाकलेला काळ्या रंगाचा रेनकोटही तसाच होता. माझ्या पाठीवरच्या छोट्या बॅगेत मी नव्यानंच पैदा केलेला वैमानिकाचा युनिफॉर्म होता. मला भारावून गेल्यासारखं झालं, जसं 'कॅस्टर'ला रानगव्याच्या पाठीवर योगायोगानं स्वार होताना झालं असेल तसं. मला कॅस्टरसारखंच वाटलं. मी मोहिमेवर निघालो. विमानतळाच्या बाथरूममध्ये गेलो. माझा नेहमीचा पोशाख माझ्या छोट्या बॅगेत कोंबला आणि युनिफॉर्म चढवला. नंतर विमानतळावरून सरळ हँगर १४ च्या प्रवेशद्वाराकडे निघालो.

सुरक्षा सैनिक त्याच्या पहारा चौकीत होता. माझ्याकडे त्याची पाठ होती. प्रवेशद्वाराजवळ पोहोचत असताना मी रेनकोट डाव्या खांद्यावर टाकला. माझ्या जॅकेटची डावी बाजू पूर्णपणे झाकून टाकली आणि माझी टोपी चढवली. जेव्हा पहाऱ्यावरचा रक्षक समोर आला, तेव्हा मी डाव्या हातात हॅट घेऊन केसांतून बोटं फिरवत होतो.

मी चालणं थांबवलं नाही. हसलो आणि खुशीत म्हणालो, "गुड इव्हिनिंग." त्यानंही म्हटलं, "गुड इव्हिनिंग." पण त्यानं मला थांबवण्याचा कोणताही प्रयत्न केला नाही. पुढच्या काही क्षणांतच मी हँगर १४ च्या आत होतो. तो हँगर पाहून मी भारावून गेलो. मागच्या बाजूला उभ्या असलेल्या चकाकणाऱ्या ७०७ विमानामुळे तो अर्धाअधिक व्यापून गेल्यासारखा दिसत होता. हँगर १४ ही अनेक मोठी दालनं असणारी ऑफिसेसची जागा होती. यात प्रमुख वैमानिक, प्रमुख एअर होस्टेस, कंपनीचं हवामान खातं यांची ऑफिसेस आणि शिवाय कसलीतरी दहा-बारा ऑफिसेस असावीत, जिथे पॅन-ॲमचे कर्मचारी वेगवेगळी कामं करत असावेत. लोकांची पुष्कळ ये-जा होत होती. तिथे डझनभर वैमानिक, पुष्कळशा एअर होस्टेस आणि अनेक मुलकी कर्मचारी घाम गाळत होते. हे मुलकी कर्मचारी बहुधा क्लार्क, तिकीट एजंट, मेकॅनिक यांसारखे विमानतळावरच काम करणारे असावेत, असा माझा कयास होता.

मी त्या लॉबीमध्ये घुटमळलो आणि एकदम चरकलो. अचानक मला आपण फक्त १६ वर्षांचा मुलगा असल्याचं लक्षात आलं आणि मला खात्री आहे, माझ्याकडे पाहिल्यावर कुणालाही मी वैमानिक वाटलो नसतो आणि वैमानिक म्हणून मी वयानं खूपच लहान असल्याचं जाणवून त्यांनी जवळच्या पोलिसाला बोलावलं असतं.

मी इकडेतिकडे बिलकूल पाहिलं नाही. ज्यांनी मला पाहिलं त्यांनी कोणतीही उत्सुकता किंवा रुची दाखवली नाही. समोरच्या भिंतीवर मोठा सूचना फलक

टांगला होता. त्यावर वेगवेगळ्या खात्यांची यादी आणि त्या खात्याची ऑफिसेस कुठे आहेत, ते बाणांच्या साहाय्यानं दाखवलं होतं. कॉरिडॉरच्या शेवटी, माझ्या डाव्या हाताला 'स्टोअर्स' होतं. मिलिटरीसारख्या दिसणाऱ्या त्या खोलीत अनेक गोष्टींनी भरलेली, खोकी ठेवलेली फडताळं होती. मी त्या काऊंटरसमोर थांबल्यावर तिथल्या मोठ्या डेस्कसमोरच्या खुर्चीवरून एक उंच तरुण उठला. त्याच्या शर्टाच्या उजव्या बाजूला त्याचं नाव कशिद्यानं लिहिलं होतं.

"मी तुम्हाला काही मदत करू का?" त्यानं मधाळ आवाजात विचारलं. मी ऐकलेलं ते पहिलं दक्षिणी ढंगाचं बोलणं होतं. मला ते आवडलं.

"हो." मी म्हणालो आणि पश्चात्तापदग्ध हास्य चेहऱ्यावर दाखवण्याचा प्रयत्न केला. "मला एक विंग्जची जोडी आणि हॅटचं चिन्ह हवंय. काल रात्री माझ्या दोन वर्षांच्या मुलानं ते युनिफॉर्मवरून काढून घेतलं आणि त्याचं काय केलं, हे तो सांगू शकला नाही."

स्टोअरकीपर हसला आणि गमतीनं म्हणाला, "मला संशय आहे की, आमच्या वैमानिकांच्या खांद्यावर नसतील एवढे बिल्ले त्यांच्या मुलांकडे आणि अनेक पोरींकडे असतील. आम्ही पुष्कळ बिल्ले बदली म्हणून देतो. या इकडे. मला तुमचं नाव आणि नंबर सांगा."

त्यानं डेस्कवरच्या फाईलमधून एक फॉर्म काढला. सोनेरी विंग्जची जोडी आणि पॅन-ॲमच्या कॅपवरचा बिल्ला यांच्यासकट तो फॉर्म काऊंटरवर ठेवला आणि पेनचं टोपण काढून उभा राहिला.

"रॉबर्ट ब्लॅक, प्रथम अधिकारी, ३५०९९. मी लॉस एंजल्सहून आलोय. माझा तिथला पत्ता तुला हवाय का?" माझ्या कडक युनिफॉर्मच्या सदऱ्यावर ती विंग्ज पिननं टोचत आणि हॅटवर चिन्ह अडकवत मी म्हणालो.

तो हसला, "नाही. या कॉम्प्युटरना दुसऱ्या कशाची आवश्यकता नाही. फक्त नंबर." वस्तू विकत घेतलेल्या फॉर्मची एक कॉपी माझ्याकडे देत तो उत्तरला.

एकदम डोळ्यात भरणार नाही अशा प्रकारे लोकांच्या घोळक्यात मिसळून रमतगमत चालत मी त्या इमारतीबाहेर पडलो. वैमानिक, विमान वाहतूक यासंबंधीची खूप माहिती मला मिळवायला पाहिजे होती आणि त्यातले काही दाणे टिपण्यासाठी ही अत्यंत छान संधी होती.

त्या इमारतीमध्ये बरेच वैमानिक आणि इतर विमान-कर्मचारी असले, तरी ते एकमेकांना ओळखत नव्हते. बहुतेक वैमानिकांनी आपल्या छातीवर लावलेल्या प्लॅस्टिक कार्डामध्ये, जे अर्थातच कसलंतरी ओळखपत्र असणार, त्यामध्ये मला विशेष रुची होती. हवाईसुंदरीकडे तशाच प्रकारचं ओळखपत्र होतं, पण त्यांनी

ते पर्सवर अडकवलं होतं.

एक-दोन वैमानिक प्रेक्षागृहामध्ये लावलेल्या मोठ्या नोटिस बोर्डासमोर थांबून त्याचं निरीक्षण करत होते. नोटिसांकडे पाहत असल्यासारखं दाखवत होते. मी तिथे थांबलो. बहुधा, त्या सूचना 'फेडरल एव्हिएशन एजन्सी' अथवा पॅन-ॲमसाठी असाव्यात आणि त्यामुळे मला एका वैमानिकाचं ओळखपत्र जवळून बघता आलं. माझ्या खिशात असणाऱ्या ड्रायव्हिंग लायसन्सपेक्षा ते थोडंसं मोठं होतं. त्यावर वरच्या उजव्या कोपऱ्यामध्ये त्या माणसाचा पासपोर्ट आकाराचा रंगीत फोटो होता. पॅन अमेरिकन कंपनीचं नाव आणि लोगो सर्वांत वर होता.

अर्थातच, त्या इमारतीमधून बाहेर पडताना मला याची जाणीव झाली की, 'पॅन-ॲम' कंपनीचा वैमानिक या भूमिकेत यशस्वी होण्यासाठी मला युनिफॉर्मव्यतिरिक्त आणखी काही गोष्टींची आवश्यकता होती. 'आत्ता या घटकेला पॅन-ॲमच्या विमान सेवेबद्दल मी जी माहिती गोळा केलीये, त्यापेक्षा बरीच अधिक माहिती आणि ओळखपत्र यांची मला गरज पडेल.' मी आपला युनिफॉर्म कपाटात ठेवून दिला आणि सार्वजनिक वाचनालयं आणि विमान सेवेची जाहिरात करणाऱ्या पुस्तकांच्या दुकानं, यांना वरचेवर भेटी दिल्या. वैमानिक, विमानसेवा, विमान-उड्डाण यांविषयी जितकी माहिती उपलब्ध असेल तिचा अभ्यास केला. माझ्या पाहण्यात आलेलं एक छोटं पुस्तक फार उपयोगी ठरलं. पॅन-ॲमच्या एका अनुभवी वैमानिकानं लिहिलेल्या जुन्या आठवणींचं ते पुस्तक होतं. त्यामध्ये पुष्कळ फोटो होते. विमानसेवेत वापरल्या जाणाऱ्या परिभाषेचा खजिनाच होता तो! पुढे कधीतरी मला हेही समजलं की, वैमानिकांची परिभाषा त्या-त्या कालापुरतीच सीमित असते. कालानुरूप ती बदलते.

ज्या गोष्टी त्या पुस्तकात अथवा मासिकात नव्हत्या, अशा पुष्कळ गोष्टींची मला अजून माहिती करून घ्यायला हवी होती. म्हणून मी पॅन-ॲमशीच प्रत्यक्ष संपर्क साधला आणि स्विच बोर्डावरच्या ऑपरेटरला विचारलं, "मला एखाद्या वैमानिकाशी बोलायचंय. मी हायस्कूलच्या एका वृत्तपत्राचा बातमीदार आहे. वैमानिकाच्या जीवनावर मला एक गोष्ट लिहायचीये. ते कोणकोणत्या देशात विमान-उड्डाण करतात, त्यांना कशा प्रकारचं प्रशिक्षण दिलं जातं, या आणि इतर गोष्टींबद्दल मला माहिती हवीये. मला वैमानिकांशी बोलता येईल का?"

पॅन-ॲममधले लोक अत्यंत चांगले आहेत. "ठीक आहे. मी विमान चालवणाऱ्या अधिकाऱ्यांच्या कक्षाबरोबर तुझा संपर्क साधून देते." ती बाई म्हणाली, "तिथे कोणीतरी वैमानिक बसलेला असेल. तो तुझ्या काही प्रश्नांची उत्तरं देईल."

त्या कक्षामध्ये एक कॅप्टन होता. तो माझ्या प्रश्नांची उत्तरं द्यायला आनंदानं

तयार झाला. विमान-उड्डाणाच्या क्षेत्रात काम करण्यासाठी तरुण उत्सुक असल्याचं ऐकून त्याला आनंद झाला. मी स्वतःची 'बॉबी ब्लॅक' अशी ओळख करून दिली. काही निरर्थक प्रश्नोत्तरांनंतर मला ज्या प्रश्नांची उत्तरं हवी होती, असे प्रश्न विचारायला मी सुरुवात केली.

"पॅन-ॲमतर्फे उड्डाण करणाऱ्या सर्वांत लहान वैमानिकाचं वय किती असावं?"

"हे बघ, ते नक्की नसतं. ते बऱ्याच गोष्टींवर अवलंबून असतं." तो उत्तरला. "आमच्याकडे काही फ्लाईट इंजिनिअर आहेत. ते २३-२४ वर्षांपेक्षा जास्त मोठे नाहीत. आमच्या सर्वांत तरुण सहवैमानिकाचं वय कदाचित २७-२८ असावं. सर्वसामान्यपणे कॅप्टनचं वय ४० किंवा चाळिशीच्या आसपास असतं."

"अच्छा, अच्छा." मी म्हणालो, "सहवैमानिक २६ वर्षांचा अथवा त्याहून लहान वयाचा असणं अशक्यच आहे का?"

"छे, नाही." त्यानं ताबडतोब उत्तर दिलं. "माझ्या माहितीप्रमाणे आमच्याकडे या वयोगटात फारसे सहवैमानिक असतील, असं मला वाटत नाही, पण इतर अनेक विमान कंपन्यांत याहून लहान वयाचे सहवैमानिक असलेले मी पाहिलेत. अर्थातच, तो कोणत्या प्रकारचं विमान चालवतो आणि त्याचा ज्येष्ठता क्रम म्हणजेच त्या कंपनीमध्ये त्यानं वैमानिक म्हणून किती वर्षं नोकरी केलीये, यावर पुष्कळच अवलंबून असतं."

माझ्या हाती पुष्कळच महत्त्वाच्या गोष्टी लागत होत्या. "तुम्ही लोकांना नोकरीवर केव्हा ठेवता? मला विचारायचंय, विमानसेवेत – पॅन-ॲमच्या सेवेमध्ये म्हणा – रुजू होण्यासाठी वैमानिकाचं वय काय असायला हवं?"

"मला आठवतंय त्याप्रमाणं फ्लाईट इंजिनिअर म्हणून तुम्ही २० व्या वर्षी नोकरीस लागू शकता." छान स्मरणशक्ती असलेल्या त्या कॅप्टननं सांगितलं.

"त्यानंतर ६-८ वर्षांत तुम्ही सहज सहवैमानिक बनू शकता का?" मी विचारलं.

"हे शक्य आहे." त्यानं होकार भरला. "खरं म्हणजे मी म्हणेन, एखाद्या लायक माणसाला सहवैमानिक होण्यासाठी ६-८ वर्षं अजिबात लागणार नाहीत. याहीपेक्षा कमी लागतील."

"वैमानिकांचं वेतन काय असतं हे सांगण्याची तुम्हाला मुभा असते?" मी विचारलं.

"ते पुन्हा ज्येष्ठता क्रम, कोणत्या मार्गावर तो उड्डाण करतोय, आठवड्यातून किती तास उड्डाण करतो आणि इतर गोष्टींवर अवलंबून असतं." कॅप्टन म्हणाला. "सहवैमानिकाला मिळणारं अधिकतम वेतन ३२,००० डॉलर्स असतं,

तर कॅप्टनला ५०,००० डॉलर्स पगार असतो.''

''पॅन-ॲमकडे किती वैमानिक आहेत?'' मी विचारलं.

कॅप्टन गालातल्यागालात हसला. ''पोरा, ते सांगणं कठीण आहे. मला नक्की आकडा ठाऊक नाही, पण सर्वसाधारणपणे १८०० असावेत. पर्सनल मॅनेजरकडून तुला नक्की आकडा समजेल.''

''नाही, इतकं ठीक आहे.'' मी म्हणालो, ''हे वैमानिक किती ठिकाणी असतात?''

''तुला म्हणायचंय त्यांची मुख्य केंद्रं कोणती?'' तो उत्तरला. ''अमेरिकेत सॅन फ्रान्सिस्को, वॉशिंग्टन डी.सी., शिकागो, मायामी आणि न्यूयॉर्क ही पाच आमची मुख्य ठाणी आहेत. या शहरांतून आमचे विमान-कर्मचारी राहतात. या शहरांतून ते कामावर रुजू होतात. समज, सॅन फ्रान्सिस्को या शहरातून ते विमान घेऊन निघाले, तर सरतेशेवटी ते पुन्हा त्याच शहरामध्ये विमानाची फेरी घेऊन उतरतात. तुला हे ठाऊक असणं कदाचित उपयोगी ठरेल की, आम्ही देशांतर्गत म्हणजे या देशातील एका शहरातून दुसऱ्या शहरात विमानसेवा देत नाही. आम्ही फक्त परदेशवाऱ्या करतो. आमची आंतरराष्ट्रीय विमानसेवा आहे आणि आम्ही फक्त परदेशातल्या ठिकाणांसाठीच विमानसेवा पुरवतो.''

या माहितीचा मला खूप उपयोग झाला.

''कॅप्टन, माझं विचारणं तुम्हाला कदाचित चमत्कारिक वाटेल; पण ही मला फक्त एक उत्सुकता आहे, दुसरं काही नाही. मी न्यूयॉर्क शहरातून उड्डाण करणारा सहवैमानिक आहे आणि तुम्हीही न्यूयॉर्कमधूनच उड्डाण करणारे सहवैमानिक आहात; पण आपण एकमेकांना कधीच भेटलो नाही, असं शक्य आहे का?''

''खूपच शक्यता आहे आणि सहवैमानिकांच्या बाबतीत तर हे जास्त संभवनीय आहे. कारण तू आणि मी कधीही एकाच विमानातून उड्डाण करत नाही.'' तो बडबड्या कॅप्टन पुढे म्हणाला. ''आपण जर कंपनीच्या एखाद्या मीटिंगमध्ये अथवा 'सोशल फंक्शन'मध्ये भेटलो नसू आणि ती शक्यता फारच असंभवनीय आहे, तर आपल्या दोघांची कधीच समोरासमोर भेट होणार नाही. तुझा सहवैमानिकापेक्षा अनेक वैमानिकांबरोबर, अनेक फ्लाईट इंजिनिअरशी परिचय होण्याची शक्यता अधिक आहे. निरनिराळ्या कॅप्टनबरोबर किंवा निरनिराळ्या फ्लाईट इंजिनिअरबरोबर तू विमान-उड्डाण करणं संभवनीय आहे आणि तुझी दुसऱ्या ठिकाणी बदली झाली, तरीही पुन्हा त्यांच्याशी गाठ पडणं सहज शक्य आहे; पण तू दुसऱ्या सहवैमानिकाबरोबर विमान-उड्डाण करणं संभवत नाही, कारण प्रत्येक विमानासाठी एकच सहवैमानिक असतो.''

''या कंपनीतही खरंतर पुष्कळ वैमानिक आहेत, पण सर्व वैमानिकांशी

परिचय असणारा कुणीही नसेल. मी या कंपनीत १८ वर्षं आहे, पण मला नाही वाटत, मी साठ-सत्तर वैमानिकांपेक्षा जास्त जणांना ओळखत असेन.''

कॅप्टनच्या मौखिक माहिती स्रोतामुळे माझ्या डोक्यात बराच प्रकाश पडला.

''मी ऐकलंय, वैमानिकांना फुकट प्रवास करता येतो. मला म्हणायचंय, प्रवासी म्हणून किंवा वैमानिक म्हणून नव्हे. हे खरं आहे का?'' मी विचारायला धजावलो.

''हो.'' कॅप्टन म्हणाला, ''पण आपण आता दोन वेगवेगळ्या गोष्टींबद्दल बोलतोय. एक म्हणजे आम्हाला पास मिळण्याचा विशेष हक्क असतो. त्यायोगे मी आणि माझं कुटुंब विमानानं काही ठिकाणी प्रवास करू शकतो. म्हणजे त्या विमानात जागा उपलब्ध असेल तर आम्ही त्या जागांवर प्रवास करू शकतो. आम्हाला फक्त तिकिटांवरचा टॅक्स भरावा लागतो. तो आम्ही देतो.

''दुसरं म्हणजे 'डेड-हेडिंग'ची सुविधा. उदाहरणार्थ, जर मला आज रात्री माझ्या वरिष्ठानं (बॉसनं) सांगितलं, 'उद्या लॉस एंजल्समधून दुसऱ्या एका देशाला उड्डाण करणारं विमान चालवण्यासाठी मला तुझी तिथे गरज आहे' तर मी लॉस एंजल्सला जाणारं डेल्टा, ईस्टर्न-टी.डब्ल्यू.ए. अथवा इतर कुठल्याही कंपनीचं विमान, जे मला तिथे माझ्या कामावर हजर राहण्यासाठी वेळेवर पोहोचवेल त्याचा उपयोग करू शकतो. मी एखाद्या रिकाम्या असलेल्या प्रवासी जागेवर बसून अथवा 'जम्प सीट'वर बसून प्रवास करू शकतो. 'जम्प सीट' ही कॉकपिटमध्ये दुमडून ठेवलेली खुर्ची असते. (आणि अशा तऱ्हेनं वैमानिक जो प्रवास करतात त्याला 'डेड-हेडिंग' अशी आंतरराष्ट्रीय संज्ञा आहे.) 'डेड-हेड' करणारे वैमानिक, विशिष्ट व्यक्ती किंवा फेडरेशनचे अधिकारीच अशा जागेवर बसून प्रवास करतात.''

''तुम्हाला त्या वेळी विमान-उड्डाणासाठी मदत करावी लागते?'' मी विचारलं.

''ओह! नाही.'' तो म्हणाला. ''हे बघ, मी दुसऱ्या कंपनीच्या विमानातून प्रवास करत असतो. तुम्हाला शिष्टाचार म्हणून विमानाचं नियंत्रण करणारी जागा दिली जाईल, पण मी नेहमीच नकार देतो. आम्ही एकमेकांच्या विमानसेवेनं प्रवास करत असतो ते कुठेतरी पोहोचण्यासाठी, कामासाठी नाही.'' तो हसला.

''तुम्ही ते 'डेड-हेडिंग' प्रकरण कसं हाताळता? म्हणजे मला जरा जाणून घ्यायचंय!'' मी खरोखरच उत्कंठित झालो होतो आणि कॅप्टन समंजस होता. त्याला छोटी मुलं आवडत असावीत.

''हे सर्व तुला जाणून घ्यायचंय, हो ना?'' तो प्रेमळपणे म्हणाला आणि त्यानं माझ्या प्रश्नाचं उत्तर द्यायला सुरुवात केली.

''ज्याला आम्ही गुलाबी चिठ्ठी (पिंक स्लीप) म्हणतो त्यायोगे ही व्यवस्था

कार्यरत होते. हे अशा प्रकारे चालतं; समज, मला डेल्टाच्या विमानानं मायामीला जायचंय. मी डेल्टाच्या ऑफिसमध्ये जातो. माझं पॅन-ॲमचं ओळखपत्र दाखवतो आणि तिथे डेल्टाचा गुलाबी फॉर्म भरतो. त्यामध्ये मला कुठे जायचंय, पॅन-ॲममधला माझा हुद्दा, माझा कर्मचारी क्रमांक आणि माझा एफ.ए.ए. वैमानिकाचा लायसन्स नंबर लिहितो. माझ्याकडे फॉर्मची एक कॉपी दिली जाते. ती माझी 'जम्प.' ती कॉपी मी विमानात चढल्यावर हवाईसुंदरीकडे देतो. अशा प्रकारे मला जम्प सीटमधून प्रवास करता येतो.'' माझे प्रश्न संपले नव्हते आणि आणखीन प्रश्न विचारायला त्याचीही हरकत नव्हती.

''वैमानिकाचं लायसन्स कसं दिसतं?'' मी विचारलं. ''भिंतीवर टांगायच्या सर्टिफिकेटसारखं असतं? की ड्रायव्हर्स लायसन्ससारखं? की आणखी कशासारखं?''

तो हसला. ''नाही. ते भिंतीवर टांगलेल्या सर्टिफिकेटसारखं नसतं. खरं म्हणजे ते वर्णन करायला कठीण आहे. ते ड्रायव्हरच्या लायसन्सएवढ्याच आकाराचं असतं, पण त्याच्यावर फोटो नसतो. काळ्या शाईत छापलेलं ते पांढरं कार्ड असतं.''

त्या भल्या गृहस्थाला त्याच्या आरामदायी जागेवर परत जाता यावं म्हणून मी त्याचा निरोप घ्यायचं ठरवलं.

''अच्छा कॅप्टन. खरंच, मी आपला फार आभारी आहे.'' मी म्हटलं. ''तुम्ही फार छान माहिती सांगितलीत.''

''पोरा, तुला मदत करण्यात मला आनंदच वाटला'' तो म्हणाला ''तुला ते वैमानिकाचे विंग्ज मिळावेत अशी जर तुझी इच्छा असेल तर तुला ते प्राप्त होवोत, अशा मी शुभेच्छा देतो.'' तो म्हणाला.

माझ्याकडे आधीच वैमानिकाचे 'विंग्ज' होते. मला पाहिजे असणाऱ्या गोष्टी म्हणजे ओळखपत्र (आयडेंटीटी कार्ड) आणि फेडरल एव्हिएशन एजन्सीचं (एफ.ए.ए.) प्रमाणपत्र. ओळखपत्राबद्दल मला फारशी काळजी वाटत नव्हती, पण वैमानिकाच्या प्रमाणपत्रानं माझ्या कामात खो घातला होता. एफ.ए.ए. म्हणजे काही तुम्हाला हवं ते घरपोच करणारी संस्था नव्हती.

मी योग्य ते ओळखपत्र हस्तगत करायचा शोध घेण्यासाठी हालचाल सुरू केली. 'ओळख चिन्हांसंबंधी' या कलमाखाली यलो पेजेसमध्ये नमूद केलेल्या माहितीनुसार 'मेडिसन ॲव्हेन्यू' येथे कार्यरत असणाऱ्या कंपनीचं नाव शोधलं. माझ्या मनात आलं, अशा ठिकाणी व्यवसाय करणारी कंपनी प्रथम दर्जाचीच असणार. मी अद्ययावत पोशाखात त्या कंपनीच्या ऑफिसमध्ये हजर झालो.

त्या प्रतिष्ठित ऑफिसमध्ये येणाऱ्या-जाणाऱ्यावर लक्ष असलेल्या स्वागत सुंदरीनं मला पाहताच तत्परतेनं विचारलं, ''मी तुम्हाला काही मदत करू का?''

"मला तुमच्या सेल्स रिप्रेझेंटेटिव्हला भेटायचंय." मीही तितक्याच व्यावहारिक टेचात उत्तरलो.

सेल्स रिप्रेझेंटेटिव्ह आढ्यतेखोर वाटत होता आणि एखाद-दुसऱ्या ओळखपत्राबद्दल काहीही बोलायला नाखूश असणार, असं दिसलं. मला वाटलं, याचं लक्ष आपल्याकडे वेधून घ्यायचा उत्तम उपाय म्हणजे मोठी ऑर्डर देणार असल्याचा बहाणा करणं.

"माझं नाव फ्रँक विल्यम्स. 'पुरटो रिको' इथल्या 'करीब एअर'चा मी प्रतिनिधी आहे." मी म्हणालो. "तुम्हाला कदाचित ठाऊक असेल, आम्ही अमेरिकन खंडामध्ये आमच्या विमानसेवेचा विस्तार करत आहोत. सध्या आमच्या कंपनीचे २०० लोक केनेडी विमानतळावर कार्यरत आहेत. आत्ता सध्या आम्ही साधी कागदाची, कामचलाऊ ओळखपत्रं वापरतोय, पण आम्हाला औपचारिक स्वरूपाचं फोटोग्राफ आणि कंपनीचा लोगो असलेलं ओळखपत्र वापरायचंय. त्यासाठी दुसऱ्या विमान कंपन्या वापरतात तसं लॅमिनेट केलेलं, प्लॅस्टिकमध्ये बंद असलेलं कार्ड बनवून घ्यायचंय. आम्हाला उत्कृष्ट दर्जाचं कार्ड हवंय आणि मला असं समजलंय की, तुम्ही दर्जेदार मालाचंच उत्पादन करता."

जर त्याला 'करीब विमान-कंपनी' अशी काही अस्तित्वात आहे आणि ती अमेरिका खंडात त्यांच्या व्यवसायाचा विस्तार करणार असल्याचं ठाऊक असेल, तर त्याला माझ्यापेक्षा अधिक माहिती होती; पण चांगली फायदेशीर ऑर्डर मिळत असेल, तर तांत्रिक अडचणींचा बागुलबुवा करून ऑर्डर नाकारणारा तो इसम नव्हता.

"हो, बरोबर आहे मि. विल्यम्स. आमच्याकडे काय उपलब्ध आहे ते मी तुम्हाला दाखवतो." तो उत्साहानं म्हणाला आणि मला त्याच्या ऑफिसमध्ये घेऊन गेला. त्यानं फडताळावरून एक मोठा, कातडी वेष्टन असलेला कॅटलॉग काढला. त्याच्या पानांत चामड्याच्या ओळखपत्रापासून ते सुंदर वॉटरमार्क्स असलेल्या ओळखपत्रांपर्यंतचे सर्व नमुने मांडून ठेवलेले होते.

"आता आम्ही ज्या विमान कंपन्यांना सेवा पुरवतो त्या ही कार्ड वापरतात." पॅन-ॲमच्या ओळखपत्राची प्रतिकृती भासणाऱ्या कार्डाकडे निर्देश करून तो म्हणाला, "याच्यावर कर्मचाऱ्याचा नंबर, ठिकाण, हुद्दा, वर्णन, फोटो आहे आणि तुम्हाला पाहिजे तर कंपनीचा लोगो. मला वाटतं असं कार्ड छान दिसेल."

मी पूर्ण संमतिदर्शक मान डोलावली. "हो, मला वाटतं आम्हाला असंच कार्ड हवं आहे." मी म्हणालो आणि खरंच, मला पाहिजे होतं. ते कार्डही हेच होतं. त्यानं सर्व तपशिलांसह किती खर्च येईल तेही मला सांगितलं.

"तुम्ही मला एखादा नमुना द्याल का?" प्रबळ मानसिक प्रेरणेनं मी

विचारलं. "मला माझ्या वरिष्ठांना ते दाखवायचंय, कारण अंतिम निर्णय कोणता घ्यायचा, हे त्यांनाच ठरवायचंय."

त्या विक्रेत्यानं थोड्याच वेळात माझ्यावर मेहेरबानी केली. मी त्या कार्डाचं निरीक्षण केलं आणि म्हणालो, "हे छान आहे, पण कोरं आहे. आपण हेच पूर्ण करून घेऊ म्हणजे त्यांना कल्पना येईल की, शेवटी तयार कार्ड कसं दिसेल ते. आपण माझीच माहिती वापरू."

"खूपच छान सूचना आहे." असं म्हणत त्यानं मला 'आय.डी.' साठी जिथे फोटो काढतात तिथे नेलं आणि नमुन्यादाखल माझे फोटो काढले.

त्यानं अनेक फोटो घेतले. त्यातलाच एक फोटो आम्ही निवडला. त्यानं उदारपणे बाकीचे फोटो मला परत दिले. त्यानं कार्डावरच्या रिकाम्या जागी तो व्यवस्थित कापून चिकटवला. नंतर त्यानं माझं खोटं नाव रिकाम्या जागेत भरलं. उधार घेतलेला हुद्दा होता 'सहवैमानिक' आणि खोटा कर्मचारी नंबर लिहिला. उंची, वजन, रंग, वय, लिंग या गोष्टी योग्य त्या जागेत भरल्या. नंतर त्यानं ते कार्ड पारदर्शक कडक प्लॅस्टिक कव्हरमध्ये बंदिस्त केलं आणि त्याच्या बिझनेस कार्डसोबत माझ्या हातात दिलं.

"मि. विल्यम्स, आम्ही तुमच्यासाठी चांगलं काम करू याची मला खात्री आहे." माझ्याबरोबर बाहेरपर्यंत येत तो म्हणाला.

त्यानं माझ्यासाठी आधीच चांगलं काम केलं होतं. यात एकाच गोष्टीची कमतरता होती. त्या सुंदर ओळखपत्रावर पॅन-ॲमचा वैशिष्ट्यपूर्ण लोगो आणि कंपनीचं नाव नव्हतं. या प्रश्नाची उकल कशी करायची या विचारात मी होतो. तेवढ्यात विविध छंदांच्या गोष्टी विकणाऱ्या एका दुकानाच्या काचेच्या खिडकीवर गोष्टींवर माझं लक्ष खिळलं. वळणदार टेकूंवर दिमाखात विराजमान झालेल्या विमानांच्या प्रतिकृती तिथे होत्या. त्यामध्ये कित्येक व्यापारी विमानसेवांची विमानं होती आणि त्यामध्ये पॅन-ॲमचं सुंदर जेटही होतं. त्याच्या शेपटावर कंपनीचा प्रसिद्ध लोगो होता. कंपनीची रजिस्टर केलेली आद्याक्षरं त्याच्या पंखांवर आणि पाठीकडे कोरली होती.

त्या प्रतिकृती वेगवेगळ्या आकारांत उपलब्ध होत्या. मी सुट्या भागांची एक छोटी प्रतिकृती २.४९ डॉलर्सला विकत घेतली आणि लगबगीनं माझी खोली गाठली. मी त्या विमानाचे भाग सुटे करून बाजूला टाकले आणि किटबरोबर दिलेल्या सूचनांबरहुकूम लोगो आणि आद्याक्षरं सांगाड्यापासून अलग होईपर्यंत पाण्यात भिजत ठेवली. लोगो आणि कंपनीची आद्याक्षरं अतिसूक्ष्म जाडीच्या पातळशा प्लॅस्टिकपासून बनवलेली होती. ओळखपत्राच्या वरच्या डाव्या कोपऱ्यावर मी पॅन-ॲमचा लोगो ठेवला आणि वरच्या भागावर कंपनीची आद्याक्षरं काळजीपूर्वक

ठेवली. ती पारदर्शक बोधचिन्हं जेव्हा सुकली, तेव्हा ती त्या कार्डावरच छापल्याप्रमाणे वाटत होती.

ते ओळखपत्र आता परिपूर्ण वाटत होतं. पॅन-अ‍ॅमच्या ओळखपत्राची तंतोतंत नक्कल! ती बोधचिन्हं प्लॅस्टिक सीलच्या वर चिकटवली आहेत, हे शोधून काढण्यासाठी 'स्पेक्ट्रोस्कोप'चीच (प्रकाशझोतात वर्णपट दाखवण्याचं यंत्र) गरज लागली असती. माझ्या शर्टाच्या खिशावर ते ओळखपत्र लावून पॅन-अ‍ॅमच्या बोर्ड मीटिंगलाही मी सहज जाऊ शकलो असतो.

मी बनावट वैमानिक असलो, तरीही माझे पाय अजून जमिनीवरच खिळून होते. खोट्या बहाण्यानं मी ज्या कॅप्टनची मुलाखत घेतली होती, त्याचे शब्द मला आठवत होते. 'तुमचं लायसन्स ही फार महत्त्वाची गोष्ट आहे. विमानसेवेत कार्यरत असताना ते नेहमीच तुम्हाला जवळ बाळगावं लागतं. ज्या बॅगेत मी ओळखपत्र घेऊन जातो त्यात मी हेही ठेवतो. तुमचं ओळखपत्र तुम्हाला जितक्या वेळा दाखवायला लागतं, तितक्या वेळा तुम्हाला तुमचं लायसन्सही दाखवावं लागतं.'

पुष्कळ दिवस मी या गोष्टीवर चिंतन केलं; पण विमानसेवेचं प्रशिक्षण देणाऱ्या व्यापारी शाळांमधूनच ते मिळवावं लागणार या पर्यायाव्यतिरिक्त दुसरा पर्याय मला सुचत नव्हता. मी पुन्हा पुस्तकांच्या दुकानांना वरचेवर भेटी देऊ लागलो आणि विमान-उड्डाणावरची विविध पुस्तकं चाळू लागलो. मी खरोखर काय शोधत होतो, ते मलाच उमजत नव्हतं; पण सापडलं.

एका पुस्तकाच्या मलपृष्ठावर मी एक छोटी जाहिरात पाहिली. 'मिलवाकी'स्थित धंदेवाईक कलाकारांच्या मानचिन्हांना नक्षीदार चौकटीत सुशोभित करून देणाऱ्या कंपनीची ही जाहिरात होती. ही कंपनी फक्त ३५ डॉलर्समध्ये कुठल्याही वैमानिकाच्या लायसन्सची चांदीमध्ये कोरलेली प्रतिकृती सुशोभित करून ती ८×११ इंच मापाच्या कठीण लाकडी फ्रेमवर बसवून द्यायची. ही कंपनी एफ.ए.ए.नं प्रमाणित केलेल्या लायसन्सच्या नेहमीच्या साच्यांचाच वापर करत असे. वैमानिकानं फक्त एफ.ए.ए. लायसन्स नंबर, दर्जा यांसह इतर समर्पक माहिती पुरवली की, ही कंपनी त्या लायसन्सची कुठेही दाखवण्यासाठी योग्य अशी चांदीची प्रतिकृती पाठवत असे. एफ.ए.ए.ची पोस्टानं माल पोहोचवण्याची शाखा अस्तित्वात होती, हेही मला समजलं.

अर्थातच, मलाही त्यातल्या अशा एका प्रतिकृतीची आवश्यकता होती. मला वाटलं, एकदा प्रतिकृती हातात आली की ती उचित आकारात आणि उचित कागदावर उतरवणं शक्य आहे आणि त्यानंतर माझ्याकडे माझं वैमानिकाचं लायसन्स तयार असेल.

या कल्पनेनं मी उतावीळ झालो. मी त्या कंपनीला लिहिलं-बिहिलं नाही. सरळ त्यांच्या 'मिलवाकी' येथील ऑफिसला फोन केला. विक्रेत्याला सांगितलं की, मला मानचिन्हाची प्रतिकृती बनवून हवीये आणि टेलिफोनवर सर्व बोलणी केली तर चालू शकेल का, हेही विचारलं.

मला ते इतक्या घाईनं का हवंय याबद्दल त्यानं उत्सुकता दाखवली नाही. "ठीक आहे. आवश्यक ती सर्व माहिती तुम्ही मला फोनवर सांगा, पण प्रत्यक्ष प्रतिकृती बनवण्यापूर्वी आम्हाला चेक किंवा मनिऑर्डर मिळायला हवी." तो माणूस म्हणाला. "आम्ही ही स्पेशल ऑर्डर समजतो आणि त्यासाठी टपाल खर्च आणि विशेष काळजीपूर्वक हाताळणीसाठी मिळून ३७.५० डॉलर्स खर्च येईल."

मी उगीच कीस काढत बसलो नाही. मी माझं 'फ्रँक विल्यम्स' हे खोटं नाव सांगितलं. माझं बनावट वय आणि खरं वजन, उंची, केसांचा रंग, डोळ्याचा रंग, सोशल सिक्युरिटी नंबर सांगितला. वैमानिकाचा लायसन्स अथवा सर्टिफिकेट नंबर आणि त्याचा सोशल सिक्युरिटी नंबर हे नेहमी एकच असतात. एखाद्या वैमानिकाला जेवढी उच्च निपुणता मिळू शकते, तेवढा विमान वाहतुकीतला सर्वश्रेष्ठ दर्जा मी स्वतःला देऊ केला. मी त्या माणसाला सांगितलं की, 'डी सी ९, ७२७ आणि ७०७' या प्रकारच्या विमानांवर माझी परीक्षा झाली आहे. मी त्याला माझा पत्ता 'c/o जनरल डिलिव्हरी, न्यूयॉर्क सिटी' असा दिला. वैमानिक बराच काळ फिरतीवर असतात त्यामुळे त्यांचा असा पत्ता अगदी स्वाभाविक समजतात. मी त्याच दिवशी मनिऑर्डर पाठवतोय असं सांगितलं आणि एका तासाच्या आतच मनिऑर्डर केली. वास्तविक, गेल्या कित्येक दिवसांनी मी हे खरेखुरे पैसे मोजले होते.

एका आठवड्यातच मानचिन्हाची प्रतिकृती मला मिळाली. ती अत्यंत शोभिवंत होती. त्या चकचकीत सर्टिफिकेटनं मी वैमानिक असल्याचं सिद्ध केलं होतंच, पण अभिमानाची गोष्ट म्हणजे त्या प्रतिकृतीवर फेडरल एव्हिएशन एजन्सीच्या प्रमुखाची स्वाक्षरी होती.

ते मानचिन्ह घेऊन मी ब्रुकलीन इथल्या एका छोट्या आडवळणी प्रेसमध्ये गेलो आणि मुख्य प्रिंटरला गाठलं. "हे बघ, मला माझं हे लायसन्स पर्समध्ये घेऊन जाता येईल एवढं छोटं करायचंय. म्हणजे तुला माहिती असेल, आपण एखादा दाखला वगैरे कसा ठेवतो, तसं. हे करता येईल का?" मी विचारलं.

ते मानचिन्ह प्रिंटरनं प्रशंसापूर्वक न्याहाळलं, "वाह! मला ठाऊक नव्हतं वैमानिकांना शिक्षण घेतल्यावर असली गोष्ट मिळते." तो म्हणाला. "हे कॉलेजच्या डिप्लोमा सर्टिफिकेटपेक्षाही गोंडस आहे."

“हं. खरं लायसन्स एक सर्टिफिकेट असतं, पण ते माझ्या घरी लॉस एंजल्सला आहे.” मी म्हणालो. “हे माझ्या प्रेयसीनं मला भेट म्हणून दिलं. इथे बरेच दिवस माझा मुक्काम आहे आणि खिशात ठेवायच्या पाकिटात मावेल, अशा आकाराची लायसन्सची प्रतिकृती मला हवीये. तू याबरहुकूम बनवू शकशील की मला मूळ सर्टिफिकेटच आणायला हवं?”

“नाही, मी यावरून बनवेन.” तो म्हणाला. स्पेशल कॅमेरा वापरून त्यानं ते योग्य आकारात छोटं केलं. जाडशा पांढऱ्या कागदावर छपाई केली आणि मला दिलं. त्या सर्व कामाला अर्ध्या तासापेक्षाही कमी वेळ लागला आणि त्यासाठी मला ५ डॉलर्स खर्च करावे लागले. प्लॅस्टिकच्या दोन तुकड्यांत घालून मी स्वत:च ते लॅमिनेट केलं. मी खऱ्या वैमानिकाचं लायसन्स पाहिलं नव्हतं, पण हे नक्कीच अस्सल वाटत होतं.

मी माझा वैमानिकाचा युनिफॉर्म चढवला. तो मी आधीच माझ्या मापाचा करवून घेतला होता. टोपी कलती केली आणि ला गॉर्डिया एअरपोर्टकडे जाणारी बस पकडली.

मी उड्डाण सेवेसाठी तयार झालो. अर्थातच, दुसरा कोणी विमान चालवणार असेल तर!

○

गहिऱ्या अंतरिक्षातून भ्रमण

युनिफॉर्ममध्ये एक आकर्षक जादू आहे. विशेषत: तो परिधान करणाऱ्या व्यक्तीला त्यामुळे कुशल, पराक्रमी किंवा उच्चपदस्थ समजलं जातं.

पॅराशूटमधून उड्या घेणाऱ्या सैनिकाच्या युनिफॉर्मवरच्या 'विंग्ज' त्याची निराळी जातकुळी दाखवतात. पाणबुडीच्या प्रावीण्यासाठी मिळणारा 'डॉल्फिन'चा बिल्ला नौसैनिकाची वेगळी ओळख देतो. पोलिसांचा पोशाख हुकमत प्रतीत करतो. जंगलातल्या रेंजरच्या कपड्यांमुळे रानातला वैशिष्ट्यपूर्ण थरार प्रगट होतो. प्रवेशद्वारावरच्या द्वारपालाच्या भडक पोशाखामुळेही राजेशाही थाट आणि भव्यतेचे विचार मनात तरळतात.

माझ्या पॅन-ॲमच्या वैमानिकाच्या युनिफॉर्ममध्ये मी ला गॉर्डिया विमानतळामध्ये प्रवेश केला, तेव्हा मी कोणीतरी विशिष्ट व्यक्ती असल्यासारखं मला वाटलं. अर्थातच, लोकांच्या आदर आणि प्रशंसेचा मी धनी होतो. पुरुष माझ्याकडे कौतुकानं अथवा असूयेनं पाहत होते. सुंदर बायका व मुली माझ्याकडे पाहून हसत होत्या. विमानतळावरच्या पोलिसांनी माझ्याकडे पाहून नम्रतापूर्वक माना डोलावल्या. वैमानिक आणि हवाईसुंदरींनी माझ्याकडे पाहून स्मितहास्य केलं. त्या माझ्याबरोबर बोलल्या किंवा त्यांनी जाता-जाता हात हलवून मला अभिवादन केलं. ज्या प्रत्येक पुरुषानं, बाईनं, मुलानं माझ्याकडे पाहिलं, तो प्रत्येक जण

मला मैत्रीपूर्ण आणि प्रेमळ वाटला.

हा अनुभव धुंद करणारा होता आणि मला तो आवडला. खरंतर मला त्याची ताबडतोब सवयच जडली. पुढील पाच वर्षं हा युनिफॉर्म माझा नवा, वेगळाच अहंकार होता. एखादा व्यसनी माणूस अमली पदार्थाचा वापर करेल तसा मी युनिफॉर्मचा वापर करायचो. जेव्हाजेव्हा मला एकाकी, उदास, दुःखी वाटायचं किंवा माझ्या स्वत:च्या पात्रतेबद्दल शंका येऊन पराभूत वाटायचं, तेव्हा मी माझा युनिफॉर्म चढवायचो आणि गर्दीत मिसळून जायला बाहेर पडायचो. युनिफॉर्ममुळे मला आदर आणि बहुमान मिळाला. तो अंगावर नसताना मला कित्येक वेळा निरुपयोगी आणि निरुत्साही वाटायचं. युनिफॉर्म चढवला की मला असं वाटायचं की, आपण नशिबाची टोपी चढवलीये आणि यशाची सात शिखरं पादाक्रांत केलीयेत.

त्या सकाळी ला गॉर्डियाच्या प्रेक्षागृहात गर्दीमध्ये मिसळून चालताना माझ्या कल्पनेतल्या दर्जाच्या प्रतिष्ठेचं वलय माझ्याबरोबर होतं. सर्वांना गुंगारा देऊन फ्लाईट पकडून दूरच्या दुसऱ्या शहराला जायचं आणि तिथे माझा बनावट चेक वटवण्याचा उद्योग सुरू करायचा, असा माझा विचार होता; पण माझा हा निर्णय कृतीत आणायचा बेत मी जरा पुढे ढकलला. माझ्याकडे लोकांचं लक्ष वेधल्यामुळे आणि मला मिळणाऱ्या आदरामुळे मला फारच मजा वाटली. मी ती मजा आकंठ लुटत होतो.

मला भूक लागली. मी विमानतळावरच्या अनेक कॉफी शॉपपैकी एकात गेलो. काऊंटरच्या समोरच्या स्टुलावर बसलो आणि दूध आणि सँडविच मागवलं. माझं खाणं संपवायच्या बेतात मी होतो, इतक्यात टी.डब्ल्यू.ए.चा एक सहवैमानिक बाजूच्या स्टुलावर बसला. त्यानं माझ्याकडे पाहिलं आणि मान वळवून अभिवादन केलं. त्यानं कॉफी आणि रोल मागवला आणि माझ्याकडे थोड्याशा औत्सुक्यानं पाहिलं.

"ला गॉर्डियाला पॅन-ॲमचं काय काम निघालं?" त्यानं सहज विचारलं. बहुधा 'पॅन-ॲम'ला गॉर्डियामधून उड्डाण करत नसावं.

"ओह! मला मिळालेल्या पहिल्या फ्लाईटनं मी फ्रिस्कोहून येथे आलोय. आता मी चॉपरनं केनेडी एअरपोर्टला जाईन."

"तू कोणत्या प्रकारच्या इक्विपमेंटवर काम करतोस?" स्वत:चा रोल खात त्यानं विचारलं.

माझा मेंदू गारठला. माझा जवळपास त्रिफळाच उडाला. इक्विपमेंट? इक्विपमेंट म्हणजे काय? कॉकपिटमधलं साधन? का दुसरं काही? व्यापारी विमानसेवांच्या संदर्भात तसा शब्द वापरलेला मी कधीच ऐकल्याचं स्मरत नव्हतं. अर्थातच, त्यानं

हा नेहमी विचारला जाणारा साधाच प्रश्न विचारला असणार. मीच त्याचं उत्तर शोधण्याचा वेड्यासारखा प्रयत्न करत होतो. मी मनातल्यामनात पॅन-ॲमच्या त्या सुप्रसिद्ध वैमानिकानं लिहिलेल्या आठवणींच्या छोट्या पुस्तकाची उजळणी केली. ते छोटं पुस्तक मला खूप आवडलं होतं. मी त्याचा अक्षरश: 'उत्तम संदर्भ ग्रंथसारखा' उपयोग करत होतो. त्यानं कधीही 'इक्विपमेंट' हा शब्द वापरल्याचं मला स्मरत नव्हतं.

तरीही ते काहीसं महत्त्वाचंच असावं! टी.डब्ल्यू.ए.चा विमान-कर्मचारी उत्तराची वाट पाहत माझ्याकडे बघत होता.

"जनरल इलेक्ट्रिक." माझं उत्तर बहुधा योग्य असावं, या आशेनं मी उत्तरलो. ते उत्तर नक्कीच समर्पक नव्हतं.

त्याच्या डोळ्यातले भाव बदलले आणि त्यात संशय जाणवला. तो म्हणाला, "ओह!" त्याच्या आवाजातला मैत्रीपूर्ण भाव लुप्त झाला होता. त्यानं स्वत:ची कॉफी आणि रोल खाण्यात लक्ष घातलं.

मी माझं उरलेलं दूध संपवलं आणि काऊंटरवर ३ डॉलर्स ठेवले. मी घेतलेल्या स्नॅक्ससाठी ते जरा जास्तच होते. उभा राहिलो आणि टी.डब्ल्यू.ए.च्या वैमानिकाकडे मान वळवून म्हणालो, "ठीक आहे, येतो." आणि दाराकडे वळलो.

"फ्रझुम्तु" असं काहीतरी तो गुरगुरला. त्याला नेमकं काय म्हणायचं होतं, ते मला कळलं नाही, पण ते संशय व्यक्त करण्यासारखं वाटत होतं.

काही का असेना! मला कळून चुकलं की, मी जी काही तयारी किंवा संशोधन केलं आहे ते 'डेड हेडिंग' या साहसासाठी पुरेसं नव्हतं. त्याचा सरळ अर्थ होता की, इतर गोष्टींबरोबर विमान वाहतुकीतल्या परिभाषेवर मला अधिक हुकमत मिळवायला हवी होती. मी विमानतळामधून बाहेर पडत होतो, इतक्यात मला टी.डब्ल्यू.ए.ची एक हवाईसुंदरी तिची जड बॅग उचलण्याची खटपट करीत असताना आढळली.

"मी मदत करू का?" सामानाजवळ पोहोचत मी म्हणालो.

तिनं तत्परतेनं बॅग खाली ठेवली. छान हसून म्हणाली, "थँक्स, तिथे बाहेर आम्हा विमान कर्मचाऱ्यांसाठीची बस उभी आहे."

"तू चढ वर." बसकडे जात मी म्हटलं.

ती जरा उदासवाणं होत म्हणाली, "माझी स्थिती अगदी दोलायमान झालीये. आमच्या विमानातले अर्धे लोक व्हिस्कीचे विक्रेते होते. ते स्कॉटलंडला परिषदेसाठी गेले होते. आता तूच कल्पना कर, विमानात काय तमाशा असेल!"

मला उमगलं आणि मी हसलो. "तू कोणत्या 'इक्विपमेंट'वर आहेस?" मी

झटकन विचारलं.

"७०७ आणि मला ते आवडतं." मी तिची बॅग बसमध्ये चढवत असताना ती म्हणाली. ती बसच्या दारात जरा थांबली आणि माझ्याशी हस्तांदोलन करत पुढे म्हणाली, "खूप आभारी आहे मित्रा. मला तुझ्या बलदंड मदतीची जरुरी होती."

"मी मदत करू शकलो, आनंद वाटला." मी म्हणालो.

मला तसं मनापासून वाटलंही. ती सडपातळ, भुऱ्या केसांची, परीसारखी नाजूक होती. खरंच मनाला भुरळ घालणारी! वेगळ्या परिस्थितीत मला तिच्याबद्दल अधिक जाणून घ्यायला आवडलं असतं. मी तिला तिचं नावही विचारलं नाही. ती सुंदर होतीच, शिवाय तिला एका ठिकाणाहून दुसरीकडे विमानानं प्रवास करण्याबद्दल इत्थंभूत माहिती होती. तिच्याबरोबरीचा एकांत कदाचित अडचणीत टाकणारा ठरू शकला असता.

विमानसेवेतल्या लोकांना शॉपिंगबद्दल जाहीरपणे बोलायला फार आवडतं. पण अर्थातच, या वेळी मला त्या भानगडीत पडायचं नव्हतं. अरेच्चा! 'इक्विपमेंट' म्हणजे विमान होय! माझ्या बसकडे जात असताना मी माझ्या विचारात गुंग होतो. आपण थोडे बावळट असल्यासारखं मला वाटलं. पण मॅनहॅटनच्या अर्ध्या वाटेवर असताना माझ्या मनात विचार आला, तसं मला हसू फुटलं. टी.डब्ल्यू.ए.चा तो ऑफिसर आत्तापर्यंत कदाचित वैमानिकांच्या लाऊंजमध्ये परत गेला असेल आणि आपल्या इतर साथीदारांना सांगत असेल, "मला पॅन-ॲमचा एक चक्रम माणूस भेटला. तो वॉशिंग मशिन उडवतो."

पुढचे काही दिवस मी वैराण अवस्थेत काढले. याआधी विमान वाहतुकीबद्दल माहिती मिळवण्याचा माझा स्रोत होता, खुद्द विमानसेवाच! त्यानुसार मी वेगवेगळ्या विमानसेवांना फोन करून त्यांच्याच माणसांकडून माहिती काढून घेत होतो. मी स्वत:ची ओळख विमान वाहतुकीवर माहिती गोळा करणारा एक नवोदित संदर्भ-लेखक अथवा मासिकासाठी लेखन करणारा कॉलेजकुमार अथवा त्या भागातल्या एखाद्या वृत्तपत्राचा बातमीदार म्हणून करून द्यायचो.

बहुधा, विमान कंपन्यांच्या जनसंपर्क अधिकाऱ्यांबरोबर माझं बोलणं व्हायचं. मला असं आढळलं की, या जनसंपर्क अधिकाऱ्यांना ते ज्या कंपनीत काम करतात तिच्याविषयीच बोलायला आवडतं. माझं विमान-उड्डाणासंबंधीचं ज्ञान अगदीच प्राथमिक स्वरूपाचं होतं. या माझ्या संशयाला तिथेच पुष्टी मिळाली होती. पण याबाबत एका आठवड्यातच मी हायस्कूलचा अभ्यासक्रम पार करून पदवीपर्यंतच्या अभ्यासक्रमाएवढी प्रगती केली.

विमानसेवेच्या कर्मचारी वर्गाकडून मला अनेक माहितीपूर्ण गोष्टी आणि

तांत्रिक बाबी समजल्या. त्यांच्यापैकी पुष्कळ जण उड्डाणक्षेत्रात काम करणारे होते. उदाहरणार्थ, त्यांच्याकडून अमेरिकन आणि इतर विदेशी विमानसेवा कोणत्या प्रकारच्या जेट्सचा वापर करतात; त्यांचा वेग, इंधन-क्षमता; किती उंचीवरून ती उडतात; वजनाची पर्याप्त क्षमता किती; प्रवाशांची क्षमता; विमान कर्मचाऱ्यांची संख्या आणि अशा इतर अनेक गोष्टी समजल्या.

हेही समजलं की, त्यांचे बहुसंख्य वैमानिक देशाच्या संरक्षणक्षेत्रातून आलेले असतात. जे एअरफोर्स अथवा नौदल अशा पार्श्वभूमीतून आलेले नसतात ते एखाद्या लहानशा कंपनीतून तरी आलेले असतात किंवा एम्ब्री रिडलसारख्या खासगी फ्लाईंग स्कूलमधून आलेले असतात.

'एम्ब्री रिडल एरोनॅटिकल युनिव्हर्सिटी' ही 'डेटोना-फ्लोरिडा' इथली विमानं चालवण्याचं व्यावसायिक शिक्षण देणारी देशातली कदाचित सर्वांत मोठी आणि अत्यंत मान्यताप्राप्त संस्था आहे, असं मला समजलं. तिला हवाईक्षेत्रातली 'नोटे डेम' (फ्रान्समधील प्रसिद्ध चर्च) समजतात. या संस्थेची अशी ख्याती होती की, हायस्कूल संपवून नुकताच बाहेर पडलेल्या आणि विमानविद्येतलं जराही ज्ञान नसणाऱ्या मुलानं एम्ब्री रिडलला प्रवेश घेतल्यानंतर काही वर्षांनी तो जेव्हा तिथून बाहेर पडतो, तेव्हा त्याला सध्या प्रचलित असणारं कोणतंही जेट विमान चालवण्याची क्षमता प्राप्त झालेली असते.

"आमच्या सेवेत रुजू असणाऱ्या वैमानिकांपैकी जे एअर फोर्स अथवा नेव्हीमधून आलेले नाहीत, ते एम्ब्री रिडलमधून आमच्याकडे आलेले आहेत" विमानसेवेतल्या एका कर्मचाऱ्यानं मला अभिमानानं सांगितलं.

मला सैन्यदलाबद्दल काही ठाऊक नव्हतं. व्हाईस ॲडमिरल आणि खालच्या दर्जाचा साधा सैनिक यातला फरकही मला ओळखता येत नसे. म्हणून मी दुसरा रस्ता धरला. मी स्वतःला एम्ब्री रिडलची शिष्यवृत्ती दिली. पदवी संपादनाची वाहवा आणि अद्भुतता चाखली आणि नंतर स्वतःला 'ईस्टर्न एअरलाईन्स'च्या वैमानिकाचा काही वर्षांचा काल्पनिक अनुभव देऊ केला.

जसं माझं विमान कंपन्यांबद्दलचं ज्ञान आणि विमान वाहतुकीच्या संदर्भातली परिभाषा समृद्ध झाली, तसा माझा आत्मविश्वास परत आला. मी 'फ्रँक विल्यम' या नावानं बँकेत खातं उघडलं. त्यासाठी ब्राँक्स इथल्या पोस्ट ऑफिसचा पत्ता दिला आणि जेव्हा मला मी मागवलेले माझ्या नावचे २०० चेक सर्वसामान्य बटवड्यातून मिळाले, तेव्हा वैमानिकाच्या ऐटीत मी त्यातले काही चेक वटवू लागलो.

हे म्हणजे ब्राँक्सच्या प्राणिसंग्रहालयामध्ये शिकारीच्या मोहिमेवर जाण्यासारखंच होतं! खरंतर कॅशिअर्स तिजोरीतले पैसे पटकन काढून देत नाहीत; पण बऱ्याच

जणांनी माझ्याकडे साधं ओळखपत्रही मागितलं नाही. तरीदेखील मी माझं खोटं ओळखपत्र आणि वैमानिकाचं बनावट लायसन्स त्यांच्या तोंडासमोर धरायचो. पुष्कळ मेहनत घेऊन मी केलेल्या त्या कोरीव कामाकडे मला सहजासहजी दुर्लक्ष व्हायला नको होतं. मी लिहिलेले पहिले काही चेक खरे होते, पण त्यानंतरचे बाकीचे मात्र बबलगमच्या वेष्टणाइतक्याच किमतीचे होते.

ला गॉर्डियाच्या आसपास मी नियमितपणे अळंटळं करत भटकायचो. एखाद्या विमानानं प्रवास करण्याचा माझा विचार नसायचा, पण तिथे काम करणाऱ्यांना भेटण्याचा, त्यांचे आपापसात होणारे संवाद चोरून ऐकण्याचा माझा उद्देश असायचा. माझी शब्दसंपत्ती तपासायला म्हणा ना! केनेडी विमानतळापासून मी लांबच राहिलो, कारण पॅन-ॲमची विमान वाहतूक तिथूनच चालू व्हायची. केनेडी विमानतळावर भेटणाऱ्या पॅन-ॲमच्या पहिल्याच वैमानिकानं मी तोतया आहे, हे ताबडतोब ओळखलं असतं आणि तिथेच माझं 'कोर्ट-मार्शल' करून माझी 'बटणं' आणि 'विंग्ज' काढून घेतली असती.

ला गॉर्डियाला मी पर्सिमानच्या (पिवळी गोड फळं देणारा वृक्ष) झाडावर निपचित पडून राहणाऱ्या पॉसमसारखा (खारीसारखा प्राणी) बिलगून असायचो. काही पुस्तकांचा दर्जा त्यांच्या वेष्टनावरून ठरवला जातो त्याप्रमाणेच युनिफॉर्ममध्ये माझीही ताबडतोब छाप पडत असे.

मी कॉफी शॉपमध्ये जायचो. तिथे नेहमी डझनभर किंवा कधीकधी त्याहीपेक्षा अधिक वैमानिक अथवा इतर विमान-कर्मचारी विरंगुळ्याचे क्षण घालवत बसलेले असायचे. बहुतेक वेळा मला कोणीतरी त्यांच्याबरोबर अथवा त्या सर्वांमध्ये सामील होण्याची विनंती करत. या सर्वांचं कारण म्हणजे विमानसेवेतल्या लोकांना वेडपटासारखं कलकलत राहणं आवडतं. विमानतळाच्या कॉकटेल लाऊंजमध्येही हेच चालायचं. मी अजून दारू प्यायली नसल्यामुळे आणि दारूचा आपणावर काय परिणाम होतो, याची जाणीव नसल्यामुळे मी बारमध्ये कधीही दारू प्यायली नाही. पण माझ्या निग्रहाबद्दल मला कधी कुणी विचारलंही नाही.

'मद्यपान करणं आणि विमान चालवणं यामध्ये कमीतकमी बारा तासांचं अंतर असावं' या नियमावलीकडे बोट दाखवून कुणीही वैमानिक दारूचं सेवन करण्यास पद्धतशीरपणे नकार देऊ शकतो, हेही माझ्या लक्षात आलं.

बहुधा कुणालाही कधी असं जाणवलंही नाही की, मला विमान चालवता येत नाही. मला नेहमी बरोबरीच्या नात्याने वागणूक मिळाली. मी पॅन-ॲमचा युनिफॉर्म चढवला असल्यामुळे मी पॅन-ॲमचा वैमानिक असल्याचं गृहीत धरलं गेलं.

सुरुवातीला मी फारसं बोलायचो नाही. मी बहुधा शब्द आणि वाक्प्रचार यांवर लक्ष केंद्रित करून माझ्यासभोवती चाललेली संभाषणं ऐकत राहायचो. थोड्याच दिवसांत मी विमानक्षेत्रातली भाषा मातृभाषेसारखी बोलू लागलो.

विमानसेवेतल्या भाषेची अशी काही पुस्तकं खरोखरच फार आकर्षक होती. मला वाटायचं, हवाईसुंदरीना अगदी तरुण, उमदा, आपल्याच वयाचा वैमानिक बघायची सवय नसावी. त्या जाता-जाता "हॅलोऽऽ" असं म्हणायच्या, लटके हावभाव करायच्या आणि त्यांच्या आवाजातलं आव्हान खात्रीनं लक्षवेधी असायचं. मला वाटलं, आपण उद्धट आहोत असं जाणवू न देता अनेक आमंत्रणं नाकारू शकू; पण नाही. लवकरच अनेक पोरींबरोबर माझं प्रियाराधन चालू झालं. मी त्यांना जेवायला, नाटकांना, बॉल डान्सला, सिम्फनीला, नाईट क्लबना आणि सिनेमा बघायला घेऊन जाऊ लागलो. तसंच त्यांच्या अथवा माझ्या घरीही येऊ-जाऊ लागलो. मला त्यांचा स्वभाव आवडे.

त्यातल्या बहुतेक जणी खूप छान होत्या. त्या मुलींच्या शरीरापेक्षा त्या करत असलेल्या कामाबद्दल अधिक ज्ञान प्राप्त करून घेण्यात मला आता जास्त रस निर्माण झाला होता. एका गोष्टीबरोबर दुसरीही पदरात पडत असेल, तर माझी हरकतही नव्हती. शयनगृह हीसुद्धा एक उत्कृष्ट शाळा होऊ शकते.

मी चांगली ग्रहणशक्ती असलेला विद्यार्थी होतो. जेव्हा कुणी सुंदरी तुमच्या खांद्याचा चावा घेत असेल अथवा आपली हाताची नखं पाठीवर खुपसत असेल, तेव्हा विमान प्रवास, त्यासंबंधीचा खर्च आणि पद्धती यांसंबंधी सर्व काही शिकून घेणं यासाठी उच्चतम दर्जाची शैक्षणिक एकाग्रता असावी लागते. एखाद्या विवस्त्र स्त्रीकडे "वा! हे तुझं फ्लाईट मॅन्युअल आहे का? आमच्या हवाईसुंदरी वापरतात त्यापेक्षा हे जरा वेगळंच आहे." अशी व्यावसायिक विचारणा करणाऱ्याला 'ज्ञानपिपासू विद्यार्थी'च म्हणायला हवं.

मी त्यांच्या बुद्धीचा सावधपणे वेध घ्यायचो. तीन हवाईसुंदरीबरोबर मी मॅसॅच्युसेट्सच्या डोंगरावरच्या रिसॉर्टवर एक आठवडा उपभोगला. माझ्या शारीरिक क्षमतेबद्दल त्यांच्या मनात काही प्रश्न जरूर उपस्थित झाले, परंतु माझ्या वैमानिकाच्या दर्जाबद्दल त्यांच्यापैकी कोणीही शंका उपस्थित केली नाही.

असा समज करून घेऊ नका की, सगळ्या हवाईसुंदरी सारख्याच असतात. त्या तशा नसतात. सर्व हवाईसुंदरी या कामोत्सुक मदनिका असतात, हाही भ्रमच आहे. निव्वळ भ्रम. खरंतर इतर क्षेत्रांत असणाऱ्या स्त्रियांपेक्षा हवाईसुंदरी या प्रणय-जीवनात सावध आणि तारतम्याची जाणीव ठेवून असतात. माझी ज्या हवाईसुंदरीशी ओळख झाली त्या सर्व जणी हुशार, अत्याधुनिक आणि जबाबदार तरुणी होत्या. त्या कामात वाकबगार होत्या. सर्व जणी अशाच असतील, अशी

ग्वाही मी देऊ शकत नाही. माझ्या मैत्रिणींमध्ये सेक्रेटरी, नर्सेस, लायब्ररीमध्ये काम करणाऱ्या अशांपैकी स्त्रिया असत्या, तरी त्याही माझ्याबरोबर कामजीवनात सहज रममाण झाल्या असत्या. हवाईसुंदरी चांगल्या माणसांत मोडणाऱ्या आहेत. मला भेटलेल्या या तरुणींबद्दल माझ्या मनात मी खूप चांगल्या आठवणी जतन केलेल्या आहेत. या आठवणी आनंददायी आहेत आणि त्या केवळ कामजीवनाशीच निगडित होत्या असंही नाही.

मला एक तरुणी स्पष्टपणे आठवते आहे, जिच्याबरोबर माझं मेतकूट जमलं होतं. ती 'डेल्टा' या विमान-कंपनीमध्ये 'फ्लाईट अटेंडंट' होती. माझ्या विमान प्रवासाची परिभाषा शिकून घेण्याच्या प्राथमिक प्रयत्नांमध्ये ती मला भेटली. तिच्याकडे गाडी होती आणि एका दुपारी विमानतळाहून मला गाडीनं मॅनहॅटनला पोहोचवण्याची तिनं तयारी दाखवली.

"तू मला प्लाझाला सोडशील का?" विमानतळाच्या प्रेक्षागृहातून बाहेर पडताना मी विनंती केली. "मला चेक वटवायचाय आणि माझी तिथे ओळखही आहे." मला तिथे खरंतर कोणी ओळखत नव्हतं, पण तिथे ओळख प्रस्थापित करायची माझी इच्छा होती.

ती हवाईसुंदरी थांबली आणि त्या प्रचंड प्रेक्षागृहाच्या सर्व बाजूंना ओळीनं असलेल्या डझनभर विमानसेवांच्या तिकीट काऊंटर्सकडे तिनं नजर टाकली. ला गॉर्डियाला अनेक विमान कंपन्यांचे काऊंटर होते.

"यापैकी कुठल्याही काऊंटरवर चेक वटव. यापैकी कोणीही तुझा चेक स्वीकारेल." ती म्हणाली.

"ते घेतील?" आश्चर्यचकित झाल्यासारखं दाखवत मी म्हणालो, "हा वैयक्तिक चेक आहे आणि तुला ठाऊक आहे ना, आम्ही इथून विमानसेवा पुरवत नाही."

तिनं खांदे उडवले. "काही हरकत नाही" ती म्हणाली. "तू पॅन-ॲमचा युनिफॉर्म घातलेला वैमानिक आहेस आणि इथली कोणतीही विमानसेवा शिष्टाचार म्हणून तुझा वैयक्तिक चेक स्वीकारेल. ते केनेडीला स्वीकारतात, नाही का?"

"मला ठाऊक नाही. याआधी मी कधीच तिकीट-काऊंटरवर चेक वटवलेला नाही." मी सत्य सांगितलं.

जवळच अमेरिकन एअरलाईन्सचा काऊंटर होता. मी तिथे गेलो आणि तिकीट क्लार्कसमोर उभा राहिलो. तो फारसा कामात नव्हता. "१०० डॉलर्सचा, माझ्या वैयक्तिक खात्यावरचा चेक वटवाल का?" मी हातात चेकबुक घेऊन विचारलं.

"नक्की. मला आनंद वाटेल." तो हसत म्हणाला आणि त्या चंचल

सौंदर्यवतीकडे ओझरता दृष्टिक्षेप टाकून त्यानं तो चेक हातात घेतला. त्यानं मला माझं ओळखपत्रही विचारलं नाही.

त्यानंतर विमानसेवांच्या काऊंटरवर चेक वटवण्याचे पुष्कळ प्रसंग आले. टर्कीच्या कुरणाभोवती फिरणाऱ्या कोल्ह्याप्रमाणे मी ला गॉर्डियाचा वापर केला. तिथे पुष्कळ विमानसेवा कार्यरत असल्यामुळे मी पकडला जाण्याचा धोका अत्यल्प होता. उदाहरणार्थ, मी 'ईस्टर्न' या काऊंटरवर एक चेक वटवला की, विमानतळाच्या दुसऱ्या सेक्शनमध्ये जाऊन आणखी एका विमानसेवेला गटवत असे. मी सावधही होतो. कधीही एका काऊंटरवर दुसऱ्यांदा गेलो नाही. 'नेवार्क'ला घोटाळ्याची संक्षिप्त आवृत्ती वापरली आणि 'टेटरबोरो'वरही मजा चाखून पाहिली. श्रीलंकेतल्या रबर-मळ्याच्या मालकापेक्षा अधिक वेगानं मी उत्पादन करत होतो.

प्रत्येक जुगाऱ्याचा आणखी एक छंद असतो. विमान-कर्मचारी दोन उड्डाणांमधल्या विश्रामासाठी जिथे थांबतात अशी हॉटेल्स, मोटेल्स यांवर मी डल्ला मारायचो. मी एकदा खोट्या पैशांनी बोस्टनच्या राऊंड ट्रीपचं खरंखुरं तिकीटही घेतलं आणि न्यूयॉर्कला परतण्यापूर्वी 'लोगन'चा विमानतळ आणि त्याच्या आजूबाजूच्या, विमान-कर्मचारी वापरत असलेल्या सर्व वसतिगृहांना प्रेक्षणीयरीत्या गंडवलं. मला मिळालेल्या पैशांमुळे धुंद होऊन मी सहजतेनं वैमानिक म्हणून वावरू शकलो. त्यामुळे धीटपणा आल्यानं 'ऑपरेशन डेड-हेड'साठी आपली अंतिम तयारी झाली आहे, असं मी ठरवलं.

मी फ्रँक विल्यम्स या नावावर वेस्ट साईडला एक छोटं अपार्टमेंट भाड्यानं घेतलं होतं आणि मी त्याचं भाडं रोख रक्कम मोजून चुकवत होतो. भाड्याचे पैसे घेणाऱ्या मालकिणीला वाटायचं, मी स्टेशनरी दुकानात काम करतोय. मी वैमानिकाचा पोशाख घालून त्या इमारतीत कधीच येत नसे. दुसऱ्या भाडेकरूंपैकी कोणीही मला ओळखत नव्हतं. माझ्याकडे टेलिफोन नव्हता आणि त्या पत्त्यावर मी कधीही टपाल मागवलं नव्हतं.

तिथून गाशा गुंडाळताना मी मागे कुठलाही मागमूस सोडला नव्हता. 'ब्ल्यू रिज माऊंटन'मधल्या सर्वोत्तम शिकारी कुत्र्यालाही माझा मागोवा घेणं शक्य नव्हतं.

मी बस पकडून ला गॉर्डिया इथल्या 'ईस्टर्न'च्या ऑफिसमध्ये गेलो. तिथे काऊंटरच्या मागे तीन तरुण काम करत होते. त्यांच्यापैकी एकानं विचारलं, ''येस सर, मी तुम्हाला काही मदत करू शकतो का?''

''जर तुमच्याकडे जागा रिकामी असेल, तर मला तुमच्या पुढच्या फ्लाईटनं कामावर हजर होण्यासाठी मायामीला जायचंय.'' माझं पॅन-ॲमचं खोटं ओळखपत्र दाखवून मी म्हणालो.

"मि. विल्यम्स, पुढच्या पंधरा मिनिटांतच आमचं एक विमान जातंय." तो म्हणाला. "तुम्हाला ती फ्लाईट घेणं आवडेल की आमच्या दुपारच्या फ्लाईटपर्यंत तुम्ही थांबू इच्छिता? दोन्हींमध्ये 'जम्प सीट' रिकामी आहे."

मी थांबायला तयार नव्हतो. "मी ही फ्लाईट घेईन." मी म्हणालो, "त्यामुळे मला समुद्रकिनाऱ्यावर अधिक वेळ मिळेल."

त्यानं माझ्याकडे गुलाबी फॉर्म सरकवला. मी तो कधीच बघितला नव्हता. पण पॅन-ॲमच्या त्या मदत करणाऱ्या कॅप्टनबरोबरच्या मुलाखतीमुळे मला त्याची माहिती होती. त्यात भरायची माहिती खूप कमी होती. नाव, कंपनी, एम्प्लॉयी नंबर आणि दर्जा. मी ती भरली आणि त्यांना फॉर्म परत केला. त्यानं वरची कॉपी फाडली आणि माझ्याकडे दिली. मला माहीत होतं, 'तो माझा बोर्डिंग पास होता.'

नंतर त्यानं फोन उचलला आणि टॉवरची मागणी केली. त्या क्षणी माझ्या पोटात गोळा आला.

"मी 'ईस्टर्न' कडून बोलतोय" तो म्हणाला, "आमच्या मायामीला जाणाऱ्या ६०२ मध्ये माझ्याजवळ एक 'जम्प' आहे. पॅन-ॲमचा फ्रँक विल्यम्स सहवैमानिक आहे. ओके, थँक्स."

त्यानं फोन ठेवला आणि काचेच्या खिडकीच्या बाहेरच्या बाजूला असलेल्या दाराकडे मान झुकवून म्हणाला, "मि. विल्यम्स, तुम्ही तिथून जा. तुमच्या डाव्या बाजूच्या गेटमधून विमानाकडे प्रवासी जात आहेत."

ते ७२७ विमान होतं. बहुतेक प्रवासी आधीच विमानात चढले होते. मी विमानाच्या प्रवेशद्वाराजवळच्या हवाईसुंदरीकडे तो गुलाबी फॉर्म दिला आणि वर्षानुवर्षे हेच करीत असल्यासारखं कॉकपिटकडे जायला निघालो. मी माझी बॅग जेव्हा विमान कर्मचाऱ्यांसाठी असलेल्या जागेत ढकलली आणि केबिनमधल्या छोट्या जागेत घुसलो, तेव्हा मला खूप आनंद झाला.

"हाय, मी फ्रँक विल्यम्स." आत असलेल्या तिघांना मी म्हणालो. ते कामात मग्न होते. याला काळजीपूर्वक करावयाचा 'चेक अप' म्हणतात. माझ्याकडे न बघताच त्यांनी फक्त स्वीकृतीची मान डोलावली.

विविध उपकरणांनी गच्च भरलेली केबिन बघून पुन्हा माझ्या पोटात गोळा आला. जम्प सीट कशी दिसते ते मला ठाऊक नव्हतं, पण जम्प सीटसारखं मला काही दिसलं नाही. कॉकपिटमध्ये फक्त तीन सीट होत्या आणि त्या तर सर्व भरलेल्या होत्या.

नंतर फ्लाईट इंजिनिअरनं वर पाहिलं आणि हसला, "ओह! सॉरी." माझ्यामागे येऊन केबिनचा दरवाजा बंद करून तो म्हणाला, "इथे बैस."

जसं दार बंद झालं तसं खालच्या भागाला जोडलेली छोटी सीट बाहेर आली. त्या छोट्या जागेत मी विसावलो, तेव्हा मला सिगरेट ओढावीशी वाटली, पण मी ओढली नाही.

आम्ही हवेत उड्डाण घेईपर्यंत कोणी माझ्याशी बोललं नाही. नंतर लाल-लाल चेहरा असलेल्या, भुऱ्या केसांत रुपेरी छटा जाणवणाऱ्या कॅप्टननं स्वत:ची, सहवैमानिकाची, फ्लाईट इंजिनिअरची माझ्याशी ओळख करून दिली आणि विचारलं, "पॅन-ॲममध्ये किती वर्षं नोकरी करतोयस?" त्याच्या विचारण्याच्या ढबीवरून जाणवत होतं, हे फक्त संवाद साधण्यासाठी आहे.

"हे माझं आठवं वर्षं." मी म्हणालो आणि ताबडतोब मनात आलं, 'मी सहा म्हणायला हवं होतं.'

त्यांच्यापैकी कोणीही आश्चर्य व्यक्त केलं नाही. हा सेवेचा काळ माझ्या दर्जाला जुळणारा असावा.

"तू कोणत्या प्रकारचं विमान चालवतोस?" सहवैमानिकानं विचारलं.

मी म्हणालो, "काही महिन्यांपूर्वी डी.सी. ८ चालवत होतो."

मायामीला जाणाऱ्या प्रवासात मला जरी धगधगत्या निखाऱ्यांवर बसल्यासारखं वाटलं असलं, तरी ते सगळं हास्यास्पदरीत्या सहजतेनं निभावून गेलं होतं.

माझं शिक्षण कुठे झालं असं विचारण्यात आल्यावर मी सांगितलं, "एम्ब्री रिडल" आणि पुढे म्हणालो, "पॅन-ॲमनं मला शाळेतून बाहेर पडतापडताच नोकरीवर घेतलं." त्यानंतरचं संभाषण इकडचं-तिकडचं, फुटकळसं आणि बरंचसं त्या तिघांतच होतं. मी धारण केलेल्या बनावट हुद्द्याला धक्का लागण्यासारखं काही घडलं नाही. वाहतुकीचं नियंत्रण करत असताना सहवैमानिकानं एकदा माझ्याकडे इअरफोन देत विचारलं, "ऐकायचंय का?"

"छे, छे, हे आपलं 'रॉकस्टेशन' फार छान आहे!" असं म्हणून मी नकार दिला. त्यावर खसखस पिकली. त्यांचं संभाषण मी काळजीपूर्वक ऐकत होतो. त्यांच्या बोलण्यातून कानावर पडणारी शिवराळ भाषा, वाक्प्रचार मनात साठवले आणि विमान वाहतुकीची परिभाषा ते कशी वापरतात यावर लक्ष केंद्रित केलं. ते तिघं विवाहित होते आणि त्यांचं बरंचसं संभाषण त्यांच्या कुटुंबांसंदर्भातच होतं.

केबिनमध्ये सेवा पुरवणारी हवाईसुंदरी छानशी, भुऱ्या केसांची छोकरी होती. प्रसाधनगृहातून परतताना मी तिच्याशी संवाद साधला तेव्हा मला समजलं, ती आज मायामीला मुक्कामाला होती आणि केबिनमध्ये परत येईपर्यंत मी रात्री तिला भेटायचं ठरवून आलो. ती तिच्या तिथे राहणाऱ्या मैत्रिणीबरोबर राहणार होती.

विमानातून उतरण्याआधी मी फ्लाईंग ऑफिसरांचे आभार मानले. त्यांनी मला सुयश चिंतलं. वर कॅप्टन म्हणाला, "जम्प सीट बहुधा रिकामी असते. तुला हवं तेव्हा ये."

मी पूर्वी कधीही मायामीला गेलो नव्हतो. उष्ण कटिबंधातली हिरवीगार वनराई आणि विमानतळाभोवतीचे पाम वृक्ष, उबदार सूर्यप्रकाश, स्वच्छ, सुंदर हवा पाहून मी खूप प्रभावित झालो. उंच इमारतींचा अभाव आणि सर्व बाजूंनी मोकळा वाटणारा सुंदर भूप्रदेश! तिथले भडकशा आणि सर्वसाधारण पोशाखातील लोक विमानतळाभोवती फिरताना पाहून मला वाटलं, आपण एखाद्या अद्‌भुत आणि सुंदर प्रदेशात पाऊल ठेवलंय. मी विमानतळामध्ये शिरलो. त्या वेळी 'पॅन-अॅम' आपल्या लोकांच्या राहण्याची सोय मायामीला कुठे करते याची आपल्याला थोडीही कल्पना नसल्याचं मला जाणवलं. 'ठीक आहे, ते माहीत करून घ्यायला सोपा मार्ग आहे.'

मी 'पॅन-अॅम'च्या तिकीट-काऊंटरकडे गेलो. काऊंटरवर मागे असलेली मुलगी प्रवाशांबरोबर बोलण्यात मग्न होती. प्रवाशांशी दिलगिरी व्यक्त करून ती माझ्याकडे वळली. "मी तुम्हाला काही मदत करू का?" औत्सुक्यानं माझ्याकडे पाहत तिनं विचारलं.

"मी इथे बदली म्हणून आलोय. मी इथे विमानाच्या फेऱ्या करत नाही आणि मी इतक्या घाईत आलो की, आमची राहण्याची व्यवस्था कुठे करतात, हे मला कुणी सांगितलं नाही. इथे राहण्याची सोय कुठे आहे?"

"ओह! येस. २४ तासांपेक्षा कमी वेळासाठी राहायचं असेल, तर 'स्कायवे मोटेल'ला राहण्याची सोय केली जाते सर." तत्परतेनं सर्व माहिती आणि मदत पुरवत ती उत्तरली.

"हो, मी थोड्या वेळासाठीच आहे." मी म्हणालो.

"वेल, ते अगदी जवळच आहे." ती म्हणाली.

"तुम्ही कर्मचाऱ्यांच्या बससाठी थांबू शकता अथवा टॅक्सीनं जाऊ शकता. तुम्ही टॅक्सीनं जाणार का?"

"टॅक्सीच बरी." मी उत्तरलो. मी टॅक्सीनंच जाणार होतो. पॅन-अॅमच्या कर्मचाऱ्यांनी भरलेल्या बसमध्ये मला चढायचं नव्हतं.

"तर मग एक मिनिट थांबा हं." ती म्हणाली. ती परत तिच्या जागेवर गेली. तिनं ड्रॉवर उघडला आणि चेकच्या आकाराचं रिफंड कार्ड बाहेर काढून माझ्याकडे देत म्हणाली, "समोर उभ्या असलेल्या कोणाही टॅक्सी ड्रायव्हरला हे द्या. तुमचं राहणं सुखाचं होवो."

टॅक्सीनं फुकट प्रवास करण्यासाठी ही सोय नसली, तरी मायामीच्या

कोणत्याही टॅक्सी कंपनीसाठी ती किफायतशीर होती.

विमानतळातून बाहेर पडताना माझ्या मनात विचार आला, 'सर्वसाधारण समज आहे त्याप्रमाणे विमानसेवेतले लोक खरंच दुधा-मधाच्या प्रांतात राहतात.' मला दूध तर आवडतंच; पण मी जेव्हा त्या मोटेलमध्ये प्रवेश केला तेव्हा वाटलं, आपण खरोखरच सरळ मधाच्या पोळ्यात पोहोचलोय. मी माझं बनावट नाव रजिस्टरमध्ये लिहिलं आणि 'जनरल डिलीव्हरी, न्यूयॉर्क' असा माझा पत्ता लिहिला. रजिस्ट्रेशन क्लार्कनं कार्ड घेतलं आणि त्याकडे दृष्टिक्षेप टाकत 'एअरलाईन क्र्यू' असा लाल शाईमध्ये शिक्का मारला.

"मी सकाळी हॉटेल सोडेन."मी म्हणालो.

तिनं समजल्याची मान डोलावली. "ठीक आहे. वाटलं तर यावर आत्ताच सही करा म्हणजे तुम्हाला सकाळी इथे थांबायला लागणार नाही."

"मी सकाळीच सही करीन." मी म्हणालो, "आज रात्री माझं आणखीही काही बिल होण्याची शक्यता आहे." तिनं खांदे उडवले आणि ते कार्ड फाईलमध्ये ठेवलं.

त्या मोटेलच्या आसपास 'पॅन-ॲम'चे कुणी विमान-कर्मचारी आढळले नाहीत. तरण तलावाजवळ उत्साही जमाव दिसला होता. त्याच्या आजूबाजूला कदाचित कोणी असतील, पण त्यांचं लक्ष माझ्याकडे गेलं नाही. मी माझ्या खोलीत गेलो. नेहमीचा पोशाख केला आणि 'ईस्टर्न'च्या हवाईसुंदरीनं दिलेला नंबर फिरवला.

ती मैत्रिणीची गाडी घेऊन आली. आम्ही मायामी बीचवरच्या नाईट क्लबमध्ये बॉलडान्स केला. मी स्त्रीदाक्षिण्याचा भोक्ता होतो म्हणून नव्हे, पण मी तिच्याशी चाळे केले नाहीत. बनावट 'पक्षी-मानवानं' केलेल्या माझ्या त्या पहिल्या भरारीच्या यशामध्ये मी एवढा मशगूल होतो, की मला दुसऱ्या कशाचंच भान नव्हतं. ती मला 'स्काय वे' मोटेलवर सोडून घरी निघून गेल्यावर मी शुद्धीवर आलो.

सकाळी साडेपाच वाजता मी जेव्हा मोटेल सोडलं, त्या वेळी काऊंटरवर पेंगुळलेल्या अवस्थेत रात्रीपाळीचा क्लार्क होता. त्यानं माझी किल्ली स्वीकारली आणि मला खोलीचं बिल सही करायला दिलं.

"मला माझा चेक वटवून मिळेल का?" बिलावर सही करत असताना मी विचारलं.

"नक्की. मला जरा तुमचं ओळखपत्र देता?" त्यानं विचारलं.

मी ते त्याच्याकडे दिलं आणि हॉटेलच्या नावाचा १०० डॉलर्सचा चेक लिहिला. त्या माझ्या खोट्या ओळखपत्रावरचा बनावट कर्मचारी नंबर त्यानं उतरवला आणि माझं ओळखपत्र आणि २० डॉलर्सच्या ५ नोटा मला परत

दिल्या. मी विमानतळावर जाण्यासाठी टॅक्सी घेतली आणि एका तासानंतर 'ब्रॅनिफ'च्या फ्लाईटनं डलासला 'डेड-हेड' केलं. ब्रॅनिफ फ्लाईटचे अधिकारी मुळीच चौकस नव्हते; पण त्या प्रवासात मला काही अस्वस्थ क्षणांचा सामना करायला लागला. मला ठाऊक नव्हतं की, 'पॅन-ॲम' डलासहून विमानसेवा देत नव्हतं आणि याचीही जाणीव होती, की डेड-हेडिंगसाठीचे वैमानिक आपल्या विमानाचा ताबा घेण्यासाठीच दुसऱ्या विमानसेवेनं प्रवास करणं अपेक्षित असतं.

"तू डलासला कशासाठी चाललायस?" सहवैमानिकानं सहजपणे, पण औत्सुक्यानं विचारलं. मी उत्तर शोधत होतो, पण त्यानंच मला मार्ग दाखवला. "तू 'चार्टर' किंवा दुसऱ्या कुठल्या कामासाठी चाललायस का?"

"होय. मालवाहतुकीसाठी." मी म्हणालो. मला ठाऊक होतं 'पॅन-ॲम' सर्व जगभर माल वाहतूक करतं आणि तो विषय तिथेच संपला.

कित्येक विमान कंपन्यांचे कर्मचारी रात्रीच्या वास्तव्यासाठी वापर करतात अशा एका मोटेलमध्ये मी राहिलो. सकाळी खोली सोडताना खोटा चेक वटवून त्या मोटेलला १०० डॉलर्सना लुबाडलं आणि ताबडतोब सॅन फ्रान्सिस्कोला 'डेड-हेड' केलं. पुढची दोन वर्षं थोडा-फार बदल करत मी अशाच प्रकारे मार्गक्रमण करत होतो. यालाच पोलिसी भाषेत 'भामट्यानं अवलंबलेली कार्यपद्धती' असं म्हणतात.

विमानसेवा, मोटेल्स आणि हॉटेल्स यांनी माझ्यासाठीच ही 'घोटाळा प्रकरणाची' सर्व व्यवस्था तयार ठेवल्यासारखं होतं. मोठी शहरं आणि आंतरराष्ट्रीय विमानतळाजवळची हॉटेल्स आणि मोटेल्स यांना जास्तीतजास्त विमान कंपन्यांबरोबरची अशी कायमस्वरूपी व्यवस्था नेहमीच किफायतशीर वाटत आली आहे. एकतर त्यामुळे किमानपक्षी खोल्या भरलेल्या राहतात आणि दुसरं म्हणजे वैमानिक आणि हवाईसुंदरीच्या नेहमीच्या वर्दळीचा चांगला प्रभाव इतर गिऱ्हाइकांना आकर्षित करण्यासाठी होत असतो. परिषदा वा इतर सण-समारंभाच्या प्रसंगी जेव्हा खोल्यांना चढी मागणी असते, तेव्हाही विमान कंपन्यांना त्यांच्या कर्मचाऱ्यांसाठी खोल्या देण्याची हमी दिली जाते. या गोष्टीमुळे विमान कंपन्यांनाही ही व्यवस्था सोयीची वाटते. या संदर्भात घडलेल्या अनेक संभाषणांतून मला समजलं की, विमान कर्मचाऱ्यांनाही अशी सोय आवडते, ज्यामुळे त्यांच्या राहण्या-जेवण्याची बिलं परस्पर त्यांच्या कंपन्या चुकत्या करतात आणि बारीक-सारीक हिशेब ठेवण्याचा त्रास वाचतो.

विमान कंपन्यांमध्ये प्रचलित असलेली 'डेड-हेडिंग'ची व्यवस्था साऱ्या जगामध्ये राबवली जाते. ही व्यवस्था चांगल्या व्यवसायनीतीवर राबवली जाते. यामुळे वैमानिक आणि सहवैमानिक यांना आणीबाणीच्या आणि निकडीच्या

परिस्थितीमध्ये आवश्यक असणारी गती, क्षमता, हालचालींची सुलभता प्राप्त होते.

परंतु या व्यवस्थेचं पर्यवेक्षण, हिशेब-तपासणी आणि इतर संरक्षक पद्धती निदान त्या काळात तरी ढिलाईची, गबाळग्रंथी होती; नव्हे अस्तित्वातच नव्हती. त्या वेळी विमानतळांच्या सुरक्षा व्यवस्थेमध्ये जाणवण्याजोग्या त्रुटी होत्या. अतिरेक्यांचे विमानतळांवरचे हल्ले आणि विमानं पळवण्याचे प्रकार अजून अस्तित्वात यायचे होते. विमानतळं म्हणजे छोटी शहरंच होती आणि छोट्या चोऱ्या सोडल्या तर गुन्ह्यांचं प्रमाण कमी होतं.

असं दिसतं की, अत्यंत विपरीत परिस्थिती वगळता कोणीही गुलाबी 'जम्प' फॉर्मची उलटतपासणी केलीये आणि विनंती करणाऱ्या वैमानिकाची वैधता तपासून बघितलीये, असं घडत नसे. डेड-हेडिंग फॉर्मच्या तीन प्रती असतात. एक मूळ प्रत आणि दोन तिच्या नकला. विमानात प्रवेश करावयाचा पास म्हणून मूळ प्रत मला दिली जायची. विमानात प्रवेश करताच मी ती हवाईसुंदरीकडे द्यायचो. मला ठाऊक होतं की, संबंधित कर्मचारी एफ.ए.ए. टॉवरशी संपर्क साधून विमानात 'जम्प' प्रवासी येतोय असं सांगायचा. पण मला हे ठाऊक नव्हतं की, गुलाबी पासची एक कॉपी एफ.ए.ए.ला पाठवली जाते. तिसरी कॉपी बहुतेक संबंधित विमान-कंपनीच्या ऑपरेशन फाईलमध्ये ठेवली जात असावी. माझ्या साहसाच्या संदर्भात विमान-कंपनीच्या कर्मचाऱ्यानं पोलिसांना जे स्पष्टीकरण दिलं, ते त्याला अगदी सयुक्तिक वाटलं असणार. 'वैमानिकाचा युनिफॉर्म परिधान करणारा, सुयोग्य अधिकारपत्रं जवळ असणारा, जम्प पद्धतीचं आवश्यक ते ज्ञान प्राप्त असलेला माणूस हा भामटा असेल, अशी कुणी कल्पनाही करणार नाही. हा निव्वळ मूर्खपणा म्हटला पाहिजे!'

पण माझा असा कयास आहे की, मी भरलेले बहुतेक जम्प फॉर्म्स, त्यांची मूळ प्रत आणि कॉपीजनाही कचऱ्याची टोपली दाखवली गेली असावी.

मला साहाय्यभूत ठरणाऱ्या गोष्टींमध्ये इतरही बाबी होत्या. एकतर मी पैशांची मोठी उलाढाल करत नव्हतो. मी विमान कंपन्यांच्या काऊंटरवर, हॉटेल्स, मोटेल्सवर फक्त १०० डॉलर्सचे चेक वटवण्याची मर्यादा स्वत:वर घातली होती. तिथेही मला बरेच वेळा सांगितलं गेलं की, ५० ते ७५ डॉलर्सपेक्षा जास्त रोख रक्कम उपलब्ध नाही. माझे बनावट चेक न्यूयॉर्कच्या क्लिअरिंग हाऊसमधून 'पुरेशी शिल्लक नसल्याचा' शिक्का मारून परत येण्यात नेहमीच खूप काळ जात असे आणि तोपर्यंत मी कुठल्याकुठे पोहोचलेला असे. माझ्याकडे कायदेशीर (निदान वरवर पाहता तरी) खातं होतं ही गोष्ट खरी होती आणि माझ्या यशामध्ये ही गोष्टही कारणीभूत ठरली. बँकेनं माझे चेक 'कस्पटासमान, बनावट, खोटे'

असे शिक्के मारून परत पाठवले नाहीत, तर 'पुरेशी शिल्लक नसल्यामुळे वटवण्यास अयोग्य' असा शिक्का मारून परत पाठवले होते.

विमान कंपन्या आणि हॉटेल्स चेक्सच्या साहाय्यानं मोठा व्यवसाय करतात. त्यांच्याकडे परत आलेले बहुसंख्य चेक्स हे 'पुरेशा पैशाच्या अभावामुळे' अवैध असायचे. त्यात लबाडी करून लुबाडण्याचा प्रयत्न नसायचा. असे चेक्स देणं ही त्या व्यक्तीच्या दृष्टीनं वाईट गोष्ट असते. बहुतेक घटनांमध्ये अशा व्यक्तींना शोधतात आणि त्यांच्याकडून पैसे वसूल केले जातात. मी दिलेल्या चेकमुळे उद्‌भवलेल्या प्रसंगांमध्ये 'पॅन-ॲम'च्या मदतीनं मला शोधायचा कोणताही प्रयत्न न करता, प्रथमत: पैसे वसुलीचा प्रयत्न केला गेला.

मला खात्री आहे, इतर अशा अनेक प्रसंगी फसवणूक झालेल्या व्यावसायिकांनी तो तोटा बुडीत खात्यात घातला आणि त्या गोष्टीचा पाठपुरावा केला नाही.

ज्यांनी या घोटाळ्याचा पाठपुरावा केला त्यांनी ही बाब प्रथमत: स्थानिक पोलिसांकडे सोपवली. त्यामुळे माझा फायदा झाला आणि माझ्या गुन्ह्याला प्रोत्साहन मिळालं. कदाचित, फारच थोड्या पोलीस खात्यांमध्ये बनावट चेकचा तपास करणारी शाखा अथवा पुरेसे कर्मचारी असलेलं भरारी पथक असतं. अगदी मोठ्या शहरांतही असं पथक नसतं.

पोलीस खात्यातल्या बनावट चेक्सची प्रकरणं हाताळणाऱ्या अधिकाऱ्यांइतक्या केसेस दुसऱ्या कोणत्याही गुप्त पोलिसाकडे सोपवल्या जात नाहीत. बनावट चेकनं लुबाडणं, हा अगदी नेहमी घडणारा गुन्हा आहे. व्यावसायिक गुन्हेगारांमध्ये 'बनावट चेक वटवणारा' हा सर्वांत कावेबाज गुन्हेगार असतो. त्याला पकडणं फार कठीण! हे तेव्हाही खरं होतं आणि आजही सत्य आहे आणि ते तपासणी अधिकाऱ्यांच्या कुवतीवर वा निश्चयावर बिलकूल अवलंबून नाही. त्यांना रोज जेवढ्या तक्रारींची दखल घ्यावी लागते याचा विचार करता, त्यांना मिळणाऱ्या यशाचं प्रमाण कौतुकास्पद आहे. हे पोलीस बहुधा प्राधान्यानुसार काम करतात. समजा, गुप्तहेरांची एक टीम खोट्या चेक्सच्या संदर्भातल्या गुन्ह्यांवर काम करतीये. त्यांच्याकडे एका विशिष्ट ठिकाणाच्या व्यापाऱ्यांना खोटे चेक्स देऊन १०,००० डॉलर्सना लुबाडल्याची तक्रार आली, तर अर्थातच ते काम गुन्हेगार टोळीचं असणा; आणि एखाद्या जवाहिऱ्याकडून ३००० डॉलर्सची अंगठी खोटे चेक वटवणाऱ्या कलाकारानं पटकावली अशी तक्रार असेल किंवा बँकेच्या नावाचे ७५०० डॉलर्सचे खोटे चेक्स बनवून बँकेलाच फसवलं असेल किंवा काही घरफोडीच्या गुन्ह्यांच्या नोंदी झाल्या असतील आणि त्याच वेळी त्यांच्याकडे एका मोटेलच्या मॅनेजरनं तक्रार केली की, वैमानिकाचा वेष परिधान करून एका लबाड भामट्यानं त्यांना १०० डॉलर्सना लुबाडलंय आणि गुन्हा दोन आठवड्यांपूर्वी

घडलाय, तर गुन्हे अन्वेषण अधिकारी काय करतील? ते नित्याच्या परिपाठाची पद्धत अनुसरतील. दुसरं काय? ते खात्री करून घेतील की, त्यानं दिलेला न्यूयॉर्कचा पत्ता खोटा आहे. पॅन-ॲमच्या सेवेत असा कोणीही वैमानिक रुजू नाही. फारतर शोधून काढतील की, या भामट्यानं एका विमान-कंपनीला शिकागो, डेट्रॉईट, फिलाडेल्फिया, लॉस एंजल्स किंवा अशाच एखाद्या दूरच्या ठिकाणी फुकटचा प्रवास करून गंडवलं आहे. योग्य शहरी टेलिप्रिंटरवर रिपोर्ट देऊन भविष्यातल्या संदर्भासाठी नोंद ठेवतील. इतकंच ते करतात. जेवढं करणं शक्य असतं तितकं त्यांनी केलेलं असतं.

अशा प्रकारांमुळे मी 'बम्बल बी' प्रमाणे उडत राहिलो व त्याच वेळी मधही मिळवत गेलो.

शेवटची दोन गृहीतं जर तुम्ही विचारात घेतलीत, तर मी इतक्या सहजपणे आणि निर्लज्जपणे हे धंदे कसे करू शकलो याचं तुम्हाला फारसं आश्चर्य वाटणार नाही. त्या काळी पोलिसांच्या अखत्यारीत 'राष्ट्रीय गुन्हे माहिती केंद्र' यासारखं कोणतं साधन उपलब्ध नव्हतं. गुन्हेगारीची अगणित आणि आश्चर्यचकित करणारी माहिती आणि आकडेवारी यांचा खजिना असलेल्या कॉम्प्युटरच्या नेटवर्कनं जोडलेल्या पोलीस यंत्रणेशी जर माझी गाठ पडली असती, तर माझी कारकीर्द थोड्याच काळात संपुष्टात आली असती आणि शेवटची गोष्ट म्हणजे अत्यंत अवाजवी, सरळ-सरळ असंभवनीय वाटणाऱ्या आणि निर्लज्जपणाचा कळस ठरणाऱ्या एका 'घोटाळा योजने'चा मी नव्यानं पायंडा पाडत होतो.

माझ्या धाडसी उद्योगाच्या शेवटच्या महिन्यात माझी कॉन्टिनेंटलच्या एका कॅप्टनबरोबर गाठ पडली. त्याच्याबरोबर मी आधी दोनदा 'डेड-हेड' केलं होतं. माझ्यासाठी तो काळजीचाच क्षण होता; पण त्यानं छानसं स्वागत करत वातावरणातला ताण कमी केला. नंतर तो हसला आणि म्हणाला, "तुला ठाऊक आहे फ्रँक, मी दोन महिन्यांपूर्वी डेल्टाच्या एका हवाईसुंदरीशी बोलत होतो तेव्हा ती म्हणाली, 'तू भामटा आहेस.' मी तिला म्हटलं की, ते धादांत खोटं आहे. त्यानं तर माझं विमानही सांभाळलं होतं. तू तिला काय केलंस? बिछान्यात मारहाण तर नाही ना केलीस?"

माझी धाडसी कृत्यं! हो, पहिल्या काही वर्षांमध्ये ती माझ्यासाठी धाडसी कृत्यंच होती. अर्थातच, ती गुन्हेगारीतली धाडसी कृत्यं होती. पण म्हणून त्यातला धाडसीपणा कमी प्रतीचा नव्हता.

माझ्याकडे एक वही होती. त्यात विमानसेवेसंबंधीचे वाक्प्रचार, शास्त्रीय आणि इतर माहिती, नावं, तारखा, ठिकाणं, टेलिफोन नंबर, सुविचार आणि इतर तपशिलांचा संग्रह होता. मला ज्या माहितीची गरज होती आणि ज्या

माहितीचा उपयोग होईलसं वाटलं, असं सगळं त्या वहीमध्ये मी उतरवलेलं होतं.

ते एक छोटं, काळ्या घटनाक्रमांचं रोजनिशीसारखं क्रमिक पुस्तक होतं. विमानसेवेचं बायबलच होतं ते! माझ्या काळ्या धंद्यांचं प्रमाण वाढल्यावर त्यातल्या नोंदींमुळे ते जाडं व्हायला लागलं. या वहीतल्या पहिल्या काही नोंदींमध्ये 'ग्लाईड स्कोपस' होते. माझ्या दुसऱ्या 'डेड-हेड'च्या वेळी या शब्दप्रयोगाचा वापर झाल्याचं ऐकलं आणि याचा काय अर्थ असावा हे लक्षात ठेवण्यासाठी तो शब्द मी टिपून घेतला होता. 'ग्लाईड स्कोपस' म्हणजे धावपट्टीच्या बाजूनं लावलेली दिव्यांची रांग. सर्व प्रकारच्या वायफळ गोष्टींनी ती वही भरली होती, पण माझ्या या फसव्या भूमिकेसाठी ती फार महत्त्वाची होती. जर तुम्ही वैमानिकाची भूमिका बजावत असाल, तर काही गोष्टींच्या माहितीची मदत होते. उदाहरणार्थ, ७०७ विमानाला प्रति तास लागणारं इंधन २००० गॅलन असतं. पश्चिमेकडे उडणाऱ्या विमानाची उंची हजाराच्या सम आकड्यांत असते. उदाहरणार्थ, २० हजार फूट, २४ हजार फूट अशी असते आणि पूर्वेकडे जाणाऱ्या विमानांची उंची हजारांच्या विषम आकड्यांत असते. उदाहरणार्थ, १९ हजार फूट, २७ हजार फूट अशी असते. तसंच सर्व विमानतळांना एका विशिष्ट कोडनं ओळखण्यात येतं. उदाहरणार्थ, लॅक्स म्हणजे लॉस एंजल्स. जेएफके किंवा आयजीए म्हणजे न्यूयॉर्क इत्यादी.

या छोट्या गोष्टी भोंदू वैमानिकासाठी फार महत्त्वाच्या असतात. मला भेटलेल्या वैमानिकांची नावं, ते चालवत असलेल्या विमानांचे प्रकार, त्यांच्या येण्या-जाण्याचा मार्ग, त्यांची विमान-कंपनी आणि त्यांचं मुख्य विमानतळ या विषयीची माहिती या वहीत लिहिली होती आणि ती फार उपयुक्त ठरली.

मी नॅशनलच्या फ्लाईटनं 'डेड-हेड' करत असेन, तर असं संभाषण घडायचं –

"तुम्ही कुठल्या 'बेस'वर असता?"

"ओह! आम्ही 'मायामी'चे."

माझ्या वहीत डोकावून मी म्हणायचो, "छान, आमचा 'रेड' कसा आहे? तुमच्यापैकी कोणीतरी 'रेड ओऽडे'ला ओळखत असणार! तो आयरीश माणूस काय म्हणतोय?"

ते तिघंही 'रेड ओऽडे'ला ओळखत होते. "अरे, तुला रेड ठाऊक आहे?"

"हो. मी रेडबरोबर दोन वेळा 'डेड-हेड' केलंय. तो छान माणूस आहे."

या संभाषणामुळे वैमानिक म्हणून माझी प्रतिमा उंचावत असे आणि पहिल्यांदा मला ज्या उलटतपासणीला तोंड द्यावं लागलं, ती पुढे यामुळे टळली.

केवळ लक्षपूर्वक पाहून आणि ऐकून मी इतर गोष्टींत वाकबगार झालो. त्यामुळे माझी प्रतिमा उंचावली. दुसऱ्या विमान प्रवासानंतर मला जेव्हाजेव्हा विमानसेवेच्या वाहतुकीसंदर्भातलं संभाषण ऐकण्यासाठी इअर फोनची जोडी दिली गेली, तेव्हातेव्हा ती मी नेहमी स्वीकारली. बरेचसे वैमानिक कर्कश्श आवाज करणाऱ्या स्पीकरचा पर्याय पसंत करतात. त्या वेळी इअरफोनची आवश्यकता नसते.

मला पुष्कळदा त्या साधनांचा वापर करून वेळ मारून न्यावी लागली. उदाहरणार्थ, 'पॅन-ॲम' जिथे सेवा पुरवत नाही, अशा डलाससारख्या ठिकाणीही 'डेड-हेड' करण्याचा प्रसंग यायचा आणि विमान कंपन्यांचे कर्मचारी कुठली हॉटेल्स वा मोटेल्स वापरतात ते मला माहिती नसायचं. तेव्हा मी सरळ जवळच्या विमान-कंपनीच्या काऊंटरवर जाऊन विचारायचो, "हे बघा, उद्या येणाऱ्या एका चार्टर विमानासाठी मी इथे आलोय. विमान-कर्मचारी इथे कुठे वस्ती करतात?"

जवळपासच्या हॉटेलची अथवा हॉटेलांची माहिती मला नेहमी पुरवली जायची. त्यापैकी एकाची निवड करून मी तिथे जायचो आणि रजिस्टरमध्ये – 'पॅन-ॲम' माझ्या राहण्याचं बिल चुकतं करेल – अशी नोंद करायचो. तेव्हा कुणीही कधी शंका उपस्थित केली नाही. ते फक्त पॅन-ॲमचा न्यूयॉर्कचा पत्ता विचारायचे.

मध्ये-मध्ये दोन-तीन आठवड्यांसाठी मी एखाद्या शहरात पुढच्या योजनेच्या उद्देशानं तळ ठोकायचो. मी तिथे काही प्रसंगी भाड्यानं घेतलेल्या अपार्टमेंटचा पत्ता द्यायचो. माझी तात्पुरती पथारी पसरायला मी नेहमी मासिक तत्त्वावर भाड्याची खोली घ्यायचो. 'सॅन डीअॅगो' किंवा 'ह्यूस्टन' बँकेसारख्या एखाद्या बँकेत खातं उघडायचो. जेव्हा माझ्या नावचे चेक्स यायचे, तेव्हा मी माझा गाशा गुंडाळून पुन्हा नेहमीचा विमान प्रवास चालू करायचो.

मला ठाऊक होतं की, माझा शोध घेतला जातोय; पण किती जवळून माझा पाठलाग केला जातोय किंवा त्या पहिल्या दोन वर्षांत शेरीफला मदत करणारी शिपायांची कोणती तुकडी कार्यरत होती, हे मला माहीत नव्हतं. बनवाबनवी करून प्रवास करणाऱ्या कोणत्याही भामट्याची वेळप्रसंगी भीतीनं घाबरगुंडी उडते. आपली गचांडी पकडण्याची वेळ आता नक्कीच येऊन ठेपली आहे, असं त्याला वाटतं आणि मी याला अपवाद नव्हतो. जेव्हाजेव्हा माझ्यावर असे प्रसंग गुदरले, तेव्हातेव्हा मी कोल्ह्यासारखा बिळात तोंड लपवून बसायचो किंवा इतर कोल्ह्यांमध्ये मिसळून जायचो.

मी ज्यांच्याशी प्रणयाराधन केलं त्या मुली पुढे सरसावल्या होत्या. त्यातल्या काही मुलींना मी विवाह करण्याच्या योग्यतेचा वाटलो होतो. त्यांच्या घरी जाऊन

काही दिवस राहून मी त्यांच्या आई-वडिलांना भेटावं यासाठी काही जणींचा सारखा लकडा लागलेला असायचा. जेव्हा मला लपून राहण्याची गरज असायची तेव्हा मी जी जवळ राहत असेल तिच्याकडे काही दिवसांसाठी वा आठवड्यांसाठी वास्तव्य करायचो आणि विश्रांती घ्यायचो. प्रत्येक वेळी मी त्यांच्या आई-वडिलांची मनं जिंकली होती. त्यापैकी कुणालाही ते एका बालगुन्हेगाराला मदत करतायेत आणि त्याच्या दुष्कृत्यांत सहकार्य करतायेत, असं जराही वाटलं नाही.

जेव्हा परिस्थिती निवळायची तेव्हा त्या मुलीला मी लवकरच परत येणार असल्याचं वचन द्यायचो आणि परत भेटू तेव्हा आपल्या भविष्याबद्दल बोलू असं आश्वासन द्यायचो आणि पुन्हा माझ्या उद्योगांसाठी बाहेर पडायचो. अर्थातच, मी कधीच परतलो नाही. मला लग्न करण्याची भीती वाटायची आणि त्याव्यतिरिक्त, माझ्या आईनं त्याला कधीच परवानगी दिली नसती, कारण त्या वेळी मी फक्त १७ वर्षांचा होतो.

एका मुलांच्या डॉक्टरची लॉलीपॉपची बरणी कुठाय?

नॅशनल फ्लाईट, १०६, न्यू आर्लीन्स ते मायामी – माझी नेहमीची डेड-हेडिंगची फसवेगिरी सुरू होती. अधिकाराचं कोणतंही पद हाती नसलेला मी उत्कृष्टपणे लांड्यालबाड्या करणारा वैमानिक झालो होतो. माझा आत्मविश्वास बळावला होता. कॉकपिटमधली जम्प सीट मिळवण्याच्या अग्रहक्कातला माझा धीटपणा वाढला होता. २०० फ्लाईटमधून लबाडीनं प्रवास केल्यानंतर वॉल स्ट्रीटवरचा एखादा दलाल स्टॉक एक्सचेंजवरच्या खुर्चीवर ज्या निर्धास्तपणे स्थानापन्न होईल, त्याप्रमाणे मी जम्प सीटवर बसायचो.

मी डी.सी. ८ च्या फ्लाईट-केबिनमध्ये प्रवेश केला तेव्हा मला स्वगृही आल्यासारखं वाटलं. माझा फसवेगिरीचा पहिला विमान प्रवासही नॅशनलच्या विमानानं मायामीलाच झाला होता. आता दोन वर्षांनंतर मी नॅशनलच्या जेटनं मायामीलाच परत येत होतो. ते मला योग्यच वाटलं.

"हाय, मी फ्रँक विल्यम्स. मला विमानात जागा दिल्याबद्दल आपला आभारी आहे." आत्मसात केलेल्या अदबीनं मी म्हणालो आणि तिथे असलेल्या सर्व कर्मचाऱ्यांशी हस्तांदोलन केलं. विमानाचा कमांडर चाळिशीतला, चेहऱ्यावर

विशेष नैपुण्य हस्तगत केल्याची गुर्मी बाळगणारा, टॉम राईट होता. फर्स्ट ऑफिसर तिशीतला, नीटनेटका, चेहऱ्यावर गमतीदार भाव असलेला, गरी इव्हान्स होता. फ्लाईट इंजिनिअर विशीच्या पुढचा, हडकुळा, नवा युनिफॉर्म घातलेला, बॉब हर्ट होता. सर्व माणसं चांगली होती. सहज फसवली जाऊ शकतील अशी होती. मला अगदी आवडतात त्या प्रकारची होती.

उड्डाण करण्यासाठी आमचं विमान रनवेकडे जात असताना हवाईसुंदरीनं माझ्यासाठी कॉफी आणली. मी कॉफीचा घोट घेतला आणि धावपट्टीवरची पुढची विमानं पाहिली. शनिवारची अमावस्येची रात्र होती. विमानाच्या आतल्या रोषणाईमुळे खाली-वर झेपावत जाणारं विमान काजव्यासारखं वाटत होतं. दिवसा वा रात्रीच्या विमान प्रवासाचं माझं कुतूहल कधीच ओसरलं नाही. टॉम राईट बहुतेक स्क्वॅक बॉक्सचा उपयोग करत नसावा. त्या तीनही ऑफिसर्सकडे हेडसेट होते. त्यांच्यापैकी कुणीही इअरफोनचा सेट देऊन नियंत्रण करण्याची मला विनंती केली नाही. जर तुम्हाला अशी विनंती केली नसेल, तर तुम्ही स्वत:हून मागणी करायची नसते. प्रवासी विमानाचं कॉकपिट हे जहाजावरच्या कॅप्टनच्या खास मनोऱ्यासारखं असतं. तिथे कॅप्टनची हुकमत चालते. त्यानं ठरवलेल्या प्रथा कसोशीनं पाळल्या जातात. टॉम राईट जेटची हाताळणी शास्त्रशुद्धरीत्या करत होता, असं वाटत होतं. मी निर्धास्त होतो. त्या तिघांमधलं नियंत्रणकक्षाबरोबरचं संभाषण नेहमीप्रमाणेच रुचिहीन, एकतर्फी आणि एकसुरी होतं.

एकाएकी ते इतकं कुतूहलपूर्ण आणि इतकं चित्तवेधक झालं की, मी दोन्ही बाजूंनी आक्रसून गेलो.

राईट आणि इव्हान्स यांनी भुवया उडवत एकमेकांकडे पाहिलं. त्यांच्या चेहऱ्यावर कोड्यात पडल्याचे भाव होते आणि हर्ट अचानकपणे मला गांभीर्यानं न्याहाळत होता. नंतर राईटनं मागे माझ्याकडे वळून बघत विचारलं, "तुझ्याकडे पॅन-ॲमचं ओळखपत्र आहे?"

"अं...आहे." मी म्हणालो आणि माझ्याकडचं ओळखपत्र दिलं. मी कुशलतेनं तयार केलेलं बनावट ओळखपत्र राईट तपासत होता तेव्हा माझ्या पोटात गोळा आला. 'हे नॅशनल १०६' टॉवरशी पुन्हा संपर्कात येतंय – "हं, हो! ते ओळखपत्र आत्ता माझ्या समोरच आहे – हो, पॅन-ॲमचं – योग्यच वाटतंय. एम्प्लॉयी नंबर तीन पाच शून्य नऊ नऊ? हो. अं? एक मिनिट थांब." तो परत माझ्याकडे वळला. "तुझं एफ.ए.ए.चं लायसन्स तुझ्याकडे आहे का?"

"हो. अर्थातच." मी कोड्यात पडलो असल्याचं भासवत आणि आपल्या लघवीवर ताबा ठेवत म्हणालो. मला जोराची लघवी लागली होती.

राईटनं त्याचं बारकाईनं निरीक्षण केलं. त्या खोट्या वैमानिक लायसन्सची

तपासणी करणारा तो खरा पहिला वैमानिक होता. एखाद्या कलात्मक वस्तूची तपासणी करणारा कुशल निरीक्षक ज्याप्रमाणे वस्तूंच्या खरेपणाची पारख करेल तसं तो बघत होता. नंतर, "हं, लायसन्स नंबर शून्य-सात-पाच-तीन-सहा-सहा-आठ शून्य-पाच...हां...मल्टी इंजिन...चेक...आऊट ए. टी. आर. मला योग्य वाटतंय. मला त्यात काहीही दोष आढळत नाही. हं, हो. सहा फूट, तपकिरी केस, तपकिरी डोळे. ओ.के. तुम्हाला बरोबर समजलं."

परत मागे वळून त्यानं मला माझं ओळखपत्र आणि खरं वाटणारं लायसन्स परत दिलं. त्याच्या चेहऱ्यावर दु:ख आणि क्षमा यांचं मिश्रण होतं. "हे सर्व काय चाललंय, देव जाणे." त्यानं खांदे उडवत म्हटलं आणि याविषयी मला काही कल्पना आहे का, हेही विचारलं नाही.

मला ठाऊक होतं, पण मी काहीही बोललो नाही. मी स्वत:ला समजावत राहिलो की, काहीही बिघडलेलं नाहीये. न्यू ऑर्लीन्सच्या नियंत्रण-कक्षावरचा संचालक त्याचं काम विशेष आस्थेनं करत होता. त्यानं जे करायला हवं होतं तेच तो करत होता. कदाचित, एफ.ए.ए.चा अशी चौकशी करण्याचा नियम असेल आणि नियंत्रण-कक्षातल्या संचालकानं अशी तपासणी करणं हा माझा पहिला अनुभव असावा; पण ते खरं नव्हतं. टॉम राईटसाठी मात्र उघडपणे ती एक वेगळी घटना होती.

त्या तीनही अधिकाऱ्यांनी ती गोष्ट मनातून हद्दपार केली असावी. त्यांनी नेहमीचे सर्वसाधारण प्रश्न विचारले आणि मी नेहमीचीच उत्तरं दिली. संभाषणाचा ओघ व्यवसायाकडे वळला तेव्हा मी संभाषणात भाग घेतला आणि जेव्हा त्यांनी स्वत:च्या कुटुंबाबद्दल बोलायला सुरुवात केली, तेव्हा मी नम्रपणे ऐकत राहिलो. मायामीला जाईपर्यंतच्या प्रवासात मी सर्व वेळ बेचैन होतो आणि शरीराची घट्ट गुंडाळी करून बसलो होतो.

राईटनं मायामीला विमान उतरवलं, तेव्हा माझ्या डोक्यावर पुन्हा टांगती तलवार होती. आमचं विमान जेव्हा धावपट्टीवरून टर्मिनलकडे जात होतं तेव्हा अनिष्टसूचक, एकतर्फी बोलणं सुरू झालं.

"हो, आम्ही ते करू. काही प्रश्न नाही. काही नाही." नियंत्रण-कक्षावरून आलेल्या कोणत्याशा चौकशीला राईटनं तुटक उत्तर दिलं. "तू जरा सांभाळ. मी आलोच थोड्या वेळात" असं इव्हान्सला सांगत सीटवरून उठून तो केबिनमधून बाहेर पडला.

अत्यंत विपरीत परिस्थिती वगळता कोणताही कप्तान विमान धावपट्टीवर असताना आपली जागा सोडून विमानाचा ताबा दुसऱ्याकडे देणार नाही. केबिनच्या दरवाजातून मी डोळे फाडून शोध घेत होतो. प्रमुख हवाईसुंदरीबरोबर राईटचं

कुजबुजत्या आवाजात बोलणं चालू होतं. मीच त्यांच्या संभाषणाचा विषय असणार, याबद्दल माझ्या मनात जराही शंका नव्हती.

राईट त्याच्या जागेवर पोहोचला तेव्हा काही बोलला नाही. काही घडलंच नाही, असं भासवत मी चेहरा नेहमीसारखा ठेवला. मला जाणीव झाली की, मी अधिक घाबरलोय असं दिसलं तर ते घातक ठरेल आणि परिस्थिती तर अधिक धोकादायक होती.

जेव्हा विमानाचा दरवाजा उघडला आणि 'डाडे काऊंटी'च्या शेरीफचे दोन गणवेशधारी अधिकारी विमानात चढले, त्या वेळी मला जराही आश्चर्य वाटलं नाही. एकानं प्रवाशांचा बाहेर जाण्याचा रस्ता रोखण्याचा पवित्रा घेतला. दुसरा फ्लाईट-केबिनमध्ये डोकावला.

''फ्रँक विल्यम्स?'' तिथल्या प्रत्येक माणसाला निरखत त्यानं विचारलं.

''मी फ्रँक विल्यम्स'' जम्प सीटमधून बाहेर पडत मी म्हणालो.

''मि. विल्यम्स, तुम्ही कृपया आमच्याबरोबर याल का?'' तो म्हणाला. त्याचं बोलणं विनम्र आणि चेहरा हसतमुख होता.

''निश्चित.'' मी म्हणालो. ''पण हे सगळं कशाबद्दल आहे?'' या प्रश्नानं ते तीन फ्लाईट ऑफिसर आणि हवाईसुंदरीही संभ्रमात पडली. ते तिघंही औत्सुक्यानं न्याहाळत होते, पण कोणी काहीही विचारलं नाही आणि त्या अधिकाऱ्यानं काही स्पष्टीकरण केलं नाही.

''कृपया, माझ्या मागोमाग या'' त्यानं मला सूचना दिली आणि बाहेर पडण्याच्या दरवाजाकडे नेलं. त्याचा मदतनीस माझ्यामागे होता. मला अटक केलेली आहे की नाही याबाबत विमान-कर्मचारी आपापले तर्क लढवत होते. अटक अथवा तुरुंगात रवानगी असा कोणताही उल्लेख झाला नव्हता. मला बेड्या ठोकल्या नव्हत्या. त्या ऑफिसर्सपैकी कुणीही माझ्या अंगाला हातही लावला नव्हता अथवा मला रोखलंही नव्हतं.

माझा गुन्हा उघडकीस आला होता याबद्दल माझ्या मनात संदेह नव्हता.

त्या ऑफिसरनी मला विमानतळासमोरच्या त्यांच्या गस्त घालणाऱ्या गाडीकडे नेलं. त्यातल्या एकानं मागचा दरवाजा उघडून म्हटलं, ''मि. विल्यम्स, तुम्ही कृपया आत या. आपल्याला गावात नेण्याच्या आम्हाला सूचना आहेत.''

ते अधिकारी माझ्याशी काहीही बोलले नाहीत. कोड्यात पडल्याचं भासवत मीही गप्प राहिलो. ते अधिकारी निश्चितपणे अस्वस्थ होते. या प्रसंगात त्यांची नक्की काय भूमिका होती, याची त्यांनाही नक्की कल्पना नव्हती, असं मला वाटलं.

त्यांनी मला गुप्तहेर खात्याच्या एका छोट्या खोलीत डेस्कसमोर बसवलं.

एक अधिकारी डेस्कजवळच्या खुर्चीवर बसला. दुसरा बंद दरवाजासमोर उभा राहिला. त्या दोघांपैकी कोणीही माझी झडती घेतली नाही. ते दोघंही जरा जास्तच विनयशील होते.

डेस्कच्या मागे बसलेल्या अधिकाऱ्यानं अस्वस्थपणे घसा खाकरला. "मि. विल्यम्स, तुम्ही 'पॅन-ॲम'मध्ये काम करता की नाही, याबद्दल शंका उपस्थित झालीये." त्यानं दोषारोप न करता केवळ स्पष्टीकरण देत असल्यासारखं म्हटलं.

"काय!" मी जरा संतापानंच म्हणालो."काय हा चक्रमपणा. हे माझं एफ.ए.ए. लायसन्स. आता सांगा मी कुणासाठी काम करतो?" जसं काही न्यूक्लीअर गुपितं रशियाला विकल्याबद्दल मला दोषी ठरवल्यासारखं नाटक करत मी ती बनावट कागदपत्रं डेस्कवर आदळली. त्यानं नसती फजिती झाल्यासारखं वाटून ओळखपत्र आणि वैमानिकाचं लायसन्स तपासलं आणि खजील होत दुसऱ्या अधिकाऱ्याकडे दिली. त्यानं त्याकडे पाहिलं आणि खेदपूर्वक हसून मला परत दिलं. त्या दोघांनी अशी समजूत करून दिली की, जसं काही वाहतुकीकडे दुर्लक्ष करून निष्काळजीपणानं चालणाऱ्या राष्ट्राध्यक्षालाच त्यांनी पकडून ठेवलं आहे!

"ठीक आहे सर. तुम्ही आम्हाला जरा समजून घ्या. मला खात्री आहे, आपण याचा उलगडा करून टाकू." डेस्कमागचा म्हणाला, "सर, हे खरंच आमच्या अखत्यारीत येत नाही. ज्या लोकांनी आम्हाला हे करायला सांगितलंय ते थोड्याच वेळात इथे येतील."

"ठीक आहे." मी संमती दाखवली. "पण कोण आहेत ही माणसं?" त्यानं मला ते सांगायची जरुरी नव्हती, पण मला कळलं होतं आणि त्यानं मला सांगितलंही नाही.

एक तास अस्वस्थतेत गेला. माझ्यापेक्षा तो काळ त्या अधिकाऱ्यांसाठी अधिक अस्वस्थ करणारा होता. त्यांच्यापैकी एक जण थोड्या वेळासाठी बाहेर गेला आणि कॉफी, दूध, सँडविचेस घेऊन आला. ते आम्ही सर्वांनी मिळून खाल्ले. प्रथमच थोडं संभाषण झालं. मी निर्धास्त असल्याची भूमिका वठवली. मी जसा अभिनय करत होतो त्याप्रमाणं तेही वागत होते – म्हणजे त्यांचं लक्ष दुसरीकडेच गुंतल्यासारखं किंवा या प्रकरणी आपल्याला काही देणं-घेणं नसल्यासारखं... चमत्कारिक वाटेल; पण जसा वेळ जाऊ लागला तसा मी सैलावलो आणि माझा आत्मविश्वास वाढला. सात्त्विक संताप आला असल्याची माझी भूमिका मी सोडून दिली आणि त्यांची फसगत झाल्याबद्दल त्यांना सहानुभूती दाखवण्याचा प्रयत्न केला. मी त्यांना विमान प्रवासातले एक-दोन विनोद सांगितले, त्यामुळे तेही सैलावले. त्यांनी मला माझ्या वैमानिक म्हणून आलेल्या अनुभवांबद्दल

आणि मी उड्डाण केलेल्या विमानांबद्दल विचारलं.

त्यांचे प्रश्न नेहमीचे आणि सर्वसाधारण होते; पण मी खरोखर विमानसेवेतला वैमानिक आहे की नाही हे काढून घेण्यासाठी ते तयार केलेले होते. त्यातला एक अधिकारी स्वत: खासगी वैमानिक होता, हे नंतर समजलं. ३० मिनिटांच्या चौकशीनंतर त्यानं त्याच्या सहकाऱ्याकडे पाहिलं आणि म्हणाला, "तुला ठाऊक आहे बिल, मला वाटतं कोणीतरी मोठ्ठी चूक केलीये."

मध्यरात्र झाली तेव्हा 'कोणीतरी' आला. तो तिशीच्या जवळपास असावा. त्यानं 'आय व्ही लीग'चा सूट परिधान केला होता आणि त्याच्या चेहऱ्यावर गंभीर भाव होते. फोल्डरमधून 'एफ. बी. आय'चा सोनेरी बिल्ला दाखवत तो म्हणाला, "तुम्ही मि. विल्यम्स? मी एफ. बी. आय. कृपया तुम्ही माझ्याबरोबर याल का?"

मला वाटलं, आम्ही एफ. बी. आय.च्या ऑफिसमध्ये जाऊ, पण त्यानं मला बाजूच्याच ऑफिसमध्ये नेलं आणि दार बंद केलं. त्याच्या चेहऱ्यावर मैत्रीपूर्ण हास्य पसरलं.

"मिस्टर विल्यम्स, डाडे काऊंटीच्या व्यवस्थापनानं मला इथे बोलावलंय. न्यू ऑर्लीन्सच्या कोण्या एका केंद्रीय कार्यालयानं त्यांच्याशी संपर्क साधला होता असं दिसतंय. ज्या अधिकाऱ्यानं तो फोन घेतला त्यानं दुर्दैवानं कोणत्या व्यक्तीनं अथवा एजन्सीच्या प्रतिनिधीनं फोन केला होता ते उतरवून घेतलं नाही. त्याला वाटलं, तो फोन आमच्याच कार्यालयाकडून होता, पण ते तसं नव्हतं. काय प्रश्न उपस्थित झालाय हे आम्हाला ठाऊक नाही. पण असं दिसतं की, तुम्ही पॅन-ॲममध्ये काम करता की नाही याबद्दलचा प्रश्न असावा. खरं सांगायचं तर मि. विल्यम्स आम्ही बुचकळ्यात पडलोय. ही तक्रार खरी आहे या गृहीतावर आम्ही काम करतोय आणि या गोष्टीचा छडा लावायचा आमचा प्रयत्न आहे. प्रश्न असा उपस्थित झालाय की, कर्मचाऱ्यांच्या माहितीच्या नोंदी न्यूयॉर्कमध्ये आहेत आणि पॅन-ॲमच्या ऑफिसला सप्ताहाची अखेर म्हणून दोन दिवस सुट्टी आहे!" तो थांबला आणि त्यानं चेहरा वाकडा केला. त्याच्या डेप्युटीप्रमाणे त्यालाही आपल्याकडे भक्कम पुरावा असल्याची खात्री नव्हती.

"सोमवारी सकाळी ऑफिस उघडेल तेव्हा तुम्हाला समजेल की, मी पॅन-ॲममध्येच काम करतो." सात्त्विक संतापाची धीर-गंभीरता चेहऱ्यावर बाळगत मी उद्‌गारलो. "या मधल्या काळात तुम्ही काय करणार? मला तुरुंगात टाकणार? तुम्ही जर तसं करणार असाल, तर मला वकिलाला फोन करण्याचा अधिकार आहे आणि मी तसं करण्याचा विचार...."

हात उंचावून माझं बोलणं मध्येच थांबवत तो म्हणाला, "हे बघा विल्यम्स,

तुम्ही जर खरंच तसे असाल — आणि तुम्ही तसे नाही यावर विश्वास ठेवणयासारखं माझ्याकडे काहीच (सबळ) कारण नाही – त्यामुळे तुमच्यावर कोणती वेळ आलीये याची मला पूर्ण जाणीव आहे. मला एक सांगा, तुमचा एखादा वरिष्ठ अधिकारी इथे राहतो का?"

मी नकारार्थी मान डोलावली. "नाही. मी लॉस एंजल्सला असतो. इथे एका मुलीला भेटायला विमानानं आलोय आणि सोमवारी एल. ए.ला परत जाणार. इथल्या पुष्कळ वैमानिकांना मी ओळखतो, पण ते सर्व इतर कंपन्यांत काम करतात. माझा इथल्या अनेक हवाईसुंदरीशीही परिचय आहे, पण त्याही इतर विमान कंपन्यांमध्ये काम करतात."

"कृपया मला तुमची अधिकारपत्रं बघू दे."

मी माझं ओळखपत्र आणि एफ.ए.ए. लायसन्स दाखवलं. त्यानं दोन्ही गोष्टी तपासल्या आणि संमतिदर्शक मान हलवत त्या परत केल्या.

"मि. विल्यम्स" त्यानं पुढे सांगितलं, "तुमच्या परिचयाच्या इथल्या काही वैमानिकांची आणि एक-दोन हवाईसुंदरीची नावं द्या बघू. ते तुमच्या दर्जाबद्दल खात्री देऊ शकतील. हे सगळं कशाबद्दल आहे, ते मला ठाऊक नाही, पण ही केंद्राच्या अखत्यारीतली घटना आहे. त्यामुळे मला त्यावर तोडगा शोधायचाय."

मी नावं आणि घटनांचा संग्रह असलेली माझी वही बाहेर काढली. अनेक वैमानिकांची आणि हवाईसुंदरीची नावं आणि फोन नंबर वहीत टिपून घेतले होते, ते त्याला दिले. मी आशा बाळगून होतो की, यापैकी कुणीतरी घरी असतील आणि माझ्याबद्दलची व मी खरा वैमानिक असल्याची त्यांना चांगली आठवण असेल.

एफ. बी. आय.चा अधिकारी परत येईपर्यंत मी जरा गोंधळलेल्या अवस्थेत होतो. त्या क्षणी मी एक भयंकर वैमानिक ठरलो होतो, पण परिस्थितीचा विचार करता विश्वास बसणार नाही इतका मी नशीबवान ठरलो होतो. अर्थातच, न्यू ऑर्लीन्समधल्या एफ. बी. आय.च्या नियंत्रण-कक्षातल्या संयोजकानं माझ्या दर्जाबद्दल साशंकता व्यक्त केली होती आणि आपल्या शंकेचं समाधान करण्याचा प्रयत्न केला होता. कशामुळे त्याच्या मनात संशय उत्पन्न झाला, याचं माझ्याकडे उत्तर नव्हतं आणि मी ते शोधणारही नव्हतो. शेरीफच्या ऑफिसनं चौकशी कुठून झाली, हे समजून घेण्यात घोटाळा केला होता आणि हा एफ. बी. आय. अधिकारी एफ.ए.ए.ला विचारात न घेता मूळच्या चुकीत आणखी भर घालत होता. मला या गोष्टीचं आश्चर्य वाटलं, पण तो प्रश्न मी उपस्थित करणार नव्हतो. एफ.ए.ए.बरोबर मला पडताळून पाहावं असा विचार त्याच्या मनात आला असता तर माझी काही धडगत नव्हती.

त्या खोलीत मी ४५ मिनिटं काळजीत घालवली. त्यानंतर तो एजंट दार उघडून आत आला. तो हसत होता. "मि. विल्यम्स, तुम्ही बाहेर जायला मोकळे आहात. तुमच्या दर्जाबद्दल मला पुष्कळ लोकांकडून पुष्टी मिळाली. तुम्हाला आमच्याकडून झालेल्या त्रासाबद्दल आणि गैरसोयीबद्दल मी दिलगीर आहे. मला खरंच अत्यंत वाईट वाटतंय." डाडे काऊंटीच्या शेरीफचा सार्जंट त्याच्यामागे उभा होता. "मि. विल्यम्स, आम्हीही आमच्या दिलगिरीची त्यात भर घालतो. हा आमचा दोष नव्हता. काहीतरी घोटाळा झालाय. न्यू ऑर्लीन्सच्या एफ.ए.ए.ची ती तक्रार होती. त्यांनी तुम्ही विमानातून उतरल्याबरोबर तुम्हाला उचलायला सांगितलं होतं. त्यानंतर काय करायचं हे आम्हाला ठाऊक नव्हतं. म्हणून मी स्थानिक एफ. बी. आय.शी संपर्क साधला. ठीक आहे सर. या साऱ्या घोटाळ्याबद्दल मी आपली क्षमा मागतो."

एफ. बी. आय.च्या अधिकाऱ्यानं एफ.ए.ए.बद्दल जराही चर्चा करणं मला नको होतं. सार्जंटनं त्याच्या डिपार्टमेंटची चूक सुधारली होती आणि या गोष्टीला विराम देण्याचा हेतू दाखवत मी हात पुढे केले आणि हसलो. "छे! त्याबद्दल काळजी करू नका. मी समजू शकतो. तुम्ही आपलं कर्तव्य चोख बजावता, याबद्दल मला आनंद झाला. वैमानिकाचा मुखवटा घालून कुणी विमान प्रवास करत असेल, तर मलाही ते आवडणार नाही."

"मि. विल्यम्स, तुम्ही इतका सोशीकपणा दाखवलात त्याबद्दल आम्हाला तुमचं कौतुक वाटतं." सार्जंट म्हणाला "ओह! तुमची बॅग माझ्या डेस्कजवळ आहे."

अर्थातच, माझ्या बॅगेची तपासणी झाली नव्हती. त्या बॅगेच्या तळात माझ्या अंडरवेअरमध्ये ७००० डॉलर्सपेक्षा जास्त किमतीच्या नोटा दडवल्या होत्या.

त्या प्रत्येकाबरोबर हस्तांदोलन करत मी म्हणालो, "सभ्य गृहस्थांनो, मला जायला हवं. माझ्यासाठी एक पोरगी प्रतीक्षा करत असेल. या सनसनाटी गोष्टीवर जर तिचा विश्वास बसला नाही, तर मी तुमच्यापैकी कुणालातरी फोन करीन."

एफ. बी. आय. एजंट हसला आणि त्यानं आपलं कार्ड माझ्याकडे दिलं. "मला फोन कर." तो म्हणाला, "तिला जर सुंदर मैत्रीण असेल, तर मात्र मला नक्की बोलाव."

मी ससासारखा पटकन बाहेर सटकलो. बाहेर आल्यावर टॅक्सीला थांबण्याचा इशारा केला आणि ड्रायव्हरला बस स्टेशनला घेऊन जायला सांगितलं.

"कंपनीमध्ये काटकसरीची टूम आलीये." त्याला पैसे देत असताना मी म्हटलं. त्याच्या चेहऱ्यावरच्या हास्याचं प्रश्नार्थक मुद्रेत रूपांतर झालं.

मी बस स्टेशनच्या प्रसाधनगृहात गेलो. माझा युनिफॉर्म बदलला आणि दुसरी टॅक्सी पकडून थेट विमानतळावर पोहोचलो. मायामीहून सर्वांत लवकरची फ्लाईट अर्ध्या तासानं निघणार होती. अटलांटाला थांबणारी डेल्टाची फ्लाईट होती. टॉम लोम्बार्डी या नावानं मी एकेरी तिकीट काढलं आणि त्यासाठी रोख पैसे मोजले; पण पूर्ण उंचीवर पोहोचेपर्यंत आणि पश्चिमेकडे वळेपर्यंत मी पूर्णपणे निश्चिंत नव्हतो. कमी अंतराच्या या प्रवासात एकदा माझ्या मनात त्या एफ. बी. आय.च्या तरुण एजंटचा विचार आला. मी आशा केली की, त्याचा वरिष्ठ अधिकारी, या पोरानं आपल्याला कसं गंडवलं याचा शोध घेणार नाही. केवळ कर्तव्यपूर्तीसाठी म्हणून तुकुमकरी, न्यू मॅक्सिको अथवा नोगेल्य, ॲरिझोना अशा ठिकाणी फेऱ्या मारत आनंद उपभोगणाऱ्या लोकांपैकी तो एजंट नसावा.

ईस्टर्न विमानसेवेत काम करणारी माझ्या ओळखीची हवाईसुंदरी अटलांटा शहरात राहत होती. कुठल्याही शहरात माझी एखादी प्रेयसी नेहमीच असायची.

मी या पोरीला सांगितलं, "आजारपणाची आणि जमा झालेली रजा धरून मी आता सहा महिन्यांच्या सुट्टीवर आहे. मला वाटतं, त्यातले दोन महिने अटलांटामध्ये घालवावेत."

"फ्रँक, सुट्टी फक्त एक महिन्यासाठीच ठेव." ती पुढे म्हणाली "३० दिवसांनी माझी न्यू ऑर्लीन्सला बदली होणार आहे, पण तोपर्यंत तू इथे राहू शकतोस."

तो महिना संपूर्ण विश्रांतीत आणि फारच आनंददायी गेला. महिनाअखेर मी ट्रक भाड्यानं घेतला आणि आम्ही तिचं सामान घेऊन न्यू ऑर्लीन्सला गेलो. मी माझी उरलेली सुट्टीही तिथेच काढावी असं तिला वाटत होतं. पण न्यू ऑर्लीन्समध्ये मला स्वस्थचित्त वाटत नव्हतं. मला माझा आतला आवाज सांगत होता, या चंद्रकोरीसारख्या शहरापासून दूर पळ. म्हणून मी अटलांटाला परत गेलो. तिथे का कोण जाणे, पण मला आपण जगापासून लांब आणि निर्धास्त आहोत, असं वाटत होतं.

त्या काळी घरबांधणी प्रकल्पामध्ये एक-एकट्याला राहणाऱ्यांसाठी 'अपार्टमेंट कॉम्प्लेक्स' ही संकल्पना नवी होती. अटलांटा शहराच्या बाहेरच्या बाजूला असलेलं 'रिव्हर बेंड' हे देशातल्या अत्यंत सुशोभित कॉम्प्लेक्सपैकी तसं नवीन कॉम्प्लेक्स होतं. विस्तीर्ण पसरलेल्या 'स्पा'सारख्या अपार्टमेंटच्या कॉम्प्लेक्समध्ये ऑलिंपिकच्या तोलामोलाचा तरणतलाव, सूर्यस्नानाची सोय, टेनिस कोर्ट, जिम्नॅशिअम, खेळांसाठी खोल्या आणि त्यांचा स्वतःचा क्लब या सोयी होत्या. अटलांटा जर्नलमधल्या एका जाहिरातीनं माझं लक्ष वेधून घेतलं आणि मी तो परिसर पाहायला गेलो.

मी कधी धूम्रपान केलं नव्हतं. मला कधी तंबाखूची तल्लफ आली नाही. मी त्या वेळी दारूही पीत नसे. आत्ताही काही विशिष्ट प्रसंग सोडल्यास दारू पीत नाही. दारूशी अथवा ती पिणाऱ्यांशी माझं काही वैमनस्य नाही. मी जी भूमिका वठवत होतो त्यामध्ये दारू न पिण्याचा निग्रह समाविष्ट होता. जेव्हा वैमानिक म्हणून मी सोंग वठवत होतो तेव्हा माझा असा ग्रह झाला होता की, वैमानिक माफक मद्यसेवन करतात. एक चांगला वैमानिक म्हणून माझी प्रतिमा उंचावण्यासाठी दारू न पिण्यानं मदतच होईल असं वाटून मी दारू न पिण्याचा निग्रह केला. मला जेव्हा समजलं, की दारू पिण्याची परवानगी मिळते. तेव्हा काही वैमानिक इतर लोकांप्रमाणेच दारूमध्ये बुडलेले असतात. तेव्हा माझं दारूसंबंधीचं आकर्षणही विरून गेलं.

बाईच्या शरीराची आसक्ती हा माझ्यामध्ये एक दोष होता. माझी कामवासना प्रबळ होती. 'रिव्हर बेंड'च्या जाहिरातीमध्ये असा दावा केला होता की, राहण्याची ही जागा खूपच झगमगती आहे. बिल्डरनी केलेली जाहिरात सत्याला धरूनच होती. 'रिव्हर बेंड'मध्ये खूपच चमचमाट होता. तरुण, सुंदर, बांधेसूद, शरीरसौष्ठव उठवून दाखवणाऱ्या कपड्यांतल्या स्त्रियांचा तिथे ताटवा होता. मी ताबडतोब ठरवलं, या जॉर्जियामधल्या पीच वृक्षाच्या बागेत हुंदडणाऱ्या खोंडांपैकी मी एक होणार.

'रिव्हर बेंड' हे वेगळं आणि महागही होतं. जेव्हा मी मॅनेजरला सांगितलं की, मला एक बेडरूमचा फ्लॅट एक वर्षासाठी भाड्यानं हवाय, तेव्हा त्यानं मला एक लांबलचक अर्ज भरायला दिला. भावी सासू अपेक्षा करणार नाही इतक्या गोष्टी त्या फॉर्ममध्ये भरायच्या होत्या. मी फ्रँक विल्यम्स या नावानं राहायचं ठरवलं, कारण माझ्याकडे असणाऱ्या बनावट ओळखपत्रांवर तेच नाव होतं. 'व्यवसाय' या रकान्याअंतर्गत भरायच्या माहितीपर्यंत येऊन मी थांबलो. मला वाटलं, लिहावं 'वैमानिक'. वैमानिकाच्या युनिफॉर्ममुळे पोरी माझ्यावर भाळल्या असत्या. पण मी तसं लिहिलं असतं, तर मला मी पॅन-ॲमचा नोकर असल्याचं स्पष्ट करावं लागलं असतं आणि नंतर अगदी सहजपणे मॅनेजरच्या ऑफिसपैकी कोणीतरी ते पॅन-ॲमबरोबर पडताळून पाहिलंही असतं.

ठरवून असं नाही, पण एका ऊर्मीनं मी 'व्यवसाय' या रकान्यापुढे लिहिलं – 'मेडिकल डॉक्टर'. नातेवाईक आणि इतर बाबींचे रकाने मी कोरे ठेवले. मी ज्या प्रश्नांकडे कानाडोळा केला होता त्यापासून तिचं चित्त विचलित होईल, अशी आशा करून मी म्हणालो, "मला ६ महिन्यांचं भाडं आगाऊ द्यायला आवडेल" आणि १०० डॉलर्सच्या २४ नोटा अर्जावर ठेवल्या.

अर्ज स्वीकारणारी असिस्टंट मॅनेजर चौकस स्त्री होती. "तुम्ही डॉक्टर

आहात?'' तिनं विचारलं. जसं काही कलकलाट करणाऱ्या करकोच्यांप्रमाणे डॉक्टरही विरळा असतात! ''तुम्ही कोणत्या शाखेचे डॉक्टर आहात?''

माझ्या मनात विचार आला, रिव्हर बेंडमध्ये ज्यांची कधीही जरुरी भासणार नाही अशा प्रकारचा डॉक्टर म्हणून सांगणं बरं. ''मी लहान मुलांचा डॉक्टर आहे.'' मी म्हणालो ''पण सध्या मी प्रॅक्टिस करत नाही. माझी कॅलिफोर्नियामध्ये प्रॅक्टिस आहे. 'इमोरी' इथे चाललेल्या शोध-प्रकल्पाचं काम तपासण्यासाठी आणि थोडीफार गुंतवणूक करण्याच्या उद्देशानं एक वर्षाची रजा घेऊन आलोय.''

''हे खरंच फार छान आहे.'' ती म्हणाली आणि तिनं १०० डॉलर्सच्या नोटांच्या चळतीकडे पाहिलं. तिनं त्या चटकन उचलल्या आणि तिच्या डेस्कच्या वरच्या ड्रॉवरमधल्या लोखंडी पेटीत ठेवून दिल्या. ''डॉ. विल्यम्स, तुम्ही इथे राहणार यात आम्हाला आनंदच आहे.''

मी त्याच दिवशी तिथे राहायला लागलो. एक बेडरूमचा फ्लॅट फार मोठा नव्हता, पण तो कलात्मकरीत्या सजवलेला होता आणि माझ्या मनात असणाऱ्या गोष्टींसाठी तिथे पुष्कळ जागा उपलब्ध होती.

रिव्हर बेंडमधलं आयुष्य समाधानकारक, आनंददायी आणि मनाला मोहवून टाकणारं, क्वचित उद्विग्न करणारं होतं. कुणाच्या ना कुणाच्यातरी मठीत रोज रात्री पार्टी असायची आणि त्या पार्टीत सर्व प्रकारचे चाळे चालायचे. बहुतेकदा मला अशा पार्टीत बोलावणं असायचं. इतर भाडेकरूंनी मला लवकरच स्वीकारलं. सहज निभावून नेण्याजोग्या काही किरकोळ चौकशा वगळता त्यांनी माझ्या वैयक्तिक आयुष्यात अथवा भानगडीमध्ये नाक खुपसायचा कोणताही प्रयत्न केला नाही. ते मला 'डॉक' म्हणून संबोधायचे आणि त्यापैकी कित्येकांना डॉक्टरांच्या व्यवसायातील वेगवेगळ्या शाखांतल्या फरकांची जाणीव नव्हती. कुणा एकाची पायाबद्दलची तक्रार असायची, एकाच्या पोटात अनाकलनीय दुखायचं. एका भुऱ्या केसांच्या तरुणीला छातीच्या वरच्या भागात घट्टपणा असल्याची चमत्कारिक भावना व्हायची.

''मी बालरोग-चिकित्सक म्हणजेच लहान मुलांचा डॉक्टर आहे. तुला पायांचा इलाज करणाऱ्या डॉक्टरला दाखवावं लागेल.'' मी पहिल्या गृहस्थाला सांगितलं.

''मला जॉर्जियामध्ये धंदा करण्याचं लायसन्स नाही. तू तुझ्या डॉक्टरशी बोलावं, असं मी सुचवेन.'' मी दुसऱ्याला सांगितलं. भुऱ्या केसांच्या तरुणीला मी तपासलं. तिची ब्रेसियर फार छोटी होती.

कोणताही समुद्र सर्व काळ शांत नसतो. अशाच एका शनिवारी दुपारी वाऱ्याची झुळूक आली आणि बघता-बघता तिनं भयानक वादळाचं रूप धारण केलं.

दारावरची टकटक ऐकून मी दार उघडलं.

दारासमोर एक उंच, रुबाबदार व्यक्तिमत्त्वाचा, ५०-५५ वर्षांचा, साध्याच घरगुती पोशाखातला, पण तरीही अतिशय नीटनेटका गृहस्थ उभा होता. त्याच्या रुबाबदार चेहऱ्यावर उबदार हास्य होतं आणि हातात मद्याचा पेला होता.

''डॉ. विल्यम्स?'' आपण योग्य निर्देश केला असं गृहीत धरून तो म्हणाला ''मी डॉ. विलिस ग्रँगर, मेरिएट्टा इथल्या 'स्मिथर्स पेडियाट्रिक इन्स्टिट्यूट आणि जनरल हॉस्पिटल'चा चीफ रेसिडेंड, पेडिॲट्रीशियन.''

मी एकदम थक्क झालो. मला उत्तर द्यायचंही सुचलं नाही आणि तो हसून पुढे सांगत होता, ''मी तुमचा नवा शेजारी. तुमच्या खालच्या अपार्टमेंटमध्ये कालच राहायला आलो. असिस्टंट मॅनेजर मिसेस प्रेल मला म्हणाली की, तुम्हीही बालरोग-चिकित्सक आहात. मला राहावलं नाही आणि मी स्वतःच आपली ओळख करून घ्यायला आलो. मी... मी काही व्यत्यय तर आणला नाही ना?''

''ओह! नाही, नाही. अजिबात नाही. डॉ. ग्रँगर, आत या ना.'' तो नकार देईल अशी आशा करत मी म्हणालो. पण नकार न देता तो आत आला आणि माझ्या सोफ्यावर विसावला.

''तू इथे कोणत्या कॉलेजला होतास?'' त्यानं विचारलं. डॉक्टरांच्या भेटीतला तो नेहमीचा प्रश्न असावा असा मी कयास केला. मला एकाच कॉलेजचं नाव ठाऊक होतं, जिथे डॉक्टरकीची शाखा होती.

''कोलंबिया युनिव्हर्सिटी, न्यूयॉर्क.'' मी सांगितलं आणि देवाची प्रार्थना केली, तोही तिथलाच विद्यार्थी नसावा.

त्यानं मान डोलावली. ''फारच प्रसिद्ध कॉलेज आहे. तू इंटर्नशिप कुठे केलीस?''

''इंटर्नशिप?'' ती हॉस्पिटलमध्ये करतात हे मला ठाऊक होतं. मी कधीही हॉस्पिटलमध्ये गेलो नव्हतो. पुष्कळ हॉस्पिटलच्या जवळून गेलो होतो, पण माझ्या मनात एकच नाव तरळलं. ज्या हॉस्पिटलमध्ये इंटर्नशिप करण्यासाठी डॉक्टर जातात, अशा प्रकारचंच ते हॉस्पिटल निघावं अशी मी आशा करत होतो. मी म्हटलं, ''लॉस एंजल्सचं 'हार्बर चिल्ड्रेन हॉस्पिटल'' आणि अंदाज घेत थांबलो.

''हो. खूपच छान.'' तो म्हणाला आणि माझ्या वैयक्तिक चौकशीचा ससेमिरा थांबला. त्यामुळे मी सुटकेचा निःश्वास टाकला.

''तुला माहितीये, स्मिथर्स हे नव्यानंच चालू झालेलं हॉस्पिटल आहे. बालरुग्ण विभागाचा प्रमुख म्हणून माझी तिथे हल्लीच नेमणूक झालीये. ते जेव्हा

पूर्णपणे कार्यरत होईल, तेव्हा ते सात मजली हॉस्पिटल होईल. पण आत्ता, या घटकेला आमच्याकडे सहा मजल्यांवरच काम चालतं आणि रुग्णांची फारशी गर्दीही नसते. एखाद्या दुपारी तू माझ्याकडे जेवायलाच ये, म्हणजे मी तुला सगळा परिसर दाखवीन. मला वाटतं, तुला आवडेल ते हॉस्पिटल.''

''फारच छान. मला आवडेल.'' मी उत्तरलो आणि त्यानंतर थोड्याच वेळात तो बाहेर पडला.

त्याच्या भेटीमुळे मी दुर्मुखलो आणि मला अचानक निराश वाटू लागलं. माझी पहिली प्रतिक्रिया होती, अटलांटामधून नाही, पण रिव्हर बेंडमधून काढता पाय घ्यावा. माझ्या अपार्टमेंटच्या खालच्या मजल्यावर राहणाऱ्या ग्रँगरनं माझ्या रिव्हर बेंडमधल्या अस्तित्वावर निश्चितपणे गदा आणली होती. मी जर तिथे राहिलो असतो, तर मी एक भोंदू आहे हे त्याला समजायला वेळ लागला नसता. एवढ्यावरच तो सोडून देईल, असंही सांगता येत नव्हतं. कदाचित त्यानं अधिकारी वर्गालाही कळवलं असतं.

धावाधाव करायचा मला कंटाळा आला होता. गेली दोन वर्षं माझ्या पायाला भिंगरी लागली होती. या घटकेला त्या सगळ्यातला आनंद, उत्साह आणि चमकधमक याबद्दल मला फारसं अप्रूप वाटत नव्हतं. मला टेकायला बूड हवं होतं. असं घर हवं होतं, जिथे मला शांतता लाभेल. जिथे मला काही मित्र असतील. रिव्हर बेंड ही तशी जागा होती आणि मला तिथून जायचं नव्हतं. मी रिव्हर बेंडमध्ये सुखी होतो.

हटवादी संतापाच्या भरात मी निराशा झटकून टाकली. ग्रँगरला मारो गोली. मला पुन्हा बनवाबनवीच्या धंद्याकडे वळवण्याची संधी मी त्याला देणार नव्हतो. मी सरळ त्याला टाळेन. जर मला तो भेटायला आला, तर मी कामात असल्याचं दाखवेन. जेव्हा तो इथे घरी असेल, तेव्हा मी इथून बाहेर जाईन.

ते वाटलं तितकं सोपं नव्हतं. ग्रँगर हा सर्वांशी मिळून-मिसळून वागणारा आणि कुणालाही आवडण्याजोगा माणूस होता. ज्या पार्टीमध्ये मला आमंत्रण असायचं, तिथे त्याचीही उपस्थिती असायची. जेव्हा त्याला आमंत्रण नसायचं, तेव्हा तो स्वत: पार्टी द्यायचा. लवकरच त्या कॉम्प्लेक्समधला तो एक अत्यंत लोकप्रिय असामी झाला. त्याला टाळणं मला शक्य नव्हतं. जेव्हा आमची बाहेर भेट व्हायची, तेव्हा तो माझं स्वागत करायचा आणि गप्पांसाठी मला थांबवून ठेवायचा आणि मी घरी असल्याचं त्याला समजलं, तर माझ्याकडे येऊन बसायचा.

ग्रँगर खूप आकर्षक होता. तो वायफळ बडबड करायचा नाही. रिव्हर बेंडमध्ये त्याला भेटलेल्या स्त्रिया आणि त्यांच्याबरोबर उपभोगलेली मजा याबद्दल

बोलायला त्याला आवडायचं. "तुला सांगतो, मी कधीच अविवाहित पुरुष नव्हतो." त्यानं कबुली दिली. "माझं लग्न फार लवकर झालं आणि खरंतर आम्ही दोघांनीही लग्नबंधनात अडकून घ्यायला नको होतं, पण खूप काळापर्यंत आम्ही त्याला चिकटून होतो. का कोण जाणे, पण मला आत्ता पुन्हा तरुण झाल्यासारखं, ३० वर्षांचा तरुण असल्यासारखं वाटतंय." कधी तो राजकारण, जगातल्या बातम्या, गाड्या, खेळ, नीतिमत्ता अशा अनेक गोष्टींवर बोलायचा. तो सुशिक्षित, स्पष्टवक्ता होता. त्याला पुष्कळ विषयांत गती होती.

ग्रँगरच्या सहवासात आता मला मोकळं वाटू लागलं होतं. खरंतर त्याचा सहवास मला आनंददायी वाटू लागला होता आणि मीच त्याला भेटायला उत्सुक असायचो. आज ना उद्या बालरोगांच्या संदर्भातल्या विषयांची चर्चा होणार, हे मी जाणून होतो. म्हणून अटलांटतल्या लायब्ररीमध्ये जाऊन बालरोगशास्त्राविषयीची पुस्तकं, मेडिकल जर्नलमध्ये प्रसिद्ध होणारे मुलांच्या औषधांवरचे लेख आणि या विषयासंबंधी छापलेला कोणताही मजकूर वाचण्यासाठी मी पुष्कळ वेळ घालवायचो. लवकरच मला बालरोगांबद्दल एक सर्वसाधारण ज्ञान प्राप्त झालं. मला वाटलं, बालरोगांसंबंधी सर्वसाधारण संभाषणासाठी आणि वेळ निभावून न्यायला हे ज्ञान पुरेसं आहे.

काही आठवड्यांच्या अभ्यासानंतर आपल्याला पुरेसं ज्ञान प्राप्त झालंय, असं मला वाटायला लागलं आणि आता ग्रँगरचं त्याच्याबरोबर हॉस्पिटलमधल्या जेवणाचं आमंत्रण स्वीकारण्यास हरकत नाही, अशी मला खात्री वाटू लागली.

तो मला हॉस्पिटलच्या लॉबीमध्ये भेटला आणि त्यानं तत्परतेनं माझी रिसेप्शनिस्टबरोबर ओळख करून दिली. "हे डॉ. विल्यम्स. माझे मित्र. लॉस एंजल्सला असतात आणि कॅलिफोर्नियाला परतेपर्यंत माझे शेजारी आहेत." ग्रँगरनं रिसेप्शनिस्टशी माझी ओळख का करून दिली, कोण जाणे. कदाचित, त्याचा मला मदत करायचा विचार असावा. ती एक सुंदर तरुणी होती.

हॉस्पिटलमधून फेरी मारतेवेळी अशाच प्रकारच्या ओळखी बऱ्याचदा करून दिल्या गेल्या. आम्ही प्रत्येक विभागाला भेट दिली. हॉस्पिटलचे व्यवस्थापक, मुख्य रेडिओलॉजिस्ट, इंटर्नशिप करणारे, इतर डॉक्टर्स, नर्सेस या सर्वांना मी भेटलो. हॉस्पिटलच्या कॅफेटेरियामध्ये आम्ही जेवण घेतलं. तिथे बरेच डॉक्टर्स, नर्सेसही जेवणासाठी जमले होते. डॉ. ग्रँगर ही सर्वांना आवडणारी आणि लोकप्रिय व्यक्ती होती.

त्यानंतर मी वरचेवर हॉस्पिटलला भेटी द्यायला लागलो. याचं मुख्य कारण होतं, तिथे भेटलेली 'ब्रेंडा स्ट्राँग' ही नर्स. ती मला आवडली होती आणि त्याचं लवकरच गाठीभेटीतही रूपांतर झालं होतं. शिवाय, हॉस्पिटलची मेडिकल

लायब्ररी खूप मोठी होती आणि त्यात अद्ययावत पुस्तकं, जर्नल्स आणि बालरोगांबद्दल सर्वांगीण माहिती पुरवणारी मासिकं उपलब्ध होती.

मी मला वाटेल तितका वेळ लायब्ररीमध्ये पुस्तकं चाळू शकत असे. कधीकधी कोणताही संशय मनात न आणता, मी कित्येक तास लायब्ररीत बसत असे. खरंतर माझ्या लक्षात आलं की, इतका वेळ लायब्ररीत घालवण्यामुळे हॉस्पिटलच्या इतर डॉक्टरांच्या मनात माझ्या डॉक्टरी पेशापेक्षाही जास्त अशी आदराची भावना निर्माण झाली होती.

"पुष्कळ डॉक्टरांना वाटतं की, तुम्ही फारच तल्लख आहात. तुम्ही रजेवर असूनही आपल्या विषयातलं ज्ञान अद्ययावत ठेवताय." ब्रेंडानं मला सांगितलं.

"मला वाटतं, तूही खूप तल्लख आहेस."

ती ३० वर्षांची, परिपक्व, भुऱ्या केसांची, प्रणयोत्सुक तरुणी होती आणि ती तशीच राहण्यात प्रयत्नशील होती. मला कधीकधी वाटायचं, आपला प्रियकर १८ वर्षांचा भामटा आहे हे समजल्यावर तिला काय वाटेल? मला मात्र कधीही आपण अजून किशोरवयीन आहोत असं वाटलं नाही; काही अपवादात्मक प्रसंग वगळता. मी जेव्हा आरशात बघायचो, तेव्हा मी २५ अथवा ३० चा सुजाण गृहस्थ आहे असं दिसायचं आणि मलाही आपण तसेच आहोत, असं वाटायचं. जेव्हा मी माझं खरं वय बदललं, तेव्हा मी एक धाडसी मुलगा होतो. पण गेल्या दोन वर्षांत माझ्या डोक्यातलं मानसिक घड्याळही या बदलाशी सुसंगत असंच धावत होतं.

मला मात्र नेहमीच परिपक्व स्त्रिया आवडायच्या. हॉस्पिटलमधल्या स्वयंसेवी कर्मचाऱ्यांमध्ये विशीच्या अलीकडच्या, सुंदर, रसाळ, आकर्षक अशा पुष्कळ पोरी होत्या, पण त्यांच्यापैकी कुणाकडेही मी आकर्षित झालो नाही. ब्रेंडासारख्या उच्च अभिरुचीच्या, अनुभवी, विशीच्या पुढच्याच बायका माझी प्रथम पसंती होत्या.

हॉस्पिटलला अनेकदा भेटी दिल्यानंतर माझी सुरुवातीची भीतीची भावना मावळली. मेडिको-डॉक्टरी पेशातली बनावट भूमिका मला आवडायला लागली. भामटा वैमानिक म्हणून वावरताना अनुभवलेला धुंद आनंद आणि तसाच भन्नाट आत्मविश्वास मी पुन्हा अनुभवत होतो.

हॉस्पिटलच्या कोणत्याही मजल्यावरच्या कॉरिडॉरमध्ये माझी पावलं पडली, की एखादी सुंदर नर्स सुहास्य वदनानं म्हणायची, "गुड मॉर्निंग, डॉ. विल्यम्स."

किंवा इंटर्नशिप करणारा डॉक्टरांचा एखादा गट समोर आला की, आदरानं मान तुकवून म्हणायचा, "गुड आफ्टरनून, डॉ. विल्यम्स."

स्टाफपैकी एखादा सिनियर डॉक्टर भेटल्यावर हस्तांदोलन करून म्हणायचा,

"डॉ. विल्यम्स, तुम्हाला परत भेटून छान वाटलं."

सबंध दिवसभर ढोंगीपणाचं कातडं पांघरून, दांभिकपणाचं आच्छादन लपेटून हिप्पोक्रॅट्स असल्याच्या थाटात मी सगळीकडे फिरायचो. मी तर कोटाच्या कॉलवर छोटासा सोन्याचा बिल्लाही लावायला लागलो.

कुणीही मला कोंडीत पकडायचा प्रयत्न केला नाही. एका दुपारी ग्रँगर आणि ब्रेंडाबरोबर भोजन घेतल्यावर मी हॉस्पिटलमधून बाहेर पडत होतो, इतक्यात हॉस्पिटलचा व्यवस्थापक, जॉन कोल्टरनं मला मोठ्यानं हाक मारली. तोपर्यंत मला कसल्याही अडचणीला तोंड द्यावं लागलं नव्हतं.

"डॉ. विल्यम्स, मला तुमच्याशी थोडं बोलायचंय." माझ्या उत्तराची प्रतीक्षा न करता तो तिथेच असलेल्या ऑफिसकडे तडक निघाला.

"हा आत्ता कुठे कडमडला!" मी म्हणालो. जवळून जाणारा कर्मचारी माझ्याकडे पाहून हसला, तेव्हा मला उमजलं, आपण मोठ्यानं काय बडबडलो ते. माझ्या डोक्यात विचार चमकला 'पळून जावं.' पण तो विचार मी दडपला. कोल्टरच्या आवाजामध्ये संताप अथवा शंका व्यक्त करणारं काही वाटलं नाही. ती विनंती थोडी बेधडक वाटली तरी त्यात कुठेही संशय वाटला नाही. मी त्याच्या मागोमाग ऑफिसमध्ये गेलो.

एका आरामदायी खुर्चीकडे अंगुलिनिर्देश करून कोल्टर म्हणाला, "डॉक्टर, कृपा करून इथे बसा." आणि तो स्वत: डेस्कमागे बसला.

मी लगेचच स्वस्थचित्त झालो. तो मला अजून डॉक्टर म्हणत होता आणि त्याची वर्तणूक मर्जी संपादन करीत असल्यासारखी वाटली.

खरं पाहता कोल्टर अवघडलेला वाटला. त्यानं घसा खाकरला. "डॉ. विल्यम्स, मला तुम्हाला एक विनंती करायचीये. माझ्यावर एक मेहेरबानी कराल का? ही विनंती करायचा खरंतर मला काहीही अधिकार नाहीये." चेहऱ्यावर अवघडलेपण वागवत कोल्टर म्हणाला, "मला ठाऊक आहे, मी तुम्हाला जे सुचवणार आहे ते तुमच्यावर लादल्यासारखं होणार आहे; पण मी अडचणीत सापडलोय. मला वाटतं तुम्ही माझा प्रश्न सोडवू शकाल. तुम्ही मदत कराल का?"

मी त्याच्याकडे पाहिलं आणि बुचकळ्यात पडलो, "ठीक आहे. मी करू शकलो, तर मला आनंद वाटेल सर." मी सावधपणे उत्तर दिलं.

कोल्टरनं संमतिदर्शक मान डोलावली. त्यानं भरभर सांगितलं. "डॉक्टर, माझी अडचण अशी आहे, आमच्या रात्रीच्या १२ ते ८ या पाळीत एक निवासी डॉक्टर आहे. तो ७ शिकाऊ डॉक्टर आणि अंदाजे ४० नर्सेस यांच्यावर देखरेख ठेवतो. त्याच्या कुटुंबामध्ये एक दुर्घटना घडलीये. त्याची कॅलिफोर्नियामध्ये

राहणारी बहीण वारलीये. तिथे जाण्यासाठी तो निघालाय आणि तो १० दिवस येणार नाही. त्यामुळे या रात्रपाळीमध्ये काम करायला माझ्याकडे कोणी नाही. कुणीच नाही. तुम्हाला अटलांटामधल्या परिस्थितीची कल्पना असेलच. तुम्हाला माहितीच असेल की, आमच्याकडे डॉक्टरांचा फार तुटवडा आहे. जेसपऐवजी बदली म्हणून ठेवण्यासाठी मला कोणीही डॉक्टर आढळत नाहीये आणि तुम्हाला ठाऊकच आहे, मी स्वत: मेडिकल डॉक्टर नसल्यामुळे मी ते काम करू शकत नाही. मी निवासी डॉक्टरला हे काम देऊ शकत नाही. कायद्यानुसार अशा हॉस्पिटलमध्ये देखरेख करण्यासाठी जनरल प्रॅक्टिशनर अथवा मेडिकलच्या एखाद्या शाखेतला तज्ज्ञ यांची जरुरी असते. तुमच्या लक्षात आलं का मी काय सांगतोय ते?''

मी संमतिदर्शक मान डोलावली. मला समजत होतं; पण कोल्हा जसा वाघाच्या मागे-मागे पण बरंच अंतर ठेवून जातो, तसाच मीही वागत होतो.

कोल्टर पुढे सांगत होता. "आज डॉ. ग्रँगर मला सांगत होते की, तुम्ही इथे चांगले रुळला आहात. तुम्ही तुमच्या अपार्टमेंटमध्ये रमतगमत वेळ काढता आणि मुलींबरोबर प्रियाराधन करता.'' त्यानं हात उंचावला आणि तो हसला. "हा काही गुन्हा नाही. डॉक्टर, खरंतर मला तुमचा हेवा वाटतो.'' त्याचा आवाज आर्जवी वाटला, "डॉ. विल्यम्स, तुम्ही १० दिवस इथे मध्यरात्र ते सकाळी आठपर्यंत नुसते येऊन बसाल का? मी तुम्हाला ग्वाही देतो, तुम्हाला काहीही करायला लागणार नाही. नुसतं इथे राहा, म्हणजे मला सरकारी गरजेची पूर्तता करता येईल. डॉक्टर, मला तुमची गरज आहे. आम्ही तुम्हाला चांगले पैसे देऊ. बोनस म्हणून दहा दिवसांसाठी रात्रपाळीला नर्स स्ट्रांगची नेमणूक केलीये. तुम्हाला सांगतो डॉक्टर, मला दुसरा पर्याय दिसत नाही. जर तुम्ही नकार दिलात तर ठाऊक नाही, मी काय करू शकेन ते!''

त्या विनंतीनं मी आश्चर्यचकित झालो आणि लगेचच हरकत घेतली. "मि. कोल्टर, तुम्हाला मदत करणं मला आवडलं असतं, पण ही विनंती मी अजिबात मान्य करू शकणार नाहीये.'' मी विरोध नोंदवला.

"ओह! पण का नाही?'' कोल्टरनं विचारलं.

"ठीकाय, सांगतो. प्रथमत: जॉर्जियामध्ये डॉक्टरी व्यवसाय करण्याचं माझ्याकडे लायसन्स नाही.'' मी सांगायला सुरुवात केली. पण जोरानं मान हलवून कोल्टरनं मला बोलूच दिलं नाही.

"हे बघा, तुम्ही इथे खरोखर काहीही करणार नाहीये.'' कोल्टर म्हणाला, "तुम्ही रुग्णांना तपासा असं मी सांगत नाहीये. मी तुम्हाला फक्त बदली डॉक्टर म्हणून काम पाहायला सांगतोय. लायसन्सबद्दल सांगायचं, तर तुम्हाला त्याची

जरुरी नाही. तुमच्याकडे कॅलिफोर्नियाचं लायसन्स आहे आणि कॅलिफोर्नियाचा दर्जा जॉर्जियाच्या दर्जाइतकाच उच्च प्रतीचा आहे आणि आमच्या मेडिकल असोसिएशननं त्यांना मान्यता दिलीये. मला इतकंच करायचयं, या राज्याच्या सरकारनं लायसन्स दिलेल्या आणि हॉस्पिटलच्या स्टाफचे सभासद असणाऱ्या पाच डॉक्टरांच्या पॅनेलसमोर तुम्हाला उभं करायचंय. ते तुमचा इंटरव्ह्यू घेतील. त्यांना सरकारला तुम्हाला तात्पुरतं मेडिकल सर्टिफिकेट द्यायला सांगण्याचा अधिकार आहे. त्यामुळे तुम्हाला जॉर्जियामध्ये प्रॅक्टिस करता येईल. कॉन्फरन्ससाठी सकाळची वेळ ठरवणं मला आवडेल. तुमचं काय म्हणणं आहे?''

माझ्या सारासार विवेकानं मला हे सर्व नाकारण्याचा कौल दिला. माझ्या वैयक्तिक प्रतिमेच्या दृष्टीनं यामध्ये खूपच जास्त धोके होते. उद्या मला विचारल्या जाणाऱ्या कोणत्याही एका प्रश्नामुळे माझं पितळ उघडं पडणार आणि मी डॉक्टर नसल्याचं उघड होणार होतं.

पण मला आव्हान दिलं गेलं होतं. ''ठीक आहे. त्यात काही फारशी अडचण नसेल आणि त्यासाठी जर फारसा वेळ लागणार नसेल, तर मला तुम्हाला मदत करणं आवडेल.'' मी तयारी दर्शवली. ''माझी नक्की कोणती कामं असतील? मला स्वत:ला फक्त ऑफिसच्या कामाचा अनुभव आहे. कधीकधी माझ्या रुग्णांना काहीतरी कारणासाठी भरती करून घ्यावं लागलं, तरच माझा हॉस्पिटलशी संबंध यायचा. याशिवाय मला हॉस्पिटलचं रोजचं काम कसं होतं, हेही ठाऊक नाही.''

कोल्टर हसला. अर्थातच, त्याला चिंतामुक्त झाल्यासारखं वाटत होतं. तो आनंदी होता. ''हॉट डॉग! तुमचं कसलं काम! तुम्ही तिथे फक्त उपस्थित राहायचं. डॉक्टर, आजूबाजूला फिरा. तुमचं अस्तित्व जाणवू द्या. शिकाऊ डॉक्टरांबरोबर पोकर खेळा, नर्सेसबरोबर मजा करा. फ्रँक, मी तुम्हाला फ्रँक म्हणणार, कारण तुम्ही माझे मित्र आहात. आता तुम्हाला काय करायचं ते करा. तिथे फक्त हजर राहा.''

दुसऱ्या दिवशी सकाळी त्या पाच डॉक्टरांसमोर ज्या मुलाखतीला उपस्थित राहण्यासाठी मी कॉन्फरन्स रूमकडे जात होतो त्यासंबंधी माझा गैरसमज झाला होता, हे मला समजून चुकलं. मी त्या सर्वांना ओळखत होतो. मी नेहमी हॉस्पिटलमध्ये जात असल्यामुळे त्यांच्या चांगला परिचयाचा होतो आणि ग्रँगर पॅनेलचा मुख्य होता. मी आत गेल्यागेल्याच तो छद्मी हसल्यामुळे हा सर्व फार्स असल्याचं समजत होतं.

ती मुलाखत एक पोरखेळ होता. माझ्यासाठी तर तो फारच सुखावह ठरला. मी कुठल्या मेडिकल कॉलेजमध्ये शिकलो? इंटर्नशिप कुठे केली? माझं वय?

मी कुठे प्रॅक्टिस केली? किती वर्षं मी बालरोगतज्ज्ञ म्हणून काम करतोय?... वगैरे. मला असणाऱ्या वैद्यकीय ज्ञानाची चाचणी घेणारा प्रश्न कुणीच उपस्थित केला नाही. हॉस्पिटलच्या कर्मचारी वर्गामध्ये तात्पुरता निवासी सुपरवायझर म्हणून मला नेमल्याचं पत्र घेऊन मी कॉन्फरन्स रूममधून बाहेर पडलो. दुसऱ्या दिवशी ग्रॅंगरनं मला आणखी एक पत्र आणून दिलं. स्टेट मेडिकल बोर्डानं मला माझ्या कॅलिफोर्नियामधल्या मेडिकल सर्टिफिकेटवर जॉर्जियामध्ये एक वर्षाच्या कालावधीसाठी प्रॅक्टिस करायला संमती दिली असल्याचं हे पत्र होतं.

टेलिव्हिजनवरची 'माश' ही विनोदी मालिका माझ्या आवडीची आहे. कोरियन युद्धातल्या बनावट आर्मी मेडिकल युनिटवर आधारित तो कार्यक्रम बघताना 'स्मिथर्स'मधल्या माझ्या डॉक्टरी कारकिर्दीची मला नेहमी आठवण होते. मला वाटतं, आजही जॉर्जियामधल्या कित्येक डॉक्टरांना 'माश' हा प्रोग्रॅम बघताना त्या विशिष्ट निवासी सुपरवायझरबरोबर केलेल्या कामाच्या हटकून आठवणी येत असतील.

माझ्या पहिल्या रात्रपाळीनंच पुढच्या सगळ्या कामाच्या प्रवासाचा शिरस्ता घालून दिला. कोल्टरची विनंती स्वीकारलेल्या क्षणापासून माझं हे मूर्तिमंत थापाड्याचं काम उत्तम प्रकारे पार पाडण्याचा एकच मार्ग आहे, असं माझ्या लक्षात आलं. जर मी ७ शिकाऊ डॉक्टर्स, ४० नर्सेस आणि १२ मदतनीस यांना गंडवू शकलो तरच हे शक्य होतं. डॉक्टरी पेशातला एखादा खुषमस्कऱ्या असल्याची प्रतिमा प्रस्थापित करायची, असं मी ठरवलं. मी खुशालचेंडू, सर्व गोष्टी सहजतेनं घेणारा, सदैव विनोद करणारा, मेडिकल कॉलेजमध्ये शिकलेले नियम पाळलेच पाहिजेत याचं सोयरसुतक नसलेला, निष्काळजी, बिलंदर आहे असं त्यांचं मत होईल, असं वागणार होतो. पहिल्या रात्रीच कामावर हजर होताना मी माझी योजना अमलात आणली. रेसिडेंट सुपरवायझरच्या ऑफिसमध्ये मला ब्रेंडाच भेटली. कोल्टरनं म्हटलं, ते खरं होतं. त्यानं चेष्टा केली नव्हती. ब्रेंडा हसत होती.

"डॉक्टर, हा तुमचा पांढरा अंगरखा आणि हा तुमचा स्टेथोस्कोप." त्या गोष्टी माझ्याकडे देत ती म्हणाली.

"ए, तुला या गचाळ रात्रपाळीमध्ये काम करायची काही जरुरी नाही." पांढऱ्या अंगरख्यातून खांदे उडवत मी म्हणालो. "जेव्हा कोल्टर म्हणाला, रात्रपाळीसाठी त्यानं तुझी नेमणूक केलीये, तेव्हा मला वाटलं, तो माझी चेष्टा करतोय. उद्याच मी त्याच्याबरोबर बोलेन."

तिच्या चेहऱ्यावर खेळकरपणा दिसला. "त्यानं नाही माझी नेमणूक केली." ती म्हणाली. "मुख्य नर्सकडून मीच माझी या शिफ्टवर नेमणूक करून घेतलीये.

तुम्ही इथे असाल त्या काळापुरती – फक्त तुमच्या वेळात.''

मी तत्परतेनं स्टेथोस्कोप कानात अडकवला आणि तिच्या ब्लाऊजच्या आत डाव्या छातीवर ठेवला.

''मला पक्कं ठाऊक होतं, तुझं हृदय योग्य जागेवर आहे, नर्स स्ट्रांग.'' मी म्हणालो, ''आजच्या रात्रीच्या कामात सर्वांत आधी काय करायचं?''

''अंहं, हे नाही.'' माझा हात बाजूला करत ती म्हणाली ''बिछान्याची पाहणी करण्याआधी तुम्ही वॉर्डाची पाहणी करावी, असं मी सुचवीन.''

हॉस्पिटलचा संपूर्ण सहावा मजला बालरोग विभागानं जवळजवळ व्यापला होता. तिथे एक नर्सरी विभाग होता. त्यात १२ नवजात अर्भकं होती. दुखापत वा सर्जरी करून बरे होत असलेल्या मुलांसाठी एक, तसंच विविध तपासण्या करून घेण्यासाठी आलेल्या आणि औषधोपचार घेत असलेल्यांसाठी एक-एक अशी ३ दालनं होती, तसंच माझ्या देखरेखीखाली २ ते १२ वर्षांच्या वयातली अंदाजे २० मुलं होती. सुदैवानं त्यांच्यावर तांत्रिकदृष्ट्या देखरेख करण्याची जबाबदारी माझी नव्हती, कारण प्रत्येक मूल त्याच्यावर उपचार करणाऱ्या बालरोगतज्ज्ञाच्या देखरेखीखाली होतं आणि तो जरूर ते इलाज आणि औषधं लिहून ठेवायचा.

एखाद्या तातडीच्या प्रसंगी उपलब्ध असणारा डॉक्टर एवढीच त्यांची माझ्याकडून अपेक्षा असली, तरी फक्त एक निरीक्षक सुपरवायझर अशीच माझी भूमिका होती. मी आशा करत होतो की, काही तातडीची गरज निर्माण होणार नाही, पण अशा आकस्मिक प्रसंगी काय करायचं याबद्दल माझे आडाखे तयार होते. पहिली रात्र मी इंटर्नशिप करणाऱ्या डॉक्टरांच्या सहवासात घालवली. कारण हे रुग्णांचे खरेखुरे पालक होते. त्या प्रत्येकालाच चांगला बालरोगतज्ज्ञ होण्याची मनीषा होती आणि ते सिद्ध करून दाखवण्यासाठी सहाव्या मजल्यावर उत्तम संधी होत्या. त्यांचं अनेक तास निरीक्षण केल्यावर मला उमगलं की, ते हॉस्पिटलच्या स्टाफवर असणाऱ्या काही डॉक्टरांइतकेच निष्णात आणि समर्थ होते. अर्थात, असं अनुमान काढण्याची माझी पात्रता नव्हती. आइन्स्टाईनला त्याच्या 'सापेक्षवादाच्या' सिद्धांताबद्दल एखाद्या अशिक्षितानं सर्टिफिकेट देण्यासारखंच झालं असतं ते.

पहिल्या दिवशी सकाळ होण्यापूर्वीच मला कल्पना आली की, सुपरवायझर म्हणून मी त्यांच्या पसंतीस उतरलो होतो. त्यांच्याकडून काही गडबड-गोंधळ होण्याची शक्यता नव्हती.

पहिल्या रात्रपाळीला सकाळी सात वाजेपर्यंतचा वेळ काहीही विशेष न घडल्यामुळे समाधानाचा, आळसावलेला गेला. तेवढ्यात जिच्यावर सहाव्या

मजल्यावरच्या व्यवस्थेची जबाबदारी सोपवली होती त्या नर्सनं मला फोन केला आणि म्हणाली, ''डॉक्टर, कामावरून जाण्याआधी तुम्हाला माझ्यासाठी चार्ट्स लिहायचे आहेत, हे विसरू नका हं.''

''अं...हं, ठीक आहे. ते माझ्यासाठी तयार ठेव.'' मी म्हणालो.

मी तिथे गेलो आणि तिनं माझ्यासाठी ठेवलेल्या चार्ट्सची चळत पाहिली. प्रत्येक रुग्णासाठी एक चार्ट होता. त्यामध्ये त्यांना दिलेली औषधं, वेळा, कोणत्या नर्स आणि कोणते निवासी डॉक्टर त्यांना तपासून गेले, ही माहिती होती.

''ही तुमच्यासाठीची जागा!'' चार्टवरच्या 'निवासी सुपरवायझरची नोंद' या रिकाम्या जागेकडे बोट दाखवत ती म्हणाली.

त्या चार्टमध्ये ज्या डॉक्टरांनी माहिती भरली होती ती लॅटिनमध्ये किंवा ग्रीकमध्ये असेल किंवा ते त्यांचं नेहमीचं हस्ताक्षर असेल, पण मलातरी ते नक्कीच वाचता आलं नाही.

मी लिहिलेलं कुणाला वाचता यावं असं मलाही वाटत नव्हतं. म्हणून मी प्रत्येक चार्टमध्ये काहीतरी खरडलं आणि ओळखू न येईल अशा रीतीनं माझी सही केली.

''मिस मर्फी, हे झालं तुझं काम.'' चार्ट्स तिच्याकडे सोपवून मी म्हणालो, ''तुला 'ए' श्रेणी दिलीये, ते समजेलच.''

ती हसली. माझं अर्थपूर्ण विनोदी बोलणं, गोष्टींकडे उगाचच गांभीर्यानं न बघणं आणि चेष्टेचे हावभाव करणं यामुळे माझ्या पुढच्या रात्रपाळ्यांमध्येही मी कितीतरी जणांना असं हसवलं आहे. उदाहरणादाखल, एका भल्या पहाटे एक प्रसूतिरोगतज्ज्ञ प्रसूतीच्या शेवटच्या कळा येत असलेल्या स्त्रीला घेऊन आला आणि म्हणाला, ''इथे थोडं साफसूफ करून तुला जरा आत डोकवायचंय का? मला वाटतं, हे बहुतेक तिळं असणार आहे.''

''नाही. पण तुला भरपूर गरम पाणी आणि ढीगभर स्वच्छ चिंध्या नक्की मिळतील, हे मी पाहीन.'' मी टोमणा मारला. पण तेही त्याला गमतीचंच वाटलं.

पण मला ठाऊक होतं की, मी बर्फाच्या निसरड्या पातळशा थरावरून चालतोय आणि माझ्या पहिल्या आठवड्याच्या शेवटी रात्री २.३० वाजता बर्फ वितळायला लागला. 'डॉ. विल्यम्सने प्लीज 'इमर्जन्सी'मध्ये यावं. डॉ. विल्यम्सने प्लीज 'इमर्जन्सी'मध्ये यावं.'

आत्तापर्यंत मी इमर्जन्सी वॉर्डाकडे जाणं टाळलं होतं आणि कोल्टरबरोबर झालेल्या बोलाचालीनुसार मला आणीबाणीच्या केसेस हाताळाव्या लागणार

नव्हत्या. तिथे एका स्टाफ डॉक्टरची नेमणूक असणार होती, जो अशा आणीबाणीच्या केसेस हाताळणार होता. मी गृहीत धरलं होतं की, त्याची नेमणूक झाली असावी. रक्त बघण्याचा मला तिटकारा आहे. मला रक्ताकडे बघवत नाही. थोड्याशा रक्ताच्या दर्शनानंही मला कसंनुसं होतं. एकदा मी इमर्जन्सी वॉर्डकडे गेलो असता, तिथे अपघातग्रस्त रुग्णाला आणत होते. तो रक्तानं माखला होता आणि कण्हत होता. मी जवळच्या बाथरूममध्ये पळत गेलो आणि भडाभडा उलटी केली.

आत्ता मला इमर्जन्सी रूममध्ये बोलवत होते. ती ललकारी मी ऐकली नाही, असंही म्हणू शकत नव्हतो, कारण लाऊड स्पीकरवरून जेव्हा तो संदेश दिला गेला, तेव्हा माझ्याबरोबर दोन नर्सेस बोलत होत्या. तिकडे जाताना मी रेंगाळत जितका वेळ घालवता येईल तेवढा घालवला.

मी पहिल्यांदा बाथरूममध्ये गेलो. नंतर लिफ्टऐवजी जिन्याचा वापर केला. मला ठाऊक होतं, माझं उशीर करणं हे ज्या कुणाला डॉक्टरची गरज आहे त्याच्यासाठी घातक ठरणार होतं. पण मी इमर्जन्सी वॉर्डमध्ये जर घाईघाईनं गेलो असतो, तर तेही तितकंच घातक ठरणार होतं. प्रथमत: तिथे जाऊन काय करायचं, हेच मला ठाऊक नव्हतं. विशेषत: त्या रुग्णाला जर रक्तस्राव होत असेल तर!

सुदैवानं तसं नव्हतं. त्या १३ वर्षांच्या मुलाचा चेहरा फटफटीत पडला होता. त्याच्या सभोवती असणाऱ्या, इंटर्नशिप करणाऱ्या तिघा डॉक्टरांकडे तो टेबलावर कोपरे टेकवून बघत होता. मी जसा दारातून आत आलो, तसं त्या निवासी डॉक्टरांनी माझ्याकडे पाहिलं.

"काय झालंय?" मी विचारलं.

"पोटरीतल्या नळीचं साधं फ्रॅक्चर आहे, असं दिसतंय. गुडघ्याच्या वाटीच्या पाच इंच खाली आहे." सिनियर इंटर्न डॉक्टर होलीस कार्टर म्हणाला, "आम्ही काही एक्सरेज घेण्याची तयारी करतोय. काही अधिक गंभीर आढळलं नाही, तर त्याला चालता येईल अशा प्लॅस्टरमध्ये घालून घरी पाठवावं असं वाटतंय."

मी काल्र्ड फार्नसवर्थ आणि सॅमबाईस या इतर दोन इंटर्नसकडे पाहिलं. "डॉ. फार्नसवर्थ?" त्यानं संमतिदर्शक मान डोलावली. "डॉक्टर, मी सहमत आहे. ते हाड कदाचित मोडलंही नसेल."

"डॉ. बाईस, तुमचं काय मत आहे?"

"मला वाटतं, आपण एवढंच करू शकतो."

"ठीक आहे तर. माझी तुम्हाला अधिक गरज आहे, असं वाटत नाही. चालू द्या." मी म्हणालो आणि बाहेर पडलो. नंतर मला समजलं, त्या मुलाच्या

पायाच्या नळीच्या पुढच्या भागाचंही हाड मोडलं होत. पण मला वाटलं, या पोराला त्या वेळी चष्म्याची अधिक आवश्यकता होती.

त्यानंतरच्या अनेक रात्री मला इमर्जन्सी कॉलसाठी जावं लागलं आणि प्रत्येक वेळी मी निवासी डॉक्टरांनाच परिस्थिती हाताळू दिली. मी तिथे जायचो आणि आजाराचं अथवा दुखापतीचं स्वरूप काय आहे, याबद्दल त्यांच्यापैकी एखाद्याला विचारायचो. त्यानंतर तो रुग्णाला कसं तपासेल आणि काय करेल याबद्दल विचारायचो. त्यानं सांगितल्यावर तिथल्या इतर दोन निवासी डॉक्टरांपैकी एकाशी अथवा दोघांशी बोलायचो. जर त्यांचं एकमत झालं, तर अधिकारवाणीनं मी संमतिदर्शक मान डोलवून म्हणायचो, "ठीक आहे डॉक्टर, चालू द्या."

अशा घटनांमध्ये मी घेतलेल्या भूमिकेनं इंटर्नन्सना काय वाटतं, याची मला कल्पना नव्हती, पण मला ते लवकरच समजलं. त्यांना ते आवडत होतं.

"त्यांना वाटतं की, तुम्ही फार महान आहात, फ्रँक." ब्रेंडा म्हणाली, "तरुण डॉ. कार्टरना तर असं वाटतं की, तुम्ही फार हुशारही आहात. तुम्ही त्यांना खरीखुरी प्रॅक्टिस करण्याची संधी कशी देता हे 'मॅकॉन'हून आलेल्या त्यांच्या काही मित्रांना ते सांगत असताना मी ऐकलंय. तुम्ही फक्त येता, परिस्थितीबद्दल त्यांचं मत विचारता आणि काम पुढे चालू ठेवायला सांगता, असंही ते सांगत होते. डॉ. कार्टर म्हणत होते की, ते स्वतःच प्रॅक्टिस करणारे डॉक्टर आहेत अशी त्यांची भावना होण्यासारखी तुमची वागणूक असते."

मी हसलो. "मी फक्त आळशी आहे." मी उत्तरलो.

पण पहिल्याच रात्रपाळीनंतर मला जाणीव झाली की, आपल्याला मदतीची गरज आहे. खिशात राहू शकेल अशी मेडिकल शब्दांची एक डिक्शनरी मला मिळाली. इंटर्नशिप करणारे डॉक्टर अथवा नर्सेस यांच्या तोंडून मी एखादा निराळा शब्द वा वाक्प्रचार ऐकला आणि त्याचा अर्थ मला ठाऊक नसेल, तर मी वर सटकायचो. सातव्या मजल्यावरचा काही भाग अजून वापरायला योग्य असा झालेला नव्हता. तिथल्या कपड्याच्या एखाद्या रिकाम्या खोलीत मी जायचो आणि त्या शब्दांचे अर्थ शोधायचो. त्या ठिकाणी डिक्शनरीची पानं चाळत मी कधीकधी १५-२० मिनिटंही घालवायचो.

रेसिडेंट सुपरवायझरच्या वेषातली ती माझी शेवटची रात्र असावी, असं मला वाटत होतं. तेव्हा कोल्टर मला शोधत आला आणि म्हणाला, "फ्रँक, मला ठाऊक आहे, हे विचारण्याचा मला कुठलाही हक्क नाही, पण मला विचारायला हवं. डॉ. जेसप परत येत नाहीये. त्यानं कॅलिफोर्नियातच राहून प्रॅक्टिस करायचं ठरवलंय. या वेळी मला नक्की खात्री आहे की, मी दोन आठवड्यांच्या आत बदली डॉक्टर मिळवीन. पण तोपर्यंत तुम्ही राहाल अशी

अपेक्षा मी करू शकतो का?'' तो थांबला. त्याच्या डोळ्यात आर्जव होतं.

त्यानं मला योग्य वेळी टिपलं. मी डॉक्टरच्या या भूमिकेच्या प्रेमात पडलो होतो. वैमानिकाच्या भामटेगिरीइतकीच ती मला आवडू लागली होती आणि ही जास्त आरामदायी होती. बालरोगतज्ज्ञाची भूमिका स्वीकारल्यापासून मी एकही खोटा चेक लिहिला नव्हता. खरं पाहता, स्मिथर्समध्ये तात्पुरतं पद ग्रहण केल्यापासून एखादा खोटा दस्तऐवज हातळण्याचाही मी विचार केला नव्हता. हॉस्पिटल मला कन्सल्टंट म्हणून दिवसाला १२५ डॉलर्स याप्रमाणे दर आठवड्याला पैसे देत होतं.

मी कोल्टरच्या पाठीवर थोपटलं, "नक्कीच जॉन.'' मी संमती दर्शवली. "का नाही? आत्ता या घटकेला माझ्याकडे दुसरं कोणतंही काम नाहीये.''

मला खात्री होती, आणखी दोन आठवड्यांपर्यंत मी हा घोटाळा असाच चालू ठेवू शकेन आणि मी ते केलंही. पण पुढे दोन आठवड्यांचा महिना झाला आणि महिन्याचे दोन महिने झाले, तरीही कोल्टरला जेसपच्या जागी काम करण्यासाठी कुणी मिळालं नव्हतं. माझा आत्मविश्वास थोडाबहुत डळमळीत व्हायला लागला होता. कधीकधी मला टोचणी लागायची की, कोल्टर अथवा स्टाफपैकी एखादा डॉक्टर, कदाचित ग्रँगरसुद्धा माझ्या डॉक्टरी पात्रतेबद्दल तपासणी करेल. जर माझ्या रात्रपाळीच्या वेळी एखादी अप्रिय परिस्थिती उद्भवली, तर तपास होण्याची शक्यता अधिक होती.

नियम, अटी यांना कमी लेखत, माझा खुशालचेंडूपणा स्पष्ट करत मी नर्सेस, इंटर्नन्स आणि इतरांवर एक सर्वसाधारण वचक निर्माण केला होता आणि मध्यरात्र ते सकाळी ८ या वेळामध्ये मला त्यांच्याकडून पूर्ण सहकार्य मिळायचं. नर्सेसना वाटायचं, मी मदनाचा पुतळा आहे. मी कधीही रिकाम्या खोलीमध्ये त्यांची वाट अडवण्याचं अशिष्ट वर्तन करत नसे, याबद्दल त्या माझं कौतुक करायच्या. इंटर्नन्सना माझ्या वेळामध्ये काम करण्याचा अभिमान वाटायचा. आमच्यामध्ये मैत्रीचे संबंध तयार झाले होते. तरुण डॉक्टरांना माझ्याबद्दल आदर होता. त्यांना वाटायचं की, मी चेष्टेखोर आहे, पण कार्यक्षम आहे.

"डॉ. विल्यम्स, तुम्ही आम्हाला स्टाफमधल्या इतर डॉक्टरांसारखं वागवत नाही.'' कार्टरनं विश्वासानं सांगितलं. "आम्ही रुग्णांना ट्रिटमेंट देत असताना ते डॉक्टर येतात, तेव्हा आम्हाला बाजूला सारून सरळ स्वत:च काम सुरू करतात. तुम्ही तसं करत नाही. तुम्ही आम्हाला वाव देता आणि रुग्णांना ट्रिटमेंट देऊ देता. तुम्ही आम्हाला खरोखरच डॉक्टर होऊ देता.''

मला ठाऊक होतं, हे खरं नाही. मला डॉक्टरीचं काहीही ज्ञान नव्हतं. त्या तरुण डॉक्टरांना हे पुढे कितीतरी वर्षांपर्यंत माहीत नव्हतं. पण माझं मेडिकलचं

हे सोंग पार पाडण्यास केवळ इंटर्नन्स साहाय्यभूत होते. जेव्हा कठीण प्रसंग यायचे (निदान माझ्यासाठी तरी ते फारच कठीण असायचे.) तेव्हा मी ते इंटर्नन्सवर सोपवायचो आणि तडक सातव्या मजल्यावरच्या माझ्या कपड्यांच्या खोलीमध्ये पळून जायचो.

सुदैवानं स्मिथर्समधल्या माझ्या सेवाकाळात मला कधीही जीवन-मरणाची परिस्थिती अनुभवावी लागली नाही. काही वेळा नाजूक प्रश्न जरूर उपस्थित झाले, पण मला माझ्या चेहऱ्यावरच्या विदूषकी हावभावांनी तारून नेलं. उदाहरणार्थ, एका सुप्रभाती सुतिका विभागातल्या नर्सनं मला गाठलं आणि सांगितलं, "डॉ. विल्यम्स, आमच्या इथे एका स्त्रीला नुकतंच बाळ झालंय. आम्ही बाळाची नाळ बांधत होतो, तेवढ्यात डॉ. मार्टिनला शेजारच्या खोलीत सिझेरियन करायला बोलावलं. त्यांनी विचारलंय की, तुम्ही बाळाच्या नेहमीच्या चाचण्या करून घ्याल का?"

मी कोणत्याही कारणास्तव ते टाळू शकलो नव्हतो. ही विनंती केली, तेव्हा माझ्याबरोबरच्या दोन नर्सशी मी गप्पा मारत होतो.

"मी तुम्हाला मदत करीन डॉ. विल्यम्स." त्यापैकी एकीनं, जना स्टर्ननं स्वत:हून मदत करण्याची इच्छा व्यक्त केली. ती कर्तव्यतत्पर निवासी नर्स होतीच, शिवाय ती मेडिकल स्कूलमध्ये शिकत होती. नवजात अर्भकाची बालरोगतज्ज्ञ म्हणून विशेष प्रावीण्य मिळवण्याची तिची इच्छा होती.

ती मला नवजात अर्भकांच्या दालनामध्ये घेऊन आली. मी जरा नाखुशीनंच तिच्या मागोमाग गेलो. मी कधीकधी नर्सरी दालनाच्या काचेमधून इनक्युबेटर अथवा तत्सम पेटीमध्ये ठेवलेली छोटीशी, सुरकुतलेली नवजात अर्भकं पाहिली होती, पण मी कधी आत गेलो नव्हतो. त्यांच्याकडे पाहून मला छोट्या मांजरांची आठवण झाली. मला मांजरांची नजर, अगदी छोट्यातछोट्या मांजराची नजरही फारशी आवडत नाही. मी नर्सरीचं दार उघडायला सुरुवात केली, तोच स्टर्ननं पटकन माझा हात धरला आणि "डॉक्टर!" असं म्हणत तिनं लांब श्वास घेतला.

"काय झालं?" माझ्या विश्वासू इंटर्नन्सपैकी कोणी दिसतंय का याकडे उत्सुकतेनं पाहत मी विचारलं.

"तुम्ही असंच आत जाऊ शकत नाही." ती जरा रागावूनच मला म्हणाली, "इथे प्रत्येकाला हात धुऊन, तोंडावर मास्क लावून, विशिष्ट अंगरखा घालून जावं लागतं आणि तुम्हाला हे सर्व ठाऊक आहे!" तिनं माझ्याकडे हिरव्या रंगाचं जॅकेट आणि निर्जंतुक केलेला मास्क दिला.

मी चेहरा वेडावाकडा केला. "हे चढवायला मदत कर." मी गुरगुरत म्हणालो, "मास्क कशाला हवा? मी फक्त त्या मुलाकडे बघत होतो, त्याला

पकडणार नव्हतो.'' मास्क का घालायला हवा, हे मला जाणवलं होतं. मी सावरायला पाहत होतो आणि मी ते केलं.

ती चुटपुटली. ''डॉक्टर, खरंतर कधीकधी तुम्ही अगदी लहान मुलासारखं करता.'' ती थकून गेल्याच्या स्वरांत म्हणाली.

एका चिंचोळ्या जागेतून कठीण प्रवास करून नव्या जगात नुकताच प्रवेश केल्यामुळे लालबुंद झालेला ते एक नवजात अर्भक होतं. विषण्ण नजरेनं ते मला पाहत असावं. ''ठीक आहे. दीर्घ श्वास घे आणि परत सोड.'' मी मिलिटरी पद्धतीनं खोट्या हुकमी आवाजात आज्ञा दिली आणि बाळाच्या छातीवर स्टेथोस्कोप लावायला लागलो.

नर्स स्टर्ननं पुन्हा माझा हात झटकन पकडला आणि हसायला लागली. ''डॉक्टर, तुम्ही हा स्टेथोस्कोप बाळासाठी वापरू शकत नाही. तुम्ही लहान मुलांसाठीचा स्टेथोस्कोप वापरा.'' ती चटकन गेली आणि माझ्याजवळ होता तसाच, पण छोटा स्टेथोस्कोप घेऊन आली. मला माहीत नव्हतं की, हे स्टेथोस्कोपही वेगवेगळ्या आकारात मिळतात.

''कृपा करून तुम्ही माकडचेष्टा थांबवाल का? आपल्याला पुष्कळ काम करायचं आहे!''

मी मागे सरकलो आणि बाळाला बाय-बाय केलं.

''मी तुम्हाला एक सांगू का डॉ. स्टर्न, तुम्हीच या पोराला तपासा. मला तुमची पद्धत बघायला आवडेल.''

माझ्या स्तुतीनं तिला थोडं स्फुरण चढलं. ''ठीक आहे. मी ते करून दाखवते.'' जणूकाही मी तिंच्या स्वाभिमानाला ठेच पोहोचवली होता, पण तरीही ती सुखावल्याचं वरकरणी दिसत होतं. तिनं स्टेथोस्कोपनं तपासलं आणि मग तो स्वत:च्या गळ्याभोवती अडकवला. नंतर ती बाळाचे खांदे, पाय, मांड्या यांची तपासणी करायला लागली. त्याचे डोळे उघडून तपासले. कान, तोंड, गुदद्वार तपासलं. डोक्यावर, शरीरावर हात फिरवला. ती मागं सरली आणि माझ्याकडे आव्हानात्मक रोखून पाहिलं. ''ठीक?''

मी पुढे वाकलो आणि तिच्या कपाळाचं चुंबन घेतलं. ''आभारी आहे डॉक्टर. तुम्ही माझ्या एकुलत्याएक मुलाला वाचवलं.'' मी खोटे अश्रू पुसत म्हणालो.

त्या बाळाच्या चेहऱ्यावरची दु:खाची रेषा पुसली गेली. नवजात अर्भकं विचार करू शकतात का? किंवा आपल्याभोवती काय घडतंय याची त्यांना कल्पना असते का? हे कुणालाही नक्की ठाऊक नाहीये. कुणालाही नाही, म्हणजे मला सोडून. त्या बाळाला ठाऊक होतं, मी भोंदू आहे. त्याचा चेहरा

पाहूनच हे मला जाणवलं.

त्यानंतर मी अनेक नवजात अर्भकांना तपासलं. अर्थातच, मी काय करतोय हे मला कधीच समजलं नाही; पण नर्स स्टर्नचे फार उपकार होते. तिच्यामुळेच अर्भकांना कसं तपासायचं, हे मला समजलं होतं.

पण अजूनही सातव्या मजल्यावरच्या माझ्या मठीतल्या कपाटाजवळ मी पुष्कळ वेळ घालवायचो.

कधीकधी अशाही वेळा यायच्या की, जेव्हा माझं बेजबाबदारीचं, मूर्खासारखं वागणं पाहून लोक चिडायचे. उदाहरणार्थ, माझ्या डॉक्टरी भूमिकेच्या ११ व्या महिन्यातल्या एका रात्री मी चार्टवर न वाचता येण्याजोगे शेरे लिहीत बसलो होतो, तेव्हा एक नर्स धावत खोलीमध्ये आली. ''डॉ. विल्यम्स, ६०८ मध्ये एक बेबी 'निळी' पडतीये. लवकर चला.''

नर्सिंग स्कूलमधून जेमतेम एक महिन्यापूर्वी बाहेर पडून या हॉस्पिटलमध्ये रुजू झालेली ती नवी नर्स होती आणि मी तिला तोंडावर एक विनोद फेकत गप्प केलं होतं. तिच्या कामाच्या पहिल्या रात्रीच मी तिला म्हटलं होतं, ''मला एक बादलीभर वाफ नर्सरीमध्ये आणून दे. मला ही जागा स्टर्लाइज्ड करून दे.'' ती मोठ्या आशेनं बॉयलर रूमकडे धावली. तिथे एका इंटर्ननं तिला समजावून परत पाठवलं.

आश्चर्याची गोष्ट म्हणजे माझ्या डॉक्टर बनून काम करण्याच्या त्या अकरा महिन्यांत मी 'ब्ल्यू बेबी' ही संज्ञा ऐकली नव्हती. मला वाटलं, ती मला पुन्हा आठवण करून देणार.

''मी येतोच आहे.'' मी म्हणालो, ''पण त्याआधी ६०९ मध्ये हिरव्या बाळाला तपासायचंय.'' मी जेव्हा तिच्याबरोबर जाण्यासाठी जागचा हललो नाही, तेव्हा ती लगबगीनं निघून गेली आणि तिनं एका इंटर्नला हाक मारली. मी कोपऱ्यात गेलो आणि माझ्या मेडिकल डिक्शनरीमध्ये तपासून पाहिलं. मला समजलं, ब्ल्यू बेबी म्हणजे रक्तातलं ऑक्सिजनचं प्रमाण खूपच कमी झाल्यामुळे त्रस्त झालेलं लहान मूल. बहुधा हा हृदयातला जन्मजात दोष असतो.

मी रूम नं. ६०८ मध्ये गेलो आणि माझ्या इंटर्नन्सपैकी एक जण माझ्या मदतीला धावून आल्याचं पाहून माझा जीव भांड्यात पडला. तो त्या अर्भकाच्या तोंडावर ऑक्सिजनचा मास्क लावत होता.

''मी त्याच्या डॉक्टरशी बोललोय. तो यायलाही निघालाय. तुमची परवानगी असेल, तर तो येईपर्यंत मी हे सांभाळतो.''

माझ्यासाठी हे चांगलंच होतं. त्या प्रसंगानं मी हादरून गेलो. मला जाणवलं, मी जी भूमिका करतोय तिनं आता टोक गाठलंय. आत्तापर्यंत मी सुदैवी ठरलो होतो. पण

मला एकाएकी जाणीव झाली, माझ्या या भोंदूगिरीमुळे एखादं मूल प्राणास मुकेल. कोल्टरला गाठून राजीनामा द्यायचा, असं मी ठरवलं. कोणतीही विनवणी मान्य करायची नाही, असंही मी ठरवलं.

त्याऐवजी त्यानंच मला गाठलं.

"ठीक आहे फ्रँक. पुन्हा खुशालचेंडूपणा करायला तू मुक्त आहेस. आम्हाला नवा रेसिडेंट सुपरवायझर मिळालाय. न्यूयॉर्कहून तो उद्याच इथे येतोय."

मी सुटकेचा नि:श्वास टाकला. दुसऱ्या दिवशी माझ्या शेवटच्या पगाराचा चेक घेण्यासाठी मी गेलो. माझ्या जागेवर आलेल्या डॉक्टरची भेट झाली नाही, याबद्दल मला अजिबात वाईट वाटलं नाही. मी हॉस्पिटलमधून बाहेर पडत होतो तेव्हा माझी मध्यरात्र ते सकाळी ८ या रात्रपाळीमध्ये रखवालदार म्हणून काम करणाऱ्या वयस्क जेसनशी भेट झाली.

"जेसन, तू आज थोडा आधी कामावर आलास ना?" मी विचारलं.

"डॉक्टर, आज मी दोन शिफ्टमध्ये काम करतोय." जेसन म्हणाला.

"तुला ठाऊक नसेल जेसन, मी यापुढे इथे कधी असणार नाही." मी म्हणालो, "त्यांना अखेर बदली डॉक्टर मिळाला."

"हो, मी ऐकलं." जेसन म्हणाला. त्यानं माझ्याकडे चमत्कारिक नजरेनं पाहिलं. "डॉक्टर, तुम्हाला काही विचारू?"

"हो. नक्की जेसन, काहीही विचार." मला तो आवडायचा. तो वयस्क गृहस्थ चांगला होता.

त्यानं एक दीर्घ श्वास घेतला. "डॉक्टर, तुम्हाला कधी कळलं नाही, पण मीही नेहमी सातव्या मजल्यावर विश्रांती घ्यायचो आणि गेलं वर्षभर मी तुम्हाला त्या कपड्यांच्या खोलीत जाताना पाहायचो. तुम्ही आत जाताना कधी काही नेत नव्हता आणि तिथून परततानाही तुमच्या हातात काही नसायचं. मला माहीत आहे, तुम्ही दारू पीत नाही. डॉक्टर, मी तुम्हाला सांगतो त्या कपाटात काही नाही. काहीही नाही. मी दहा-बारा वेळा तरी जाऊन तपासलंय. मला जाणून घ्यायची उत्सुकता आहे की, तुम्ही तिथे काय करत होता? डॉक्टर, मी खरंच कुणाला सांगणार नाही. शपथ्थ!"

मी हसलो. त्याला अलिंगन दिलं. "जेसन, मी त्या खोलीत माझ्या बाळांबद्दल खोल विचार करायचो, इतकंच मी शपथपूर्वक सांगतो!"

पण मला ठाऊक आहे, त्याचा या गोष्टीवर कधीच विश्वास बसला नसणार. तो अजूनही त्या खोलीची तपासणी करत असावा.

कायद्याची पदवी म्हणजे बेकायदेशीर

हॉस्पिटलमधली माझी रोजी रोटी संपल्यानंतर एका आठवड्याने माझ्या 'बालमोरही' इथल्या भाड्याच्या जागेची मुदत संपत असल्यामुळे मी अटलांटा सोडायचं ठरवलं. तिथून जाण्याची माझ्यावर सक्ती नव्हती. निदान मलातरी तसं वाटलं नाही; पण तिथे राहणं शहाणपणाचं नाही असं मला वाटलं. जो कोल्हा एकाच जागेत जास्त दिवस लपून बसतो, तो जागा पोखरणाऱ्या कुत्र्यांची सहज शिकार बनतो. मला असं वाटलं की, मी बरेच दिवस एका ठिकाणी राहिलो. मला माहीत होतं, माझा अजूनही पाठलाग चालू असणार आणि मी त्या शिकारी कुत्र्यांना कोणतीही संधी द्यायला तयार नव्हतो.

नंतर मला समजलं, अटलांटा सोडण्याचा माझा निर्णय योग्य होता. त्याच वेळी वॉशिंग्टन डी.सी. मध्ये एफ. बी. आयचा इन्स्पेक्टर, सीन ओरीलीला त्याच्याकडे असणाऱ्या इतर सर्व केसेस बाजूला ठेवून फक्त मला पकडण्यावर लक्ष केंद्रित करण्याचा हुकूम देण्यात आला होता. ओरीली हा एक उंच, कडक शिस्तीचा माणूस होता. त्याची चेहरेपट्टी एखाद्या आयरीश बिशपसारखी होती आणि हातातलं काम पूर्ण होईपर्यंत चिवटपणे पकडून ठेवण्याचा 'एअरडेल'चा गुण त्याच्याकडे होता. आपल्या कामाशी एकनिष्ठ असणारा, अत्यंत कुशल एजंट अशी त्याची ख्याती होती. तेवढाच तो सर्व

बाबतीत स्वच्छ कारभारासाठीही प्रसिद्ध होता.

मी ओरीलीचा प्रत्येक प्रयत्न, डाव उधळून लावण्याचा सर्वतोपरी प्रयत्न केला, तरी मी पुढे ओरीलीची प्रशंसा, कौतुक आणि वाखाणणी करणाऱ्यांपैकी एक झालो. मी त्याचा नेहमीच व्यावसायिक पद्धतीनंही प्रतिकार केला होता. माझ्याबद्दल ओरीलीच्या मनात काही व्यक्तिगत भावना असतील, तर मला खात्री आहे त्यात वैराची भावना नसेल. ओरीली क्षुद्र वृत्तीचा माणूस नव्हता.

अर्थातच, मी जेव्हा अटलांटा सोडलं तेव्हा ओरीली नावाची कुणी व्यक्ती आहे, हेही मला ठाऊक नव्हतं. मायामीचा स्पेशल एजंट आणि डाडे काऊंटीचे अधिकारी यांच्याशी माझा सामना झाला होता. ते वगळता माझ्या मागावर असलेले सर्व अधिकारी मला भुतासारखेच होते.

दक्षिणेकडच्या राज्यांच्या दुसऱ्या एखाद्या शहरात मी महिनाभर लपून राहायचं ठरवलं. नेहमीप्रमाणे माझ्या ओळखीच्या तिथे राहणाऱ्या एका हवाईसुंदरीमुळे मी त्या जागेची राहण्यासाठी निवड केली. अजूनतरी माझ्या निर्णय प्रक्रियेत स्त्रीच्या सौंदर्याचा प्रभाव यापेक्षा दुसरं कोणतंही कारण मला सापडलेलं नाही.

तिचं नाव डायना होतं आणि आम्ही वर्षभर अधूनमधून भेटत होतो. मी तिच्याबरोबर कधीही विमान प्रवास केला नव्हता. आम्ही अटलांटा विमानतळावर पहिल्यांदा भेटलो. ती मला रॉबर्ट कॉनरॅड, 'पॅन-ॲम' ऑफिसर या नावानं ओळखत होती. काही प्रसंगी मी असं नाव धारण करायचो. अशा तऱ्हेचं खोटं, टोपणनाव मला तिच्याबरोबर वापरावं लागलं, कारण आम्हा दोघांत घनिष्ठ आणि आनंददायी संबंध प्रस्थापित झाले आणि त्या दरम्यान तिनं माझी वैयक्तिक पार्श्वभूमी, तसंच माझं शिक्षण कुठे झालं इत्यादी गोष्टींबद्दल विचारपूस केली होती. बहुतेक वैमानिकांकडे कॉलेजची पदवी असते, पण त्या सर्वांनीच विमान विद्येच्या शास्त्रात पदवी मिळवलेली नसते. मी डायनाला सांगितलं की, मी कायद्याची पदवी घेतलीये, पण कधीही प्रॅक्टिस केली नाही. कारण उपजीविकेचा मार्ग म्हणून वैमानिकाचा पेशा स्वीकारणं मला केवळ आव्हानात्मकच नव्हे, तर वकिलीपेक्षा जास्त लाभदायकही वाटलं आणि तिलाही कोणीही माणूस कोर्टरूमपेक्षा कॉकपिट पसंत करेल हे जास्त सयुक्तिक वाटलं.

तिला माझ्या त्या कायद्याच्या बनावट पदवीचीही आठवण होती. त्या शहरातल्या माझ्या आगमनानंतर काही दिवसांनी ती मला तिच्या एका मित्रानं आयोजित केलेल्या पार्टीमध्ये घेऊन गेली आणि तिथे तिनं एका उमद्या माणसाशी माझा परिचय करून दिला. त्याचं नाव होतं जॅसन विलकॉक्स.

"तुम्हा दोघांचं नक्कीच चांगलं जमेल. जॅसन आमच्या असिस्टंट स्टेट ॲटर्नींपैकी एक आहे." डायनानं मला सांगितलं. ती विलकॉक्सकडे वळून

म्हणाली, "आणि बॉब, हा रॉबर्ट वकील आहे, पण आपल्या नावाची पाटी यानं कधी दारावर टांगली नाही. त्याऐवजी तो वैमानिक झाला."

विलकॉक्सला लगेचच माझ्यामध्ये रुची निर्माण झाली. "अच्छा! कुठल्या लॉ कॉलेजमध्ये शिकलास?"

"हॉर्वर्ड." मी म्हणालो. मी विचार केला, जर आपण कायद्याची पदवी घेणार असू तर ती प्रतिष्ठित कॉलेजमधून घ्यावी.

"पण तू कधी प्रॅक्टिस केली नाहीस?" त्यानं प्रश्न केला.

"नाही." मी म्हणालो, "ज्या आठवड्यात मी कायद्यात मास्टर्स मिळवलं, त्याच आठवड्यात मला माझं वैमानिकाचं कमर्शियल लायसन्स मिळालं. तसंच 'पॅन-अॅम'नं मला फ्लाईट इंजिनिअर म्हणून नोकरीही देऊ केली. ३०,००० ते ४०,००० डॉलर्स पगार मिळतो आणि मला विमान चालवणं आवडतं म्हणून मी ती नोकरी स्वीकारली. कदाचित, पुढे-मागे मी वकिलीकडे वळेनही; पण आत्ता मी महिन्याला फक्त ८० तास विमान चालवतो. फार कमी वकिलांची इतकी चांगली परिस्थिती असेल."

"नाही. तुझं बरोबर आहे." विलकॉक्सनं सहमती नोंदवली. "तू कुठेकुठे जातोस? रोम? पॅरिस? मला वाटतं सर्व जगभर."

मी नकारार्थी मान डोलावली. "आत्ता मी विमान चालवत नाही." मी म्हणालो, "मी सध्या विशेष हक्काच्या रजेवर आहे. गेल्या महिन्यात कंपनीनं माणसं कमी केली आणि त्यातून मला सिनिऑरिटीपण नाही. कदाचित सहा महिने-वर्षभरात ते मला परत बोलावतील. आत्ता या घटकेला मी फक्त बेकारी भत्ता घेत आळसात वेळ घालवतोय. बरं वाटतंय."

विलकॉक्सनं विचारात गढून गेल्यासारखं मला न्याहाळलं. "तू हॉर्वर्डमध्ये अभ्यासात कसा होतास?" त्यानं विचारलं. मला वाटलं तो काहीतरी प्रस्ताव मांडणार आहे.

" मी बराच चांगला होतो." मी उत्तर दिलं. "मी ३.८ च्या सरासरीनं पदवी संपादन केली. का?"

"हो का? अॅटर्नी जनरलला त्याच्या ऑफिससाठी वकील हवे आहेत." विलकॉक्स म्हणाला, "खरंतर त्यांना मदतीची गरज आहे. बारची परीक्षा देऊन तू इथे आमच्याबरोबर नोकरी का करत नाहीस? मी तुझी शिफारस करीन. अर्थातच, या नोकरीत तुला वैमानिकाइतकं वेतन नाही मिळणार, पण बेकारी भत्त्यापेक्षा बरा पगार मिळेल आणि तुला कायद्याच्या प्रॅक्टिसचा अनुभवही मिळेल. त्यामुळे तुझ्या प्रतिष्ठेला इजा नक्कीच पोहोचणार नाही."

त्याची योजना मी जवळजवळ धुडकावलीच होती, पण जास्त विचार

केल्यावर त्यासंबंधी माझी जिज्ञासा अधिकच जागृत झाली.

'पुनःश्च आव्हान!' मी खांदे उडवले.

"या राज्यात बारची परीक्षा देण्यासाठी मला काय करायला हवं?" मी विचारलं.

"खरं पाहता, फार काही नाही." विलकॉक्स म्हणाला, "हॉर्वर्डकडून ट्रान्सस्क्रिप्ट घेऊन स्टेट बार परीक्षेच्या ऑफिसमध्ये दे आणि परीक्षेसाठी अर्ज कर. ते अर्थातच तुझा अर्ज नाकारणार नाहीत. आमच्या सिव्हिल आणि क्रिमिनल कायद्याबद्दल मात्र तुला तयारी करावी लागेल. पण तुला लागणारी सर्व पुस्तकं माझ्याकडे आहेत. तू दुसऱ्या राज्यातून आल्यामुळे तुला इथे ३ वेळा परीक्षेला बसता येईल. काही अडचण येणार नाही."

हॉर्वर्डकडून ट्रान्सस्क्रिप्ट – ते मिळवणं कठीण होतं. मी विचारात पडलो. कारण युनिव्हर्सिटी आणि मी यांनी एकमेकांची तोंडंही पाहिलेली नव्हती. पण मला वैमानिकाचं शिक्षण तरी कुठे मिळालं होतं, पण माझ्या खिशात मी जेट विमान चालवू शकतो हे सिद्ध करणारं कायदेशीर दिसणारं एफ.ए.ए.चं वैमानिकाचं लायसन्स आहे की नाही! माझ्यातली मोठ्ठी मधमाशी पुन्हा घोंगावायला लागली.

मी हॉर्वर्ड लॉ स्कूलच्या रजिस्टारला पत्र लिहिलं आणि हिवाळी सत्राचं वेळापत्रक आणि लॉ स्कूलच्या कॅटलॉगची मागणी केली. काही दिवसांतच मी मागवलेल्या माहितीचं पाकीट माझ्या पोस्टाच्या पेटीत येऊन पडलं. कॅटलॉगमध्ये हॉर्वर्डमध्ये 'डॉक्टरेट ऑफ लॉ' या पद्धतीसाठी? आवश्यक अशा कोर्सेसची माहिती होती आणि बरोबर सुंदर लोगो आणि लेटरहेड होती. पण कॉलेजचं ट्रान्सस्क्रिप्ट कसं दिसतं याची मला अजूनही सुतराम कल्पना नव्हती.

डायना 'ओहायो' युनिव्हर्सिटीची पदवीधर होती. बिझनेस ॲडमिनिस्ट्रेशन हा तिच्या अभ्यासाचा मुख्य विषय होता. एकदा मी गप्पा मारता-मारता तिला तिच्या विद्यार्थीदशेतल्या काळासंबंधीच्या संभाषणात गुंतवलं.

कॉलेजच्या प्रांगणात घडणाऱ्या इतरही घडामोडींमध्ये ती हिरिरीनं भाग घेत होती. कॉलेजमध्ये तिची खुशालचेंडू अशी प्रतिमा होती. मी चेष्टेनं म्हणालो, "कॉलेजमध्ये तू फारसा अभ्यास केला नसशील."

"वा! असं कसं? अभ्यासही केला." तिनं सांगितलं. "मी ३.८ च्या सरासरीनं मार्क मिळवलेत. शेवटच्या वर्षी मी डीनच्या हुशार मुलांच्या यादीत होते. तुला ठाऊक आहे, मजा करूनही तुम्ही चांगले मार्क मिळवू शकता."

"चल! थापा मारू नकोस. माझा विश्वास नाही बसत, तुला इतके चांगले मार्क्स मिळाले होते यावर. मी तुझं ट्रान्सस्क्रिप्ट बघितलं तरच माझा विश्वास बसेल." मी निषेध नोंदवला.

ती हसली. ''गधड्या, तू जरा जादाच हुशार आहेस हं. आत्ताही ते माझ्याकडे आहे.'' ती म्हणाली आणि काही मिनिटांत तिच्या बेडरूममधून ते ट्रान्सस्क्रिप्ट घेऊन आली.

त्या ट्रान्सस्क्रिप्टमध्ये आखीव, कायदेशीर कागदपत्राच्या आकाराचे चार कागद होते आणि रजिस्टारनं त्यावर स्वाक्षरी करून ते नोटराईज्ड केले होते. पहिल्या पानावर विद्यापीठाचं नाव मोठ्या अक्षरांत छापलं होतं. त्याखाली 'ओहायो' राज्याची मुद्रा असावी. त्यानंतर तिचं नाव आणि तिनं संपादन केलेली पदवी, ती कोणत्या वर्षी संपादन केली ते साल आणि पदवी देणाऱ्या कॉलेज ऑफ बिझनेस मॅनेजमेंटचं नाव होतं. बाकीच्या पानांवर तिनं केलेले कोर्सेस, त्यांच्या तारखा, तिनं मिळवलेली क्रेडिट्स आणि तिची श्रेणी होती. प्रत्येक वर्षाच्या शेवटी सरासरी श्रेणी दिली होती आणि सर्व वर्षांची मिळून अंतिम श्रेणी ३.८ अशी होती. शेवटच्या पानाच्या खाली उजव्या कोपऱ्यात 'ओहायो' युनिव्हर्सिटीची मोहर होती. त्यावर नोटरीच्या मोहरीचं अध्यारोपण होतं आणि त्यावर कॉलेजच्या रजिस्टारनं स्वाक्षरी केलेली होती. ते ट्रान्सस्क्रिप्ट तिला परत देण्यापूर्वी स्पंज जसा पाणी शोषून घेतो त्याप्रमाणे मी त्या ट्रान्सस्क्रिप्टचं स्वरूप स्मृतिपटलावर टिपून घेतलं.

''ठीक आहे. तू फक्त आकर्षकच नाहीस, तर हुशारही आहेस हं.'' मी खोटी-खोटी माफी मागितली.

दुसऱ्या दिवशी मी आलेख, चित्रं पुरवणारी दुकानं, स्टेशनरी दुकानं आणि ऑफिसेसना माल पुरवणाऱ्या कंपन्यांमधून खरेदी करण्यासाठी बाहेर पडलो. कायदेशीर दस्तऐवजासाठी वापरतात तसे काही बाँड पेपर, चिकटवण्याची अक्षरं, लिहिण्याचं सामान, चित्रकाराची पेन्स, पेन्सिल्स, सुरी, गोंद, काटकोनी पट्टी, काही सोनेरी मोहर आणि नोटरीचे शिक्के खरेदी केले.

सर्वप्रथम मी हॉर्वर्ड लॉ स्कूलचा लोगो व्यवस्थित कापून घेतला आणि तो एका बाँड पेपरच्या वरच्या बाजूला चिकटवला. नंतर मी कॉलेजची मोहर कॅटलॉगमधूनच काढली आणि लोगोच्या खाली चिकटवली. त्यानंतर मी माझं नाव, पदवी प्राप्त केली ते साल, पदवी हे तपशील लिहिले. काटकोनाचा आणि चित्रकाराच्या पेनचा वापर करून त्या बाँड पेपरच्या अनेक पानांवर व्यवस्थितपणे रेघा आखून घेतल्या. नंतर चिकटवण्याची अक्षरं वापरून हॉर्वर्डच्या कायद्याच्या पदवीसाठी लागणाऱ्या सर्व कोर्सेसची माहिती, माझे निवडलेले विषय आणि माझी खोटी श्रेणी काळजीपूर्वक लिहिली. विलकॉक्स माझं ट्रान्सस्क्रिप्ट बघण्याची शक्यता होती. म्हणून अंतिम श्रेणी ३.८ अशी दिली. व्यवस्थित चिकटवून पूर्ण केलेलं माझं काम बघून कुणाला वाटलंही नसतं की, ती एखाद्या कलाकाराच्या

टेबलवर साकारलेली अपूर्ण कलाकृती आहे.

पण त्यातली पानं कॉपिंग मशिनमधून काढली, तेव्हा ती फारच सुंदर निघाली. ती कॉपी डुप्लिकेटिंग कॉम्प्युटरमधून काढल्यासारखी दिसत होती. मी शेवटच्या पानावर खालच्या बाजूला सोनेरी मोहर चिकटवून त्याच्यावर मुद्दामच अंधूकसा उठेल असा स्टँप प्रेस केला. नंतर जाडं पेन वापरून हॉर्वर्ड लॉ स्कूलच्या रजिस्टारची झोकात स्वाक्षरी करून तो सहा पानांचा बनावट दस्तऐवज तयार केला. तसंच, रजिस्टार हा नोटरीही असल्याचं त्या सहीखाली नमूद केलं.

ती नक्कल खऱ्याखुऱ्या हॉर्वर्ड ट्रान्सस्क्रिप्टप्रमाणे दिसत होती की नाही, हे मला ठाऊक नव्हतं. राज्याच्या 'बार एक्झॅमिनर्स' ऑफिसमध्ये मी जेव्हा हे सादर करणार होतो, तेव्हा त्याची खरी परीक्षा होणार होती. विलकॉक्सनं पंधरा वर्षं वकिली केली होती आणि गेली ९ वर्षं तो असिस्टंट स्टेट ॲटर्नी म्हणून काम पाहत होता. राज्यातल्या वकिलांबरोबर त्याचे घनिष्ठ संबंध होते. तो म्हणाला, त्याला भेटलेला पहिला हॉर्वर्ड पदवीधर मी होतो.

विलकॉक्सच्या ऑफिसच्या वाचनालयात मी तीन आठवडे कायद्याची जाडजूड पुस्तकं वाचण्यात घालवले. मला वाटलं होतं त्यापेक्षाही कायदा हा विषय निरस असला, तरी मला तो बराच सोपा वाटला.

त्यानंतर श्वास रोखून मी बार परीक्षकाच्या ऑफिसमध्ये हजर झालो. कायद्याचा अभ्यास करणारा मुलगा ऑफिसमध्ये क्लार्कची नोकरी करत होता. त्यानं माझ्या बनावट ट्रान्सस्क्रिप्टची पानं चाळली. मग समाधानपूर्वक मान हलवून त्यानं त्या बनावट ट्रान्सस्क्रिप्टची कॉपी काढली आणि स्थळप्रत आणि 'बार' परीक्षेचा फॉर्म माझ्याकडे दिला. मी जेव्हा फॉर्म भरत होतो, तेव्हा त्यानं कॅलेंडरमध्ये पाहिलं आणि कुणाशीतरी टेलिफोनवर बोलला.

"जर तुमची तयारी असेल, तर तुम्ही पुढच्या बुधवारी परीक्षेला बसू शकता." तो म्हणाला आणि नंतर प्रोत्साहन देत हसत म्हणाला, "हॉर्वर्डच्या पदवीधारकांना ही टेकडी पार करणं मुळीच कठीण नाही."

खरोखरच्या मान्यवर वकिलाच्या बाबतीत त्याचं ते ग्रामीण भाषेतलं 'टेकडी'चं रूपक ठीक होतं, पण माझ्यासाठी तो 'पर्वत' ठरला! ८ तासांचे तर्कवितर्क, माझी इच्छाशक्ती, हो-नाहीचा संभ्रम, ठोकून दिलेली अनुमानं आणि अर्ध शिक्षिताचे ठोकताळे... सर्वच अकल्पित!

मी चक्क नापास झालो.

पण 'स्टेट बार एक्झॅमिनेशन'च्या ऑफिसमध्ये मी नक्की कोणाचीतरी मर्जी संपादन केली होती. कारण मला नापास ठरवलेल्या नोटिफिकेशनबरोबर उत्तरपत्रिकाही जोडली होती आणि त्यावरून माझी कोणती उत्तरं बरोबर आणि कोणती चूक ते

मला समजलं.

मी परत विलकॉक्सच्या ऑफिसमध्ये गेलो आणि लायब्ररीतच तळ ठोकला. मी जिथे चुकलो होतो त्या अभ्यासक्रमावर लक्ष केंद्रित केलं. जेव्हा शक्य असे तेव्हा विलकॉक्स मला शिकवत असे. सहा आठवड्यांनंतर दुसरा चान्स घ्यायला हरकत नाही, असं मला वाटलं.

मी पुन्हा नापास झालो, पण आत्ताही उत्तरपत्रिका मला परत मिळाली. मी कुठे नापास झालो आणि कुठे पास झालो ते समजलं. माझी प्रगती झाली होती. खरं पाहता, काही कायदेविषयक प्रश्न मी बरोबर सोडवले होते. मला आनंद झाला. माझ्या शेवटच्या प्रयत्नात परीक्षा उत्तीर्ण होण्याचा मी निश्चय केला.

सात आठवड्यांनंतर मी तिसऱ्यांदा परीक्षेला बसलो आणि उत्तीर्ण झालो. दोन आठवड्यांनंतर मला एक छानसं सर्टिफिकेट मिळालं. त्यामध्ये नमूद केलं होतं की, स्टेट बारनं मला वकिलीची सनद दिली आहे आणि त्यांच्या राज्यात कायद्याची प्रॅक्टिस करण्याची परवानगी दिली आहे. मी बाजी मारली होती.

मी अजून हायस्कूलचं शिक्षण पूर्ण केलं नव्हतं, पण मी एक सनदप्राप्त वकील होतो. माझ्याकडे शैक्षणिक गुणवत्ता नाही, ही फक्त एक तांत्रिक बाब आहे, असं मी मानलं. माझ्या चार महिन्यांच्या घोकंपट्टीत मला समजलं की, कायदा हा शाब्दिक कसरतीनं भरलेला आहे. शाब्दिक कसरती करूनच न्यायापासून पळवाटा काढता येतात.

विलकॉक्सनं त्याचं वचन पाळलं. त्यानं स्टेट ॲटर्नी जनरलबरोबर माझी नोकरीसाठी मुलाखत ठरवली आणि विलकॉक्सच्या शिफारसीनं त्यानं मला असिस्टंट म्हणून नोकरीवर ठेवून घेतलं. माझा पगार होता वर्षाला १२,८०० डॉलर्स.

ॲटर्नी जनरलच्या 'सिव्हिल' डिपार्टमेंटच्या 'कार्पोरेट लॉ' या विभागामध्ये माझी नेमणूक झाली. तिथल्या वकिलांकडे राज्यातले छोटे तंटे, जमिनीवरचे मालकी हक्क, खालसा प्रकरणं, स्थावर मालमत्तेचे खटले अशी कामं असायची.

त्यांच्यापैकी बहुतेक जण हेच काम करायचे. फिलीप रिगबी या सिनियर असिस्टंटकडे मदतनीस म्हणून माझी नेमणूक झाली. फिलीप रिगबी हे जुन्या, घरंदाज, स्थानिक कुटुंबातलं गर्विष्ठ शेंडेफळ होतं. तो स्वत:ला दक्षिणेकडचा उच्चकुलीन समजायचा. मी त्याच्या दोन पूर्वग्रहांचा बळी ठरलो. एकतर मी उत्तरेकडचा न्यूयॉर्कर होतो आणि दुसरी अधिक वाईट गोष्ट म्हणजे मी होतो कॅथॉलिक! त्यानं मला खालच्या दर्जाचा सांगकाम्या बनवलं. कॉफी घेऊन ये, हे किंवा ते पुस्तक आण – त्याच्या मनात येईल अशी कोणतीही गोष्ट तो मला न्यायला-आणायला लावायचा. त्या राज्यातला मी सर्वांत अधिक पगार घेणारा

हरकाम्या होतो. रिगबी अत्यंत उद्धट होता. माझ्या या मताशी माझ्याबरोबरचे इतर तरुण असिस्टंटही सहमत होते. ते त्या राज्यातले असूनही उदारमतवादी होते.

त्या खात्यातल्या तरुण अविवाहितांचा मी आवडता होतो. माझ्या तिजोरीत अजूनही २०,००० डॉलर्सच्या वर पैसे शिल्लक होते. ते मी ए.जी.च्या ऑफिसमधल्या माझ्या मित्रांवर मुक्तहस्तानं खर्च करायचो. मी त्यांना चांगल्या रेस्टॉरंटमध्ये जेवायला, बोटीच्या सफरीवर तसंच रात्री अद्ययावत नाईट क्लबमध्ये घेऊन जायचो.

मी गवगवा न करता मुद्दामच असा ग्रह करून दिला होता की, मी न्यूयॉर्कच्या श्रीमंत घराण्यातला आहे. मी तळ्याकाठच्या एका आलिशान फ्लॅटमध्ये राहायचो. मी 'लीज'वर घेतलेल्या जग्वारमधून हिंडायचो. माझ्या कपड्यांचा संग्रह ब्रिटनमधल्या एखाद्या ड्यूकला शोभेलसा होता. दररोज मी वेगळा सूट घालून कामाला जायचो. मला ते आवडायचंही. पण दुसरं म्हणजे, माझे वेगवेगळे कपडे पाहून रिगबीचं पित्त खवळायचं. माझ्या मते त्याच्याकडे फक्त ३ सूट होते. मला खात्री होती की, त्यातला एक त्याच्या कर्नल आजोबांकडून वंशपरत्वे त्याच्यापर्यंत पोहोचला असावा.

रिगबी कंजूसही होता. माझा पोशाख पाहून रिगबीला राग येत असला, तरी इतरांकडून पसंतीची पोच मिळायची. एक दिवस कोर्टामध्ये एक खटला चालू व्हायला थोडा अवकाश होता. त्या वेळी न्यायाधीश साहेबांनी आपल्या टेबलवर पुढे ओणवं होऊन मला म्हटलं, "मि. कॉनरॅड, या कोर्टासमोर चाललेल्या कायदेविषयक बाबींमध्ये तुमचं विशेष योगदान नसेल, पण तुमच्या व्यक्तिमत्त्वानं या कोर्टाची शान मात्र नक्कीच वाढलीये. डिक्सीच्या सर्व वकिलांमध्ये तुमचा पोशाख सर्वांत उत्तम असतो. त्याबद्दल कोर्ट तुमची प्रशंसा करत आहे."

ही खरीखुरी प्रशंसा होती आणि मला त्यामुळे आनंद झाला. पण त्यामुळे रिगबी मात्र चाट पडला असणार.

खरं पाहता मला माझी 'हरकाम्या' ही भूमिका पसंत होती. मला केस चालवायची खरी इच्छा नव्हतीच. माझं कायद्याविषयीचं प्राथमिक अज्ञान उघड होण्याची शक्यता होती, त्यामुळे त्यात खूप धोका होता. मी जे काम करत होतो ते अत्यंत नीरस आणि कंटाळवाणं होतं आणि असलं नावडणारं काम रिगबी करायचा. त्याबद्दल मी समाधानी होतो. कधीकधी तो माझ्यासाठी काही तुकडे फेकायचा. उदाहरणार्थ, जमिनीसंबंधातले काही लहान कज्जे मला चालवायला द्यायचा किंवा कज्ज्याच्या सुरुवातीला बाजू मांडायला सांगायचा. अशा घटना मला आवडायच्या आणि कायद्याच्या धंद्याला बट्टा न लावता मी ते सगळं

निभवायचो, असं मला वाटतं. रिगबी स्वत: अत्यंत निष्णात वकील होता आणि त्याच्यामागे बसून मी खूप काही शिकलो. ते कायद्याच्या पुस्तकातून मिळवलेल्या अथवा परीक्षा देऊन प्राप्त झालेल्या ज्ञानापेक्षा अधिक मोलाचं होतं.

मुख्यत्वे, निवाऱ्याची जागा मिळाली असल्यामुळे मी खूश होतो. ही अशी गुहा होती की, कुणा शिकारी कुत्र्यालाही माझा थांगपत्ता लागणं शक्य नव्हतं. जर तुम्ही एखाद्या गुन्हेगाराचा शोध घेत असाल आणि तो गुन्हेगार विशीच्या आतला, हायस्कूलमधून हाकललेला असेल, तर विशेषकरून तुम्ही त्याला ॲटर्नी जनरलच्या ऑफिसमध्ये काम करणाऱ्या फौजदारी वकिलांमध्ये शोधण्याची सुतराम शक्यता नाही.

मी ए.जी.च्या नोकरीत रुजू झाल्यावर काही आठवड्यांनी डायनाची डलासला बदली झाली. तिच्या विरहामुळे मला क्षणिक दुःख वाटलं, पण थोड्याच दिवसांत मी ग्लोरीयाबरोबर हिंडू लागलो. ती एका उच्चपदस्थ सरकारी अधिकाऱ्याची मुलगी होती. छान, उत्साही, आनंदी आणि देखणी होती. आमच्या संबंधातली उणीव इतकीच होती की, ती माझी जिवलग मैत्रीण झाली नाही. पण मला आता जाणवायला लागलं होतं की, पूर्ण पोशाखातली स्त्रीही आकर्षक असू शकते!

ग्लोरीया कडव्या मेथॉडिस्ट कुटुंबातली होती. मी तिच्याबरोबर तिच्या चर्चमध्ये जायचो; पण माझी धर्मांतर करण्याची इच्छा नाही, हे मी आधीच स्पष्ट केलं होतं. एकमेकांच्या निष्ठांबद्दल आदर दाखवण्यासाठीच मी हे करायचो आणि तिच्या आई-वडलांना त्याबद्दल माझं कौतुक वाटायचं आणि खरंतर मला ते आवडायचं. चर्चमधल्या धर्मोपदेशकाबरोबर माझी दाट मैत्री झाली होती आणि चर्चच्या 'तरुणांसाठी'च्या कार्यक्रमांमध्ये मी भाग घ्यावा म्हणून त्यांनी माझं मन वळवलं. शहरातल्या दुर्लक्षित भागातल्या मुलांसाठी अनेक क्रीडांगणं बनवण्याच्या आणि इतर शहरवासीय मुलांसाठी असलेल्या प्रकल्पांमध्ये मी भाग घेतला. गुन्हेगारांसाठी तो एक चमत्कारिक विरंगुळा होता, पण मी कुठल्याही ढोंगीपणानं ते केलं नव्हतं. मी प्रथमच नि:स्वार्थी भावनेनं, कुठल्याही परतफेडीची अपेक्षा न करता हे काम केलं आणि त्यामुळे मला खूप आनंद झाला.

चर्चच्या प्रांगणातल्या द्राक्षांच्या मळ्यामध्ये एखादा पापी माणूस कितीही राबला आणि त्याचे श्रम बहुमूल्य असले, तरी त्यानं फार काळापर्यंत तिथे खोळंबू नये. मी बऱ्याच कमिटींचं काम उरकलं आणि नंतर द्राक्षं आंबट वाटू लागली.

त्यांच्या व्यवस्थापकांच्या पॅनेलवर एक खरा हॉर्वर्ड पदवीधर – नुसता पदवीधर नव्हे, तर हॉर्वर्डचा कायद्याचा? पदवीधर होता. त्याला माझ्या भेटीनं आनंद झाला. आत्तापर्यंत मला हॉर्वर्डच्या लोकांसंबंधी बरंच काही समजलं होतं.

बॅजर्सप्रमाणे (मुंगसासारखा प्राणी) त्यांना आपला कंपू करून राहायला आवडतं. एकटा बॅजर जसा दुसऱ्या बॅजरला शोधून काढेल, तसाच हॉर्वर्डचा एकटा माणूस दुसऱ्याला धुंडाळणारच! त्यानंतर ते फक्त हॉर्वर्डबद्दल बोलत राहणार.

मला यातल्या धोक्याची लगेचच जाणीव झाली. मी कधी पदवी घेतली? त्या वेळी माझे प्रोफेसर कोण होते? मला कोणत्या पोरींबद्दल माहिती आहे? कोणत्या क्लबचा सभासद होतो? कुठल्या दारूच्या गुत्त्यांना भेटी द्यायचो? माझे मित्र कोण?

पहिल्या रात्री त्याच्या प्रश्नांना थातूरमातूर उत्तरं देऊन किंवा त्याच्याकडे दुर्लक्ष करून मी त्याच्यापासून माझा बचाव केला आणि कमिटीच्या कामावर लक्ष केंद्रित केलं. पण त्यानंतर संधी मिळाली की, तो मला गाठायचा. त्यानं मला जेवणाचं आमंत्रण दिलं. माझं ऑफिस होतं त्या भागाला तो भेट देत असेल, तर तो माझ्या ऑफिसला यायला लागला. मला पार्ट्यांना, गोल्फ खेळायला अथवा सांस्कृतिक कार्यक्रमांसाठी निमंत्रण द्यायचा आणि बोलण्याचा ओघ हॉर्वर्डकडे वळवण्याचा प्रयत्न करायचा. माझे वर्ग कुठल्या बिल्डिंगमध्ये होते? अमुक-तमुक प्रोफेसरांना तू ओळखतोस का? केंब्रिजमधल्या कुठल्याशा जुन्या कुटुंबाशी मी परिचित आहे का? हॉर्वर्डचा एक माणूस हॉर्वर्डच्या दुसऱ्या माणसाशी बोलत असेल, तेव्हा त्यांच्या विषयांना मर्यादा पडत असाव्यात.

मी त्याला टाळू शकत नव्हतो आणि अर्थातच त्याच्या बऱ्याच प्रश्नांना उत्तरंही देऊ शकत नव्हतो. त्याचा संशय बळावला. तो माझ्याविरुद्ध असा ठोस पुरावा गोळा करत होता की मी भोंदू वकील नसलो, तरी हॉर्वर्डचा आहे ही केवळ थाप आहे. जेव्हा मला समजलं की, माझ्या पार्श्वभूमीसंबंधी, माझ्या नेकी आणि सचोटीसंबंधी मिळेल तिथून तो पुष्कळ चौकशी करत होता, तेव्हा माझी केस हरल्यातच जमा होती.

दंतकथेतल्या अरबाप्रमाणे मी माझा तंबू गुंडाळला आणि गुपचूप पळ काढला. अर्थातच, पगाराचा शेवटचा चेक घेऊनच मी पळालो होतो. मी ग्लोरीयाचा निरोप घेतला; पण तिला हे माहीत नव्हतं की, ही आमची शेवटची भेट आहे. मी तिला सांगितलं की, माझ्या कुटुंबातल्या कुणाचा मृत्यू झालाय, म्हणून मला दोन आठवड्यांसाठी न्यूयॉर्कला जावं लागतंय.

मी माझी भाड्याची 'जग्वार' परत केली आणि नवी कोरी नारिंगी 'बॅरकुडा' विकत घेतली. माझ्यासारख्या कुविख्यात गुन्हेगारानं चालवण्याजोगी पण चटकन डोळ्यात न भरणारी अशी ती गाडी होती, असं नव्हे, पण मला ती आवडली होती आणि पाहिजे होती, म्हणून मी ती विकत घेतली. माझ्या कृतीचं समर्थन करत मी मनाशी म्हणालो, 'ड्रायव्हर बिनधास्त नसला, तरी गाडी उत्तम होती

आणि ती कदाचित चांगली गुंतवणूक ठरावी.' मी विशिष्ट धोरणानं ती घेतली होती. याआधी मी गाड्या भाड्यानं घेतल्या होत्या आणि काम झाल्यावर त्या विमानतळावर सोडून दिल्या होत्या.

ओरीलीला मी ओळखत नव्हतो, पण माझ्यावर पाळत ठेवायला माझ्या हालचालींची एक विशिष्ट पद्धत म्हणून माझ्या या सवयीचा तो उपयोग करत होता.

डॉक्टर बनून मी एक वर्षाचा काळ घालवला आणि वकील या भूमिकेत ९ महिने काढले होते. त्या २० महिन्यांत मी काही सरळ, साधं आयुष्य जगलो नसलो, तरी मी खोटे चेक वटवले नव्हते किंवा सरकारी अधिकाऱ्याचं लक्ष वेधण्याजोगं कुठलंही कृत्य केलं नव्हतं. रिगबीनं अथवा स्वत: ए.जी.नं माझ्या अचानक गैरहजेरीबद्दल जर काही तक्रार केली नाही, तर माझा कसून तपास घेतला जाणार नाही असं गृहीत धरणं मला अगदी सयुक्तिक वाटत होतं आणि ते खरंही होतं. ओरीलीचे अथक प्रयत्न चालू असले आणि तो सतत मेहनत घेत असला, तरी अजूनपर्यंत तो अंधारातच चाचपडत होता.

मला पैशाची कमतरता नव्हती. हॉर्वर्ड सहाध्यायानं माझी केलेली चौकशी मी तिथून निघून जाण्यासाठी आणि एका छान सुट्टीसाठी कारणीभूत ठरली. कित्येक आठवडे मी पश्चिमेकडच्या राज्यांमध्ये भटकलो. कोलाराडो, न्यू मेक्सिको, अरीझोना, व्योमिंग, नेवाडा, इडाहो, मोन्टाना इथल्या भागांतून प्रवास केला. जिथे माझं चित्त खिळवून ठेवणाऱ्या निसर्ग सौंदर्यानं आकर्षित केलं तिथे रेंगाळलो आणि निसर्ग सौंदर्यामध्ये सुंदर, लोभस तरुणींचाही समावेश असतो, त्यामुळे मी तिथे वरचेवर गुंतत राहिलो.

गुन्हेगार म्हणून माझी प्रतिमा हळूहळू पुसटशी आणि अस्पष्ट होऊ लागली असली, तरी माझं पुनर्वसन होईल अशा विचारानं मी हुरळून गेलो नव्हतो. वास्तविक भवितव्याचा विचार करता मोठ्या पर्वतीय प्रदेशातल्या मोठ्या शहरांमध्ये मी दीर्घ काळ वास्तव्य केलं. ते वास्तव्य माझ्या वैमानिकाच्या दुहेरी भूमिकेसाठी सहायक ठरलं. फ्रँक विल्यम्स या टोपण नावाचा 'पॅन-ॲम' कंपनीतला प्रथम श्रेणीचा अधिकारी बनण्यासाठी मी जी पद्धत वापरली होती, तिचाच वापर करून मी फ्रँक ॲडम्स म्हणून खोटं ओळखपत्र, बनावट एफ.ए.ए.चं वैमानिकाचं लायसन्स यासह 'टी.डब्ल्यू.ए.'चा पूर्ण पोशाखधारी वैमानिक झालो. मी ओळखपत्रांचा एक वाढीव संच बनवला, ज्यायोगे मला फ्रँक विल्यम्स या नावानं पॅन-ॲमचा अथवा फ्रँक ॲडम्स या नावानं 'टी.डब्ल्यू.ए.'चा वैमानिक म्हणून मान्यता प्राप्त होईल.

त्यानंतर थोड्याच दिवसांत मी 'उटा' या राज्यात गेलो. हे राज्य तिथली

निसर्गरम्य भौगोलिक परिस्थिती आणि मॉर्मन इतिहासाबद्दल प्रसिद्ध आहेच, पण इथे पुष्कळ कॉलेजेस आहेत. मला वाटलं की, दोन कॉलेजच्या पदव्या चोरल्यानंतर निदान युनिव्हर्सिटी कॅम्पसचा परिचय तरी करून घ्यावा, म्हणून उटाच्या पुष्कळ कॉलेजना मी भेटी दिल्या. तिथल्या परिसरातली प्रेक्षणीय स्थळं आणि शैक्षणिक संस्था – विशेषत: मुलं-मुली एकत्र असलेल्या संस्थांमधून फेरफटका मारला. त्या कॅम्पसवर पुष्कळ सुंदर मुली होत्या. मला मोह झाला. आपणही विद्यार्थी म्हणून या कॉलेजात नाव दाखल करावं, असं वाटलं. पण त्याऐवजी मी शिक्षक झालो.

एका दुपारी मी स्थानिक वर्तमानपत्र वाचत माझ्या मोटेलच्या खोलीभोवती रमतगमत चाललो होतो. तेवढ्यात त्यातल्या एका बातमीनं माझं लक्ष वेधलं. एका युनिव्हर्सिटीमध्ये उन्हाळी सत्रासाठी शिक्षकांची जरुरी होती. त्या बातमीमध्ये फॅकल्टीच्या डॉ. अमॉस ग्राईम्स या डीनचं नाव होतं. त्यांना उन्हाळी सत्रासाठी समाजशास्त्राच्या दोन प्रोफेसरांची बदली प्रोफेसर म्हणून आत्यंतिक निकड होती.

'फक्त तीन महिन्यांसाठी शिकवायला तयार असणाऱ्या गुणवत्तापात्र शिक्षकांचा आम्ही शोध घेत आहोत. राज्याबाहेरचे शिक्षकही अर्ज करू शकतात.' असं डॉ. ग्राईम्सनं या निवेदनात नमूद केलं होतं.

एखाद्या वर्गामध्ये प्रोफेसर या नामाभिधानाला शोभेल अशा व्यक्तिमत्त्वात आपण विवाह करण्यायोग्य डझनभर सुंदर तरुणींसमोर उभे आहोत, अशा कल्पनाचित्रानं मला झपाटून टाकलं. मला ते आकर्षण टाळणं अशक्य झालं. मी डॉ. ग्राईम्सना फोन केला.

"डॉ. ग्राईम्स, मी फ्रँक अॅडम्स बोलतोय." मी चटकन म्हणालो, "माझ्याकडे न्यूयॉर्कमधल्या कोलंबिया युनिव्हर्सिटीची समाजशास्त्रामधली डॉक्टरेटची पदवी आहे. डॉक्टर, सध्या मी सुट्टीवर आहे. हा प्रदेश पाहायला मी इथे आलोय. मी वर्तमानपत्रात वाचलं आणि त्यावरून समजलं की, तुम्ही समाजशास्त्राच्या प्रोफेसरच्या शोधात आहात."

"हो. आम्ही नक्कीच अशा लोकांच्या शोधात आहोत." डॉ. ग्राईम्स सावधपणे पुढे म्हणाले, "हो. ही जागा तात्पुरती, फक्त उन्हाळी सत्रासाठी आहे. तुम्हाला शिकवण्याचा अनुभव असावा हे मी गृहीत धरतो."

"हो. आहे." मी सरळ ठोकून दिलं.

"पण त्याला कित्येक वर्षं झाली. आधी मी थोडं माझ्याबद्दल सांगतो हं. डॉ. ग्राईम्स, मी ट्रान्सवर्ल्ड एअर वेजचा वैमानिक आहे. प्रकृती अस्वास्थ्यामुळे डॉक्टरी सल्ल्यानुसार मला हल्लीच सहा महिन्यांसाठी रजेवर पाठवण्यात आलंय. सध्या कानाच्या आतल्या भागाला सूज आल्यामुळे विमान चालवण्यासाठी मी

सक्षम नाही. या मधल्या काळात मी काहीतरी करायचा विचार करत होतो, तेव्हाच मी तुमचं निवेदन वाचलं आणि मला जाणवलं की, पुन्हा एकदा वर्गात शिकवणं फारच आनंददायी ठरेल. टी.डब्ल्यू.ए. मध्ये नोकरीला लागण्याआधी मी न्यूयॉर्कच्या सिटी कॉलेजमध्ये समाजशास्त्राचा प्रोफेसर होतो.''

''ठीक आहे, डॉ. ॲडम्स. तुम्ही नक्कीच या जागेसाठी पात्र उमेदवार ठरू शकता.'' डॉ. ग्राईम्स म्हणाले. आता त्यांच्या आवाजात उत्सुकता होती. ''उद्या सकाळी तुम्ही माझ्या ऑफिसमध्ये याल का? तेव्हा आपण यावर बोलू.''

''डॉ. ग्राईम्स, मला आवडेल तुम्हाला भेटायला.'' मी उत्तरलो.

''मी उटामध्ये पूर्णत: अनभिज्ञ आहे. या विद्यापीठाच्या जागेसाठी अर्ज करताना मला कोणती कागदपत्रं सादर करावी लागतील ते सांगाल का?''

''ओह, फक्त कोलंबिया युनिव्हर्सिटीचं ट्रान्सस्क्रिप्ट पुरेसं आहे!'' डॉ. ग्राईम्स म्हणाले, ''अर्थातच, तुम्ही सिटी कॉलेजकडून एक-दोन शिफारसपत्रं मिळवलीत, तर ते उचित ठरेल.''

''काही हरकत नाही.'' मी म्हणालो, ''मला ट्रान्सस्क्रिप्ट आणि शिफारसपत्रं मागवावी लागतील. मी इथे अर्थातच कुठलीच तयारी करून आलेलो नाही. तुमचं निवेदन वाचेपर्यंत मी शिकवण्याच्या तात्पुरत्या जागेसाठीचा विचारही केला नव्हता.''

''मला कल्पना आहे, डॉ. ॲडम्स.'' डॉ. ग्राईम्स म्हणाले, ''आपण उद्या सकाळी भेटू.''

त्या दुपारी मी कोलंबिया युनिव्हर्सिटीला पत्र पाठवलं. त्यांचा पूर्ण कॅटलॉग आणि कॉलेजसंबंधीची साद्यन्त माहिती देणारी पुस्तिका मागवली. मी सिटी कॉलेजच्या रजिस्टारलाही एक पत्र पाठवलं. त्यात सांगितलं की, मी युटाचा पदवीधर आहे आणि न्यूयॉर्कमध्ये प्रोफेसर म्हणून, विशेषकरून समाजशास्त्र या विषयाचा प्रोफेसर म्हणून कामाच्या शोधात आहे. ती लांबलचक पत्रं पोस्टात टाकण्याआधी मी स्थानिक पोस्ट ऑफिसमध्ये पोस्ट बॉक्स भाड्यानं घेतली.

डीन ग्राईम्सबरोबरची माझी भेट छान झाली. त्याच्यावर माझी छाप पडलीये, हे मला लगेचच जाणवलं. आम्ही एकत्र घालवलेल्या बहुतेक वेळात माझ्या वैमानिकाच्या कारकिर्दीवरच जास्त चर्चा झाली. यात संस्थेच्या क्लबमध्ये आरामात घालवलेल्या एकत्र जेवणाचाही समावेश होता. बैठं काम करणाऱ्या बऱ्याच लोकांप्रमाणे डॉ. ग्राईम्सचीही वैमानिकांबद्दल फार रोमँटिक कल्पना होती आणि त्यांना त्यांच्या मनोवेधक कल्पनांना पुष्टी पाहिजे होती. त्यांच्या कल्पनेची भूक भागवण्यासाठी माझ्याजवळ असल्या छोट्या-मोठ्या गोष्टींची पोतडी भरलेली होती.

मी जाण्यासाठी निघालो तेव्हा ते म्हणाले, "डॉ. अॅडम्स, या उन्हाळी सत्रासाठी आम्ही तुम्हाला नेमू शकू, यात मला काही शंका नाही. तुम्ही कॅम्पसवर असावं यासाठी मी स्वतः फार उत्सुक आहे."

कोलंबिया आणि सिटी कॉलेजमधून मी मागवलेल्या गोष्टी एका आठवड्यात आल्या. माझ्या सध्याच्या बनावटी उद्योगासाठी आवश्यक असं सामान खरेदी करण्यासाठी मी सॉल्ट लेक सिटीला जाऊन आलो. माझं तयार ट्रान्सस्क्रिप्ट 'सुंदर' होतं. त्यात मला ३.७ च्या सरासरीनं ग्रेड दिलेली होती. विद्यापीठाच्या परीक्षेसाठी लिहिलेला माझा डॉक्टरेटचा प्रबंध होता, 'उत्तर अमेरिकेतील खेड्यातील लोकसंख्येवर विमान वाहतुकीचा होणारा सामाजिक परिणाम.' माझ्या अनुमानानुसार सिटी कॉलेजच्या रजिस्टारकडून आलेलं उत्तर कॉलेजच्या ऑफिसच्या स्टेशनरीवरच लिहिलेलं होतं. मी लेटरहेड व्यवस्थित कापून, प्लॅस्टिक टेप आणि चांगल्या प्रतीचा बाँड पेपर घेऊन कॉलेजच्या स्टेशनरीसारखाच कागद बनवला. टाईपरायटरसाठी योग्य आकारात तो कमी केला आणि नंतर स्वतःसाठी दोन शिफारसपत्रं टाईप केली. एक पत्र रजिस्टारकडून आणि दुसरं समाजशास्त्र विभागाच्या विभागप्रमुखाकडून होतं.

या दोन्ही पत्रांबद्दल मी सावध होतो. त्यात फक्त नमूद केलं होतं की, १९६१-६२ या वर्षी सिटी कॉलेजमध्ये मी समाजशास्त्राचा प्रोफेसर म्हणून काम केलं. विश्वविद्यालयातल्या त्या शाखेच्या कमिटीनं माझ्या संदर्भात 'खूप समाधानकारक' असा शेरा दिला आणि व्यावसायिक वैमानिक म्हणून काम करण्यासाठी मी स्वेच्छेनं राजीनामा दिला असल्याचंही नमूद केलं. त्यानंतर ती पत्रं मी सॉल्ट लेक सिटीच्या प्रिंटरकडे घेऊन गेलो. त्याला सांगितलं, मी अनेक युनिव्हर्सिटींना प्रोफेसर म्हणून काम करण्यासाठी अर्ज करणार आहे. चांगल्या प्रतीच्या बाँड पेपरवर जरा जास्त कॉपीज काढण्याची मला निकड आहे. त्याला मी प्रत्येकी १२/१२ कॉपीज काढायला सांगितल्या. माझी विनंती जगावेगळी असावी असं दिसलं नाही. कारण त्यानं आपलं काम नेहमीच्या कामासारखंच उरकलं.

मी जेव्हा माझी कागदपत्रं सादर केली, तेव्हा डॉ. ग्राईम्सनं त्यांच्याकडे फक्त ओझरती नजर टाकली. त्यांनी समाजशास्त्र विभागाचे प्रमुख आणि त्यांचे सहकारी, डॉ. विल्बर वानडरॉफ यांच्याबरोबर माझी ओळख करून दिली. त्यांनीही त्या दस्तऐवजाकडे एक ओझरती नजर टाकली आणि त्यानंतर त्या विद्याशाखेच्या कार्यकारी शाखेकडे फाईलमध्ये ठेवण्यासाठी पाठवून दिली. त्यानंतर एका तासातच ६ आठवड्यांचं एक अशा दोन सत्रांसाठी माझी नेमणूक झाली. मला प्रत्येक सत्रासाठी १६०० डॉलर्स पगार मिळणार होता.

मला पहिल्या वर्षाच्या विद्यार्थ्यांसाठी आठवड्यातून तीन वेळा सकाळी ९०

मिनिटांचे अभ्यास वर्ग आणि दुसऱ्या वर्षाच्या मुलांसाठी आठवड्यातून दोन वेळा दुपारी ९० मिनिटांचे अभ्यास वर्ग घ्यायचे होते. डॉ. वानडरॉफने मला वर्गात शिकवण्यासाठी २ क्रमिक पुस्तकं आणि हजेरीपट दिली.

"आणखी काही गोष्टींची जरूर पडल्यास त्या तुम्हाला पुस्तकांच्या विभागात मिळतील. त्यासाठी मागणी करायचा एक वेगळा फॉर्म असतो, तो तुम्हाला तिथेच देतील." डॉ. वानडरॉफ हसून म्हणाले, "तुम्ही तरुण आणि सशक्त आहात हे पाहून मला आनंद वाटला. आमचे उन्हाळी सत्राचे समाजशास्त्राचे वर्ग मोठे असतात, त्यामुळे ते कष्टाचं काम असतं."

पहिलं उन्हाळी सत्र चालू होण्याआधी मला तीन आठवड्यांचा अवधी मिळाला. बुद्धीला उजाळा देण्याच्या बहाण्यानं आणि कॉलेजच्या शिक्षणाचे वर्ग कसे चालतात, याची एक कल्पना येण्यासाठी मी डॉ. वानडरॉफच्या अनेक वर्गांची काळजीपूर्वक पाहणी केली. रात्री मी दोन्ही क्रमिक पुस्तकांचा अभ्यास करायचो. मला ती पुस्तकं माहितीपर आणि रोचक वाटली.

वानडरॉफची माहिती बरोबर होती. माझे दोन्ही वर्ग मोठे होते. पहिल्या वर्षाच्या वर्गात ७८ विद्यार्थी आणि दुसऱ्या वर्षासाठी ६३ विद्यार्थी होते. दोन्ही वर्गांमध्ये बहुसंख्येनं मुली होत्या.

माझ्या आयुष्यातला तो सर्वांत आनंददायी उन्हाळा ठरला. माझ्या शिक्षकाच्या भूमिकेत मी रमलो. मला खात्री आहे, माझ्या विद्यार्थ्यांनाही तसंच वाटलं असेल. माझ्या वर्गात पुस्तकाबरहुकूम शिकवलं जायचं आणि मला त्यामध्ये कोणतीच अडचण आली नाही. मी विद्यार्थ्यांना शिकवायचं प्रकरण आधी वाचायचो आणि क्रमिक पुस्तकातला कोणता भाग विशेष महत्त्वाचा आहे, हे ठरवायचो. पण जवळजवळ रोजच दोन्ही वर्गांमध्ये मी क्रमिक पुस्तकं सोडून बाहेरच्या गोष्टींकडे वळायचो. उदाहरणार्थ, गुन्हे, विभक्त कुटुंबातल्या तरुणांचे प्रश्न आणि त्याचे समाजावर होणारे परिणाम यावर मी बोलायचो. ही क्रमिक पुस्तकाबाहेरची मी दिलेली माहिती माझ्या स्वानुभवावर आधारित होती, पण विद्यार्थ्यांना ती नवीन होती. त्यामुळे ती नेहमीच त्यांच्या हृदयाला भिडली आणि स्फोटक विषय ठरली.

आठवड्याच्या शेवटी मी उटाच्या एखाद-दुसऱ्या प्रेक्षणीय स्थळांना भेटी द्यायचो आणि त्या वेळी माझ्याबरोबर तितकीच सुंदर सहचरीही असायची.

वाळवंटातल्या वसंताप्रमाणेच तो उन्हाळा झरकन सरला. तो संपल्यामुळे मला खरोखरच वाईट वाटलं. डॉ. वानडरॉफ आणि डॉ. ग्राईम्स माझ्या कामावर खूश होते.

"फ्रँक, आमच्याशी नेहमी संपर्क ठेवा." डॉ. ग्राईम्स म्हणाले, "समाजशास्त्राचा

प्रोफेसर म्हणून आमच्याकडे कायमस्वरूपी नोकरी उपलब्ध असेल, तेव्हा आकाशातून खाली उतरवण्यासाठी तुम्हाला लालूच दाखवायला आम्हाला आवडेल.''

पन्नासएक मुलांनी मला गाठलं. माझ्या वर्गामध्ये त्यांना खूप मजा आली म्हणून सांगायला ती आली होती. त्यांनी माझ्या भावी काळासाठी शुभेच्छा दिल्या आणि मला निरोप दिला.

उटाचं कल्पनारम्य सुखनिवास सोडायला मी नाखूश होतो, पण तिथे थांबायलाही माझ्याजवळ सबळ कारण नव्हतं. मी जर तिथे रेंगाळलो, तर माझा भूतकाळ मला गाठणार होता आणि माझ्याबद्दल या लोकांच्या मनात असलेली प्रतिमा मला डागाळायची नव्हती.

मी पश्चिमेकडे कॅलिफोर्नियाला जायला निघालो. मी जेव्हा पर्वतराजींतून प्रवास करत होतो, तेव्हा सायरसला एक वादळ आकार घेत होतं; पण थोड्याच दिवसांत मी जे गुन्ह्यांचं झंझावाती वादळ निर्माण करणार होतो, त्याच्या तुलनेत ते काहीच नव्हतं.

○

रोल्स रॉइस'मधील भामटा

ह्यूस्टनच्या माजी पोलीस-प्रमुखानं माझ्याबद्दल एकदा म्हटलंय, "फ्रँक अबॅग्नेल टॉयलेट पेपरचा वापर करून, संयुक्त स्टेट ट्रेझरीवरच्या त्याच्या नावाचा चेक लिहू शकेल आणि त्याखाली 'यू. आर. हूक्ड' (तुम्ही फसवले गेले आहात) अशी सहीही करेल. एवढंच नव्हे, तो हाँगकाँगचं ड्रायव्हिंग लायसन्स ओळखपत्र म्हणून दाखवून गावातल्या कुठल्याही बँकेत तसा चेक वटवेल."

कॅलिफोर्नियामधल्या युरेकातले अनेक बँक-कर्मचारी वरच्या विधानाला पुष्टी देतील. जर हे विधेयक खरोखरच अशा स्वरूपात मांडलं, तर देशातले अनेक बँकांचे कॅशिअर्स आणि अधिकारी अशा विधेयकाला अनुमोदन देतील.

खरंतर मी तेवढा असंस्कृत नव्हतो. पण मी बँक अधिकाऱ्यांना ज्या गोष्टी करायला लावल्या, त्यापैकी काही गोष्टी फारच अडचणीत आणणाऱ्या होत्या. त्या त्यांना महागातही पडल्या, हे अलाहिदा!

कुशल भामटा म्हणून नसत्या उद्योगांची मुहूर्तमेढ रोवण्याची संधी मला युरेकानं दिली. मी तिथे गेलो. जाण्याआधीच भामटेगिरीत पारंगत होतो. पण खोटे चेक वटवण्याच्या क्षेत्रात मी कॅलिफोर्नियामध्ये प्रभुत्व संपादन केलं होतं.

माझ्या अस्थिर व्यवसायातल्या प्रगतीचा टप्पा म्हणून मी युरेकाची हेतुपुरस्सर निवड केली नव्हती. खरंतर सॅनफ्रान्सिस्कोला जाणाऱ्या रस्त्यावरचं हे एक रद्दड

ठिकाण होतं; पण तिथे मला खिळवून ठेवणारी एक पोरगी भेटली आणि मी तिथे काही दिवस रमलो. माझ्या मनात माझ्या भविष्याबद्दलचे विचार घोळत होते. हा देश सोडून जायच्या विचारानं मनात घर केलं. एफ. बी. आय. एजंट, शेरीफ आणि गुन्हा अन्वेषण अधिकारी माझ्या पाळतीवर आहेत, या कल्पनेनं मी थोडासा धास्तावलेलो होतो. या भीतीला खरंतर कोणतंही ठोस कारण नव्हतं. गेल्या दोन वर्षांमध्ये खोटा चेक वटवून मी कुणालाही लुबाडलं नव्हतं आणि तेवढ्याच काळासाठी 'सहवैमानिक, फ्रँक विल्यम्स'लाही कपाटात बंद केलं होतं. मला खरंतर बरंच सुरक्षित वाटायला हवं होतं, पण तसं नव्हतं. मी अस्वस्थ, चिडचिडा आणि शंकेखोर झालो होतो. माझ्याकडे एखाद्यानं जराजरी जास्त वेळ बघितलं, तरी तो मला पोलीस वाटायचा.

त्या मुलीचा उबदार सहवास आणि तिची प्रेमळ अदाकारी आणि छोट्या चोरीपासून ते सराईत गुन्हेगारीपर्यंत मजल मारण्यासाठी युरेकानं दिलेला मदतीचा हात, या दोन गोष्टींनी माझे स्वत:बद्दलचे आडाखे दोन दिवसांत खोटे ठरले.

युरेका हे कॅलिफोर्नियाच्या उत्तरेकडच्या रेडवूड जंगलामध्ये वसलेलं, पॅसिफिक महासागराच्या किनाऱ्यावरचं छोटंसं सुंदर शहर आहे. त्याच्या लगतच 'बास्क्यू'सारखं मासेमारी करण्याचं नयनरम्य ठिकाण आहे. खरंतर युरेका बंदरामधून मासे घेऊन जाणाऱ्या रंगीबेरंगी, मोठ्या जहाजांची एक पलटणच ये-जा करत असायची.

माझ्या दृष्टीनं युरेकामधल्या बँका ही मला सर्वांत जास्त आवडणारी गोष्ट होती. मी भेट दिलेल्या इतर कोणत्याही शहरापेक्षा या शहरात त्याच्या आकारमानाच्या प्रमाणात बऱ्याच बँका होत्या. स्वदेश सोडलेला गुन्हेगार बनून राहायचं असेल, तर मला पुष्कळ पैशांची आवश्यकता होती.

माझ्याकडे अजूनही माझ्या नावाचे बनावट चेकचे गठ्ठे पडून होते. मला खात्री होती की, या शहरातल्या डझनभर अथवा त्यापेक्षा अधिक बँकांमधून त्यांपैकी काही चेक वटवून मी हजारएक डॉलर्स सहज जमवू शकत होतो. पण मला हे जाणवलं की, वैयक्तिक चेकनं केलेल्या लबाडीत फारशी मजा नसते. खोट्या चेकच्या माकडचेष्टेतला तो सर्वांत सोपा प्रकार असतो. पण त्यामुळे बऱ्याच ठिकाणांहून बोंबाबोंब सुरू होते आणि १०० डॉलर्सचा खोटा चेक काय किंवा ५००० डॉलर्स खोट्या चर्मपत्रावर खरडले काय, दोन्हींना शिक्षा एकच!

मला वाटलं, आपल्याला जास्त मधाळ चेकची आवश्यकता आहे. तेवढ्याच कष्टातून जास्तीतजास्त मध मिळेल अशा पगाराच्या चेकसारखा, अर्थातच पॅन-ॲमच्या पगाराच्या चेकसारखा चेक मला हवा होता. कोणी कधीही म्हणू शकणार नाही की, मी निष्ठावान चोर नव्हतो.

मी खरेदीला बाहेर पडलो. स्टेशनरी दुकानातून कोऱ्या चेकचं पुस्तक

मिळवलं. त्या वेळी असे चेक सर्वत्र वापरात होते आणि असे चेक माझ्या पथ्यावर पडले, कारण या चेकमध्ये बँकेच्या नावासकट सर्व काही लिहिण्याचं काम पैसे देणाऱ्याच्या हातात होतं.

नंतर मी आय. बी. एम. चा इलेक्ट्रिक टाईपरायटर भाड्यानं घेतला. त्याबरोबर निरनिराळ्या प्रिंटिंगचे गोल आणि विविध थरांचे कार्बनचे कार्ट्रीजेसही घेतले.

मी छंद जोपासणाऱ्या वस्तूंचं एक दुकान गाठलं. त्यात 'पॅन-ॲम'च्या जेट विमानाची पुष्कळ मॉडेल्स ठेवली होती. मी छोट्या आकाराची पुष्कळ विमानं खरेदी केली. सरतेशेवटी चित्रकलेची साधनं विकणाऱ्या दुकानात गेलो आणि आकडे आणि अक्षरं यांचे पुष्कळसे मॅग्नेटिक टेप खरेदी केले.

या सर्व साधनांची जुळणी झाल्यावर मी माझ्या मोटेलच्या खोलीत कामाला लागलो. एक कोरा चेक घेतला आणि त्याच्यावर विमानाच्या प्रतिकृतीवरची 'पॅन-अमेरिकन वर्ल्ड एअर वेज' ही आद्याक्षरं चिकटवली. त्याच्याखाली मी विमान-कंपनीचा न्यूयॉर्कचा पत्ता टाईप केला. चेकच्या वरच्या डाव्या कोपऱ्यात 'पॅन-ॲम'चा लोगो चिकटवला आणि उजव्या कोपऱ्यात टाईप केलं, 'एक्सपेन्स चेक' (वर खर्चासाठीचा चेक). कंपनीचा 'एक्सपेन्स चेक' हा नेहमीच्या पगाराच्या चेकपेक्षा वेगळा दिसू शकत असेल, या अनुमानावर तसं लिहिलं होतं. मी घेतलेला हा सावध पवित्रा होता, कारण कदाचित युरेका बँकेच्या कॅशिअरनं 'पॅन-ॲम'ची नेहमीची बिलं हाताळली असण्याची शक्यता होती.

मी 'फ्रँक विल्यम्स' म्हणून स्वतःच्या नावे चेक लिहिला आणि चेकची रक्कम लिहिली ५६८.७० डॉलर्स. ही रक्कम मला योग्य वाटली. खाली डाव्या कोपऱ्यात 'चेस मॅनहॅटन बँक' असं टाईप केलं. हळूहळू ठळक होत जाणाऱ्या कार्बननं बँकेचा पत्ता अशा प्रकारे टाईप केला की, तो बँकेच्या चिन्हावर प्रिंट केल्यासारखा वाटत होता.

बँकेच्या चिन्हाखाली, चेकच्या खालच्या डाव्या बाजूला मी मॅग्नेटिक टेपनं क्रमवार नंबर लिहिले. या नंबरांचा अर्थ अनुक्रमे असा होता : फेडरल रिझर्व्ह डिस्ट्रिक्टचा नंबर (मॅनहॅटन बँक ज्याची सभासद होती.), बँकेला दिलेला फे. रि. डि. चा कोड नंबर आणि शेवटी 'पॅन-ॲम'चा खाते क्रमांक. चेकनं पैसे देणाऱ्यांसाठी हे क्रमांक महत्त्वाचे असतातच, पण खोटे चेक वटवणाऱ्यांसाठी ते दसपट महत्त्वाचे असतात. चांगला भामटा हा मुख्यत्वे अंकांचा उत्तम खेळ करणारा असावा लागतो आणि तो जर तसा नसेल, तर त्याची रवानगी राज्याकडून कैद्याला मिळणाऱ्या, पुढच्या आणि पाठीच्या बाजूला स्टेन्सिलनं रंगवलेल्या नंबरांच्या शर्टासह तुरुंगातच होणार असते.

खोटे चेक लिहिणं हे कटकटीचं आणि कुशलतेचं काम आहे. त्यासाठी दोन तासांपेक्षा जास्त वेळ लागतो. मी लिहिलेल्या चेकची अंतिम कलाकृती माझ्या पसंतीस उतरली नव्हती. मी त्या चेककडे पाहिलं आणि मला स्पष्ट दिसलं की, मी जर कॅशिअर असेन आणि अचानक असा चेक कोणी माझ्याकडे दिला, तर मी तो वटवणार नाही.

एखाद्या स्वस्तातल्या दुकानातून विकत घेतलेल्या पोशाखावर जर मिंक कोट घातला, तर तोही फॅशनेबल पोशाख म्हणून गणला जातो आणि म्हणूनच सशाच्या लोकरी चेकसाठी मी मिंकच्या लोकरी कोटाचं आवरण शोधलं. मी एक साधं पाकीट घेऊन त्यावर 'पॅन-ॲम'चा छाप आणि 'पॅन-ॲम'चा न्यूयॉर्कचा पत्ता चिकटवला आणि त्यात कोरे कागद घालून ते पाकीट बंद केलं. त्यावर माझा मोटेलचा पत्ता लिहिला आणि पोस्टात टाकलं. दुसऱ्या दिवशी सकाळी पोस्टातून माझाच पत्ता असलेलं ते पाकीट मला मिळालं. पोस्ट ऑफिसनं माझ्या योजनेत मला अजाणतेपणाने मदत केली होती. ज्या क्लार्कनं पोस्टाच्या तिकिटावर स्टँप मारला होता, ते काम त्यानं इतक्या भोंगळपणानं केलं होतं की, पत्र कुठून आलंय हे कळणं दुरापास्त होतं. त्या माणसाच्या निष्काळजीपणामुळे मला आनंद झाला.

मी 'पॅन-ॲम'च्या वैमानिकाचा युनिफॉर्म चढवला. चेक पाकिटात घातला आणि ते पाकीट माझ्या जॅकेटच्या आतल्या कप्प्यात ठेवून दिलं. मी जवळच्या बँकेत गाडीनं गेलो आणि दिमाखदारपणे चालत जाऊन कॅशिअरच्या बूथसमोर उभा राहिलो. तिथे एक तरुण मुलगी होती.

"हाय" मी हसत म्हणालो, "मी फ्रँक विल्यम्स, लॉस एंजल्सला कामावर हजर राहण्यापूर्वी मी काही दिवस इथे सुट्टीसाठी आलो होतो. तुम्ही कृपा करून हा चेक वटवाल का? मला वाटतं, माझ्याकडे पुरेशी ओळखपत्रं आहेत!"

मी आतल्या खिशातून पाकीट काढलं. त्यातून चेक बाहेर काढला आणि माझ्या 'पॅन-ॲम'च्या खोट्या ओळखपत्राबरोबर माझ्या वैमानिकाच्या खोट्या परवान्यासह ठेवून दिला. मी पॅन-ॲमचा लोगो आणि माझा पत्ता ठळकपणे दिसू शकेल, असं पाकीट मुद्दाम काऊंटरवरच सोडलं.

त्या मुलीनं माझ्या खोट्या ओळखपत्रांकडे आणि चेककडे नजर टाकली; पण तिला माझ्यातच अधिक रस आहे असं जाणवलं. गणवेशातले व्यावसायिक वैमानिक ही युरेकामध्ये अभावानंच दिसणारी गोष्ट होती. तिनं तो चेक माझ्याकडे सहीसाठी परत दिला आणि ती पैसे मोजत होती, तोपर्यंत माझ्या कामाबद्दल आणि मी भेट दिलेल्या ठिकाणांबद्दल तिनं विचारपूसही केली. मी तिच्या प्रश्नांना सर्वसमान्यांच्या मनात वैमानिकांबद्दल असणाऱ्या रोमँटिक

कल्पनांना पुष्टी देणारी उत्तरं दिली.

जाताना मी ते पाकीट काळजीपूर्वक परत घेतलं. तिनं ते पाकीट बघितलं आहे, याचीही मी खात्री करून घेतली. त्यामुळे चेकच्या खरेपणाबद्दल तिची नक्की खात्री पटली होती.

त्या प्रसंगामुळे फार दिवसांपासून माझ्या मनात असणाऱ्या शंकेचं निरसन झालं आणि चेकचं बाह्यरूप सुंदर दिसण्यापेक्षा चेक देणाऱ्या माणसाचं रूपडं आकर्षक असेल, तर कॅशिअर अधिक प्रभावित होतो, हेही समजलं.

मी माझ्या मोटेलच्या खोलीत गेलो. रात्री बराच वेळपर्यंत काम करून खरे वाटणारे अनेक बनावट चेक मी बनवले. हे चेक प्रत्येकी जवळपास ५०० डॉलर्सचे होते. दुसऱ्या दिवशी शहराच्या उपनगरातल्या अनेक बँकांमधून मी ते चेक वटवले. बँकांच्या प्रचलित पद्धतीनुसार आणि माझ्या माहितीप्रमाणे चेकचं पुढचं सर्व क्रियाकर्म पूर्ण होऊन तो चेक खोटा आहे हे ठरेपर्यंत निदान पाच दिवस लागणार होते. म्हणजे मी आणखी दोन दिवस युरेकामध्ये चेकचा खेळ खेळलो, तरी माझ्या हातात पुढच्या प्रवासाला निघण्याआधी तीन दिवस असणार होते.

पण मला अधूनमधून आपण खरे कोण, असा भ्रम व्हायचा, त्यामुळे मला माझ्या वेळापत्रकात बदल करणं भाग होतं.

मी धारण केलेल्या अवतारामध्ये इतकाही गुंतून जात नव्हतो की, माझं खरं नाव फ्रँक अबॅग्नेल (ज्यू) आहे हे विसरून जावं. खरंतर लोकांबरोबरच्या सहज गाठीभेटीत, जिथे मला कोणतीही भूमिका वठवण्याची जरुरी नसते किंवा वेषांतरामुळे मला कुठलाही लाभ होणार नसतो, तेव्हा मी नेहमीच स्वत:चं नाव फ्रँक अबॅग्नेल असून ब्रॉंक्सहून फिरतफिरत इथे आलो, असं सांगत होतो.

युरेकामध्येही मी हे चालू ठेवलं होतं. माझ्या मोटेलपासून दूर मी फ्रँक विल्यम्स म्हणून नाव नोंदवलं होतं तिथे किंवा मी 'पॅन-ॲम'चा वैमानिक असल्याचं समजून एखादी मुलगी माझ्यावर भाळली असेल, तर त्यांच्यासाठी मी तसाच होतो. पण जेव्हा वैमानिकाचा पोशाख घातला नसेल, तेव्हा मी फक्त फ्रँक अबॅग्नेल (ज्यू) असायचो. मी कसं पेश व्हावं या परिस्थितीजन्य दबावावर आणि तणावावर माझी खरी ओळख काही अंशी अवलंबून होती.

युरेकामध्ये एका मत्स्याहारी हॉटेलमध्ये मला एक कोळी भेटला. तो नुकताच आपल्या बोटीवरून आला होता.

तो माझ्या टेबलाजवळ थांबला आणि म्हणाला, "तुम्ही जो मासा खात आहात तो मी पकडून आणलाय." त्यानंतर आमच्या गप्पा सुरू झाल्या. त्याला मोटारगाड्यांना पॉलिश करून चमकवण्याचा शौक होता.

मी त्याला माझ्या जुन्या फोर्ड गाडीचं रूप कसं पालटवलं त्याबद्दल सांगितलं.

"मी आत्ता १९५० च्या फोर्ड कव्हर्टीबलवर तेच करतोय. तुझ्याकडे तुझ्या गाडीचे फोटो आहेत का?" त्यानं विचारलं.

मी नकारार्थी मान हलवली. "माझ्याकडे आहेत, पण ते माझ्या न्यूयॉर्कच्या घरी आहेत." मी म्हणालो.

"मला तुझा न्यूयॉर्कचा पत्ता दे. मी माझ्या गाडीचं रूप पालटवलेल्या नव्या अवतारातले फोटो तुला पाठवेन. मी कदाचित न्यूयॉर्कला गाडी घेऊनही येईन आणि तुला भेटेन." तो म्हणाला.

त्यानं मला पत्र लिहिणं अथवा न्यूयॉर्कला मला भेटायला येणं जेवढं अशक्यप्राय होतं, तितकंच मी त्याचं पत्र घ्यायला अथवा त्याला भेटायला तिथे असणं अशक्यप्राय होतं! माझं नाव आणि न्यूयॉर्कचा पत्ता लिहिण्यासाठी मी खिशात पेपर शोधला.

मला एक कोरा चेक सापडला. मी वेटरकडून पेन्सिल उसनी घेतली आणि माझं नाव, न्यूयॉर्कचा पत्ता त्या चेकच्या मागे लिहीत होतो. त्याच वेळी त्या कोळ्याला फोन आला आणि तो दरवाजाजवळच्या भिंतीवर असलेल्या टेलिफोन बूथवर गेला.

काही वेळ बोलल्यावर तो माझ्याकडे हात हलवून मोठ्यानं म्हणाला, "फ्रँक, मला बोटीकडे जायला हवं. उद्या ये. येशील ना?"

मी उत्तर देण्याआधीच दार बंद करून तो बाहेर पडला. मी वेटरला पेन्सिल परत दिली, बिल मागितलं आणि चेकच्या मागे जे लिहिलं होतं ते किती पुसट उठलंय ते दाखवत म्हटलं, "तुला ठळक उठणारी दुसरी पेन्सिल घ्यायला हवी."

चेक फाडून टाकण्याऐवजी मी तो माझ्या खिशात ठेवला. ही माझी कृती मूर्खपणाची, पण सुदैवीही ठरली. खोलीत गेल्यावर तो चेक मी चेकच्या उघड्या थप्पीवर ठेवला. कपडे बदलले आणि एका पोरीला फोन केला. युरेकाच्या बाहेर, उंच रेडवूड्समध्ये असणाऱ्या छानशा रेस्टॉरंटमध्ये, सुंदरशा वातावरणात आम्ही रात्रीचा आनंद लुटला.

ती संध्याकाळ इतकी रमणीय होती की, दुसऱ्या दिवशी सकाळीही ती स्मृती माझ्या मनात रेंगाळत होती. त्यानंतर मी 'पॅन-अॅम'चे तीन बनावट चेक बनवले. युरेकाच्या आजूबाजूच्या परिसरात आता अशा तीनच बँका उरल्या होत्या, जिथे मी माझी जादूई करामत दाखवली नव्हती आणि त्यापैकी एकीचाही मला अनादर करायचा नव्हता. मी माझ्या नव्या योजनेत गुंग झालो. माझा कुणी

पाठलाग करत होता, या भीतीचाही मला विसर पडला.

पहिल्या चेकची कारागिरी पूर्ण झाल्यावर आत्तापर्यंत पुष्कळ वेळा वापरलेल्या त्या पाकिटात तो सरकवला. त्यानंतर दोन तासांच्या आतच दुसऱ्या दोन्ही चेकचं काम पूर्ण केलं आणि युरेकाला रामराम ठोकून पलायन करायची माझी तयारी पूर्ण झाली. सरत्या दुपारी मी मोटेलमध्ये परतलो आणि माझ्या नोटा दडवलेल्या सुटकेसच्या कप्प्यात सुमारे १५०० डॉलर्सची भर टाकली.

रात्री त्या पोरीला मी उद्या निघत असल्याचं सांगितलं. "मला फ्रिस्कोहून किंवा एल. ए. हून विमान घेऊन जावं लागेल. नक्की कुठून ते ठाऊक नाही." मी थाप मारली. "कुठेही गेलो तरी मी नेहमी इथे परत येईन. छोटं विमान भाड्यानं घेऊन मी परत येईन. मग गंमत म्हणून आपण हे रेडवूड वरून बघू या."

तिनं माझ्यावर विश्वास ठेवला. "नक्की हं...!" ती म्हणाली आणि तिनं खाली बोटीच्या धक्क्यावर जाऊन तिथे मत्स्याहार घेण्याची इच्छा प्रदर्शित केली. ती दुःखी होण्याऐवजी भुकेलीच अधिक होती. मला ते सोयीस्कर होतं. जेवत असताना मध्येच मी खिडकीबाहेर पाहिलं आणि मासे पकडणारी एक बोट बंदराकडे येताना पाहिली आणि मला त्या तरुण कोळ्याची आठवण झाली. मला हेही आठवलं की, मी माझं खरं नाव आणि न्यूयॉर्कचा पत्ता – माझ्या वडिलांचा पत्ता एका खोट्या चेकच्या मागे लिहिला होता. त्या नुसत्या विचारानं माझ्या अंगात कापरं भरलं आणि मला आपला गळा कोणीतरी आवळतोय, असं वाटायला लागलं. त्या चेकचं आपण काय केलं तेच मला आठवेना आणि एकीकडे ते आठवण्याचा प्रयत्न करत असताना दुसरीकडे माझ्या मैत्रिणीबरोबर भावपूर्ण संभाषण चालू ठेवताना त्या शेवटच्या रात्रीचा बेरंग झाला.

खोलीत परतल्यावर मी त्या कोऱ्या चेकचा शोध घेतला, पण काही पत्ता लागला नाही. माझ्याकडे पुष्कळ कोरे चेक होते, पण ते सगळे त्या बंडलात होते. मी शेवटी या निर्णयापाशी आलो की, त्या तीन बँकांपैकी कुठल्यातरी बँकेला मी तो 'पॅन-ॲम'चा खोटा चेक दिलाय, पण माझ्या मनाला ते पटत नव्हतं. मला प्रत्येक चेकच्या मागे सही करायला लागली होती आणि त्याच्यावर काही लिहिलेलं असतं तर हे मला नक्कीच समजलं असतं. पण माझ्या हातून तसं नक्की घडलं असेल का, या विचाराने मी बेचैन झालो. मला आठवलं की, त्या पेन्सिलनं किती अस्पष्ट उठत होतं. माझं अक्षर त्या दुपारच्या प्रकाशातही मला वाचता आलं नव्हतं. मी युरेकामध्ये वापरत असलेली पद्धत विचारात घेता चेकवर सही करताना त्या खरडलेल्या अक्षरांकडे माझं नक्कीच दुर्लक्ष झालं असणार. कॅशिअरचं लक्ष दिलेल्या चेकपेक्षा जर माझ्यावर अधिक खिळलेलं

असेल, तर बनावट चेक लवकर आणि सहजगत्या हातावेगळा होतो, असं मला दिसून आलं होतं आणि बाईचं लक्ष जर वेधून घ्यायचं असेल, तर तुम्हाला तिच्याकडे लक्ष द्यावं लागतं.

मी पलंगावर बसलो आणि घडलेल्या घटनांचा पूर्ण आढावा घेण्याचा जोरदार प्रयत्न केला. काय घडलं ते आठवून माझं ताबडतोब समाधान झालं. तो सुटा चेक मी घरी आल्यावर चेकच्या गठ्ठ्यावर ठेवला होता. दुसऱ्या दिवशी सकाळी मी त्या कोळ्यालाही विसरून गेलो आणि तीन खोटे चेक बनवले. त्या वेळी सर्वप्रथम मी तो चेक उचलला होता आणि त्या बनावट लिफाफ्यामध्ये ठेवला होता. म्हणजे त्या तीनपैकी तो चेक प्रथम वटवला गेला. मला आता जिनं पैसे दिले ती कॅशिअरही आठवली. मी तिच्याकडे जरुरीपेक्षा जास्तच लक्ष दिलं होतं.

आणि आता युरेकातल्या एका बँकेकडे 'पॅन-अॅम'चा तो 'वर खर्चाचा' चेक होता, ज्या चेकवर एका बनावट सहवैमानिकानं सही केली होती आणि त्या चेकच्या मागे फ्रँक अबॅग्नेल (ज्यू) हे नाव आणि त्याच्या वडलांचा ब्राँक्स इथला पत्ता होता. असा चेक खोटा असल्याचं एकदा उघडकीस आलं की, त्याची पाळंमुळं शोधण्यासाठी आणि माझ्यावर केस ठोकण्यासाठी शेरलॉक होम्सची जरुरी नव्हती.

मला अचानक ज्वालाग्रही भट्टीपेक्षाही अधिक गरम वाटू लागलं. माझ्या कानाच्या पाळ्या लाल झाल्या. देश सोडून मेक्सिकोच्या हद्दीत घुसण्याचा किंवा त्याहीपेक्षा आणखी दक्षिणेकडच्या देशात पलायन करण्याचा मी विचार करू लागलो. पण या वेळी ती कल्पना स्वीकारायला मी नाखूश होतो. मला वाटतं, युरेकामध्ये मी चोऱ्या करायची एक छानशी नवी पद्धत शोधून काढली होती. त्यात मला बनावट फाशानं खेळलेल्या जुगारापेक्षाही जास्त पैसा मिळत होता आणि त्या यशानं हुरळून गेल्यामुळे कोणी माझ्या हालचालींवर बारीक लक्ष ठेवून असेल हा विचार मी बाजूला सारला आणि माझी स्वतःची अशी कल्पना करून घेतली की, मी आर्टिकच्या समुद्रातल्या हिमनगापेक्षाही थंड आहे. माझा बनावट चेकचा खेळ मला या किनाऱ्यापासून ते त्या किनाऱ्यापर्यंत आणि एका सरहद्दीपासून दुसऱ्या सरहद्दीपर्यंत कार्यान्वित करायचा होता. माझा बुरखा मी स्वतःच मूर्खासारखा फाडला होता आणि त्यामुळे माझी योजना मला सोडून द्यावी लागणार, याचा मला मनस्वी संताप आला होता.

'पण हा खेळ मला अर्ध्यावरच सोडायला हवा का? या क्षणी मी खरोखरच उघडा पडतोय का? त्या चेकच्या मागच्या बाजूला खरडलेलं माझ्या लक्षात आलं नव्हतं, तसंच कदाचित दुसऱ्या कुणाच्याही लक्षात आलं नसणार.'

आणखी एक चांगली शक्यता होती की, तो चेक अजून त्या बँकेत असेल. मी तो दुपारीच वटवला होता आणि उद्यापर्यंत तो न्यूयॉर्कला न पाठवला जाण्याची शक्यता होती. जर तो बँकेतून पुढे पाठवलेला नसता, तर मी तो परत मिळवू शकत होतो. मी सांगू शकलो असतो, 'पॅन-ॲम'नं तो चुकीनं पाठवलाय. मी तो वटवायला नको होता किंवा अशीच काहीतरी बनावट गोष्ट सांगू शकलो असतो. जर तो चेक अजूनही तिथेच असता, तर काहीतरी चांगली, पटेलशी गोष्ट सांगून मी तो परत मिळवला असता, याची मला खात्री होती. पटण्याजोग्या सबबीवर विचार करत मी झोपी गेलो.

दुसऱ्या दिवशी सकाळी मी सामानाची आवराआवर केली. ते गाडीत ठेवलं. मोटेलचं बिल चुकतं केलं आणि बँकेला फोन करून मला प्रमुख कॅशिअरशी बोलायचंय, असं सांगितलं. संपर्क झाला. "मी स्टेला वॉरिंग." तिथली बाई पटकन म्हणाली.

"मिसेस वॉरिंग, काल 'पॅन ॲम'च्या वैमानिकानं तुमच्या बँकेत एक चेक वटवला." मी म्हणालो, "तुम्ही सांगू शकाल..." मी पुढे काही म्हणण्याआधीच माझं बोलणं मध्येच थांबवून ती म्हणाली, "हं. तो बनावट चेक!" मी का फोन केलाय अथवा माझी ओळखही न विचारता अचानक क्रुद्ध स्वरात ती म्हणाली, "आम्ही एफ. बी. आय.ला ते कळवलंय. चेकसाठी ते त्यांच्या एजंटला पाठवत आहेत, असं समजलं." मला कुणी काही आव्हान दिलं नव्हतं. केवळ माझी खरी ओळख लपवण्यासाठी मी स्वयंप्रेरणेनंच उत्तेजित झालो. "हो." मी म्हणालो, "मी एफ. बी. आय.च्या वतीनंच बोलतोय. मला तुम्हाला एक सूचना करायचीये. आमचा एजंट अंदाजे पंधरा मिनिटांत तिथे येईल. तो चेक तुमच्याकडे आहे की त्याला दुसऱ्या कुणाला भेटावं लागेल?"

"सर, त्याला फक्त मलाच भेटू दे. माझ्याकडंच चेक असेल." मिसेस वॉरिंग म्हणाली. "अर्थातच, आमच्या रेकॉर्डसाठी आम्हाला चेकची झेरॉक्स मिळाल्यास बरं होईल, नाही का?"

"अर्थातच." मी तिला ग्वाही देत म्हणालो, "मी मि. डेव्हिसला तुम्हाला कॉपी द्यायला सांगेन." निळा बिझिनेस सूट घालून मी पाचच मिनिटांत बँकेत पोहोचलो, पण आत प्रवेश करण्यापूर्वी तिथल्या परिस्थितीची बारकाईनं पाहणी केली.

ज्या कॅशिअरनं माझा चेक वटवला होता, ती कुठेच दिसत नव्हती.

ती दिसली असती तर मी प्रवेश केला नसता. ती कॉफी वगैरे पिण्यासाठी बाहेर गेली असावी की काय? कळायला काही मार्ग नव्हता. पण मी बँकेत असेपर्यंत ती आली तर काय, म्हणून मी अस्वस्थ होतो. पण तो धोका पत्करणं

मला क्रमप्राप्त होतं. मी प्रवेश कक्षात गेलो आणि रिसेप्शनिस्टनं त्या हॉलच्या एका बाजूला बसलेल्या मिसेस वॉरिंगच्या डेस्ककडे मला पाठवलं. मिसेस वॉरिंग तिशीतली, सुंदर, सडपातळ स्त्री होती. तिच्या पेहरावावरून आणि व्यक्तिमत्त्वावरून ती अगदी पूर्णत: व्यावहारिक वाटत होती. मी तिच्या डेस्कसमोर थांबल्यावर तिनं वर नजर केली.

"मिसेस वॉरिंग, मी एफ. बी. आय.चा बिल डेव्हिस. माझ्या वरिष्ठांनी तुम्हाला फोन केला असेलच." मी म्हणालो.

तिनं चेहरा वाकडा करत होकारार्थी मान हलवली.

"ओह! हो, मि. डेव्हिस." ती म्हणाली, "माझ्याजवळ इथेच तो चेक आहे."

तिनं ओळखपत्र विचारलं नाही अथवा माझ्या दर्जाबद्दल तिला मुळीच संशय आला नाही. तिनं ड्रॉवरमधून चेक बाहेर काढला आणि माझ्याकडे सुपूर्द केला. मीच त्या चेकचा कर्ता असल्यामुळे मी चिकित्सक तपासणी करत असल्याचं दाखवत तो न्याहाळला. त्याच्या पाठीमागे माझं खरं नाव आणि माझ्या वडलांचा पत्ता अगदी अस्पष्ट होता.

"हा तर अगदीच बनावट वाटतोय." मी तिऱ्हाईतपणे म्हणालो. "हा कसा काय वटवला याचंच मला आश्चर्य वाटतंय!" मिसेस वॉरिंग माझ्याशी सहमती दर्शवत कडवटपणे हसली. "हो, आमच्या इथे अशा काही मुली आहेत. कुणी सुंदर वैमानिक किंवा रोमँटिक हिरो दिसला की, त्या पाघळतात. तो माणूस त्यांना काय देतोय, यापेक्षा तो कसा दिसतो यातच त्यांना रस असतो." ती नाराजीच्या स्वरात पुढे म्हणाली, "हा चेक ज्या मुलीनं घेतला, ती मिस कास्टर स्वत:वर इतकी नाराज आहे की, ती आज आलीच नाहीये." त्या माहितीनं माझा जीव भांड्यात पडला आणि माझ्या सद्गृहस्थाच्या भूमिकेत मला मजा वाटू लागली.

"ठीक आहे. आम्हाला तिच्याशी बोलावं लागेलच. पण आपण ते नंतर करू." मी म्हणालो, "तुम्ही याची कॉपी काढली का?"

"नाही. पण त्या कोपऱ्यात झेरॉक्स मशिन आहे. त्यासाठी मला एकच मिनिट लागेल." ती म्हणाली.

"मी काढतो ना!" मी म्हणालो आणि तिनं हरकत घेण्याआधीच मी चटकन मशिनकडे गेलो. कॉपी तिच्या डेस्कवर ठेवली, तेव्हा मी फक्त दर्शनी भागाचीच कॉपी काढली होती, हे तिच्या लक्षात आलं नाही.

"थांब, मला स्वाक्षरी करून तारीख टाकू दे." पेन घेत मी म्हणालो. "ही कॉपी म्हणजे तुमची पावती आहे. पुरावा म्हणून मूळ प्रत आमच्याकडे ठेवावी

लागते, हे तुम्हाला माहितीच असेल. ही अमेरिकेच्या ॲटर्नींच्या ताब्यात ठेवली जाईल. आत्ता आम्हाला इतकंच हवंय. मिसेस वॉरिंग, तुमच्या मदतीबद्दल आम्ही नक्कीच आभारी आहोत.'' मी ती मूळ प्रत खिशात ठेवली आणि बाहेर पडलो.

मला नंतर समजलं की, मी तिथून बाहेर पडल्यानंतर पाचच मिनिटांनी एफ. बी. आय.चा खरा एजंट, युरेकामधला एकमेव बंदूकधारी शासकीय कर्मचारी तिथे पोहोचला. तसंच नंतर मला असंही समजलं की, मिसेस वॉरिंगला जेव्हा ती स्वत:ही फसवली गेली असल्याचं कळलं, तेव्हा ती फार अस्वस्थ झाली. एफ. बी. आय. एजंटच्या भोवतीही एक रोमँटिक वलय असतं आणि एखाद्या वलयांकित पुरुषाकडे आकर्षित होण्यासाठी बाई तरुणच असायला हवी असं नाही.

माझ्या गुन्हेगारी कारकिर्दीमध्ये एफ. बी. आय एजंट म्हणून मी त्या वेळी केलेली बनवाबनवी योग्य नव्हती. सर्वसामान्यपणे फेडरल एजंट हे कार्यक्षम अधिकारी असतात. पण कुणी एफ. बी. आय. एजंट बनून भामटेगिरी करत असेल, तर ते अधिकच कार्यक्षम आणि निग्रही होतात. वैमानिक बनून फसवाफसवी करणारा फ्रँक विल्यम्स हा भामटा वस्तुत: फ्रँक अबॅग्नेल (ज्यू) होता, हा पुरावा मी तात्पुरता उघड होऊ दिला नव्हता, पण मी नकळतपणे ओरीलीला माझा पाठलाग करण्यासाठी नव्या पाऊलखुणा सोडल्या होत्या आणि त्यानंतर शेवटपर्यंत शिकारी कुत्री आणि ससा असा खेळ चालू झाला.

भामटेगिरीच्या क्षेत्रात मी थोडाफार अनुभवी असलो, तरी अजूनही विद्यार्थीच होतो; पण धोके पत्करण्याकडे माझा कल होता. असे धोके की जे चेकच्या भानगडी करणारा एखादा सराईत गुन्हेगारही घेणार नाही. माझ्याच पटकथांचं लेखन, दिग्दर्शन, निर्मिती आणि सादरीकरण करणारा मी स्वयंसिद्ध कलाकार होतो. माझी कुणा धंदेवाईक गुन्हेगाराबरोबर ओळख नव्हती. गुन्हेगारीतल्या नैपुण्यासाठी मी कोणाचाही आधार शोधला नव्हता. गुन्हेगारांचा अड्डा म्हणून कुप्रसिद्ध असलेल्या ठिकाणीही मी जात नसे.

माझ्या संशयास्पद माकडचेष्टांमध्ये ज्यांनी मला मदत केली, ज्यांना फसवत आणि गुंगारे देत मी मदत करण्यास भाग पाडलं ते सर्व प्रामाणिक, आदरणीय आणि सज्जन लोक होते. खरं पाहता, माझी स्वायत्तता हाच माझ्या यशातला महत्त्वाचा घटक होता. माझा शोध घेण्याच्या बाबतीत पोलिसांना त्यांच्या नेहमीच्या गुन्हेगारी माहिती स्रोतांचा काहीच उपयोग नव्हता.

गुन्हेगारी संबंधात उडणाऱ्या अफवांचाही माझ्यापर्यंत पोहोचण्यासाठी काहीच उपयोग होत नव्हता. माझे उपद्व्याप चालू असताना पोलीस खऱ्या माहितीनुसार

धागेदोरे जुळवत. ते सर्व धागेदोरे 'बैल गेला आणि झोपा केला' सारखे होते. माझी दुष्कृत्यं उघडकीस येत, त्याआधी कितीतरी दिवस मी त्या ठिकाणाहून पोबारा केलेला असे. मी दुसऱ्या कुठल्यातरी दूरच्या गावी काही घोटाळा करेपर्यंत अधिकाऱ्यांना माझा ठावठिकाणा लागत नसे.

मी बनावट चेक वटवायला सुरुवात केल्यावर मला जाणवलं की, हे करण्यावाचून आपणास तरणोपाय नाही. कारण माझ्याकडे परतीचा मार्गच नव्हता. चेकची अफरातफर, हा मी व्यवसाय म्हणून स्वीकारला होता. ते माझ्या उदरनिर्वाहाचं एकमेव साधन होतं. एकदा असला नीच व्यवसाय निवडल्यावर माझ्या कामाच्या पद्धतीमध्ये पूर्ण नैपुण्य मिळवायचं, असं मी ठरवलं.

एखादा गुंतवणूकदार उपलब्ध गुंतवणुकीच्या संधींचा अभ्यास ज्या बारकाव्यानं करतो, त्याचप्रमाणे पुढील काही आठवडे आणि महिने मी चेकचा व्यवहार आणि बँकांची कामं करण्याची पद्धत यांचा जीव ओतून अभ्यास केला आणि हे काम करताना मला कोणताही अडथळा नव्हता. कॅशिअर असलेल्या स्त्रियांबरोबर मी प्रियाराधन केलं. त्यांच्या शरीराशी चाळे करताना त्यांच्याकडून विशिष्ट गुपितंही काढून घेतली.

मी लायब्ररीत गेलो आणि बँकिंगवरच्या मासिकांचा आणि उद्योगजगताच्या पुस्तकांचा अभ्यास केला. अर्थविषयक मासिकं वाचली आणि बँक अधिकाऱ्यांबरोबर अर्थविषयक घडामोडींवर चर्चा करण्याची संधी साधली. थोडक्यात, माझ्या काळ्या धंद्याला सफेद मुलाम्याची जरुरी होती.

अर्थात, कुण्या अज्ञात निरीक्षकाच्या नोंदीनुसार 'वाईट गोष्ट करायला चांगला मार्ग नसतो.' बनावट चेक वटवणाऱ्या अत्यंत यशस्वी भामट्यांना तीन गोष्टी अनुकूल असतात. या तीनपैकी एक किंवा तिन्हींचं मिळून एक प्रभावी मिश्रण झालं, तर स्लॉट मशिनवरच्या तीन दांड्यांप्रमाणे त्यांचं नशीब फळफळतं.

पहिली गोष्ट म्हणजे व्यक्तिमत्त्व आणि व्यक्तीची जडणघडण हा व्यक्तिमत्त्वाचा भाग आहे, असं मला वाटतं. समजा, चांगले भामटे एखादा महत्त्वाचा डल्ला मारणार असतील किंवा तेलाचे खोटे सट्टे वायदे करत असतील, तेव्हाही ते उत्तम पोशाखात असतात. त्यांच्यामध्ये आत्मविश्वास आणि अधिकाराची भावना ओसंडून वाहत असते. ते बहुधा लोभस व्यक्तिमत्त्वाचे, धाडसी आणि फेरनिवडणूक लढणाऱ्या नम्र राजकारणी व्यक्तींसारखे असतात. पण जरूर पडली, तर एखाद्या धनदांडग्या व्यक्तीचा निर्दय उर्मटपणाही त्यांच्यामध्ये दिसून येतो.

दुसरी गोष्ट म्हणजे निरीक्षण. निरीक्षण हे कौशल्य आहे आणि ते आत्मसात करता येतं. सर्वसामान्य माणसाच्या नजरेतून जे तपशील आणि गोष्टी सुटतील ते लक्षात ठेवण्याच्या कलेचा वरदहस्त (की शाप?) मला जन्मजातच प्राप्त

होता. चोरीच्या नवीन पद्धती यशस्वी होण्यासाठी निरीक्षणाची आत्यंतिक जरुरी असते. याचं मी नंतर उदाहरण देईनच. माझ्याबद्दलची गोष्ट लिहिणाऱ्या एका पत्रकारानं म्हटलंय, 'चांगल्या चोराचा चिन्हांचा अभ्यास एखाद्या भारतीय माणसासारखा प्रभावी असतो आणि या बाबतीत फ्रँक अबॅग्नेलसमोर सरहद्दीवरचा उत्कृष्ट टेहळणीदारही नेभळ्या पायांचा व अर्धांधळा वाटेल.'

तिसरी गोष्ट म्हणजे संशोधन. रासवट गुन्हेगार आणि अत्यंत चलाख भामटा यांमधला हा सर्वांत मोठा फरक. एखाद्या बेदरकार दरोडेखोरानं प्राथमिक ठोकताळ्यांच्या आधारे बँकेची तिजोरी लुटायची ठरवली, तरी शेवटी त्याला त्याच्या बंदुकीवरच अवलंबून राहावं लागेल. पण चलाख भामट्याचं एकमेव हत्यार म्हणजे त्याची बुद्धिमत्ता. समजा, त्याच बँकेमध्ये एखाद्या चलाख बिलंदरानं खोटा चेक वटवण्याची किंवा आधुनिक पद्धतीनं चेकचे घोटाळे करण्याची योजना आखली, तर तो प्रथम त्यातल्या फसवेगिरीच्या प्रत्येक पैलूवर पूर्ण विचार करेल. माझ्या उमेदवारीच्या काळात मी खोटे चेक वटवत होतो, तेव्हा चेकसंबंधीचं माझं ज्ञान जगामधल्या कुठल्याही बँकेतल्या टेलरइतकंच आणि त्यातल्या बऱ्याच जणांपेक्षा जास्त होतं. बँकेच्या मालकांनाही माझ्याइतकंच चेकचं ज्ञान असेलच, याची मला खात्री देता येणार नाही.

मला माहिती असलेली, पण बऱ्याचशा कॅशिअर्सना माहीत नसलेली चेकसंबंधीची खालील काही उदाहरणं पाहा. (अशा गोष्टींमुळेच मी त्यांना लुबाडू शकलो.)

– सर्व कायदेशीर चेकना भोकं पाडलेली किंवा खाचा असलेली एक तरी कड असते.

– चेक जर खासगी चेकबुकमधून काढलेला असेल, तर अशी कड वरच्या बाजूला असते.

– व्यावसायिक लेजरबुकमधील चेक असेल, तर अशी भोकं दोन किंवा तीन बाजूंना असतात.

– काही सुबुद्ध कंपन्या चेकच्या चारही बाजूला भोकं पाडतात.

अर्थातच, एखादा कल्पक, बनावट चेक बनवणारा अशा कागदपत्रांचीही नक्कल करू शकतो, पण त्यासाठी त्याला परफोर्टिंग प्रेससाठी ४०,००० डॉलर्स किंबहुना जास्तच पैसे खर्च करावे लागतील आणि एखाद्यानं जर तसं केलं असेल, तर त्याला कल्पक कारागीर कसं म्हणणार? आणि ही काही अशी गोष्ट नाही की, कोणी ती बॅगेत घालून हिंडू शकेल.

ज्यांच्या कडांवर भोकं पाडलेली असतात अशा काही चेकची बाजारातली किंमत शून्य असते. ते बनावट नसतात, पण त्यांचे खाते क्रमांक खोटे असतात.

मी ज्या वेळी पर्सनल चेक दिले त्या प्रत्येक वेळेला माझ्या खात्यात पुरेसे पैसे नसताना दिले. जेव्हाजेव्हा मी असे चेक देण्याच्या उद्योगाला सुरुवात करायचो, तेव्हातेव्हा मी खोटं नाव वापरून प्रथम एक कायदेशीर खातं उघडून माझ्या नावाचे ५० ते १०० चेक्स मिळवायचो आणि आधी नमूद केल्याप्रमाणे मी लिहिलेले पहिले एक-दोन चेक खरे असायचे. त्यानंतर मात्र मी हवेत पतंग उडवायचो.

मी आधी म्हटल्याप्रमाणे बनावट चेक देणारा वाकबगार चोर हा वास्तविक आकड्यांचा खेळ खेळतो. वैयक्तिक अथवा व्यापारी, सर्व चेक्सच्या खाली डाव्या बाजूला, तळापासून जरा वर पुष्कळ आकडे असतात.

एखादा खासगी चेक घ्या. त्याच्या तळाच्या खालच्या डाव्या कोपऱ्यात 1130 0119 546 085 असे क्रमांक आहेत. बनावट चेक देऊन फसवण्याच्या माझ्या कारकिर्दीमध्ये १०० कॅशिअर्सपैकी एकानंही कधी या आकड्यांकडे लक्ष दिलं नव्हतं. आणि मला खात्री आहे की, या नंबरांना काही विशिष्ट महत्त्व आहे, हे फार थोड्या लोकांना माहीत असेल. मी त्याचा अर्थ स्पष्ट करून सांगतो –

11 क्रमांक दर्शवतो की तो चेक 11व्या 'फेडरल रिझर्व्ह डिस्ट्रिक्ट'मध्ये छापला आहे. अमेरिकेमध्ये 12 म्हणजे फक्त 12 च 'फेडरल रिझर्व्ह डिस्ट्रिक्ट' आहेत. अकराव्या डिस्ट्रिक्टमध्ये म्हणजे जिल्ह्यामध्ये टेक्सासचा समावेश आहे, जिथे हा चेक छापला गेला. 11 नंतरचा 3 दर्शवतो की, तो ह्यूस्टनमध्ये छापला गेला, कारण फेडरल रिझर्व्ह डिस्ट्रिक्टचं तिसरं जिल्हास्तरीय कार्यालय या शहरात आहे. 0 दर्शवतो की चेकसाठी लगेचच रक्कम उपलब्ध आहे. शृंखलेमधलं पुढचं 0 हे क्लिअरिंग हाऊस ह्यूस्टनसाठी आहे आणि 119 वरून ती जिल्ह्यातली कोणती बँक आहे, हे समजतं. 546085 हा बँकेनं गिऱ्हाइकाला दिलेला खाते क्रमांक आहे.

बनावट चेक देणाऱ्याला या सर्व माहितीचा कसा काय उपयोग होतो? डल्ला मारून, नोटांची बंडलं हस्तगत करून पुढे पळून गेलेल्या चोराला जसा होईल, तसाच हा उपयोग असतो. समजा, अशा माणसानं पगाराचा चेक वटवण्यासाठी बँकेत दिला, तर सकृद्दर्शनी तो चेक त्यावर लिहिल्याप्रमाणे ह्यूस्टनमधल्या ख्यातनाम कंपनीनं ह्यूस्टनच्याच बँकेवर दिलेला, वरून छान दिसणारा चेक आहे. डाव्या हाताच्या खालच्या कोपऱ्यातल्या क्रमांकाची मालिका १२ या अंकानं सुरू होतेय; पण कॅशिअरनं ते पाहिलेलं नाही अथवा त्या क्रमांकाचा अर्थ त्याला/तिला ठाऊक नाही.

पण कॉम्प्युटर ती चूक करत नाही. बहुतेकदा त्याच रात्री चेक जेव्हा क्लिअरिंग हाऊसमध्ये येतो, तेव्हा कॉम्प्युटर तो चेक नाकारतो. कारण चेकवर

निर्देशित केल्यानुसार तो चेक जरी ह्यूस्टनलाच वटायला हवा असला, तरी त्यावरच्या क्रमांकानुसार तो सॅनफ्रान्सिस्कोमध्ये वटवला जाणार असतो. त्यामुळे तो चेक सॅनफ्रान्सिस्कोला जाणाऱ्या गठ्ठ्यात पाठवला जातो, कारण बारावा जिल्हा सॅनफ्रान्सिस्कोचा आहे. सॅनफ्रॉन्सिस्को इथला दुसरा कॉम्प्युटरही तो चेक रद्दबादल ठरवतो, कारण बँक कोणती, हे ओळखण्याचा क्रमांक चुकीचा असतो. अशा परिस्थितीत तो चेक क्लिअरिंग हाऊसमधल्या त्या बँकेच्या क्लार्ककडे सुपूर्द केला जातो. बहुतेक प्रसंगांत तो क्लार्क त्या चेकवरचा फक्त मजकूर बघतो आणि सॅनफ्रान्सिस्कोला चेक पाठवण्यात कॉम्प्युटरची चूक झाली आहे, असं मानून तो चेक पुन्हा ह्यूस्टन बँकेकडे वटवण्यासाठी पाठवून देतो. चेकचे पैसे त्या माणसाला देऊन झाल्यानंतर वरील सर्व घडामोडींत ५ ते ७ दिवस निघून जातात. त्यानंतर कॅशिअरला समजतं की, आपण फसलो असून तो बनावट चेक वटवणारा त्याला/तिला उल्लू बनवून पसार झालाय.

बँकेमध्ये काम करणाऱ्या लोकांना त्यांच्या व्यवहाराशी संबंधित आकड्यांची सांकेतिक माहिती नसल्याचा आणि कॅशिअरना त्याबद्दल पुरेसं ज्ञान नसल्याचा फायदा उठवत मी पुष्कळ माया गोळा केली. युरेकाहून पळून आल्यानंतर मी सॅनफ्रान्सिस्कोमध्ये काही आठवडे राहिलो. तिथे मी 'पॅन-ॲम'चे डझनावारी एक्सपेन्स चेक बनवले आणि विमानतळ, बँका, आसपासच्या परिसरातली हॉटेल्स या ठिकाणी ते चेक वटवले. त्या वेळी मी आकड्यांच्या सांकेतिक ज्ञानाचा असा उपयोग केला की, तो प्रत्येक चेक बोस्टन, फिलाडेल्फिया, क्लिव्हलँड किंवा रिचमंड अशा दूरच्या ठिकाणी पाठवला गेला.

माझं बनावट पाकीट अजूनही माझ्या बनावट चेक वटवण्याच्या उद्योगातलं महत्त्वाचं साधन होतं. किनारपट्टीवरच्या शहरांतून मी ते इतकं वापरलं होतं की, ते शिवणीवर फाटायला लागलं होतं. मला आता दुसऱ्या नव्या लिफाफ्याची आवश्यकता होती. 'पण खरा लिफाफाच का नको?' मी विचार केला.

सॅनफ्रान्सिस्को हे 'पॅन-ॲम'च्या प्रमुख स्थळांपैकी (बेसपैकी) एक होतं आणि मी 'पॅन-ॲम'चा वैमानिक होतो. नव्हतो का? नाही. मी नव्हतो. पण 'पॅन-ॲम'मध्ये कुणाला हे ठाऊक असणार?

मी सरळ विमानतळावर गेलो आणि 'पॅन-ॲम'च्या ऑफिसच्या परिसरात धीटपणे फेरफटका मारला. मला भेटलेल्या पहिल्या माणसाला मी विचारलं, "मला लिहायचे कागद आणि पाकिटं कुठे मिळतील ते सांगता का? मी इथे परका आहे." तो रेडिओ ऑपरेटर होता.

"त्या कोपऱ्यातल्या स्टॉक रूममध्ये, तिकडे कोपऱ्याला." त्यानं बोटानं दाखवत सांगितलं. "तिथे पाकिटं देण्यासाठी कोणीच नाही. स्वयंसेवा आहे."

स्टॉक रूममध्ये कोणी रखवालदार नव्हता. मी पाकिटांचा एक गठ्ठा आणि 'पॅन-ॲम'च्या लेटरहेडसह इतर स्टेशनरी उचलली आणि माझ्या ब्रीफकेसमध्ये भरली. मी निघणार तेवढ्यात फॉर्मच्या एका गठ्ठ्यानं माझं लक्ष वेधलं. त्या गठ्ठ्याच्या वरच्या फॉर्मवर मोठ्या अक्षरांत लिहिलं होतं, 'चेकसाठी अधिकार पत्र' (चेक ऑथोरायझेशन). मी बचकभर फॉर्म उचलले आणि वरच्या फॉमर्च निरीक्षण केलं. एखाद्या व्यक्तीनं केलेला खर्च परत मिळवण्यासाठीचा तो विनंती अर्ज होता. अशा अर्जावर 'पॅन-ॲम'च्या सॅनफ्रान्सिस्कोमधल्या मॅनेजरनं सही केली की, कॅशिअरकडून त्या व्यक्तीच्या नावे चेक मिळायचा. त्या फॉर्मचं एक पाकीटही मी माझ्या ब्रीफकेसमध्ये ठेवून दिलं. मी तिथून जाताना माझ्याशी कोणी बोललं नाही. माझ्या आजूबाजूनं गेलेल्या कुणी माझी थोडीसुद्धा दखल घेतली नसावी.

चेक मिळवायचा फॉर्म हा छानसा छोटा मदतनीस ठरला होता. माझ्या सुपीक डोक्यातून निर्माण झालेली बनावट चेकची कलाकृती मी त्या फॉर्ममध्ये गुंडाळून 'पॅन-ॲम'च्या खऱ्या पाकिटात घालायचो. माझ्याकडचा कायदेशीर तपशील चुकीचा असला, तरी तो फॉर्म मी व्यवस्थितरीत्या भरायचो आणि चेक वटवताना त्या लिफाफ्याकडे प्रामुख्यानं लक्ष जाईल असा ठेवायचो.

एक दिवस बर्कलेमधल्या विविध बँकांतून भरपूर चरून झाल्यानंतर मी परत आलो, तेव्हा माझ्या लक्षात आलं की, सुटकेस आणि डफेल बॅग नोटांनी खच्चून भरल्या असून आता कपडे ठेवायलाही जागा उरली नाहीये. मी खर्च करू शकत नव्हतो त्यापेक्षा जोरात लूट मारत होतो. मी सरळ २५,००० डॉलर्स उचलले आणि सॅन ओजेच्या बँकेत गेलो. 'जॉन कालकाग्ने' या नावानं तीन वर्षांसाठीच्या भाड्याचा ॲडव्हान्स भरून एक लॉकर घेतला आणि त्यात ते पैसे ठेवून दिले. दुसऱ्या दिवशीही त्याचप्रमाणे ओकलंडच्या बँकेत 'पिटर मोरेली' या नावानं लॉकर भाड्यानं घेतला आणि रोकड ठेवून दिली.

मी सॅनफ्रान्सिस्कोला गेलो आणि प्रेमात पडलो. तिचं नाव होतं रोझाली. ती अमेरिकन एअरलाईन्समध्ये हवाईसुंदरी होती. तिच्या अमेरिकन एअरलाईन्समधल्या ५ सुंदरींबरोबर एका जुनाट घरात ती राहायची. एकदा विमानतळाहून त्या सहा जणी परतत असताना माझी-तिची भेट झाली. विमानतळावर त्या कामानिमित्त गेल्या होत्या आणि मी छोट्याशा चौर्यकर्मासाठी गेलो होतो. त्याच रात्री आमच्या प्रियाराधनाला सुरुवात झाली.

मला भेटलेल्या तरुणींमध्ये रोझाली ही सर्वांत सुंदर स्त्री होती आणि मला अजूनही तसंच वाटतं. तिचे केस दाट आणि भुरकट रंगाचे होते आणि थोड्याच दिवसांत तिचा निग्रही स्वभावही माझ्या लक्षात आला. ती २४ वर्षांची असूनही

शुद्ध कुमारिका होती. आमच्या प्रियाराधनाच्या दुसऱ्याच भेटीत तिनं मला सांगितलं की, विवाहाच्या दिवसापर्यंत तिला तसंच राहायचं होतं. मी तिला सांगितलं की, तिच्या या वृत्तीचं मला कौतुक वाटतं आणि मला तसं वाटायचंही. पण आम्ही दोघंच असताना तिला विवस्त्र करायचा प्रयत्नही मी थांबवला नव्हता.

जोडीदार म्हणून रोझाली फारच छान होती. संगीत, चांगली पुस्तकं, समुद्रसफरी, बर्फावरून घसरणं आणि अशा इतर अनेक गोष्टींचा आम्ही दोघांनी आनंद लुटला. रोझाली माझ्याप्रमाणे कॅथॉलिक होती. माझ्यापेक्षा ती जास्त कडवी कॅथॉलिक होती; पण तिनं मला आपल्याबरोबर प्रार्थनेला येण्यासाठी कधीच गळ घातली नाही.

एक दिवस तिला चर्चमधून घेऊन येताना मी गंमत करण्याच्या निमित्तानं तिला विचारलं, "तू मला माझ्या पापांबद्दल उपदेशाचे डोस का देत नाहीस?" ती हसली. "फ्रँक, मला नाही वाटत तू काहीतरी पाप करतोयस." ती पुढे म्हणाली, "तुला काही वाईट सवयी असतील, असं मला वाटत नाही. तू आहेस तसाच मला आवडतोस."

तिच्या सहवासात असताना मी प्रत्येक भेटीत तिच्याकडे अधिकच ओढला जातोय, हे मला जाणवलं. ती खूप सद्गुणी होती. तरुण, अविवाहित पुरुषांनी ज्या प्रकारची स्त्री आपली पत्नी व्हावी म्हणून स्वप्न पाहावं अशीच ती स्त्री होती. ती एकनिष्ठ, हुशार, सम्यक वृत्तीची, विचारी आणि सुंदर स्त्री होती. ती दारू प्यायची नाही. सिगरेट ओढायची नाही. मातेची ममता, बहिणीचं प्रेम, देशभक्ती आणि सफरचंदाचा मधुर रस यांच्या संयोगानं बनलेली ती छानशी मुलायम तरुणी होती.

"रोझाली, माझं तुझ्यावर प्रेम आहे." एका रात्री मी तिला सांगितलं.

तिनं संमतिदर्शक मान डोलावली. "फ्रँक, माझंही तुझ्यावर प्रेम आहे." ती शांतपणे म्हणाली. "आपण दोघं माझ्या आई-वडलांना भेटून त्यांना आपल्याबद्दल सांगू या का?"

तिचे आई-वडील लॉस एंजल्सच्या दक्षिणेला डाऊनीला राहायचे. तो मोठा लांबचा प्रवास होता. वाटेत पिस्मो बीचवर आम्ही एक केबिन भाड्यानं घेतली. ती संध्याकाळ संस्मरणीय ठरली. आम्ही दुसऱ्या दिवशी सकाळी जेव्हा प्रवासाला सुरुवात केली, तेव्हा रोझाली कुमारिका राहिलेली नव्हती. मला त्याचं फार वाईट वाटलं. तिच्या सद्गुणांबद्दल मी जास्त संयमी असायला हवं होतं आणि तिला त्याचं किती महत्त्व होतं, हेही मला माहीत होतं. तिच्या आग्रहामुळे तिच्याच गाडीतून आम्ही प्रवासासाठी निघालो होतो. प्रवासात मी तिची वारंवार क्षमा

मागितली.

रोझालीनं मला कवटाळलं आणि हसत म्हणाली, "फ्रँक, क्षमा मागणं थांबव. माझीही तशीच इच्छा होती. असू दे. आपल्या लग्नाच्या रात्रींमध्ये ही एक वाढीव रात्र धरू."

तिचे आई-वडील चांगले वाटले. त्यांनी माझं छान स्वागत केलं आणि जेव्हा रोझालीनं आम्ही लग्न करत असल्याचं सांगितलं, तेव्हा त्यांना आनंद झाला. त्यांनी आमचं मनापासून अभिनंदन केलं. पुढल्या दोन दिवसांत लग्नाबद्दलची आखणी चालू होती. वास्तविक, मी रोझालीला लग्नाची मागणी घातली नव्हती, पण त्यांनी तसं गृहीत धरलं होतं. अर्थातच, तिच्या आई-वडलांनी मला जावई म्हणून पसंत केलं होतं.

पण मी तिच्याशी लग्न कसं करू शकलो असतो? तिला वाटत होतं की, मी फ्रँक विल्यम्स पॅन-ॲमचा, चांगलं भविष्य असणारा सहवैमानिक होतो. मला चांगलं माहीत होतं की, लग्नानंतर मी हे टिकवून ठेवू शकणार नव्हतो. थोड्याच दिवसांत तिला समजलं असतं की, मी एक विशीचा भामटा, खोटा मुखवटा आणि खराब पूर्वपीठिका असणारा फ्रँक अबॅग्नेल होतो. मी स्वत:ला बजावलं की, रोझालीच्या बाबतीत मी असं करू शकत नाही. मी तिला फसवावं? माझ्याकडे नगद ८० ते ९० हजार डॉलर्स होते आणि लग्नाच्या सुरुवातीच्या काळासाठी ते पुरेसे होते. मी जर रोझालीला सांगितलं असतं, की यापुढे विमान चालवणं सोडून देऊन एक छानसं स्टेशनरी स्टोअर चालवावं असं माझ्या फार मनात आहे, तर तिचा कदाचित विश्वासही बसला असता. मला खरंतर तसं करायचं नव्हतं. पण मला माहीत असलेला तोच एक उद्योग प्रामाणिकपणे करता येण्याजोगा होता. ती कल्पना मी तिथेच झटकून टाकली. मी अजूनतरी फ्रँक विल्यम्सच होतो आणि फ्रँक विल्यम्स अजूनतरी पोलीस तपास चालू असलेला गुन्हेगार होता.

आनंददायी सुरू झालेली एक सफर माझ्यासाठी फार तापदायक ठरली. मला वाटत होतं की, माझं रोझालीवर प्रेम होतं आणि मला तिच्याबरोबर लग्न करावंसं वाटत होतं, पण प्राप्त परिस्थितीत हे कसं शक्य होतं, ते मला उमजत नव्हतं.

मात्र रोझालीला वाटलं, मी तिच्याशी लग्न करणार होतो. तिच्या आई-वडलांना वाटलं, ती माझ्याशी लग्न करणार होती. त्यांनी आनंदानं पुढची हालचाल जोरात चालू केली. एक महिन्यानंतरची लग्नाची तारीख ठरवली. स्वागत-समारंभासंबंधी योजना आखली. उपवर मुलगी आणि तिच्या आई-वडलांनी विवाहाच्या आधी जे काही करायचं ते सगळं केलं. मी त्यांच्या चर्चेमध्ये सहभागी झालो. वरकरणी त्या

दिवसासाठी मी किती आनंदी आणि उत्सुक आहे हे भासवत होतो, पण अंतर्यामी मात्र मी अगदी अपराधी, लज्जेनं कोळपून गेलेला आणि अतिशय दुःखी होतो. मी रोझालीला आणि तिच्या आई-वडलांना सांगितलं की, माझे आई-वडील सध्या युरोपच्या सहलीला गेले आहेत. माझे आई-वडील परत येईपर्यंत ते थांबायला तयार झाले आणि ते परतल्यावर दहा दिवसांनी सर्व योजनांना अंतिम रूप द्यावं, या माझ्या प्रस्तावाला त्यांची संमती होती.

"फ्रँक, मलाही असं वाटतं की, तुझ्या आईलाही या तयारीमध्ये सहभाग घ्यायची इच्छा असणार." रोझालीची आई म्हणाली.

"तिला ते नक्कीच आवडेल." मी खोटंच सांगितलं. मला नक्की माहीत होतं की, तिनं मला बदडून काढलं असतं.

काय करावं हे मला सुचत नव्हतं. मी रोझालीच्या घराच्या गेस्ट रूममध्ये बिछान्यावर पहुडलेलो असताना मला हॉलमधून तिच्या आई-वडलांची कुजबुज ऐकू यायची. आपल्या मुलीचं एवढ्या चांगल्या माणसाबरोबर लग्न ठरत असल्याबद्दल ते बोलत असणार, याची मला कल्पना होती. त्यामुळे माझी मलाच घृणा वाटायची.

एका दुपारी मी आणि रोझाली सायकलींवर स्वार होऊन भटकायला बाहेर पडलो. एका बागेत पोहोचलो आणि तिथल्या मोठ्या झाडाच्या सावलीत विसावलो. नेहमीप्रमाणे रोझाली भविष्यातल्या सुखी संसाराच्या गोष्टींबद्दल – आपण कुठे राहायचं, आपल्याला किती मुलं होतील वगैरे वगैरे बोलत होती. मी तिच्याकडे पाहिलं आणि मला अचानक वाटलं, माझ्यावर तिचं इतकं प्रेम आहे की, ती मला नुसतं समजूनच घेईल असं नाही, तर ती मला क्षमाही करेल. तिच्या स्वभावातला एक गुण मला विशेष भावला होता, तो म्हणजे तिचा दयाळूपणा.

मी हळूच तिच्या ओठांवर हात ठेवला. "रोझाली." मी म्हणालो आणि माझ्या शांतपणाचं आणि धीरगंभीरतेचं मलाच आश्चर्य वाटलं. "मला तुला काही सांगायचंय आणि ते तू समजून घेण्याचा प्रयत्न कर. माझं तुझ्यावर प्रेम नसतं तर मी तुला हे सांगितलच नसतं, कारण तुला मी जे सांगणार आहे ते मी आत्तापर्यंत कोणालाच सांगितलेलं नाही. रोझाली, मी तुझ्यावर प्रेम करतोय आणि आपलं लग्न व्हावं, असं मलाही वाटतंय. म्हणूनच मी ते तुला सांगणार आहे.

"रोझाली, मी 'पॅन-ॲम'चा वैमानिक नाही. मी अठ्ठावीस वर्षांचा नाही. रोझाली, मी १९ वर्षांचा आहे. माझं नाव फ्रँक विल्यम्स नाही. माझं नाव फ्रँक अबॅग्नेल आहे. मी लुच्चा माणूस आहे. रोझाली, मी खोटे चेक वटवणारा एक भामटा आहे. सर्व देशभर पोलीस माझा तपास करत आहेत."

तिनं माझ्याकडे पाहिलं. तिला धक्का बसला होता. ती शेवटी म्हणाली, "तू खरंच मनापासून बोलतोयस? पण मी तर तुला विमानतळावर भेटले आणि तुझ्याकडे वैमानिकाचं लायसन्स आहे. ते मी पाहिलंय. तुझ्याकडे 'पॅन-ॲम'चं ओळखपत्रही आहे. तू युनिफॉर्म घातला होतास. फ्रँक, तू हे का सांगतोयस? तुला काय झालंय?" ती उदासपणे हसली. "फ्रँक, माझी तू चेष्टा करतोयस ना?"

मी नकारार्थी मान हलवली. "नाही रोझाली, नाही. मी जे सांगितलं त्यातला शब्दन्‌शब्द खरा आहे." मी म्हणालो.

मी तिला मोकळेपणानं ब्रॉक्सपासून डाऊनीपर्यंतच्या माझ्या वाटचालीबद्दल सर्व काही सांगितलं. तासभर बोलत होतो. मी बोलत असताना तिचा चेहरा न्याहाळत होतो. तिच्या डोळ्यांच्या आरशात मला भीती, अविश्वास, दुःख, निराशा आणि दया यांचं प्रतिबिंब दिसलं. तिच्या सगळ्या भावना अश्रूंच्या पडद्याच्या आत दडल्या होत्या.

तिनं आपले हात केसांत खुपसले आणि ती धाय मोकलून रडायला लागली. ती अशी रडत होती की, ते कधी संपणारच नव्हतं. नंतर तिनं माझा हातरुमाल घेतला आणि डोळे, चेहरा पुसला आणि उभी राहिली. "फ्रँक, आपण घरी परत जाऊ या." ती हळूच म्हणाली.

"रोझाली, तू पुढे जा." मी म्हणालो, "मी थोड्याच वेळात येईन, पण काही वेळ मला एकट्यालाच राहू दे आणि रोझाली, मी तिथे येईपर्यंत कुणाला काहीही सांगू नकोस. तुझ्या आई-वडलांनी हे सर्व माझ्या तोंडून ऐकलेलं मला आवडेल. रोझाली, वचन दे मला."

तिनं होकारार्थी मान हलवली. "मी वचन देते फ्रँक. मी तुला नंतर भेटेन."

सायकलवर स्वार होऊन ती निघून गेली.

एक सुंदर स्त्री या क्षणी निराधार वाटू लागली. मी सायकल चालवत असताना माझ्या मनात आलं, रोझालीनं खरं तसं काहीच स्पष्टपणे सांगितलेलं नाही. ती काय विचार करत असेल किंवा मी घरी परतल्यावर तिची काय प्रतिक्रिया असेल याबद्दल मला काहीच अंदाज बांधता येत नव्हता. तिनं मला क्षमा केलीये आणि काही झालं तरी आपण लग्न करू, नंतर सर्व ठीक होईल, असं तर ती नक्कीच म्हणालेली नव्हती. 'मी तिथे परत तरी जावं का?' माझ्या मनात उलट-सुलट विचार सुरू जाले. तिच्या घरी माझे फक्त काही खेळाचे कपडे, काही सूट, आतले कपडे आणि शेव्हींग कीट्स एवढंच सामान होतं. माझा युनिफॉर्म मी माझ्या सॅनफ्रान्सिस्कोच्या मोटेलमध्ये ठेवला होता. माझं बनावट ओळखपत्र आणि वैमानिकाचं खोटं लायसन्स माझ्या खिशातच होतं. मी कुठे राहतो, हे मी रोझालीला कधीच सांगितलेलं नव्हतं.

नेहमी मीच तिला फोन करायचो किंवा तिच्या घरी जायचो. एकदा तिनं विचारलं तेव्हा, "मी काही चक्रम वैमानिकांच्याबरोबर अलमेडात राहतोय आणि ते इतके विक्षिप्त आहेत की, त्यांच्या अपार्टमेंटमध्ये टेलिफोन वा टेलिव्हिजन नाही." असंही मी सांगितलं होतं.

त्यामुळे तिचं समाधान झालं, असं वाटलं. ती अजिबात चिकित्सक वृत्तीची नव्हती. लोकं काय सांगतात त्यावर भरवसा ठेवणारी होती. तिचा सहवास मला आवडायचा, त्याचं हेही एक कारण होतं. तिच्या सहवासात मला सुरक्षित वाटायचं.

पण मला तेव्हा, त्या घटकेला असुरक्षित वाटत होतं आणि आधी तयारी न करता सुचेल ते सांगत दिलेल्या कबुलीबद्दल साशंकता वाटू लागली होती.

मी माझे अभद्र विचार मागे सारले. काहीही असलं तरी तिला जे काही समजलं होतं त्यानुसार ती माझा विश्वासघात करणार नाही, असं माझ्या मनात आलं.

तिला फोन करून तिच्या भावना जाणून घेण्याचा मी विचार करत होतो, पण तिला सामोरं जाऊन तिच्याकडूनच तिचा निर्णय वदवून घ्यायचा, असं मी ठरवलं.

मी बाजूच्या रस्त्यानं तिच्या घराकडे गेलो आणि कोपऱ्यावर पोहोचण्यापूर्वी थांबलो. सायकल खाली ठेवली आणि त्यांच्या शेजाऱ्यांच्या कुंपणाजवळून पुढे जात झाडोऱ्यांमधून त्यांचं घर दिसेपर्यंत चालत गेलो.

रोझालीच्या घरासमोर दोन गाड्या उभ्या होत्या. एक एल.ए.ची नंबर प्लेट असलेली काळ्या आणि पांढऱ्या रंगाची आणि दुसरी नंबर नसलेली – चक्क पोलिसांची गाडी! दारासमोरच्या जागेत दोन्ही गाड्या उभ्या होत्या. एक युनिफॉर्म घातलेला पोलीस रस्त्यावर टेहळणी करत होता.

माझ्या सुंदर रोझालीनं मला गोत्यात आणलं होतं. मी मागे येऊन सायकलवर टांग मारली आणि उलट दिशेला सटकलो. शहरात पोहोचल्यावर सायकल सोडून दिली आणि टॅक्सी पकडून लॉस एंजल्सचं विमानतळ गाठलं. पुढल्या तीस मिनिटांत मी सॅनफ्रान्सिस्कोला जाणाऱ्या विमानात होतो. त्या सर्व ट्रीपशी आपला काही संबंध नसावा या भावनेनं मला बेचैन करून सोडलं होतं आणि मी सामान भरून मोटेल सोडलं आणि परत विमानतळावर आलो, तरी ती धूसर भावना मनात घर करून होती. मी जेम्स फ्रँकलीन या नावानं लास व्हेगसचं तिकीट काढलं आणि पार्किंगच्या जागेमध्ये चावीसकट माझी बारकुडा गाडी सोडून दिली. मी खरेदी करून सोडून दिलेली ती पहिली गाडी होती.

लास व्हेगसच्या प्रवासात मला त्या पूर्वीच्याच विचित्र भावनेनं ग्रासून

टाकलं. त्या भावनेत राग नव्हता, दु:ख नव्हतं, अपराधीपणाही नव्हता. नेवाडाला येईपर्यंत मला नेमकं काय वाटतंय, हे सांगता येत नव्हतं. पण नंतर मला त्या भावनेचं स्पष्टीकरण मिळालं.

ती सुटकेची भावना होती. रोझाली माझ्या आयुष्यातून गेल्यामुळे मी आनंदी झालो. सहा तासांपूर्वी ती आपली बायको व्हावी म्हणून मी हरतऱ्हेनं प्रयत्न करत होतो, याचं मला आश्चर्य वाटलं. आश्चर्य वाटो वा न वाटो, मला सुटल्यासारखं निश्चित जाणवलं. माझी लास व्हेगसची ती पहिलीच ट्रीप होती.

त्या शहरात सर्वच गोष्टींत माझ्या अपेक्षेपेक्षा बरंच अधिक होतं. त्या शहराभोवती एक चमत्कारिक विद्युत्वलय होतं. तिथले भेटी देणारे वा राहणारे दोन्ही प्रकारचे लोक सारख्याच प्रकारे एका अजबशा अपेक्षेमागे धावतायेत असं वाटत होतं. त्या तुलनेत न्यूयॉर्क शहरामध्ये आळसावलेला थंडपणा असतो.

तिथलं वातावरण भारलेलं असल्याचं मी म्हटलं, तेव्हा एक टॅक्सी ड्रायव्हर स्पष्टीकरण देत म्हणाला, ''जुगारी मनोवृत्ती.'' तो पुढे म्हणाला, ''ती प्रत्येकामध्येच असते. प्रत्येक जण इथे डल्ला मारायला येतो. खरंतर बडे लोक विमानातून, नाहीतर मोठमोठ्या गाड्या घेऊन येतात आणि हात हलवत परत जातात. जिंकतात ती फक्त इथली रंगमंदिरं. बाकी सगळे हरतात. माझं थोडं ऐक, खेळणार असलास तर इथल्या पोरींबरोबर खेळ. बऱ्याच जणी भुकेल्या असतात.''

मी एका मोटेलमध्ये जागा भाड्यानं घेतली. दोन आठवड्यांचं भाडं आगाऊ भरलं. मी दिलेल्या १०० डॉलरच्या नोटा घेताना रजिस्ट्रेशन करणाऱ्या क्लार्कला फारसं आश्चर्य वाटलं नाही. लास व्हेगसमध्ये नोटांच्या बंडलांचं काही अप्रूप नव्हतं, हे मला लगेचच उमगलं.

फक्त आराम करणं आणि तणावमुक्त होण्याची जागा, असा लास व्हेगसचा उपयोग करायचा, असा माझा विचार होता. मी टॅक्सी ड्रायव्हरचा सल्ला शिरोधार्य मानला आणि पोरींशी खेळलो. पोरींबद्दल त्याचं अनुमान बरोबर होतं. बहुतेक जणी भुकेल्या होत्या. वखवखलेल्या म्हणा ना! एका आठवड्याच्या अनुभवानंतर आपण भुकेलेल्यांना अन्नदान करणारे धर्मगुरू आहोत, असं मला वाटायला लागलं.

बायबलमध्ये म्हटल्याप्रमाणे जो गरिबांना दान करतो त्याला खरंच कधीच काही कमी पडत नाही.

स्वीमिंग पूलजवळ भुकेनं व्याकुळलेल्या एका पोरीला मी भरवत होतो. तीन दिवस कॅसिनोमध्ये मोफत मिळणाऱ्या अन्नावर ती गुजराण करत होती आणि फिनिक्सला राहणाऱ्या आपल्या भावाकडे, घरी परतण्यासाठी बसचे पैसे मागण्यासाठी प्रयत्न करत होती. ''मी सर्व पैसे उडवले.'' एक मोठा बर्गर खात असताना ती

रडत-रडत म्हणाली. “मी बरोबर आणलेले पैसे, माझ्या बँकेच्या खात्यात जमा असलेले पैसे, माझे दागिने गहाण ठेवून मिळालेले पैसेही मी उडवले. एवढंच नाही, तर मी माझं परतीचं विमान तिकीटही विकलं आणि ते पैसेही उडवले. माझ्या खोलीचं भाडं आगाऊ भरलं होतं म्हणून बरं, नाहीतर मला लॉबीतल्या बाकड्यावर झोपायला लागलं असतं.”

ती उसन्या आनंदानं हसली. “चांगली अद्दल घडली. मी याआधी कधी जुगार खेळले नव्हते. मी इथे आले, तेव्हाही मला जुगार खेळायचा नव्हता. पण इथल्या जागेचा प्रभाव असा आहे की, ती तुम्हाला खेचून नेते.”

तिनं माझ्याकडे थोडं प्रश्नार्थक चेहऱ्यानं पाहिलं. “मला आशा आहे की, तू माझ्याशी सहजच चांगलं वागतोयस. मला जेवायला घालतोयस. मला माहीत आहे, अशा शहरांत अनेक मार्गांनं पोरी त्यांचा कार्यभाग साधतात, पण माझी ती रीत नाही.”

मी हसलो. “निर्धास्त राहा. मला तुझी रीत आवडली. तू फिनिक्समध्ये नोकरी करतेस का?”

तिनं संमतिदर्शक मान डोलावली. “हो, पण मी सोमवारपर्यंत परतले नाही, तर माझी नोकरीही सुटेल.”

“तू काय करतेस?” मी विचारलं. ती सेक्रेटरी असावी, असं वाटत होतं.

“मी चेक डिझायनर आहे. चेकची डिझाईन्स आणि छपाई करणाऱ्या एका कंपनीत काम करते.” ती म्हणाली, “खरं म्हणजे मी कमर्शिअल आर्टिस्ट आहे. आमची कंपनी छोटी आहे, पण आम्ही दोन मोठ्या बँकांसाठी आणि बऱ्याच व्यावसायिक कंपन्यांसाठी काम करतो.”

मला फारच आश्चर्य वाटलं. “हे तर फारच मजेशीर आहे. तुम्ही चेकचं डिझाईन आणि छपाई करता म्हणजे नेमकं काय करता?”

“आम्हाला साधे चेक बनवायचेत की कलात्मक चेक बनावायचेत त्यावर ते अवलंबून असतं. म्हणजे कलात्मक चेक चित्रं, निसर्ग चित्रं आणि निरनिराळ्या रंगांचा वापर करून बनवलेले असतात. साधे चेक बनवणं सोपं असतं. गिऱ्हाइकाच्या मागणीनुसार चेक तयार करून तो चेक मी एका चिकट बोर्डावर ठेवते. नंतर विशिष्ट कॅमेऱ्यानं त्याचा फोटो काढला जातो आणि तो हव्या असलेल्या आकारात कमी-जास्त करून घेतो. कॅमेऱ्यानं त्याचा ठसा घेतला जातो. तो ठसा मग ऑफसेट प्रिंटिंग प्रेसवर ठेवून ब्लॉकमध्ये अथवा कागदावर चेक्स छापले जातात. थोडंसं शिकून घेतलं की, कोणीही हे करू शकतं.”

तिचं नाव पिक्सी होतं. मी पुढे झुकलो आणि तिच्या कपाळाचं चुंबन घेतलं. “पिक्सी, आज विमानानं घरी जायला तुला कसं वाटेल?”

"तू माझी चेष्टा करतोयस का?" ती म्हणाली.

"नाही. मी चेष्टा करत नाहीये." मी तिची खात्री पटवली.

"मी 'पॅन-अॅम'चा वैमानिक आहे. आमची इथून विमानसेवा नाही, पण मला कामासाठी येण्या-जाण्याचा हक्क आहे. व्हेगसमधून फिनिक्सला जाणाऱ्या विमानात मी तुला जागा मिळवून देऊ शकतो, पण या चांगल्या कामासाठी एक खोटी बतावणी करायला लागेल. तू माझी बहीण आहेस, असं मी सांगेन. त्यात आणखी काहीही भानगड नाही. ठीक आहे?"

"वा! ठीक आहे." म्हणत तिनं हात पसरून मला मोठं अलिंगन दिलं.

ती सामानाची आवराआवर करेपर्यंत मी रोख पैसे देऊन तिचं तिकीट काढलं. तिला विमानतळावर घेऊन गेलो आणि ती विमानात चढत असताना तिच्या हातात १०० डॉलर्सची नोट कोंबली.

"काही चर्चा नको." मी म्हणालो, "हे कर्ज आहे आणि ते परत घ्यायला मी एक दिवस येईन."

मी फिनिक्सला गेलो, पण तिला भेटायचा प्रयत्न केला नाही. जर मी गेलोच असतो, तर पैसे परत घेण्यासाठी नाही, तर तिचं देणं फेडण्यासाठी गेलो असतो. कारण पिक्सीनं मला पैसे छापणाऱ्या टांकसाळीतच नेऊन सोडलं होतं.

दुसऱ्या दिवशी मी छपाईचं सामान पुरवणाऱ्या दुकानाशी संपर्क साधला. "एक छोटं स्टेशनरीचं आणि छपाईची कामं करून देणारं दुकान टाकायचा माझा विचार आहे." मी तिथल्या विक्रेत्याला सांगितलं. "मला एकानं सल्ला दिलाय की, ताबडतोब कोरीव कॉपी काढणारा एक कॅमेरा आणि छोटा ऑफसेट प्रेस एवढंच मला सुरुवातीला पुरेसं आहे आणि काटकसरीच्या दृष्टीनं जुनी, वापरलेली, पण चांगली साधनं माझ्यासाठी योग्य ठरतील, असाही त्यानं सल्ला दिलाय."

तो विक्रेता म्हणाला, "ते खरं आहे. वापरलेले विशिष्ट कॅमेरे मिळणं फार कठीण असतं आणि माझ्याकडेही तो नाहीये. आमच्याकडे एक छान छोटासा ऑफसेट प्रेस आहे, तो फारसा वापरलेलाही नाहीये. जर तुम्ही नवा कॅमेरा घेतलात, तर कॅमेऱ्यासह तो प्रेस मी एकदम कमी किमतीत, फक्त ८००० डॉलर्सना तुम्हाला देईन."

ती किंमत ऐकून मला जरा आश्चर्य वाटलं. पण जेव्हा त्यानं ती मशिन दाखवली आणि त्या दोन्हींची प्रात्यक्षिकं दाखवली, तेव्हाच माझ्या लक्षात आलं की, या मौल्यवान गोष्टींसाठी ८००० डॉलर्स ही अगदीच नगण्य गुंतवणूक होती.

फोटो इलेक्ट्रिसिटीच्या साहाय्यानं कोरीव काम करणारं ते एक उत्कृष्ट मशिन होतं. कॅमेऱ्याचं तत्त्व वापरून मूळ दस्तऐवजाची कोरीव प्लेट त्याच्यातून

काढता येते, अशी लवचीक आणि हलकी पट्टी ऑफसेट प्रेसच्या सिलेंडरभोवती गुंडाळली जाते. त्यावरून आपल्याला पाहिजे तो कागद घेऊन त्यावर हुबेहूब प्रतिमा उठवली जाते.

पिक्सीनं म्हटल्याप्रमाणे थोडंसं शिकून कोणीही ते करू शकणार होतं आणि माझं तिथल्यातिथेच शिकून झालं. कॅमेरा आणि छोटा प्रेस जरी खूप जड नसले, तरी मोठे आणि बोजड होते. आपल्या सामानाबरोबर वागवत देशभर प्रवास करण्याजोगे नव्हते. ते काही काळासाठी बाळगायचं, असं मी ठरवलं होतं.

मी सामान ठेवून घेणाऱ्या एका गोडाऊनचा पत्ता काढला आणि एका महिन्याचं आगाऊ भाडं भरून छान दिवाबत्ती असलेली एक छोटी खोली भाड्यानं घेतली. ८००० डॉलर्सचा बँकरचा चेक त्याला देऊन मी तो कॅमेरा आणि प्रेस त्या गोडाऊनमध्ये मागवून घेतले. त्याच दिवशी स्टेशनरी दुकानातून मला लागणाऱ्या सर्व वस्तू – बोर्ड, पेन, पेन्सिल, फूटपट्टी, पेपर कटर, चिकटवण्याचे आकडे आणि अक्षरं, खऱ्या एक्सपेन्स चेकसाठी वापरले जातात ते निळ्या आणि हिरव्या रंगातले संरक्षित कार्ड पेपर आणि इतर गोष्टी आणल्या.

दुसऱ्या दिवशी मी स्वत:ला माझ्या तात्पुरत्या वर्कशॉपमध्ये कामाला जुंपून घेतलं. वेगवेगळ्या साधनांचा वापर करून मी पूर्वी हातानं बनवत होतो तशी 'पॅन-ॲम'ची बनावट एक्सपेन्स चेकची १६×२४ इंचामध्ये प्रतिकृती बनवली. ती पूर्ण झाल्यावर कॅमेऱ्याच्या साहाय्यानं ती ३१/२× ७१/२ इंचांमध्ये करून घेतली आणि बटण दाबलं. त्यानंतर एका मिनटातच प्रेसच्या ड्रमवर ती प्लेट बसवली आणि मी शोधून काढलेल्या कलाकृतीच्या नमुन्यादाखल काही प्रती काढून बघितल्या.

मला खूप आश्चर्य वाटलं आणि आनंदही झाला. कॅमेऱ्याच्या करामतीमुळे अक्षरं आणि रेघा यातल्या लहान-लहान उणिवाही दिसेनाशा झाल्या होत्या. पेपर कटर वापरून मी एक चेक गठ्ठ्यातून वेगळा केला आणि तपासला. चारही कडांचा खरखरीतपणा वगळता मी हातात घेतलेला चेक अस्सल-खरा वाटत होता.

मी माझा छोटा प्रेस बंद करून तो कॅमेरा आणि प्रेस तिथेच सोडून देण्यापूर्वी ५०० चेक तयार केले. मी माझ्या मोटेलच्या खोलीवर परतलो आणि माझा पायलटचा पोशाख चढवला. माझ्या कोटाच्या खिशात ती चळत ठेवली आणि वाघाची शिकार करायला बाहेर पडलो.

माझ्यासाठी तो वाघ म्हणजे एक गुबगुबीत मांजरच ठरली. सबंध लास व्हेगास मी धुऊन काढलं.

त्या दुपारी, रात्री आणि सबंध दुसरा दिवस मी शंभरएक कॅसिनो, दारूचे गुत्ते, हॉटेल्स, मोटेल्स, नाईट क्लब्स आणि इतर जुगाराचे अड्डे पालथे घातले.

व्हेगासमध्ये तुम्ही जिथे जाल, तिथे काहीतरी घडामोड चालू असते. वाण्याच्या दुकानातही स्लॉट मशिन्स (लॉटरीची यंत्रं) लावलेली असतात. माझे बनावट चेक स्वीकारायला एकाही कॅशिअरनं जराही का-कू केली नाही.

"हा चेक वटवून तुम्ही मला ५० डॉलर्सचे मशिनवर खेळायचे बिल्ले (मार्कर) द्याल का?'' मी कॅशिअरला विचारलं. त्यानं तत्परतेनं ५० डॉलर्सचे बिल्ले आणि बाकीची रोख रक्कम मला दिली. मी दाखवायपुरतं त्या कॅसिनोत २०/३० मिनिटं खेळण्यात वेळ घालवला आणि पुढल्या ठिकाणावर धाड टाकली आणि गंमत म्हणजे तसल्या त्या खेळण्यातूनही मला पैसे मिळाले आणि मी कॅसिनोंना दोन्ही प्रकारे लुटलं.

स्लॉट मशिनवर मला ३०० डॉलर्स मिळाले. १६०० ब्लॅक जॅकवर रोलेटोची काहीही माहिती नसताना मी ९०० डॉलर्स कमावले. फासे टाकून २१०० डॉलर्स आले. सर्व मिळून मी व्हेगासमध्ये ३९,००० डॉलर्सची कमाई केली. एका भाड्यानं घेतलेल्या कॅडीलॅक गाडीनं मी नेवाडा सोडलं. मला या गाडीसाठी १००० डॉलर्सचं डिपॉझिट भरावं लागलं. कारण मी त्या मालकाला म्हटलं की, मला ही गाडी कदाचित काही आठवडे ठेवावी लागेल.

खरंतर ती गाडी मी तीन महिने वापरली. कधी फ्रँक विल्यम्स, तर कधी फ्रँक ॲडम्स अशी बतावणी करत, सुट्टीवर आलेला वैमानिक असल्याचं दाखवत मी वायव्येकडून मध्य पश्चिमेपर्यंत रमतगमत, वेडीवाकडी वळणं घेत एक सफर केली. शोध पथकाला सहज शोधता येईल अशा खुणा मला सोडायच्या नव्हत्या, म्हणून मी माझे खोटे चेक अक्षतांसारखे न उडवता, अधे-मध्ये थांबत माझा धंदा चालू ठेवला.

मी सॉल्ट लेक सिटीला ५००० डॉलर्स, बिलिंग्जमध्ये २००० डॉलर्स, चेयेनेला ४००० डॉलर्स लुटले, तर शिकागोला जाण्यापूर्वी कन्सास सिटीच्या बँकांना १८,००० डॉलर्सना लुबाडलं. शिकागोला माझी कॅडीलॅक गाडी पार्किंगमध्ये सोडली आणि तसाच निघून गेलो.

मी असं ठरवलं होतं की, शिकागोला थोडे दिवस दडी मारून बसायचं आणि आपल्या भविष्याबद्दल गांभीर्यानं विचार करायचा. निदान भविष्यात कुठे राहायचं, याबद्दल विचार करायचा. पुन्हा एकदा माझ्या मनात देश सोडून जाण्याचे विचार घोळायला लागले होते. अगदी नजीकच्या काळात मला काही धोका आहे, असं मला जाणवत नव्हतं, पण मी जर हे धंदे अमेरिकेत फार काळ चालू ठेवले असते, तर थोड्याच दिवसांत पकडला गेलो असतो, हे मला माहीत होतं. देश सोडण्यामध्ये मुख्य अडचण होती पासपोर्ट मिळवण्याची. रोझालीला नसती बडबड करून सर्व सांगितल्यामुळे मी माझ्या खऱ्या नावानं पासपोर्टसाठी

अर्ज करू शकत नव्हतो आणि तोपर्यंत अधिकाऱ्यांनी फ्रँक विल्यम्स आणि फ्रँक ॲडम्स याची फ्रँक अबॅग्नेल (ज्यू) या नावाशी सांगड घातलेली असणार होती. मी शिकागोला राहायला गेलो, तेव्हा या परिस्थितीवर चिंतन करत होतो, पण अशा गोष्टी घडत गेल्या, की विचार करत बसायला मला फारसा वेळच मिळाला नाही.

फ्रँक विल्यम्स या नावानं लेकशोअर ड्राईव्ह इथं मी एक छानसं अपार्टमेंट लीजवर घेतलं. यामागचं मुख्य कारण असं होतं की, माझे स्वतःच्या नावाचे चेक संपले होते आणि तसे पुरेसे चेक जवळ असणं मला स्वतःला नेहमीच आवडायचं. पुष्कळशी मोटेल्स कंपनीचे चेक स्वीकारत नाहीत, पण १०० डॉलर्सपर्यंत खासगी चेक स्वीकारतात, असं मला समजलं होतं. खासगी चेक वापरून फसवणूक करणं मी सोडून दिलं होतं. पण जेव्हा जरूर पडेल, उदाहरणार्थ खोलीचं भाडं द्यायचं असेल, अशा वेळी मी त्याचा उपयोग करायचो. खोटे चेक वटवून माझं काम भागत असेल, तर नगद पैसे खर्च करणं मला आवडायचं नाही.

शिकागोला आल्यानंतर एक आठवड्यानं मी बँकेत गेलो आणि ५०० डॉलर्स देऊन बँकेत खातं उघडलं. मी 'पॅन-ॲम'चा वैमानिक असल्याची ओळख सांगून न्यूयॉर्कच्या एका टपाल वाटप करणाऱ्या कंपनीचा पत्ता दिला, ज्याचा मी नुकताच सभासद झालो होतो. माझा माग काढण्यासाठी आणखी एक दिशा मिळावी म्हणून मी हा मार्ग अवलंबला होता. "माझे चेक आणि महिन्याचं स्टेटमेंट मात्र मला या पत्त्यावर पाहिजे हं!" अशी सूचना त्या बँक अधिकाऱ्याला देत मी माझा लेकशोअर ड्राईव्हचा पत्ता दिला.

"हे बघा, मी कंपनीच्या कामासाठी वरचेवर शिकागोला येत-जात असतो. इथल्या बँकेतही खातं असणं मला सोयीचं पडेल म्हणून मला इथे खातं उघडायचंय." बँक अधिकाऱ्याला माझं म्हणणं पटलं. "मि. विल्यम्स, तुमच्या नावाचे चेक यायला एक आठवडा लागेल. तोपर्यंत हे टेम्परारी चेक तुम्ही वापरू शकता." तो म्हणाला.

आधी सांगितल्याप्रमाणं 'निरीक्षण' हे भामट्याचं मोठं अस्त्र असतं. मी जेव्हा बँकेत गेलो होतो, तेव्हा तिथली सुंदर कॅशिअर माझ्या नजरेत भरली. मी बँकेतून परत आल्यावरही तिची छबी माझ्या मनात तरळत होती. पुढचे काही दिवसही जेव्हा तिच्याबद्दलचेच विचार मनात घोळत राहिले, तेव्हा मी तिला भेटायचं ठरवलं.

काही दिवसांनंतर पैसे ठेवण्याचा बहाणा करून मी बँकेत गेलो आणि स्वागत कक्षाच्या मध्यभागी असलेल्या काऊंटरवर डिपॉझिटची स्लिप भरू

लागलो. त्याच वेळी माझ्या तल्लख निरीक्षण शक्तीनं माझ्या मनाचा ताबा घेतला. डिपॉझिट स्लिपच्या खालच्या बाजूला डाव्या हाताच्या कोपऱ्यात आपला खाते क्रमांक भरण्यासाठी एक आयताकृती रिकामी जागा असते. मी त्या जागेत कधीच काही भरलं नाही. कारण त्याची गरज नसते, हे मला माहीत होतं. जमा केलेल्या रकमेची स्टँप लावलेली पावती आपल्याला देण्यासाठी पैसे मोजून घेणारा क्लार्क त्याच्या जवळच्या छोट्या मशिनमध्ये आपली पैसे भरलेली पावती ठेवतो. त्या मशिनची रचनाच अशी असते की, मशिन सर्वांत आधी तो खाते क्रमांकच वाचतं. त्या पावतीवर खाते क्रमांक लिहिला असेल, तर त्या खात्यात परस्पर पैसे जमा हातात. जर खाते क्रमांक नसेल, तर त्यानंतर नाव आणि पत्ता यावरून त्या खात्यावर पैसे जमा होतात. म्हणजेच खाते क्रमांकाची आवश्यकता असतेच असं नाही.

माझ्या शेजारी एक माणूस डिपॉझिट स्लिप भरत होता. माझ्या लक्षात आलं, त्यानंही नंबर लिहिला नव्हता. बँकेत इकडून-तिकडे फिरत नगद पैसे भरणारे, चेकनं पैसे भरणारे वा क्रेडिट कार्डाची कुपनं भरणारे यांच्यावर मी नजर ठेवून होतो. विसापैकी एकानंही खाते क्रमांकाच्या जागेचा वापर केला नाही. त्यात त्या पोरीचाही मला विसर पडला. मी हळूच डिपॉझिट स्लिपचा गठ्ठा खिशात सरकवला आणि अपार्टमेंटवर परतलो. बँकेच्या फॉर्मच्या अक्षरांशी जुळणारे, कागदावर चिकटणारे आकडे वापरून मी प्रत्येक स्लिपवर माझा अकाऊंट नंबर घातला.

दुसऱ्या दिवशी सकाळी मी परत बँकेत गेलो. माझा डिपॉझिट स्लिपचा गठ्ठा आतल्या इतर गठ्ठ्यांवर गुपचूप ठेवून दिला. माझा खटाटोप यशस्वी होईल की नाही, याची मला कल्पना नव्हती, पण धोका पत्करण्याजोगा तो उपद्व्याप होता. चार दिवसांनंतर मी बँकेत गेलो आणि २५० डॉलर्स भरले.

"कृपा करून माझ्या खात्यावर किती पैसे जमा आहेत सांगता का?'' मी पैसे घेणाऱ्याला विचारलं. "या आठवड्यात लिहिलेले काही चेक नोंदवायलाच मी विसरलो.'' कॅशिअरनं नोंदी तपासल्या आणि म्हटलं. "मि. विल्यम्स, आत्ता जमा केलेले पैसे धरून तुमची शिल्लक ४२,८७६.४५ डॉलर्स आहे.''

बँक बंद होण्याच्या थोडं आधी मी परतलो आणि मला घर घ्यायचंय, असं स्पष्टीकरण देत ४०,००० डॉलर्सचा माझ्या नावाचा कॅशिअर चेक घेतला. मी घर विकत घेतलं नाही, पण माझं घरटं मी चांगलंच सजवलं. दुसऱ्या दिवशी सकाळी मी दुसऱ्या बँकेत गेलो आणि तो चेक वटवला आणि त्या दुपारी विमानानं होनोलुलूला गेलो. तिथे सुंदर हवाईयन मुलीनं चुंबन घेऊन माझं स्वागत केलं आणि माझ्या गळ्याभोवती रेंगाळता विळखा घातला.

परतफेड करण्यात माझ्यासारखा हलकट मीच होतो. पुढील दोन आठवडे मी ३८,००० डॉलर्सचा खोट्या चेकचा फास तयार केला आणि नंतरच्या ३ दिवसांत तो हवाई, मोई आणि कोई या बेटांवरच्या हॉटेल्स आणि बँकांच्या गळ्याभोवती आवळला आणि न्यूयॉर्कला परतलो.

फसवाफसवीचा धंदा चालू केल्यानंतर मी प्रथमच न्यूयॉर्कला पाऊल ठेवत होतो आणि आई-बाबांना फोन करावा किंबहुना त्यांना भेटावं, अशी मला तीव्र इच्छा झाली, पण मला माझी लाज वाटल्यानं असं काही करण्यापासून मी स्वत:ला परावृत्त केलं. खरंतर आई-बाबांनी कल्पनाही केली नसेल असं आर्थिक यश संपादून मी घरी परतणार होतो, पण मी ज्या प्रकारे यश मिळवलं होतं त्याचं त्यांना कौतुकही वाटलं नसतं अथवा त्यांनी मला क्षमाही केली नसती.

आणखी नवा घोटाळा शोधेपर्यंत मी न्यूयॉर्कमध्ये राहिलो. मी चेस मॅनहॅटन बँकेच्या एका शाखेत खातं उघडलं आणि फ्रँक ॲडम्स नावानं माझं स्वत:चं माझ्या ईस्ट साईडच्या फ्लॅटचा पत्ता दाखवणारं चेकबुक मिळवलं. त्यानंतर मी फिलाडेल्फियाला गेलो आणि त्या शहरातल्या बँकांची टेहळणी केली. दर्शनी बाजू पूर्ण काचेची असलेली बँक मी निवडली. संभाव्य खातेदारांना आत काय चाललंय ते दिसायचं आणि ज्यांची टेबलं काचेला लागून होती, अशा बँकेच्या आत येणारे खातेदार स्पष्टपणे अधिकाऱ्यांच्या नजरेत भरायचे.

माझ्याबद्दल त्यांचं चांगलं मत व्हावं या उद्देशानं दुसऱ्या दिवशी सकाळी मी शोफरसह एक रोल्स रॉइस गाडी भाड्यानं घेतली.

शोफर माझ्या बाजूचं दार उघडत होता, तेव्हा बँकेच्या एका अधिकाऱ्यानं माझ्या आगमनाची नोंद घेतल्याचं मी पाहिलं. मी बँकेत प्रवेश केला आणि सरळ त्याच्याचकडे गेलो. शोफर घेऊन रोल्स रॉइसमध्ये प्रवास करणाऱ्या व्यक्तीला शोभतीलसे माझे कपडे होते. मी शिंप्याकडून मुद्दाम शिवून घेतलेला मोतीया-भुऱ्या रंगाचा ३ पीस सूट घातला होता. संपत्ती आणि सत्ता यांच्या प्रांगणात वाढलेल्या लोकांबद्दल जनमानसात एक कौतुकमिश्रित आकर्षण असतं आणि त्याचीच झलक मला त्या तरुण अधिकाऱ्याच्या नजरेत जाणवली.

"गुड मॉर्निंग!" त्याच्या टेबलसमोर बसत मी घाईत असल्यासारखं म्हणालो, "न्यूयॉर्कच्या ॲडम्स कन्स्ट्रक्शन कंपनीचा मी फ्रँक ॲडम्स. आम्ही या वर्षी येथे कन्ट्रक्शनची तीन प्रोजेक्ट करतोय. मला माझ्या न्यूयॉर्क बँकेतून काही रक्कम इकडे फिरवायचीये आणि त्यासाठी मला तुमच्या बँकेत चेकची सुविधा असणारं एक खातं उघडायचंय."

"ठीक आहे." तो काही फॉर्म्स घेत उत्साहानं म्हणाला.

"मि. ॲडम्स, तुम्ही तुमचे सर्व पैसे इथे आणणार आहात का?"

"माझ्या वैयक्तिक पैशांबद्दल म्हणायचं झालं, तर होय." मी म्हणालो "कंपनीच्या फंडाबद्दल मला अजून नक्की ठरवता येणार नाही आणि प्रोजेक्टचा जरा बारकाईनं अभ्यास होईपर्यंत तरी नाही. पण कोणत्याही परिस्थितीत आम्हाला इथे बरेच पैसे ठेवावे लागतील."

"ठीक आहे. मि. ॲडम्स, तुमच्या स्वत:च्या खात्यासाठी तुम्ही मला फक्त न्यूयॉर्क बँकेतल्या शिलकी पैशांचा चेक लिहून द्या. मग तुमचं तिथलं खातं बंद होईल."

"इतकंच करायचंय होय!" आश्चर्य वाटल्याचं भासवत मी म्हणालो "हे इतकं सोपं असेलसं वाटलं नव्हतं." मी माझ्या आतल्या खिशातून चेकबुक काढलं आणि त्याला दिसणार नाहीसं हातात धरलं. बोटांवर थोडीशी काल्पनिक मोजदाद केली आणि तोंडातल्यातोंडात पुटपुटलो. नंतर त्याच्याकडे पाहिलं आणि म्हणालो,

"जरा तुमचा कॅलक्युलेटर देता का? मी काल काही चेक दिले, पण माझ्या चेकबुकमध्ये त्याचा हिशेब लिहिला नाही. आकड्यांची बेरीज मनातल्यामनात करणं मला फारसं जमत नाही."

"हो, घ्या ना" असं म्हणत त्यानं माझ्याकडे कॅलक्युलेटर दिला.

मी काही आकडेमोड केली आणि नंतर मान डोलावली. "ठीकाय, माझी शिल्लक रक्कम आहे १७,८७६.२८ डॉलर्स आणि मला खात्री आहे, ती बरोबर आहे." मी म्हणालो.

"पण आपण १७,००० डॉलर्सचंच खातं उघडू. कारणपरत्वे मी न्यूयॉर्कला जाईन आणि त्यामुळे तिथल्या खात्यात थोडेफार पैसे ठेवावे लागतील."

मी त्याला १७,००० डॉलर्सचा चेक लिहून दिला आणि खातं उघडण्यासाठी आवश्यक ती माहिती दिली. मी जिथे उतरलो होतो, त्या हॉटेलचा पत्ता दिला आणि म्हटलं, "मला योग्य असं अपार्टमेंट लिजवर मिळेपर्यंत मी तिथेच राहणार आहे."

तरुण अधिकाऱ्यानं संमतिदर्शक मान डोलावली.

"तुमच्या न्यूयॉर्कच्या खात्यातले पैसे या खात्यात जमा होईपर्यंत तुम्ही कोणाला चेक देऊ शकणार नाही, याची तुम्हाला कल्पना असेलच मि. ॲडम्स." तो म्हणाला, "त्यासाठी पाच-सहा दिवसांपेक्षा जास्त वेळ लागणार नाही. तरीही या मधल्या काळात तुम्हाला पैशाची जरुरी लागलीच तर माझ्याकडे या, मी सोय करीन. त्यासाठीचे हे काही तात्पुरते चेक्स तुमच्याजवळ ठेवा." मी मान डोलावली.

"हा तुमचा चांगुलपणा झाला, पण खातं उघडण्यात वेळ जाईल याची

मला कल्पना होती.'' मी म्हणालो, ''माझ्याकडे माझ्या जरुरीपेक्षा जास्त पैसे आहेत.'' मी त्याच्याबरोबर हस्तांदोलन केलं आणि बाहेर पडलो.

त्या रात्री विमानानं मायामीला गेलो आणि दुसऱ्या दिवशी दुपारी दर्शनी भागी काच असलेल्या तशाच दुसऱ्या एका बँकेसमोर हजर झालो. या वेळीही मी रोल्स रॉइस घेऊनच गेलो, पण ती मी स्वतः चालवत होतो. मी साधाच पण किमती पोशाख केला होता.

लॉबीमध्ये प्रवेश करताच हातातल्या घड्याळाकडे नजर टाकली. फिलाडेल्फियाची बँक बंद व्हायला आता फक्त ३० मिनिटं होती. चांगला पोशाख केलेल्या आणि नजर खिळवून ठेवणाऱ्या एका तरुणीनं मी प्रवेश करत असताना मला न्याहाळलं आणि मी आत येताच माझं स्वागत केलं.

''सर, मी तुम्हाला काही मदत करू का?'' तिनं हसत विचारलं. जवळून बघताना ती पहिल्यांदा वाटली होती त्यापेक्षा वयानं बरीच मोठी असावी, हे मला जाणवलं, पण तरीही ती नक्कीच आकर्षक होती.

''हो.'' मी हसून म्हटलं. ''पण मला वाटतं की, मी बँक मॅनेजरबरोबर बोललेलं बरं.''

तिच्या डोळ्यात खट्याळपणा तरळला ''मीच मॅनेजर आहे.'' ती हसत म्हणाली, ''बोला, तुमची काय अडचण आहे? तुम्हाला कर्ज पाहिजे असं नक्कीच दिसत नाही.''

मी पराभव पत्करल्यासारखं दाखवून माझे हात वर केले.

''नाही, नाही, तसं काही नाही.'' मी म्हणालो, ''माझं नाव फ्रँक अ‍ॅडम्स. मी फिलाडेल्फियाला असतो. मी गेली कित्येक वर्षं मायामीच्या आजूबाजूला सुट्टीसाठी सोयीस्कर घर बघतोय आणि आजच एक अतिशय सुंदर 'बिस्कायने'च्या खाडीमधलं तरंगतं घर माझ्या मनात भरलंय. पण काय सांगायचं? त्या मालकाला रोख रक्कम पाहिजे आणि आज ५ वाजेपर्यंत १५,००० डॉलर्सचं डिपॉझिट पाहिजे. तो व्यक्तिगत चेक घेत नाहीये आणि माझं तर इथे बँकेत खातं नाही.

''मला वाटतं, समजा मी तुम्हाला माझ्या फिलाडेल्फियाच्या बँकेवर चेक दिला, तर मला १५,००० डॉलर्स रोख मिळू शकतील, अशी पे-ऑर्डर तुम्ही देऊ शकाल का? मला कल्पना आहे, त्यासाठी तुम्हाला माझ्या बँकेला फोन करून माझ्या खात्यात तेवढे पैसे आहेत, याची खातरजमा करावी लागेल, पण मी टेलिफोनचे पैसे देईन. मला ते घर घ्यायचंच आहे आणि त्याचा सरळ अर्थ असा आहे की, मी माझं अर्धं आयुष्य इथेच काढणार.'' विनवणी करत असल्याचे भाव तोंडावर दाखवत मी थांबलो.

तिनं आपल्या ओठांचा छानसा चंबू केला. ''फिलाडेल्फियामधल्या तुमच्या

बँकेचं नाव आणि तुमचा खाते क्रमांक काय आहे?'' तिनं विचारलं.

मी तिला बँकेचं नाव, टेलिफोन नंबर आणि माझा खाते क्रमांक दिला. ती डेस्ककडे गेली आणि टेलिफोन उचलून तिनं फिलाडेल्फियाचा नंबर फिरवला.

"कृपया, बुककीपिंग देता का?'' टेलिफोन संपर्क होताच ती म्हणाली "माझ्याकडे एक चेक आहे १५,००० डॉलर्सचा. मि. फ्रँक अ‍ॅडम्स, खाते क्रमांक ५०५-६०२ यांच्या खात्यातून दिलेला. कृपया, मला तो चेक पडताळून पाहिजे आहे.''

मी श्वास रोखला. लॉबीच्या एका कोपऱ्यात उभ्या असलेल्या बँकेच्या जाडजूड रक्षकाची मला अचानक जाणीव झाली. माझा असा अनुभव होता की, बुककीपिंगमधल्या कर्मचाऱ्यांना जेव्हा चेक पडताळून पाहायला सांगतात, तेव्हा ते फक्त शिल्लक किती आहे तेवढंच पाहतात.

खातेदाराची एकंदर कार्यपद्धती कशी आहे, हे पाहण्याची ते क्वचितच तसदी घेतात.

"ठीक आहे. आभारी आहे.'' तिचं हे म्हणणं मी ऐकलं. तिनं रिसिव्हर खाली ठेवला आणि माझ्याकडे अपेक्षेनं पाहत म्हणाली, "तुम्हाला सांगते फ्रँक अ‍ॅडम्स.'' ती आणखी एकदा छानसं हसत म्हणाली, "आज रात्री मी एक स्नेहभोजन ठेवलंय. त्याला जर तुम्ही येणार असाल, तरच मी तुमचा चेक स्वीकारीन. माझ्या पार्टीमध्ये सुंदर आणि रुबाबदार पुरुषांची कमतरता आहे. हे कसं वाटतंय?''

"तुमचा सौदा मला पटला.'' मी हसत म्हणालो आणि तिला फिलाडेल्फिया बँकेचा चेक लिहून दिला आणि त्या बदल्यात १५,००० डॉलर्सची रोख रक्कम देणारी बँकेची पे-ऑर्डर घेतली.

मी पार्टीला गेलो. पार्टी छान झाली. ती 'स्त्री' एकाच नव्हे, तर अनेक बाबतीत चतुर होती.

दुसऱ्या दिवशी मी तो चेक वटवला. रोल्स रॉइस परत केली आणि सँडीओगाला जाणारं विमान पकडलं.

त्या स्त्रीबद्दल आणि तिच्या पार्टीवर मी फ्लाईटमध्ये अनेकदा विचार केला. त्या वेळी माझ्या मनात एक विचार चमकला आणि मला जोरात हसू फुटलं.

तिनं एकाच दिवशी मला दोन मेजवान्या दिल्याचं समजल्यावर तिची काय प्रतिक्रिया होईल, याचा मी विचार करत होतो. त्यातला एक मात्र खुळखुळणाऱ्या पैशांचा खराखुरा नाच असणार होता.

○

प्रत्येक दिवस गुन्ह्यात गुंफवलेली युरोप सफर

मी प्रत्येक प्रसंगासाठी एक घोटाळा केला, तर कधीकधी त्या संधीवरच पाणी सोडलं.

अमेरिकेच्या बँकांच्या प्रणालीमध्ये मी माझ्या सोयीनुसार सुधारणा करवल्या. जशी एखादी मधमाशी फुलातला रस शोषून घेते त्याप्रमाणे मी बँकेतले पैसे खलास करायचो.

१९६७ च्या उत्तरार्धात, मी जेव्हा सरहद्द ओलांडून मेक्सिकोमध्ये निसटून गेलो, तेव्हा गैरमार्गानं मिळवलेली ५००,००० डॉलर्सची रोख रक्कम माझ्याकडे होती आणि डझनवारी बँक अधिकाऱ्यांचे कुल्ले चांगलेच शेकले होते. हे सर्व मी आकड्यांच्या साहाय्यानं घडवून आणलं होतं. हा खेळ संख्याशास्त्राच्या आकडेमोडीवर आधारित होता, पण त्याची सर्व सूत्रं नेहमीच मी माझ्या हातात ठेवली होती.

तुमच्या एखाद्या खासगी चेककडे नजर टाका. चेकच्या वरच्या उजव्या कोपऱ्यात चेक क्रमांक असतो. फक्त तिथेच तुमचं लक्ष जातं. तेसुद्धा तुम्ही जर चेक रजिस्टरबरोबर ठेवत असाल तर! बहुतेक लोकांना आपला खाते क्रमांकही ठाऊक नसतो आणि पुष्कळसे बँक-कर्मचारी बँकेच्या कोड-नंबरची फोड करू शकत असतील, पण फार थोडे कर्मचारी इतक्या बारकाईनं चेकचं निरीक्षण करतात.

१९६०च्या दशकात माझ्या बाबतीत तरी बँकेतल्या सुरक्षेमध्ये पुष्कळ ढिलेपणा आढळला. माझा स्वत:चा अनुभव असा होता की, मायामीमधल्या एका बँकेचा चेक मायामीतल्या दुसऱ्या बँकेत भरला, तर तिथल्या कर्मचाऱ्यानं चेकच्या फक्त वरच्या उजव्या कोपऱ्यावरच्या क्रमांकावर नजर टाकण्यापुरतीच खबरदारी घेतली होती. तो क्रमांक जेवढा मोठा तेवढी त्या चेकची ग्राह्यता चांगली. कॅशिअर जणू स्वत:लाच सांगतो, 'ओह, चेकचा नंबर २८७६ आहे, म्हणजे हा माणूस बँकेचा जुना खातेदार असणार आणि त्याचा हा चेक खराच असला पाहिजे.'

समजा, मी पूर्व किनाऱ्यावरच्या बोस्टन शहरात आहे. उदाहरणादाखल मी 'जेसन पार्कर' या नावानं २०० डॉलर्स जमा करून आणि बोर्डिंग हाऊसचा पत्ता देऊन 'बीन स्टेट' बँकेत एक खातं उघडलं. एका आठवड्यानं मला २०० चेक मिळाले. सर्व चेकच्या वरच्या उजव्या कोपऱ्यामध्ये १-२०० असे क्रमवार नंबर लिहिलेले असतात आणि डाव्या हाताच्या कोपऱ्यात माझं नाव, पत्ता तसंच डाव्या हाताच्या खालच्या बाजूला ती छोट्या विचित्र नंबरांची मालिका असतेच. ही नंबराची मालिका ०१ नं सुरू होते, कारण बोस्टन हे फेडरल रिझर्व्ह डिस्ट्रिक्ट नं. १ मध्ये आहे.

पूर्वी पश्चिमेकडच्या प्रदेशात गुरांच्या फार चोऱ्या होत. सर्व कळपावर ठसे उमटवणारे आणि ठशांची अदलाबदल करण्यात वाकबगार असणारेच त्या वेळी फार यशस्वी ठरले. चेकचे नंबर उमटवण्यात आणि बदलण्यात मीही तसाच तज्ज्ञ होतो. त्यासाठी मी चिकटवण्याच्या आकड्यांचा, तसंच चुंबकीय आकड्यांचा वापर केला.

जेव्हा मी पहिल्या नं. १च्या चेकवरची कारागिरी संपवली, तेव्हा त्या चेकचा नंबर बनला होता ३१०० आणि चेकच्या खालच्या डाव्या हाताच्या कडेवर सुरू होणारी नंबरांची मालिका १२ नंबरानं सुरू झाली होती. याव्यतिरिक्त तो चेक अगदी मूळच्या चेकसारखाच दिसत होता.

नंतर 'बीन स्टेट' बँकेपासून फक्त एकाच मैलावर असणाऱ्या 'ओल्ड सेटलर्स फार्म अँड होम सेव्हिंग्ज असोसिएशन'मध्ये मी गेलो.

तिथे माझं हसून स्वागत करणाऱ्या क्लार्कला मी म्हणालो, "माझी बायको म्हणाली, आपण करंट अकाऊंटमध्ये फारच जास्त पैसे ठेवतोय."

"ठीक आहे सर, तुम्हाला किती पैसे ठेवायचे आहेत?" त्यानं किंवा तिनं विचारलं. आपण कल्पना करू, तो पुरुष आहे. बँकेतल्या मूर्खांची विभागणी दोन्ही लिंगांमध्ये सारखीच असते.

"ओह! माझ्या अंदाजानं ६५०० डॉलर्स." असोसिएशनच्या नावे चेक

लिहीत मी उत्तरलो. कॅशिअरनं चेक घेतला. उजव्या कोपऱ्यातल्या नंबरकडे नजर टाकली आणि चेक 'बीन स्टेट' बँकेचा आहे, हेही त्याच्या लक्षात आलं. तो हसला. म्हणाला, "ठीक आहे. मि. पार्कर. खात्यातून पैसे काढण्यासाठी तुम्हाला तीन दिवस थांबायला लागेल. तुमचा चेक वटवला जाण्यासाठी आम्हाला काही प्रतीक्षा काळ द्यावा लागतो. याच शहरातला हा चेक असल्यामुळे तीन दिवसांचा अवधी पुरेसा आहे."

"मला कल्पना आहे." मी उत्तर दिलं आणि मला ते माहीतही होतं. एकाच शहरातल्या चेकच्या बाबतीत 'बचत व कर्ज' या संस्थेनं प्रतीक्षेचा काळ तेवढा असावा असं बंधन घातलं आहे, याची मी आधीच खात्री करून घेतलेली होती.

मी सहा दिवस थांबलो आणि सहाव्या दिवशी सकाळी 'ओल्ड सेटलर्स'मध्ये परत गेलो, पण मी जाणूनबुजून दुसऱ्या क्लार्ककडे गेलो. मी त्याला माझं पासबुक दिलं आणि मला ५५०० डॉलर्स काढायचे आहेत, असं सांगितलं. त्या क्लार्कनं पैसे काढण्याचं कारण काय असं विचारलंच, तर मला घर घ्यायचयं किंवा असंच काही वाजवी वाटणारं कारण मी सांगणार होतो, पण बँकेतल्या बचत किंवा कर्ज विभागातले फारच थोडे क्लार्क गिऱ्हाइकांच्या खासगी व्यवहारात नाक खुपसतात. हाही क्लार्क त्यातला नव्हता. त्यानं माझ्या खात्याची फाईल तपासली. सहा दिवसांपूर्वी खातं उघडलंय आणि त्याच गावातला चेक असल्यानं आत्तापर्यंत नक्कीच वटला असणार असा अंदाज केला. ५५०० डॉलर्सच्या कॅशिअरच्या चेकसहित त्यानं माझं पासबुक परत केलं.

माझा ६५०० डॉलर्सचा चेक क्लिअरिंग हाऊसनं लॉस एंजलसला पाठवला होता. तो तिथून परत येण्याच्या आत मी ५५०० डॉलर्सचा चेक 'बीन स्टेट बँकेत' वटवला आणि बोस्टन सोडून निघून गेलो.

मी आणखी एक कॅमेरा आणि प्रिंटिंग प्रेसमध्ये पैसे गुंतवले आणि पूर्वीप्रमाणेच बनावट 'पॅन-अॅम'च्या एक्सपेन्स चेकची पद्धती वापरली.

देशाच्या निरनिराळ्या विभागांत वटवण्यासाठी मी खोट्या चेकचे वेगवेगळे भाग तयार केले. सरतेशेवटी सर्व चेक न्यूयॉर्कच्या मॅनहॅटन बँकेकडेच वटवण्यासाठी पाठवण्यात येणार होते.

न्यूयॉर्क हे फेडरल रिझर्व्ह डिस्ट्रिक्टच्या २ नंबरमध्ये मोडतं. न्यूयॉर्कच्या बँकांतून दिल्या गेलेल्या वैध चेकची सुरुवात ०२ या नंबरानं केलेली असते; पण मी जे बनावट चेक पूर्वेकडच्या दक्षिणोत्तर शहरांतून आणि पूर्व किनाऱ्यावरच्या शहरांमधून वटवले, ते सर्व सुरुवातीला सॅनफ्रान्सिस्को किंवा लॉस एंजलसला पाठवले गेले. तसंच जे बनावट चेक पश्चिमेकडच्या दक्षिणोत्तर शहरांतून आणि पश्चिम किनाऱ्यावरच्या शहरांतून वटवले ते सर्वप्रथम फिलाडेल्फिया, बोस्टन

किंवा खंडाच्या इतर विभागांकडे पाठवले गेले.

चेकचा हा प्रवास एकाच जागी खिळवून ठेवण्यामागे माझी क्रमांकाच्या खेळाची प्रणाली परिपूर्ण होती. शिकारी कुत्र्यांना वासावरून सावजाचा मागोवा लागेपर्यंत माझ्याकडे नेहमीच आठवडाभराचा अवधी असायचा. नंतर मला असं समजलं की, विविध प्रदेशांचे वेगवेगळे नंबर वापरून कहर माजवणारा, बनावट चेक वटवणारा मी पहिलाच भामटा होतो. यामुळे बँक-अधिकारी स्तिमित झाले. काय गोंधळ चाललाय, हेच त्यांना समजत नव्हतं. आता त्यांना ते समजलंय आणि त्याबद्दल ते माझे ऋणी आहेत.

मी माझ्या पद्धतीचा सर्व देशभर अहोरात्र वापर केला. शेवटी मी ठरवलं, माझ्या विरोधात वातावरण इतकं तापलंय, तर मलाच थंड व्हायला हवं. मला देश सोडणं भाग होतं. मी ठरवलं की, जर मी सियाटलला काय वा रिचमंडला काय, पासपोर्टसंबंधीचा तापदायक विचार करू शकतो, तर तसा तो मेक्सिकोलाही करू शकतो. मेक्सिकोला भेट देण्यासाठी मला फक्त व्हिसाची जरुरी होती. सॅन ॲनटानियातल्या मेक्सिकन कॉन्स्युलेटमधून पॅन-ॲमचा वैमानिक, 'फ्रँक विल्यम्स' या नावानं मी तो मिळवला आणि 'एअरोमेक्सिकन'च्या जेटनं 'डेड-हेड' करून मेक्सिको शहरात पोहोचलो.

माझ्या गुन्हेगारीच्या खटपटीतून मिळवलेली सर्व लूट मी बरोबर घेतली नाही. एखाद्या कुत्र्याला हुंदडायला ४० एकरांचं मोकळं रान आणि पाहिजे तेव्हा मिळणारी खाटकाकडची हाडांची टोपली असते, त्याप्रमाणे मी माझी कमाई अमेरिकेच्या कानाकोपऱ्यांमधल्या बँकांच्या लॉकर्समध्ये ठासून भरली.

जॅकेटच्या आणि सूटकेसच्या अस्तरामध्ये ५०,००० डॉलर्स दडवून मी मेक्सिकोला गेलो. एखाद्या निष्णात कस्टम अधिकाऱ्यानं ते पैसे लगेचच शोधून काढले असते, पण मला कस्टमच्या तपासणीतून जावं लागलं नाही. मी माझा 'पॅन-ॲम'चा युनिफॉर्म घातला होता, त्यामुळे 'एअरोमेक्सिकन'च्या कर्मचाऱ्यांबरोबरच कस्टम अधिकाऱ्यानं हात हलवून मलाही जाऊ दिलं होतं.

मी मेक्सिको शहरात एक आठवडा राहिलो. त्यानंतर माझी 'पॅन-ॲम'च्या एका हवाईसुंदरीबरोबर भेट झाली. तीही ५ दिवसांच्या सुट्टीवर आली होती. तिचं वीकएंडला 'आकापुलको'ला बरोबर येण्याचं आमंत्रण मी स्वीकारलं. आम्ही उड्डाण केलं, तेवढ्यात ती विव्हळली. तिनं एक असभ्य खट्याळ शब्द उच्चारला. इतक्या सुंदर तरुणीकडून अशी भाषा ऐकून मला आश्चर्य वाटलं आणि मी विचारलं, "काय झालंय?"

"मला विमानतळावरून पगाराचा चेक वटवायचा होता." ती म्हणाली, "माझ्या पर्समध्ये फक्त ३ पेसो उरलेत. पण ठीक आहे, मला वाटतं हॉटेलमध्ये

वटवून मिळेल.''

''जर तो फार मोठ्या रकमेचा नसेल, तर मी वटवतो.'' मी म्हणालो, ''मी आज रात्री माझाही चेक बँकेत जमा करायला देणारच आहे आणि मी हाही माझ्या बँकेकडून पाठवू शकेन. कितीचा चेक आहे?''

नगद रक्कम किती लागणार होती, याबद्दल मला चिंता नव्हती. 'पॅन-ॲम'चा खरा चेक! मला तो हवा होता. मला तो २८८.१५ डॉलर्सला पडला. मी तो काळजीपूर्वक दडवून ठेवला. मी तो कधीच वटवला नसला, तरी त्यानं मला घबाड मिळवून दिलं होतं.

मला 'आकापुलको' आवडलं. तिथे आलेले लोक सुंदर होते. बहुतेक जण श्रीमंत, प्रसिद्ध वा प्रसिद्धीच्या वाटेवरचे होते, तर काही जणांकडे तीनही गोष्टी होत्या. विमान कर्मचाऱ्यांचा राबता असणाऱ्या हॉटेलमध्ये आम्ही राहिलो, पण मला धोका वाटला नाही. आकापुलको ही काही ऑफिसच्या गोष्टी करण्याची जागा नव्हती.

ती हवाईसुंदरी मायामीला, तिच्या बेस स्टेशनला परत गेल्यानंतरही मी तिथे राहिलो. तिथल्या हॉटेल-मालकाशी माझी मैत्री जमली. इतकी मैत्री की, त्याला माझ्यासमोरच्या अडचणींबद्दल कल्पना द्यायचं मी ठरवलं.

एका रात्री तो माझ्याबरोबर जेवण घेत होता. तो अगदी खुशीत, मनमोकळ्या मन:स्थितीत असल्याचं बघून मी तिथल्यातिथेच प्रयत्न करून पाहायचं ठरवलं.

''पीट, मी अत्यंत अडचणीत सापडलोय.'' मी धाडस करून सांगितलं.

''तुला कसली आलीये अडचण!'' तो आश्चर्यानं, पण काळजीच्या स्वरात म्हणाला.

''हो.'' मी उत्तर दिलं. ''माझ्या न्यूयॉर्कच्या सुपरवायझरनं मला आत्ताच फोन केला आणि म्हणाला की, उद्या दुपारपर्यंत मेक्सिकोहून विमानानं लंडनला जा आणि एक वैमानिक आजारी पडल्यामुळे तिथे खोळंबलेलं विमान घेऊन ये.''

पीटर हसला, ''ही काय अडचण आहे? तुझ्यासारख्या अडचणी मला आल्या तर किती बरं!''

मी नकारार्थी मान डोलावली. ''पीट, काय झालंय, माझ्याकडे माझा पासपोर्ट नाहीये. तो न्यूयॉर्कमध्ये राहिलाय आणि खरंतर मी तो नेहमीच माझ्याजवळ बाळगायला हवा. पासपोर्ट आणण्यासाठी न्यूयॉर्कला परत जायचं म्हटलं, तर मला लंडनला योग्य वेळेवर पोहोचता येणार नाही आणि माझ्या सुपरवायझरला हे समजलं की, मी इथे पासपोर्ट न घेता आलोय, तर तो मला कामावरून कमी करेल. पीट, या परिस्थितीत माझं कसं काय होणार?''

त्यानं शिट्टी वाजवली. "खरंच, तू अडचणीत सापडलायस, हो ना?" चेहऱ्यावरच्या हावभावावरून तो गंभीर विचार करत असावा, असं वाटलं. नंतर त्यानं मान डोलावली. "मला ठाऊक नाही, हे यशस्वी होईल की नाही, पण तू कधी 'किटी कॉर्बेट' या स्त्रीचं नाव ऐकलंयस का?"

मी तिचं नाव ऐकलं नसल्याचं सांगितलं.

"ती मेक्सिकोसंबंधी लिहिणारी एक वयोवृद्ध लेखिका आहे. ती इथे २०/३० वर्षांपासून राहतेय आणि समाजात तिला खरंच खूप मान-प्रतिष्ठा आहे. असं सांगतात की, मेक्सिको शहरातल्या प्रेसिडेंटच्या राजवाड्यापासून ते वॉशिंग्टन डी. सी. – अगदी व्हाईट हाऊसपर्यंत तिचा वट आहे आणि मलाही वाटतं, ते खरं असावं." तो हसला, "आणि सांगायची गोष्ट म्हणजे त्या खिडकीजवळच्या टेबलावर ती बसली आहे. जो कुणी अमेरिकन तिच्यावर छाप पाडतो, त्याच्यावर ती आईसारखी माया करते आणि जो कोणी खरोखर मनापासून मदतीची याचना करतो, त्याला मदत करणं तिला आवडतं. माझा असा अंदाज आहे की, तिला आपण राणीची आई असल्यासारखंच वाटतं. काहीही असो. चल, आपण तिच्याकडे जाऊ. तिच्यासाठी मद्य विकत घेऊन देऊ. तिच्याशी थोडं गोड बोलू आणि आपलं रडगाणंही गाऊन दाखवू. कदाचित, तिच्याकडे काही उपाय सापडेल."

किटी कॉर्बेट ही एक वलयांकित, वयस्क स्त्री होती आणि अत्यंत बुद्धिमानही होती. काही वेळानं पीटकडे बघून ती हसली.

"काय मालक, काय काम आहे? तुला काही हवं असल्याशिवाय तू माझ्याजवळ फिरकणार नाहीस. या वेळी काय काम काढलंयस?"

पीटनं हात पसरले आणि हसला. "मला काही नको, शपथ, पण हा फ्रँक अडचणीत आहे. फ्रँक, तूच सांग त्यांना."

जी गोष्ट मी पीटला सांगितली होती तीच गोष्ट शब्दशः तिला सांगितली. फक्त जरा जोरकस अभिनय करून नाटकात रंग भरला. माझं सांगून झाल्यावर तिनं माझ्याकडे पाहिलं.

"तुला पासपोर्टची अत्यंत गरज आहे, असं मला वाटतं." तिनं टिप्पणी केली. "अडचण ही आहे की, तुझ्याकडे पासपोर्ट आहे, तो फक्त चुकीच्या ठिकाणी आहे. तुला माहीत आहे, तुझ्याकडे दोन पासपोर्ट असू शकत नाहीत. ते बेकायदेशीर आहे."

"हो. मला माहितीये ते." मी तोंड वेंगाडत म्हणालो, "त्याची मलाही काळजी आहेच, पण मी या नोकरीवर पाणी सोडू शकत नाही. दुसऱ्या विमान-कंपनीत नोकरी मिळेल, पण त्याला कित्येक वर्षं लागतील. नोकरीत रुजू होण्याआधी मी तीन वर्षं 'पॅन-ॲम'च्या प्रतीक्षा यादीत होतो." थोडं थांबून मी

उत्साहपूर्ण आवेशात म्हणालो, "जेट लाईनर्सचं वैमानिक असणं हीच माझी कायमची मनीषा राहिलीये."

किटी कॉर्बेटनं अनुकंपा दाखवत मान डोलावली आणि विचारात मग्न झाली. नंतर तिनं म्हटलं, "पीट, मला इथे फोन आणून दे बरं."

पीटनं इशारा केल्यावर वेटरनं टेलिफोन आणून टेबलावर ठेवला आणि भिंतीजवळच्या सॉकेटमध्ये जोडला. किटीनं टेलिफोन उचलला आणि ऑपरेटरबरोबर स्पॅनिशमध्ये बोलायला लागली. टेलिफोन कनेक्शन मिळण्यात काही मिनिटं गेली आणि नंतर तिला ज्या कुणाशी बोलायचं होतं, त्याच्याशी संपर्क प्रस्थापित झाला.

"सोन्जा, किटी कॉर्बेट बोलतेय." ती म्हणाली, "ऐक, मला तुझ्याकडून एक मदत पाहिजे." सविस्तरपणे ती माझी अडचण तिला सांगत होती. नंतर तिनं पलीकडच्या व्यक्तीचं म्हणणं ऐकलं आणि म्हणाली, "सोन्जा, ते सर्व मला ठाऊक आहे आणि मला त्याची कल्पना आलीये. त्याला फक्त तात्पुरता पासपोर्ट दे. जसा एखाद्याचा पासपोर्ट हरवला अथवा चोरीला गेला असताना दिला असतास तसा. तो न्यूयॉर्कला पोहोचल्यावर तात्पुरता पासपोर्ट फाडून टाकेल, नाहीतर जुना फाडून टाकून नवा पासपोर्ट घेईल."

तिनं पुन्हा एक मिनिट पलीकडच्या व्यक्तीचं बोलणं ऐकलं आणि रिसिव्हरवर हात ठेवून माझ्याकडे पाहिलं.

"तुझ्याकडे जन्माचा दाखला नसेल ना? आहे का?"

"हो, आहे." मी म्हणालो, "मी तो माझ्या पाकिटातच ठेवतो." तो थोडा चुरगळलाय, पण वाचता येतोय."

किटी कॉर्बेटनं मान डोलावली आणि पुन्हा फोनकडे वळली.

"हो सोन्जा, त्याच्याकडे जन्माचा दाखला आहे. तुला वाटतं तू हे निस्तरू शकशील? वाह, छान! तू फार गोड आहेस आणि मी तुझी ऋणी आहे. पुढच्या आठवड्यात तुला भेटते."

तिनं फोन खाली ठेवला आणि हसली. "ठीक आहे. फ्रँक, उद्या सकाळी १० वाजेपर्यंत तू मेक्सिको शहरातल्या अमेरिकन कॉन्सुलेटमध्ये पोहोचलास, तर तिथल्या असिस्टंट काऊन्सलर 'सोन्जा गुन्डरसन' तुला तात्पुरता पासपोर्ट देतील. तुझ्याकडून पासपोर्ट हरवलाय! समजलं? आणि जर याबद्दल तू कुणाला बोललास, तर तुझी धडगत नाही."

मी तिचं चुंबन घेतलं आणि सर्वांत चांगली शॅम्पेन मागवली. मीही एक ग्लासभर घेतली.

नंतर मी विमानतळावर फोन केला. एक तासानं निघणारं विमान उपलब्ध

असल्याचं मला समजलं. मी त्यासाठी आरक्षण केलं आणि पीटकडे वळलो.

"ऐक, मी इथे माझ्या बऱ्याच गोष्टी सोडून जाणार आहे. मला सामान आवरायला वेळ नाही. कुणालातरी सामान आवरून तुझ्या ऑफिसमध्ये ठेवायला सांग. एक-दोन आठवड्यांत अथवा त्याआधीच मी इथे परत येण्याचा प्रयत्न करीन."

मी एका सूटकेसमध्ये माझा युनिफॉर्म, एक सूट आणि माझे पैसे घेतले. लॉबीत पोहोचलो, तेवढ्यात पीटनं टॅक्सी मागवून घेतली होती. मला तो खरोखर फार आवडला. त्याच्या उपकाराची परतफेड करायची संधी मिळावी, असं मला वाटून गेलं.

मला एक मार्ग सापडला. तो चालवत असलेल्या हॉटेलच्या नावे मी माझा 'पॅन-ॲम'चा बनावट चेक दिला. मेक्सिको शहराला जाणाऱ्या फ्लाईटमध्ये चढण्याआधी मी विमानतळावर आणखी एक चेक वटवला. मेक्सिको शहरात पोहोचल्यावर बॅग लॉकरमध्ये ठेवण्याआधी वैमानिकाचा पोशाख चढवला आणि ९.४५ वाजता मिस गुन्डरसनच्या ऑफिसमध्ये पोहोचलो.

सोन्जा गुन्डरसन एक टवटवीत, तडफदार, भुऱ्या केसांची तरुणी होती. तिनं वेळ न दवडता विचारलं, "तुमचा जन्माचा दाखला देता का?"

मी माझ्या पाकिटातून तो काढला आणि तिच्याकडे दिला. तिनं त्याचं निरीक्षण केलं आणि माझ्याकडे पाहिलं.

"मला वाटतं, किटी म्हणाली की, तुझं नाव फ्रँक विल्यम्स आहे. यात लिहिलंय फ्रँक डब्ल्यू अबॅग्नेल (ज्यू)!"

मी हसलो. "माझं नाव तेच आहे – फ्रँक विल्यम्स अबॅग्नेल (ज्यू). आपल्याला किटी चांगली ठाऊक आहे! काल रात्री तिनं थोडी जास्तच शॅम्पेन घेतली. ती आपल्या सगळ्या मित्रांशी माझी फ्रँक विल्यम्स म्हणूनच ओळख करून देत होती. तरीपण मला असं वाटलं की, तिनं तुला तरी माझं संपूर्ण नाव सांगितलं असेल."

"तिनं कदाचित सांगितलं असेलही." मिस गुन्डरसननं होकार भरला. "ती बरंच काही सांगत होती. ते ऐकायला मला त्रास होत होता. हे रद्दड मेक्सिकन टेलिफोन! काहीही असो, तुम्ही 'पॅन-ॲम'चे वैमानिक आहात आणि तुमच्या नावाचा काही भाग 'फ्रँक विल्यम्स' आहे. तेव्हा तुम्ही तेच असणार."

मला सूचना दिली होती त्याप्रमाणे वाटेत थांबून मी पासपोर्ट आकाराचे दोन फोटो बरोबर आणले होते. ते मिस गुन्डरसनला दिले आणि त्यानंतर १५ मिनिटांनी खिशात तात्पुरता पासपोर्ट घेऊन कॉन्स्युलेटच्या इमारतीतून बाहेर पडलो. मी विमानतळावर परतलो आणि वैमानिकाचा पोशाख उतरवून साधा

सूट घातला. ब्रिटिश एअर वेजच्या काऊंटरवर गेलो आणि रोख पैसे मोजून लंडनचं तिकीट खरेदी केलं.

मला अशी माहिती मिळाली की, फ्लाईट उशिरानं सुटणार होती. संध्याकाळी सात वाजेपर्यंत ती निघणार नव्हती.

मी परत वैमानिकाचा पोशाख चढवला आणि मेक्सिको शहरात जाऊन माझा खोटे चेक वटवण्याचा धंदा उरकला. जेव्हा मी लंडनला उड्डाण केलं, तेव्हा माझ्या संपत्तीत ६५०० डॉलर्सची भर पडली होती आणि मेक्सिको पोलीसही माझा पाठलाग करण्यात सहभागी झाले होते.

लंडनमध्ये मी केनसिंगटन इथल्या रॉयल गार्डन हॉटेलमध्ये उतरलो. तिथे मी परदेशात कामानिमित्त वास्तव्य केल्यानंतर मिळणारी रजा उपभोगणारा, टी.डब्ल्यू.ए चा वैमानिक एफ. डब्ल्यू. ॲडम्स या नावे नोंद केली होती. मी माझ्या दुसऱ्या नावाचा उपयोग केला, कारण लंडनच्या पोलिसांकडे फ्रँक वि. अबॅग्नेल (ज्यू) तसंच फ्रँक विल्यम्स, पॅन-ॲमचा वैमानिक असल्याचा बहाणा करून वावरणाऱ्या गुन्हेगाराच्या लवकरच चौकशा सुरू होणार होत्या.

मी लंडनमध्ये फक्त थोडेच दिवस राहिलो, पण अमेरिकेत असताना ज्या अस्वस्थतेनं मला भंडावलं होतं, तीच अस्वस्थता इथे आल्यावरही जाणवत होती. लंडनला आल्यानंतर माझ्या लक्षात आलं, अमेरिका सोडल्यानं माझा प्रश्न सुटला नव्हता. मेक्सिकन पोलीस आणि स्कॉटलंड यार्डाचे अधिकारीही न्यूयॉर्क वा लॉस एंजल्सच्या पोलिसांप्रमाणे भामट्यांना पकडण्याच्या उद्योगात मग्न होते आणि मी बनेल भामटा होतो.

याची जाणीव झाल्यामुळे आणि मी अनेक ठिकाणी जे थोडेबहुत पैसे दडवले होते त्या आधारावर मी नव्यानं धारण केलेल्या नावानं परदेशातल्या कुठल्यातरी दूरच्या ठिकाणी गुपचूप लपून राहणं, हीच माझ्यासाठी खरंतर शहाणपणाची गोष्ट होती. याची उपयुक्तताही मला कळत होती, पण अक्कल वापरून जगण्याचा शहाणपणा माझ्याठायी नसावा, हेच खरं!

मला आता या गोष्टीची जाणीव होतेय की, खरं पाहता, माझ्याकडे चांगल्या निर्णयक्षमतेचा अभाव होता आणि अशा गोष्टींनी मी वाहवला जात होतो, ज्यावर माझं कुठलंही नियंत्रण नव्हतं. आता मी सारासार विवेकबुद्धीचा वापर करतोय. पण जेव्हा मी पोलिसांचं लक्ष्य होतो, तेव्हा ते माझा पाठलाग करत होते म्हणून माझ्या लेखी सर्व पोलीस हरामखोर होते. जगण्यासाठी आणि पोलिसांच्या ससेमिऱ्यापासून स्वत:चा बचाव करण्यासाठी माझ्या पायाला सतत भिंगरी लागली होती. त्यासाठी मला चोऱ्या करणं भाग होतं. परिणामत: अशा दुष्कृत्यांवर जगणं माझ्यासाठी समर्थनीय होतं. मी इंग्लंडमध्ये एका आठवड्याहून कमी

काळ होतो, पण तेवढ्यात पिकॅडलीमध्ये मी माझे खोटे चेक वटवण्याचे उपद्व्याप केले आणि स्वत:च्या सुरक्षिततेसाठी अशा गुन्ह्यांचा आश्रय घेणं आवश्यक आहे, अशा खोट्या समजुतीत मग्न होऊन मी विमानानं पॅरिसला प्रयाण केलं.

एखाद्या मनोवैज्ञानिकाचा माझ्या या कृतीकडे बघण्याचा दृष्टिकोन वेगळा असू शकेल. 'मला अटक व्हावी असंच मला वाटत होतं' असं तो म्हणाला असता आणि त्या क्षणी तरी ब्रिटिश पोलिसांनी माझ्यावर सर्व गुन्ह्यांचा समावेश असणारं परिपत्रक काढायला सुरुवात केली होती.

कदाचित, पकडून घेण्यासाठीच मी प्रयत्नशील होतो. कदाचित, माझी अंत:प्रेरणा मदत मिळवण्याचा प्रयत्न करत असेल आणि माझं अंतर्मन मला सांगत असेल की, अधिकारी वर्गाकडूनच मला मदत मिळेल; पण माझ्या जागृत मनात त्या वेळी असे विचार नव्हते.

मला या गोष्टीची पुरेपूर जाणीव होती की, मी एका भरकटलेल्या चक्रावर स्वार झालो होतो आणि ताबा सुटलेल्या त्या चक्रावरून खाली उतरणं मला शक्य दिसत नव्हतं, पण त्या चक्राचं भिरभिरणं पोलिसांनी थांबवावं, असंही मला वाटत नव्हतं.

मी पॅरिसला येऊन तीन तासही झाले नव्हते, तेवढ्यात मी 'मोनिका लव्हलीअर'ला भेटलो. तिच्याशी आलेल्या संबंधातून माझ्या गुन्हेगारी विश्वाची व्याप्ती वाढली, परंतु त्याचा शेवट माझं मधाचं पोळं नष्ट होण्यात झाला. मागे वळून पाहताना मला जाणवतंय की, मी मोनिकाचा ऋणी आहे. मोनिकाबरोबरच पॅन-ॲमचेही आभार मानायला हवेत. त्या अधिकाऱ्यांपैकी काही जणांचं याविषयी दुमत असणंही संभवनीय आहे.

मोनिका 'एअर फ्रान्स'मध्ये हवाईसुंदरी होती. एअर फ्रान्सच्या एका निवृत्त होत असलेल्या कॅप्टनला मेजवानी देण्यासाठी विन्डसर हॉटेलमध्ये एअर फ्रान्सचे कित्येक विमान-कर्मचारी जमले होते. तिथल्या बारजवळ माझी मोनिकाशी ओळख झाली. ज्याच्यासाठी ती मेजवानी आयोजित केली होती त्याला मी भेटलो की नाही ते आठवत नाही, कारण मोनिकाच्या मोहजालात माझं देहभान हरपलं होतं. तिथे देत असलेल्या सुंदर शॅम्पेनसारखं तिचं अस्तित्व झळाळणारं आणि मन धुंद करणारं होतं. 'पॅन-ॲम'च्या पोशाखात असलेल्या मला एअर फ्रान्सच्या प्रथम अधिकाऱ्यानं हॉटेलमध्ये नोंदणी करत असताना पाहिलं आणि त्यानं मला त्या मेजवानीचं आमंत्रण दिलं. तो तत्परतेनं माझ्याजवळ आला आणि मला ओढतच बारमध्ये घेऊन गेला. त्यानं मोनिकाशी माझा परिचय करून दिला आणि त्याला नकार देण्याचे माझे सर्व प्रयत्न खरोखर तिथेच गळून

पडले.

तिच्याजवळ रोझालीचाच रुबाब होता, सद्‌गुण होते; पण रोझाली जशी भावना मनात दडपून ठेवायची, तसं मोनिकाचं नव्हतं. सकृद्दर्शनी, मोनिकानं जशी मला भुरळ घातली होती, तशीच तीही माझ्यावर लट्टू झाली होती, कारण मी पॅरिसमध्ये होतो तितक्या वेळपर्यंत आणि माझ्या त्यानंतरच्या भेटीदरम्यानही आम्ही एकमेकांत गुंतून गेलो होतो. माझ्याशी लग्न करावं, असे विचार मोनिकाच्या मनात येत असले, तरी तिनं त्याचा कधी उल्लेख केला नाही; पण आम्ही भेटल्यानंतर तीन दिवसांनी ती मला आपल्या कुटुंबीयांशी ओळख करून देण्यासाठी घेऊन गेली. लव्हलीअर कुटुंबीय फारच छान होते. विशेषत: पपा लव्हलीअरबरोबर माझी खास दोस्ती जमली. ते व्यवसायानं छपाई काम करणारे होते आणि पॅरिसच्या हद्दीजवळच त्यांचं एक छोटंसं छपाईचं दुकान होतं. 'पॅन-ॲम'च्या बनावट व्हाऊचरचा वापर करून माझ्या बनावट चेकमध्ये सुधारणा करण्याच्या कल्पनेनं माझ्या मनाचा ताबडतोब कब्जा घेतला.

"पॅन-ॲमच्या कचेरीमध्ये माझी चांगली ओळख आहे." जेवताना मी सहज म्हणालो, "मी पॅन-ॲमकडून कदाचित तुम्हाला छपाईची कामं मिळवून देऊ शकेन!"

पपा लव्हलीअरना आनंद झाला. "येस, येस" ते उत्साहानं म्हणाले, "तुम्हाला जे काही छापून हवं असेल, ते छापून द्यायचा आम्ही प्रयत्न करू. जर हे काम मिळालं तर आमच्यावर फार उपकार होतील."

तिच्या कुटुंबीयांपैकी कुणालाच इंग्रजीचा गंध नव्हता, त्यामुळे मोनिकानं दुभाष्याचं काम केलं. त्या दुपारी ते मला कारखाना दाखवायला घेऊन गेले. तिथे मोनिकाचे दोन भाऊ वडलांना मदत करायचे. त्या कारखान्यात आणखी एक माणूस कामाला ठेवला होता. तो मोनिकासारखंच मोडकं-तोडकं इंग्रजी बोलायचा, पण पपा लव्हलीअर म्हणाले की, मी जी छपाईची कामं त्यांना पुरवणार होतो, ती मोनिकाचे भाऊ आणि ते स्वत: पुरी करणार होते.

"तुला इंग्रजीमध्ये जे छापून हवं असेल, ते माझे वडील आणि भाऊ छापून देऊ शकतील." मोनिका अभिमानपूर्वक म्हणाली, "ते फ्रान्समधले सर्वांत कार्यक्षम प्रिंटर आहेत."

मेक्सिकोमध्ये त्या हवाईसुंदरीचा 'पॅन-ॲम'च्या पगाराचा जो खरा चेक मी वटवला होता, तो अजून माझ्याकडे होता. त्याचं निरीक्षण केल्यावर माझ्या कल्पनेतून तयार केलेला 'पॅन-ॲम'चा चेक आणि खराखुरा चेक यातला फरक मला जाणवला. मी उतरवलेली नक्कल हुबेहूब वाटत असल्यामुळेच मी इतके सगळे चेक वटवू शकलो होतो, पण हा बनावट चेक खऱ्या चेकच्या बाजूला

ठेवल्यावर, तो खोटा आहे हे कळत होतं. इतके सगळे चेक वटवले गेले, हे माझं सुदैवच होतं. अर्थातच, ज्या क्लार्कनं ते स्वीकारले, त्यानं 'पॅन-ॲम'चे खरे चेक हाताळलेलेच नसणार. माझ्या मनात आलं, 'पॅन-ॲम'चा बराचसा व्यवसाय अमेरिका खंडाच्या बाहेर चालत असल्यामुळे युरोपमधल्या बँकांतल्या क्लार्कना 'पॅन-ॲम'चा चेक परिचित असेल. लंडनमध्येच हा विचार माझ्या मनात आला होता, कारण तिथल्या एका बँकेत मी माझा चेक वटवला, तेव्हा तिथला क्लार्क माझ्या बनावट चेकची कारागिरी अत्यंत बारकाव्यानं न्याहाळत होता.

"हा एक्सपेन्स चेक आहे." चेकवरच्या तशा अक्षरांकडे निर्देश करून मी म्हटलं.

"ओ, येस. अर्थातच." त्यानं उत्तर दिलं. त्यानं तो चेक वटवला, पण थोड्या नाखुशीनंच.

आत्ता माझ्या मनात एक विचार आला. कदाचित, 'पॅन-ॲम'चा चेक वेगळा असेल. कदाचित, निरनिराळ्या भूप्रदेशांसाठी वेगवेगळ्या रंगांचे चेक असतील. मला वाटलं, प्रत्यक्ष कामाला सुरुवात करण्याआधी पद्धत काय आहे, हे पडताळून पाहावं. दुसऱ्या दिवशी सकाळी मी 'पॅन-ॲम'च्या पॅरिसमधल्या ऑफिसमध्ये फोन केला आणि मला तिथल्या बिझिनेस ऑफिसमधल्या कुणाशीतरी बोलायचंय म्हणून सांगितलं. माझा एका व्यक्तीशी फोननं संपर्क करून दिला गेला. त्याच्याशी बोलून मला जाणवलं की, तो तरुण असावा आणि अत्यंत अननुभवी असावा आणि माझ्या अंदाजाप्रमाणे तो अननुभवीच होता. मला खात्री पटली, यशोदेवता माझ्या खासगी स्विच बोर्डावर काम करतेय!

"मी काय म्हणतोय, ऐकलं का? डेंगले फ्रेट फोर्वर्डिंगमधून मी जॅक रॉजर्स बोलतोय." मी म्हणालो, "माझ्याकडे एक चेक आलाय आणि मला वाटतंय की, तुमच्या कंपनीनं तो चेक आमच्याकडे चुकून पाठवलाय."

"अं...ठीक, मि. रॉजर्स, तुम्हाला असं का वाटतंय?" त्यानं विचारलं.

"कारण माझ्याकडे तुमच्या न्यूयॉर्कच्या ऑफिसनं पाठवलेला १९०० डॉलरचा चेक आलाय, पण त्या रकमेशी जुळणारं बिल माझ्याजवळ दिसत नाहीये. तुम्हा लोकांसाठी काही काम केलं असल्याची काहीही माहिती माझ्याकडे उपलब्ध नाहीये. हा चेक कशासाठी असावा, याची तुम्हाला काही कल्पना आहे का?"

"आत्ता हातासरशी नाही सांगता येणार मि. रॉजर्स. चेक आम्हीच पाठवलाय याची तुम्हाला खात्री आहे का?"

"मलातरी तसंच दिसतंय." मी म्हणालो, "पॅन-अमेरिकनची मोठी अक्षरं

वर असलेला तो साधा हिरवा चेक आहे आणि तो १९०० डॉलरचा, आमच्या नावावर आहे.''

''मि. रॉजर्स, तो आमच्या चेकसारखा वाटत नाहीये.'' तो माणूस म्हणाला, ''आमचे चेक निळ्या रंगाचे असतात आणि त्यावर पॅन-ॲम – पॅन-ॲम – अशी अंधूक अक्षरं चेकच्या पृष्ठभागावर सगळीकडे असतात आणि त्यावर जगाचा नकाशा असतो. तुमच्या चेकवर आहे का?''

मी त्या हवाईसुंदरीचा चेक हातात घेतला होता. त्यानं बरोबर वर्णन केल्याबरहुकूम तो होता, पण ते मी त्याला सांगितलं नाही.

''तुमच्याकडे तिथे पॅन-ॲमचा चेक आहे का?'' एखाद्या माणसाला शंकेचं निरसन करून घ्यायचं असेल, तर तो जसं विचारेल त्या ढबीमध्ये मी आर्जव केलं.

''हो, आहे माझ्याजवळ....''

मी त्याचं संभाषण थांबवत म्हणालो, ''कुणी स्वाक्षरी केलीये? त्या कॉंप्ट्रोलरचं नाव काय?'' मी विचारलं.

त्यानं ते सांगितलं आणि माझ्या हातातल्या चेकवर तेच नाव होतं. ''चेकच्या खालच्या भागावर छापलेल्या लहान आकड्यांच्या मालिकेतले नंबर कोणते?'' मी घोडं पुढे दामटवलं.

''का? ० २....'' आणि त्यानं ते सर्व आकडे सांगितले. ते आकडे त्या हवाईसुंदरीच्या चेकवरच्या आकड्यांशी जुळणारे होते.

''नाही, या चेकवर तुम्ही म्हणता त्याची सही नाही आणि नंबरही जुळणारे नाहीत.'' मी खोटंच सांगितलं, ''पण तुम्ही चेस मॅनहॅटन बँकेबरोबर व्यवहार करता ना!''

''हो. आम्ही करतो. पण इतर अनेक कंपन्याही तसेच व्यवहार करतात. 'पॅन-अमेरिकन' या नावानं काम करणाऱ्या दुसऱ्या एखाद्या फर्मचा तो चेक असेल. मि. रॉजर्स, मला नाही वाटत तुमच्याकडे आमचा चेक आहे. मी तुम्हाला सुचवतो, तो परत करा आणि त्याबाबत पत्रव्यवहार करा.'' तो मदतीच्या उद्देशानं म्हणाला.

''हो, मी ते करीन. आभारी आहे.'' मी म्हणालो.

मोनिका बर्लीन-स्टॉकहोम-कोपेनहेगन या एअर फ्रान्सच्या दोन दिवसांच्या राऊंड ट्रीपवर काम करायची. त्यानंतर तिला दोन दिवस सुट्टी मिळायची. त्या दिवशी तिची फ्लाईट होती. ती गेल्यावर मी लगेच तिच्या वडलांच्या दुकानात गेलो. मला बघून त्यांना आनंद झाला. मी माझ्या आईकडून थोडी फ्रेंच भाषा शिकलो होतो आणि त्यांच्या दुकानातल्या तरुण कामगाराला कामचलाऊ इंग्लिश

येत होतं. त्यामुळे आम्हाला एकमेकांशी थोडं इंग्लिश आणि थोडं फ्रेंचमधून संवाद साधण्यात कोणतीच अडचण आली नाही.

'पॅन-ॲम'च्या हवाईसुंदरीकडून मिळवलेला तो चेक मी दाखवला. पण तिचं नाव आणि रक्कम मी खोडलं होतं.

''मी आमच्या इथल्या ऑफिसमधल्या लोकांशी बोललो.'' मी म्हणालो, ''आम्ही हे चेक सध्या अमेरिकेतच छापून घेत असतो, पण ते सर्व खूपच महाग पडतंय. मी त्यांना म्हणालो, हे काम इथेही तितक्याच चांगल्या प्रकारे होऊ शकेल आणि त्यामुळे पैशाचीही बचत होईल. आपल्याला या चेकची नक्कल करून ते पगाराच्या चेकच्या पुस्तकासारखं बनवता येईल का? जर तुम्हाला वाटत असेल की, तुम्ही हे काम करू शकता आणि न्यूयॉर्कमध्ये जी किंमत पडते त्यापेक्षा कमी किमतीत तुम्ही हे काम करून दिलंत, तर ट्रायल म्हणून दहा हजार चेक्स बनवण्याची ऑर्डर देण्याचे मला अधिकार आहेत.''

त्यांनी त्या चेकचं निरीक्षण केलं. ''सर, न्यूयॉर्कमधला तुमचा प्रिंटर यासाठी किती पैसे घेतो?''

मला अंधूकशीही कल्पना नव्हती. मी एक आकडा सांगितला, ज्यामुळे न्यूयॉर्कच्या प्रिंटरची नाचक्की होणार नाही, असं मला वाटलं.

''दर हजारी ३५० डॉलर्स.'' मी म्हणालो.

त्यांनी संमतिदर्शक मान डोलावली. ''मी तुमच्या कंपनीला हजारी २०० डॉलर्सप्रमाणे या चेकशी तंतोतंत जुळणारी नक्कल बनवून देईन.'' ते उत्सुकतेनं म्हणाले, ''मला वाटतं तुम्हाला आमचं काम खूप आवडेल.'' कदाचित अवघडल्यासारखं वाटल्यानं त्यांची थोडी चुळबुळ झाली. ''सर, तुम्ही आणि माझी मुलगी एकमेकांचे जिवलग मित्र आहात, हे मला ठाऊक आहे. पण आमच्या रिवाजाप्रमाणे आम्ही ५०% डिपॉझिट घेतो.'' ते क्षमायाचना करत असल्यासारखं म्हणाले.

मी हसलो. ''आज दुपारी तुम्हाला डिपॉझिटची रक्कम मिळेल.'' मी म्हणालो.

मी 'पॅन-ॲम'च्या वैमानिकाच्या पोशाखात पॅरिस बँकेत गेलो आणि पैसे मोजणाऱ्या क्लार्कच्या पिंजऱ्यासमोर उभं राहून १००० डॉलर्स काउंटरवर ठेवले.

''प्लीज, मला या पैशांचा कॅशिअरचा चेक हवाय.'' मी म्हणालो, ''चेक पॅन-अमेरिकन वर्ल्ड एअर वेजनं दिलेला असावा आणि 'मॉरीस लव्हलीअर अँड सन्स प्रिंटर्स' यांच्या नावे दिलात तर मेहेरबानी होईल.''

त्या दुपारी मी तो चेक त्यांना दिला. दुसऱ्या दिवशी पपा लव्हलीअरनी चेकचे नमुने तयार ठेवले होते. त्यांची कलाकृती न्याहाळल्यावर मी आनंदानं

चीत्कारणार होतो, पण स्वत:ला रोखलं. ते चेक सुंदर होते. खरंतर अप्रतिम होते. 'पॅन-ॲम'चे खरे चेक! आय. बी. एम. कार्डवर भोकं पाडलेले! एका पानात चार चेक आणि एका पुस्तकात २५ पानं होती.

पपा लव्हलीअरनी संपूर्ण ऑर्डरचं काम एका आठवड्यात पूर्ण केलं आणि मी पुन्हा त्यांना उरलेल्या रकमेचा 'पॅन-ॲम'नं दिलेला खरा कॅशिअर चेक आणून दिला.

पपा लव्हलीअरनी मला बिलं आणि पावत्या दिल्या आणि माझं समाधान झाल्याचा त्यांना आनंद झाला. त्यांनी याआधी कुणा अमेरिकनांबरोबर कधी व्यवहार केला नव्हता. त्यामुळे या व्यवहारात काहीही काळंबेरं असावं, अशी त्यांना कधीच शंका आली नसावी. मी पॅन-ॲमचा वैमानिक होतो, त्यांच्या मुलीनं माझ्याबद्दल खात्री पटवली होती आणि त्यांनी स्वीकारलेले चेक पॅन-ॲमनं दिलेले खरे चेक होते.

"मित्रा, मला वाटतं की, तुमच्या कंपनीसाठी आम्ही आणखीही कामं करून देऊ."

"ओह! नक्की, नक्कीच!" मी आश्वासन दिलं. "खरं पाहता तुमचं काम पाहून आम्हाला इतका आनंद झालाय की, दुसऱ्यांकडेही तुमची शिफारस करायला आम्हाला आवडेल."

आणखीही काही बाबी होत्या. सर्व बनावट. त्या मी एकट्यानं हाताळल्या. पण मी सांगितलेल्या कोणत्याही बाबींबद्दल पपा लव्हलीअरनी कधीही प्रश्न उपस्थित केले नाहीत. त्यांनी 'पॅन-ॲम'चे १०,००० चेक छापून दिले. तेव्हापासून गरज असणाऱ्या अथवा मला हव्या असणाऱ्या कुठल्याही खोट्या दस्तऐवजासाठी ते माझे प्रिंटर होते. सहज फसवला गेलेला साधा-भोळा माणूस 'अमेरिकन मार्केट'चे दरवाजे उघडून मिळाल्यामुळे माझा अत्यंत ऋणी होता.

मला अर्थातच 'पॅन-ॲम'च्या दहा हजार चेकची आवश्यकता नव्हती. एवढ्या चेकची ऑर्डर देण्यात कोणत्याही संशयाला जागा न ठेवणं हा हेतू होता. 'पॅन-ॲम' म्हणजे विमान वाहतूक क्षेत्रातलं मोठ्ठं प्रस्थ होतं, हे पपा लव्हलीअरनाही ठाऊक होतं. यापेक्षा कमी चेकच्या ऑर्डरमुळे त्यांच्या मनात किंतु निर्माण झाला असता.

मी त्यातले हजार चेक ठेवून घेतले आणि उरलेले चेक पॅरिसच्या भट्ट्यांच्या भक्ष्यस्थानी घातले. नंतर आय. बी. एम.चा इलेक्ट्रीक टाईपरायटर विकत घेतला. माझ्या नावाचा ७८१.४५ डॉलरचा चेक तयार केला आणि 'पॅन-ॲम'च्या वैमानिकाच्या पोशाखात जवळच्या बँकेत जाऊन तो चेक दिला.

ती छोटी बँक होती.

"सर, मला खात्री आहे हा चेक खरा आहे, पण तो वटवण्यापूर्वी मला खात्री करून घ्यायला हवी. परंतु आम्हाला बँकेच्या खर्चानं अटलांटिक समुद्राच्या बाहेर फोन करण्याची परवानगी नाही." तो क्लार्क ओशाळवाणं हसत म्हणाला. "त्या फोनचं बिल तुम्ही दिलंत तर...." त्यानं प्रश्नार्थक मुद्रेनं माझ्याकडे पाहिलं. मी संमतिदर्शक खांदे उडवले. "हो. नक्की तुम्ही फोन करा. त्या फोनला जे काय पैसे पडतील ते मी देईन."

बँक अशी काळजी घेत असेल, अशी मी कल्पना केली नव्हती. पण मी धास्तावलो नव्हतो आणि मी अनवधानानं अशी वेळ निवडली होती की, त्या चेकचा खोटेपणा किती खरा आहे हे तपासलं जाणार होतं. पॅरिसमध्ये तेव्हा दुपारचे ३ वाजून १५ मिनिटं झाली होती. न्यूयॉर्कमधल्या बँका उघडून फक्त १५ मिनिटं झाली होती. चेस मॅनहॅटन बँकेच्या जमा-खर्च ठेवणाऱ्या क्लार्कबरोबर इथल्या क्लार्कचा फोनचा संपर्क साधण्यासाठी तितकाच वेळ लागणार होता.

हा फ्रेंच क्लार्क वेगळ्या ढंगात बोलत असला, तरी इंग्लिश भाषा बोलण्यात वाकबगार होता.

"माझ्याकडे 'पॅन-ॲमेरिकन'च्या वैमानिकानं तुमच्या बँकेचा ७८१.४५ डॉलरचा चेक वटवायला दिलाय." तो पैसे मोजणारा क्लार्क म्हणाला.

त्यानंतर त्यानं त्या खोट्या चेकच्या खालच्या डाव्या कोपऱ्यात असलेला खाते क्रमांक त्याला सांगितला.

"हो, हो, आभारी आहे... ओ! इथे हवा छान आहे. आभारी आहे." त्यानं फोन खाली ठेवला आणि हसला. "मी ज्या-ज्या वेळी अमेरिकनांबरोबर फोनवर बोलतो, त्या-त्या वेळी त्यांना हवेबद्दल जाणून घ्यायचं असतं." त्यानं तो चेक माझ्या सहीसाठी दिला आणि चेकवरच्या रकमेच्या नोटा मोजायला सुरुवात केली. टेलिफोनच्या कॉलचे ८.९२ डॉलर्स वजा करून त्यानं पैसे दिले. सर्व गोष्टी गृहीत धरल्या, तर मला मिळालेल्या सेवेसाठी ती आकारणी उचितच होती.

पॅरिस आणि त्याच्या आजूबाजूच्या परिसरावर मी खोट्या चेक्सचा वर्षाव केला. पाच वर्षांच्या मुदतीसाठी भाड्यापोटी आगाऊ रक्कम देऊन एक सेफ डिपॉझिट व्हॉल्ट भाड्यानं घेतला आणि त्यात माझी लुटलेली दौलत ठेवून दिली. फारच कमी वेळा चेकच्या खरेपणाबद्दल प्रश्न उपस्थित केला गेला आणि जेव्हा केला गेला, तेव्हाही तो पडताळून पाहण्यासाठी केला. न्यूयॉर्कची बँक बंद झालेली असेल, तर ती कामकाजासाठी पुन्हा उघडत असे त्या वेळी मी इथल्या बँकेत परत पोहोचायचो. फक्त एकदाच मी काही अस्वस्थ क्षण अनुभवले. चेस मॅनहॅटन बँकेला फोन करण्याऐवजी त्या क्लार्कनं 'पॅन-ॲम'च्या न्यूयॉर्क इथल्या कार्यकारी ऑफिसला

फोन केला. मी धारण केलेल्या नावाचा एकदाही उल्लेख केला नव्हता. पण त्या टेलरनं बँकेचं नाव, खाते क्रमांक आणि पॅन-ॲमच्या तपासनीसाचं नाव सांगितल्याचं मी ऐकलं.

त्या क्लार्कनं मला पैसे दिले, त्या अर्थी पॅन-ॲमनं तो चेक पडताळून पाहिला असणार.

माझ्या नव्या कामगिरीमधली सहजता आणि सुलभता पाहून माझं मलाच आश्चर्य वाटलं. अरे देवा, माझे खोटे चेक आता टेलिफोनद्वारा आणि प्रत्यक्ष पॅन-ॲमकडूनही स्वीकारले जात होते. मी एक मोटार भाड्यानं घेतली आणि मोनिका जेव्हा नोकरीनिमित्त विमान प्रवास करायची, तेव्हा मी फ्रान्सभर फिरायचो. प्रत्येक खेड्यातल्या बँकेत आणि मोठ्या शहरांच्या ट्रेझरीमध्ये चेक वटवायचो. मी माझ्या संशयाची कधी छाननी केली नाही; पण त्यानंतरच्या महिन्यांत आणि पुढे वर्षभर मला राहूनराहून वाटायचं, मी यशस्वी ठरलो, कारण पॅन-ॲम स्वत: त्याचे पैसे चुकते करत होती.

पपा लव्हलीअरना माझ्याकडून खूप काम मिळालं. मी माझं बनावट ओळखपत्र त्यांच्याकडून नव्याने आणि कितीतरी मोहक करवून घेतलं. एकदा विन्डसर बारमध्ये 'पॅन-ॲम'चा एक वैमानिक आपलं ओळखपत्र निष्काळजीपणे ठेवून गेला. मी बारच्या मालकाला म्हणालो, "मी त्याला देईन." मी ते ओळखपत्र त्याला पोस्टानं पाठवलंही, पण त्याआधी पपा लव्हलीअरना माझ्या खोट्या ओळखपत्रापेक्षा कितीतरी उठावदार दिसणारं नवं ओळखपत्र बनवायला लावलं. ओळखपत्रावर त्या माणसाच्या नावाऐवजी माझं नाव घातलं, खोटा दर्जा लिहिला आणि माझा फोटो चिकटवला.

मी लव्हलीअरना सांगितलं की, मी 'पॅन-ॲम'चा विशेष प्रतिनिधी म्हणून पॅरिसमध्ये आलोय आणि कंपनीसाठी जनसंपर्काचं काम करतोय. मोनिकाला एक महिन्यानंतर भेटलो तेव्हा सांगितलं की, मला परत विमानसेवेत बदली वैमानिक म्हणून जावं लागतंय आणि मी न्यूयॉर्कला जाणारं विमान पकडलं. मी मंगळवारी दुपारी पोहोचलो आणि ताबडतोब जवळच्या चेस मॅनहॅटन बँकेच्या शाखेत गेलो. तिथे मी १२०० डॉलर्सचे फ्रँक डब्ल्यू विल्यम्सला रॉजर्स डी. विल्यम्सनं दिलेले कॅशिअरचे चेक खरीदले.

त्याच दिवशी मी विमानानं पॅरिसला परतलो. या वेळी हॉटेल किंग जॉर्ज ५ मध्ये उतरलो आणि माझ्या खोलीत गेल्यावर चेकवरचा फेडरल रिझर्व्ह डिस्ट्रिक्ट बदलला. ज्यामुळे हा चेक वटवण्यासाठी दिल्यावर तो सॅनफ्रान्सिस्कोला किंवा लॉस एंजल्सला पाठवला गेला असता.

नंतर मी पपा लव्हलीअरकडे तो चेक नेला. "मला याच्या ३०० प्रती

(कॉपीज) हव्या आहेत.'' मी म्हणालो. मला वाटलं, ती सरळसरळ मनीऑर्डरच असल्याचं दिसत असल्यानं त्याच्या कॉपीज काढण्याबद्दल ते नक्कीच काही प्रश्न विचारतील, पण त्यांनी तसं विचारलं नाही. मला नंतर समजलं, ते माझ्यासाठी छपाईची कामं करायचे. ते काय छापत होते त्याबद्दल अनभिज्ञ असायचे. पण माझ्या सचोटीवर त्यांचा आंधळा विश्वास होता, त्यामुळे ते माझं हे असं कामही करायचे.

हुबेहूब मूळ प्रतीसारख्याच वाटणाऱ्या त्या ३०० डुप्लिकेट कॉपीज मिळाल्यानंतर दुसऱ्याच दिवशी मी न्यूयॉर्कला गेलो. न्यूयॉर्क महानगरातच चेस मॅनहॅटनच्या ११२ शाखा आहेत. पुढच्या काही दिवसांत ६० बँकांत प्रत्येकी एक अशी हुबेहूब नक्कल सादर करून हजेरी लावली. ६० पैकी फक्त एकाच ठिकाणी अगदी वरकरणी चौकशीपेक्षा जास्त विचारणा झाली.

''सर, मला ठाऊक आहे हा चेसचा चेक आहे, पण हा या शाखेतून दिलेला नाही.'' ती क्षमायाचना करत असल्यासारखं म्हणाली, ''म्हणून ज्या बँकेनं चेक दिला आहे, त्यांना मला विचारायला हवं. तुम्ही एक मिनिट थांबाल का?''

''काही हरकत नाही. तुम्ही फोन करा.'' मी म्हणालो.

तिनं फोन केला. त्यांचं संभाषण माझ्या कानावर पडत होतं. त्या संभाषणातल्या कोणत्याही गोष्टीचं मला आश्चर्य वाटलं नाही.

''हां. मी जेनिस, क्वीन्सहून बोलतेय. कॅशिअर्स चेक ०२३६८५... तुम्ही सांगाल का तो कुणाच्या नावे दिला होता, किती रकमेचा, केव्हा आणि त्यावरची आत्ताची परिस्थिती काय?'' ती थांबली. नंतर तिनं जे ऐकलं ते परत म्हटल्यासारखं वक्तव्य करत म्हणाली, ''फ्रँक विल्यम्स, १२०० डॉलर्स, जानेवारी ५, अजून वटलेला नाही. हो, तो इथे माझ्याकडेच आहे. फार आभारी आहे.''

''तुम्हाला थोडं थांबावं लागल्याबद्दल माफ करा हं.'' ती हसत म्हणाली.

''ते ठीक आहे.'' मी म्हणालो, ''आणि आपलं काम चांगल्या प्रकारे करताना तू कधीही क्षमा मागू नकोस.''

मला मनापासून तसंच वाटलं होतं. ती मुलगी फसवली गेली होती, पण तिच्यासारख्यांनाच बँकेनं नोकरीवर ठेवावं. तिनं चेस बँकेला बऱ्याच मोठ्या फसवणुकीपासून वाचवलं होतं. चेसच्या निदान शंभरएक शाखांमधून धडकून त्यांना लुबाडण्याचा माझा इरादा होता, पण तिनं फोन केल्यामुळे माझ्या त्या माकडचेष्टांना लगाम लागला.

ज्या मूळच्या बँकेनं चेक दिला होता त्यांना आणखीन एखादा फोन जाणं मला परवडणारं नव्हतं. मला माहीत होतं की, सर्वसाधारण परिस्थितीत कौल

माझ्या बाजूनंच असेल. पण जर एखाद्या कॅशिअरनं चेकचा असाच मागोवा घेतला असता, तर जमा-खर्च ठेवणाऱ्या मूळच्या बँकेच्या क्लार्कनं परत त्याच चौकशीला उत्तर देण्याचा धोका मला पत्करायचा नव्हता.

न्यूयॉर्कनं मला बेचैन केलं. मला वाटलं, आपण पुन्हा एकदा परदेशी वातावरणात जावं. पण पॅरिसला परत जावं आणि मोनिकाला भेटावं की नव्या मंत्रमुग्ध करणाऱ्या प्रदेशाला भेट द्यावी हे मी ठरवू शकलो नाही.

जेव्हा मी स्वत:शीच वाद घालत होतो, तेव्हा मी विमानानं बोस्टनला पोहोचलो. तिथे मी स्वत:ला अटक करून घेतली, पण तिथे एक बँकही लुटली. यातला पहिला भाग हा नको असलेल्या गर्भधारणेसारखा धक्कादायक होता आणि नंतरचा आकर्षण न टाळता आलेल्या आणि उचंबळून आलेल्या प्रबळ इच्छाशक्तीचा परिणाम होता.

केवळ न्यूयॉर्कमधून बाहेर पडायचं होतं, म्हणून मी सहजगत्या बोस्टनला गेलो. मला वाटलं, पूर्व किनाऱ्यावर असणाऱ्या इतर ठिकाणांसारखंच, जिथून कुठेही जाता येईल असं ते चांगलं ठिकाण होतं आणि इथे पुष्कळ बँकाही होत्या. विमानतळावर येताच मी एअरपोर्टवर लॉकर भाड्यानं घेतला आणि त्यात माझी बॅग ठेवली. माझ्या ओळखपत्राच्या फोल्डरमध्ये किल्ली ठेवली आणि अनेक बँकांना भेटी दिल्या. माझे 'पॅन-ॲम'चे बनावट चेक वटवून खऱ्या नोटा घेतल्या. मी संध्याकाळी लवकरच विमानतळावर परतलो. माझा शक्य तितक्या लवकर आंतरराष्ट्रीय फ्लाईट पकडण्याचा विचार होता. शहरभर फिरून, माझे काळे धंदे पार पाडून मी ५००० डॉलर्सची कमाई केली होती. त्या दिवशी रात्री कोणत्या आंतरराष्ट्रीय विमानसेवा उपलब्ध आहेत, हे पाहण्यापूर्वी त्यातले ४८०० डॉलर्स मी माझ्या लॉकरमधल्या बॅगेत ठेवून दिले.

त्या रात्री उशिरापर्यंत तशी चौकशी करायची मला संधीच मिळाली नाही. त्या लॉकरमध्ये पैसे ठेवून मी वळत होतो, तेवढ्यात माझी एका सुंदर, ॲलेगेनी एअरलाईन्सच्या हवाईसुंदरीशी भेट झाली. कोणतीही जबाबदारी नसणाऱ्या, नवोदित वैमानिकाच्या भूमिकेतल्या माझ्या सुरुवातीच्या दिवसापासून मी तिला ओळखत होतो.

"फ्रँक, किती आश्चर्याची गोष्ट आहे!" ती आनंदानं म्हणाली. अर्थातच, पुन्हा भेटण्याचा आनंद आम्हाला पुनर्मीलनानं साजरा करायचा होता. रात्रीचे ११ वाजेपर्यंत मला विमानतळाकडे परतता आलं नाही आणि तिथे आल्यावर मी मायामीला जायचं ठरवलं. मी तिथून आंतरराष्ट्रीय फ्लाईट घेणार होतो.

मी ॲलेगेनी एअरलाईन्सच्या काऊंटरवर गेलो. "तुमची पुढची मायामीची फ्लाईट केव्हा आहे?" मी तिथे काम करणाऱ्या माणसाला विचारलं. मी माझ्या

वैमानिकाच्या पोशाखात होतो.

"तुमची फ्लाईट थोडक्यात चुकली." त्यानं तोंड वेंगाडलं.

"पुढची फ्लाईट कोणती आहे? नॅशनल, अमेरिकन कुणाची?" मी विचारलं.

"कुणाचीच नाही." तो म्हणाला, "उद्या दुपारपर्यंत तुम्हाला मायामीला जाणारी कोणतीच फ्लाईट मिळणार नाही. मध्यरात्रीनंतर इथून विमान-उड्डाण होत नाही. बोस्टनमध्ये आवाज प्रतिबंधाचा कायदा लागू आहे. आता मध्यरात्रीनंतर इथून बाहेर विमान-उड्डाणास बंदी आहे. सकाळी ६॥ वाजेपर्यंत कुठल्याही विमान-कंपनीला उड्डाण करता येत नाही आणि मायामीला जाणारी नॅशनलची पहिली फ्लाईट आहे सकाळी १०.१५ ला."

"पण आत्ता तर फक्त ११.४० झालेत." मी म्हणालो.

त्यानं तोंड वाकडं केलं. "ठीक आहे, तुम्हाला 'बर्लिंगटन वर्मोंट'ला जायचंय? आत्ता तीच शेवटची फ्लाईट आहे."

सर्व गोष्टींचा विचार करून मी त्याला नकार दिला. लॉबीमधल्या एका खुर्चीजवळ बसलो आणि समोर आलेल्या परिस्थितीचा गांभीर्यानं विचार करू लागलो. मोठ्या विमानतळावरच्या लॉबीप्रमाणेच ती प्रशस्त होती. दुतर्फा ओळीनं भेटवस्तूंची, कॉफीची, दारूची आणि इतर दुकानं होती. सहज नजर फिरवताना असं आढळलं की, बहुतेक दुकानं आता बंद होत होती. माझ्या आणखी एक गोष्ट लक्षात आली आणि एकदम कुतूहल जागं झालं. बाहेर जाणाऱ्या रस्त्यावर, मध्यभागी बोस्टनच्या एका मोठ्या बँकेची रात्रीच्या ठेवी स्वीकारणारी मोठी लोखंडी तिजोरी होती. तिथे थांबून पुष्कळ जण जाता-जाता जवळची बॅग किंवा जाडजूड पाकिटं त्यात टाकत असताना दिसत होते. अर्थातच, त्यांची ती दिवसाची कमाई असणार.

माझ्या निरीक्षणामध्ये दोन गारठवून टाकणाऱ्या शब्दांनी व्यत्यय आणला.

"फ्रँक अबॅग्नेल?"

भीतीची धडकी शमवत मी वर बघितलं. युनिफॉर्म घातलेले, उंच, उग्र चेहऱ्याचे मॅसॅच्युसेट्स् राज्याचे दोन पोलीस माझ्यासमोर उभे होते.

"तू फ्रँक अबॅग्नेल आहेस. आहेस ना?" त्यातला एक जण भावनाशून्य स्वरात म्हणाला.

"माझं नाव फ्रँक आहे. पण ते फ्रँक विल्यम्स आहे." मी म्हणालो आणि शांतपणे, न गांगरता माझ्या घशातून आलेल्या या उत्तराचं मलाच आश्चर्य वाटलं.

"कृपया, मला तुझी ओळखपत्रं बघू दे." एकानं विचारलं. हे शब्द त्यानं शांतपणे उच्चारले असले, तरी त्याचे डोळे सांगत होते की, मी जर लगेच माझं

ओळखपत्र दाखवलं नाही, तर तो ते माझ्या खिशातून जबरदस्तीनं बाहेर काढणार होता.

मी माझं ओळखपत्र आणि एफ.ए.ए.चं बनावट वैमानिकाचं लायसन्स दाखवलं. "हे बघा, हे सगळं कशासाठी चाललंय ते मला माहीत नाही, पण तुमची मोठ्ठी चूक होतीये." ती कागदपत्रं देत असताना मी सांगितलं. "मी पॅन-ॲमचा वैमानिक आहे आणि त्यासाठी हा पुरावा पुरेसा आहे."

त्यातल्या एकानं ओळखपत्र आणि लायसन्स चिकित्सकपणे न्याहाळलं आणि ते दुसऱ्या माणसाकडे दिलं.

"हे मूर्खासारखं बोलणं सोडून का देत नाहीस पोरा? तू फ्रँक अबॅग्नेलच आहेस. आहेस ना?" दुसरा अगदी हळुवारपणे म्हणाला.

"कोण फ्रँक?" माझा वाढता अस्वस्थपणा झाकून टाकण्यासाठी राग आल्याचा आविर्भाव करत मी विरोध दर्शवला. "मला माहीत नाही, तुम्ही कुणाच्या मागे लागलाय? पण तो मी नव्हे!"

त्या दोघांतला एक जण चिडला. "ठीक आहे, तुझ्याशी वाद घालत आम्ही इथे उभे राहणार नाहीयोत." तो गुरगुरला. "आमच्याबरोबर चल, आम्ही तुला आत टाकतोय."

त्यांनी मला माझं सामान कुठंय, हेही विचारलं नाही. मीही आपणहून सांगितलं नाही. त्यांनी मला बाहेर आणलं. त्यांच्या गस्त घालण्यासाठी असलेल्या गाडीत कोंबलं आणि सरळ राज्याच्या पोलीस ऑफिसमध्ये घेऊन गेले. तिथे एका पिसाळल्यासारख्या दिसणाऱ्या लेफ्टनंटच्या ऑफिसमध्ये नेलं. मला वाटतं, तो रात्रपाळीचा कमांडर असावा.

"नक्की काय चाललंय?" तो राग उफाळलेल्या स्वरात म्हणाला.

"हे बघा, आम्हाला वाटतंय की, हा फ्रँक अबॅग्नेल आहे, लेफ्टनंट." त्या दोघा पोलिसांपैकी एक जण म्हणाला, "हा म्हणतोय हा पॅन-ॲममध्ये वैमानिक आहे."

त्या लेफ्टनंटनं माझ्यावर नजर रोखली. "तू वैमानिक असण्याइतका वयानं मोठा वाटत नाहीस." तो म्हणाला, "तू खरं का बोलत नाहीस? तू फ्रँक अबॅग्नेलच आहेस. आम्ही खूप दिवसांपासून त्याचा शोध घेतोय. तोसुद्धा वैमानिक असल्याचा बहाणा करतो. त्याच्या वर्णनात तू बरोबर बसतोस. तंतोतंत!"

"मी ३० वर्षं वयाचा आहे. माझं नाव फ्रँक विल्यम्स आणि मी पॅन-ॲमच्या विमानांचं उड्डाण करतो आणि मला माझ्या वकिलाशी बोलायचंय." मी ओरडलो.

लेफ्टनंटनं सुस्कारा सोडला. "तुझ्यावर अजून कुठलाही आरोप ठेवला

नाहीये.'' तो म्हणाला, ''त्याला शहरातल्या तुरुंगात घेऊन जा. संशयित टेहळणीखोर – 'उडाणटप्पू' म्हणून त्याच्यावर आरोप ठेवा. त्याला त्याच्या वकिलाला फोन करू दे आणि तुम्ही फेडरलला फोन करा. हे त्यांचं कबुतर आहे. त्यांनाच त्याला सरळ करू दे.''

''उडाणटप्पूपणा?'' मी निषेध व्यक्त केला. ''मी उडाणटप्पू नाही. माझ्याकडे जवळजवळ २०० डॉलर्स आहेत.''

लेफ्टनंटनं नकारार्थी मान डोलावली. ''पण तू ते नोकरी वगैरे करून मिळवतोस, असं सिद्ध करू शकलेला नाहीस.'' तो कंटाळवाण्या स्वरात म्हणाला, ''याला इथून घेऊन जा बघू.''

बोस्टनच्या बाजारपेठेतल्या भागात त्या राज्याचा तुरुंग होता. तिथल्या सोयी-सुविधांबद्दल फार पूर्वीपासून नापसंती व्यक्त होत असणार, असंच त्याचं बाह्य स्वरूप होतं. मला नोंदणी करणाऱ्या सार्जंटकडे नेण्यात आलं.

''ए गधड्यांनो, त्यानं काय केलं?'' माझ्याकडे बघून त्यानं विचारलं.

''उडाणटप्पूपणा केल्याबद्दल त्याची नोंद करा. उद्या सकाळी त्याला कुणीतरी घेऊन जाईल.'' त्या दोघा पोलिसांपैकी एक जण म्हणाला.

''उडाणटप्पू!'' तो सार्जंट ओरडला. ''मूर्खांनो, हा उडाणटप्पू असेल, तर मला आशा आहे, तुम्ही कधीच रिकामटेकड्याला उचलून आणणार नाही.''

''फक्त याची नोंद करा'' त्या दोघा पोलिसांपैकी एक जण संतापानं ओरडला आणि तो आणि त्याचा मदतनीस निघून गेला.

''पोरा, तुझे खिसे रिकामे कर.'' सार्जंट तुटकपणे म्हणाला आणि त्यानं ड्रॉवरमधून तीन कॉपी असलेला एक फॉर्म काढला. ''तुझ्या चीजवस्तूंसाठी मी तुला पावती देईन.''

माझ्याजवळच्या चीजवस्तू त्याच्यासमोर ठेवायला मी सुरुवात केली. ''माझं जरा ऐकता का? मी माझं आणि वैमानिकाचं लायसन्स जवळ ठेवू का?'' मी विचारलं, ''कंपनीच्या नियामाप्रमाणे मी ते नेहमी माझ्याजवळ बाळगणं बंधनकारक आहे. अटक झाली तरी तसंच करायला लागतं. का ते मला ठाऊक नाही, पण तुमची काही हरकत नसेल, तर ते माझ्याकडे ठेवावं असं मला वाटतं.''

सार्जंटनं कार्ड आणि लायसन्स पाहिलं आणि माझ्याकडे सरकवलं.

''चालेल.'' तो कनवाळूपणे म्हणाला, ''मला वाटतंय, काहीतरी चुकीच्या समजुतीनं हे घडलंय. पोरा, मी यात गुंतलो नाही याबद्दल मी समाधानी आहे.''

जेलरनं मला वरच्या मजल्यावर नेलं आणि दारुड्यांच्या बाजूच्या, एका कळकट, लहानशा कोठडीत ठेवलं.

''तुला कशाची गरज वाटली, तर हाक दे.'' तो अनुकंपेनं म्हणाला.

मी फक्त मान डोलावली, उत्तर दिलं नाही आणि कॉटवर अंग टाकलं. मी एकाएकी दु:खी, निराश झालो होतो आणि भयभीतही झालो. मला मान्य करायला पाहिजे होतं की, माझा खेळ खलास झाला होता.

सकाळी एफ. बी. आय. मला उचलेल हे मला ठाऊक होतं आणि त्यानंतर एका कोर्टातून दुसऱ्या कोर्टात माझी तपासणी होणार होती. मी त्या कैदखान्याच्या अवती-भोवती पाहिलं आणि आशा केली की, इतर सर्व तुरुंगाच्या कोठड्या इथल्यापेक्षा जरा सुसह्य असाव्यात. ते तर उंदराचं बीळ होतं आणि त्यातून बाहेर पडण्याची प्रार्थना माझ्याजवळ नव्हती. 'पण जो माणूस भानगडी करणाऱ्यांच्या देवाची पूजा करतो त्याच्यासाठी प्रार्थना नसेतच.' मी दु:खी अंत:करणानं विचार केला.

पण अशा देवाकडेही देवदूतांची फौज असते आणि आत्ता माझ्यासमोर एक देवदूत उभा ठाकला. त्या पाठोपाठ एखाद्या मुलानं स्मशानात आल्यावर सर्व धीर एकवटून शिट्टी मारावी अशी अस्पष्ट, थरथरत्या आवाजातली शिट्टी ऐकू आली. तो माझ्या कोठडीसमोर एखाद्या भुतासारखा उभा ठाकला. त्यानं चौकटीचा हिरवा सूट घातला होता. त्याचा जबडा थोराड होता. एखाद्या मांजरानं उंदराकडे पाहावं तसे त्यानं माझ्यावर डोळे रोखले होते. त्याच्या तोंडात दर्प येणारा एक सिगार होता.

"आत्ता तू इथे काय झक मारतोयस?" तो सिगार तोंडात ठेवून म्हणाला.

तो कोण होता, हे मला ठाऊक नव्हतं. मला मदत करणाऱ्यांपैकी तो वाटत नव्हता.

"उडाणटप्पूपणा." मी थोडक्यात सांगितलं.

"उडाणटप्पूपणा?" आपल्या चाणाक्ष नजरेनं मला न्याहाळत तो म्हणाला, "तू पॅन-ॲममध्ये वैमानिक आहेस. हो ना? तू उडाणटप्पू कसा असशील? तुझी सगळी विमानं कुणी चोरली की काय?"

"तुम्ही कोण आहात?" मी विचारलं.

त्यानं खिशात हात घातला आणि कार्ड बाहेर काढून गजातून पुढे केलं.

"ॲलॉयिस जेम्स – 'बेलआऊट'– जामीन मिळवून देणारा, माझ्या वैमानिक मित्रा." तो म्हणाला, "उत्तम प्रकारे जामीन मिळवून देणारा. पोलीस ज्यांना पकडतात, त्यांना मी बाहेर काढतो. तू आत्ता त्यांच्या ताब्यात आहेस पोरा. मी तुला माझ्याकडे आणू शकतो. इथे बाहेर. मोकळ्यावर."

माझ्या मनात आशा तरळली, असं नक्की म्हणता येणार नाही, पण ते सकाळ झाल्याची सूचना देणारं कोंबड्याचं आरवणं वाटलं.

"ठीक आहे. मी खरं काय झालं ते सांगतो." मी सावधपणे म्हणालो,

"विमानतळावर एक पोरगा होता. तो एका पोरीबरोबर असभ्य वर्तन करत होता. मी त्याला दोन ठेवून दिल्या. आम्ही मारामारी करत असताना पोलिसांनी पाहिलं. मी असं करायला नको होतं. मला तुरुंगात टाकलंय, हे माझ्या बॉसला समजलं, तर माझी नोकरी जाईल."

त्यानं माझ्याकडे अविश्वासानं पाहिलं.

"तू मूर्खासारखं काय बरळतोयस? तुला जामीनावर सोडवणारं कुणी नाही? तुझ्या कुणा मित्रांना फोन कर."

मी नकारार्थी खांदे हालवले. "इथे माझे कुणीही मित्र राहत नाहीत. मी इथे मालवाहतूक करण्याच्या कामगिरीवर विमान घेऊन आलोय. मी लॉस एंजल्सला राहतो."

"तुझ्या इतर कर्मचाऱ्यांचं काय?" त्यानं विचारलं, "त्यांच्यापैकी कुणाला फोन कर."

"ते इस्तंबूलला गेले." मी खोटंच सांगितलं. "मी माझी हक्काची रजा घेतली. सकाळी ६ वाजता मी मायामीला एका पोरीला भेटायला 'डेड-हेड' करणार होतो."

"छान, दुर्दैव! तू चांगलाच अडचणीत आलायस, होय ना?" ॲलॉयिस जेम्स म्हणाला, "बेल आऊट, जामीन मिळवून देणारा." नंतर तो हसला. "मारामारी करणाऱ्या माझ्या वैमानिक दोस्ता, तुला बोस्टनच्या तुरुंगातून बाहेर काढता येईल का, ते आपण बघू या!"

तो गायब झाला आणि त्यानंतर बराच वेळ मला फार दुःख झालं. दहा मिनिटं गेली!

नंतर पुन्हा तो माझ्या कोठडीसमोर आला.

"तुझा बॉंड आहे ५००० डॉलर्सचा." तो आश्चर्य व्यक्त करत असल्यासारखा म्हणाला, "सार्जंट म्हणतो, तू पोलिसांबरोबर गैरवर्तन केलं असणार. तुझ्याकडे किती पैसे आहेत?"

माझी आशा रोडावली.

"फक्त २०० डॉलर्स, कदाचित तितकेही नसतील." मी सुस्कारा सोडला.

माझ्या उत्तरावर त्यानं विचार केला. त्याचे डोळे बारीक झाले. "तुझ्याकडे ओळख पटवणारी काही कागदपत्रं आहेत?" त्यानं विचारलं.

"नक्कीच." माझं ओळखपत्र आणि वैमानिकाचं लायसन्स गजातून देत मी म्हणालो, "मी किती वर्षं वैमानिक म्हणून नोकरीत आहे, हे तुम्हाला समजेल आणि मी पॅन-ॲमकडे सात वर्षं नोकरी करतोय."

त्यानं कागदपत्रं परत केली. "तुझ्याकडे खासगी चेक आहे?" तो अचानक म्हणाला.

"हो आहे. खाली सार्जंट बसतो त्याच्याकडे ठेवलाय." मी म्हणालो, "का?"

"कारण मी तुझा चेक घेणाराय म्हणून." तो हसत म्हणाला. "जेव्हा सार्जंट तुला बाहेर काढेल, तेव्हा तू तो लिहू शकतोस."

३५ मिनिटांनंतर सार्जंटनं मला बाहेर काढलं. मी 'बेली'च्या नावे बाँडच्या १० टक्के रकमेचा ५०० डॉलरचा चेक लिहिला आणि १०० डॉलर त्याला रोख दिले.

"खुशीच्या चुंबनाऐवजी हा बोनस आहे." मी आनंदानं म्हणालो "तो घाणेरडा सिगार नसता, तर मी तुला चुंबन दिलं असतं."

मी मायामीला जाणारी पहिली फ्लाईट घेणार असल्याचं सांगितल्यावर त्यानं मला विमानतळावर सोडलं.

माझ्या पाठीमागे नंतर तिथे असं घडलं होतं. 'माझ्याजवळ या माहितीचे भक्कम पुरावे आहेत.' व्हाईट हाऊसच्या बातमीदारानं त्याच्या नेहमीच्या आवडत्या वाक्प्रचाराप्रमाणे म्हणावं, तसं मी मनात म्हटलं. स्वतःकडे वैमानिकाचं लायसन्स असल्यामुळे खूप आनंदात असलेल्या आणि हर्षभरित झालेल्या ओरिलीनं तुरुंगात हजेरी लावली आणि त्यानं फर्मावलं, "अबॅग्नेल किंवा ज्या कोणाला तुम्ही अडकवलंय, त्याला ताबडतोब हजर करा."

"त्यानं सकाळी ३.३० वाजताच बाँड दिला!" जेलरनं माहिती दिली. सार्जंट काम संपवून घरी निघून गेला होता.

ओरिली संतापानं बेभान झाला होता. "बाँड! बाँड!! कुणी गाढवानं त्याला बाँडवर बाहेर सोडलं?" गुदमरलेल्या स्वरात तो शेवटी ओरडलाच.

"बेली, बेल-आऊट बेली, दुसरं कोण?" जेलरनं उत्तर दिलं.

ओरिलीनं जामीन मिळवून देणाऱ्या बेलीला रागानं धारेवर धरलं. "आज सकाळी तू फ्रँक विल्यम्सला जामीन मिळवून दिलास?" त्यानं विचारलं.

बेलीनं आश्चर्यानं त्याच्याकडे पाहिलं. "तो वैमानिक ना? हो. मीच मिळवून दिला. का म्हणून द्यायचा नाही?"

"त्यानं तुला पैसे कसे दिले? आणि किती?" ओरिली गुरगुरला.

"का? नेहमीची रक्कम. ५०० डॉलर्स. आत्ता माझ्याकडे त्याचा चेक आहे."

ओरिलीनं त्या चेककडे पाहिलं आणि त्या जामीन देणाऱ्याच्या डेस्कवर आपटत म्हणाला, "भोग आपल्या कर्माची फळं." तो बडबडला आणि दरवाजाकडे चालू लागला.

"तुम्हाला काय म्हणायचंय?" एफ. बी. आय.च्या एजंटनं दरवाजाचं हँडल धरलं होतं, तेव्हा बेलीनं त्याला जाब विचारला.

ओरिली खुनशीपणे हसला, "गाढवा, तो तुझ्या खात्यात जमा कर. मग तुला समजेल, मी काय म्हणतोय ते."

बाहेर मॅसॅच्युसेट्सचा डिटेक्टिव्ह ओरिलीकडे वळला. "आपण त्याच्यावर पकड वॉरंट काढू शकतो."

ओरिलीनं नकारार्थी मान हलवली.

"ते विसरा. तो बदमाश ५०० मैल दूर पोहोचलाय. बोस्टनचा कुठलाही पोलीस त्याला पकडू शकणार नाही."

धोरणी माणूस खरोखरच ५०० मैल दूर गेला असता. पण मी धोरणी नव्हतो. जेव्हाजेव्हा तुमचं नशीब बलवत्तर असतं, तेव्हा कोणीही तुमच्या आड येत नाही.

बेली मला विमानतळावर सोडून दिसेनासा झाल्याबरोबर मी एक टॅक्सी पकडली आणि जवळच्या मोटेलमध्ये गेलो.

ज्या बँकेची विमानतळावर शाखा होती त्या 'बीन स्टेट' बँकेला मी दुसऱ्या दिवशी सकाळी फोन केला. स्विच बोर्डाच्या ऑपरेटरनं उत्तर दिल्यावर मी म्हणालो, " कृपया सुरक्षा विभागाला देता?"

"हं. ऐका, मी कॉनॉर्स, नवा सुरक्षा-सेवक (गार्ड) बोलतोय. आजच्या रात्रपाळीसाठी माझ्याकडे युनिफॉर्म नाहीये. माझा युनिफॉर्म एका अपघातात फाटला. मला दुसरा युनिफॉर्म कसा मिळेल?" मी उद्वेगानं म्हणालो.

"आम्ही 'बेके ब्रदर्स'कडून युनिफॉर्म घेतो." ती बाई माझं सांत्वन केल्यासारख्या आवाजात म्हणाली, "मि. कॉनॉर्स, तुम्ही फक्त तिथे जा. ते तुमच्या मापाचा युनिफॉर्म देतील."

जेव्हा बेके ब्रदर्सच्या पत्त्यावर मी नजर टाकली होती, त्याच वेळी यलो पेजेसच्या इतर भागांवरही माझी बोटं फिरत होती.

मी पहिल्यांदा बेके ब्रदर्समध्ये गेलो. कुणीही मी काय करतो, हे विचारलं नाही. शर्ट, टाय, पँट, हॅट, छातीवरच्या खिशावर आणि उजव्या बाहीवर बँकेचे नाव लिहिलेला सुरक्षा-सेवकाचा संपूर्ण पोशाख मी मिळवला आणि बाहेर पडलो. पोलिसांना माल पुरवणाऱ्या दुकानात थांबलो आणि 'सॅम ब्राऊन बेल्ट' आणि कमरेला बांधायची पिस्तुलाची कातडी पिशवी घेतली. एका बंदुकीच्या दुकानात गेलो आणि पोलीस वापरतात तसल्या ०.३८ गनची प्रतिकृती असलेली गन घेतली. गन (छऱ्याची बंदूक) म्हणून ती कुचकामी होती, पण ती रोखली असताना तिच्याकडे दुर्लक्ष करणारा मूर्खच म्हणायला हवा. नंतर मी एक स्टेशन वॅगन भाड्यानं घेतली आणि मोटेलवर आलो. मी मोटेल सोडलं, तेव्हा त्या भाड्याच्या स्टेशन वॅगनच्या प्रत्येक दरवाजावर 'सेक्युरिटी बीन स्टेट नॅशनल बँक' अशी अक्षरं झळकत होती.

रात्री ११.१५ वाजता 'बीन स्टेट नॅशनल बँके'च्या एअरपोर्टवरच्या शाखेच्या 'नाईट-डिपॉझिट' बॉक्ससमोर मी 'अटेन्शन'मध्ये उभा होतो आणि त्यांच्या सेफ डिपॉझिटरी – तिजोरीवर सुंदर अक्षरांत बोर्ड लिहिला होता, 'रात्रीचा डिपॉझिट व्हॉल्ट नादुरुस्त. कृपया, सिक्युरिटी ऑफिसरकडे डिपॉझिट सुपुर्द करा.'

त्या तिजोरीसमोर एक मोठी, टपालाच्या पिशवीसारखी उघडी पिशवी उभी करून ठेवली होती.

त्या पिशवीमध्ये निदान ३५ लोकांनी आपापल्या बॅगा आणि पाकिटं टाकली.

एकानंही 'गुड-इव्हिनिंग' वा 'गुड-नाईट' याशिवाय दुसरं काही म्हटलं नाही.

जेव्हा शेवटचं दुकान बंद झालं, तेव्हा मी कॅनव्हासच्या पिशवीचं तोंड बंद केलं आणि ती लूट स्टेशन वॅगनकडे ओढत न्यायला लागलो. बाहेर पडायच्या दरवाजातून नेताना ती पिशवी दरवाजाच्या पट्टीमध्ये अडकत होती. कितीही प्रयत्न केला तरी मला ती त्या बेचक्यातून पलीकडे नेता येईना. ती फारच जड होती.

"काय चाललंय पोरा?"

मी मान वळवली आणि माझी पाचावर धारण बसली. ते कालचेच दोघं नव्हते म्हणून बरं, पण राज्याचे दोन पोलीस पाच फुटांवर उभे होते.

"काय झालंय, बॉक्स नादुरुस्त आहे आणि ट्रकही नादुरुस्त आहे. मी इथे बँकेची स्टेशन वॅगन आणलीये, पण त्याला हैड्रॉलिक फळी नाहीये." मी कावेबाजपणे हसत म्हणालो.

त्या दोघांतला वयस्क, लालबुंद चेहऱ्याचा माणूस हसला. "ठीक आहे, आम्ही मदत करतो." तो म्हणाला आणि पुढे झाला. त्यानं पिशवीचं हँडल पकडलं. आम्ही तिघांनी प्रयत्न केल्यामुळे दरवाजाच्या खाचेतून ती पिशवी सहज बाहेर काढता आली.

ती पिशवी स्टेशन वॅगनकडे न्यायला आणि ती जाडजूड, अवजड पिशवी त्या गाडीच्या मागच्या बाजूला ठेवायलाही त्यांनी मला मदत केली. मी मागचा दरवाजा लावला आणि त्या अधिकाऱ्यांकडे वळलो.

"मित्रांनो, तुमच्या या मदतीबद्दल आभारी आहे." मी हसत म्हणालो, "मी कॉफीसाठी आलो असतो, पण मला ही छोटी संपत्ती बँकेत घेऊन जायलाच पाहिजे."

ते हसले आणि त्यापैकी एकानं हात उंचावला. "अरे, काही हरकत नाही, पुढच्या वेळी. ठीकये."

एका तासाच्या आत तो खजिना माझ्या मोटेलच्या खोलीत होता आणि मी

रोख पैसे बाजूला करत होतो. फक्त नोटा. बाकी सुटे पैसे, क्रेडिट कार्ड्स, पावत्या, चेक मी बाथरूमच्या टबमध्ये ढकलून दिले.

६२,८०० डॉलर्सच्या नोटा माझ्या जाळ्यात अडकल्या. मी कपडे बदलले आणि साधा सूट घातला. ती लूट माझ्या जवळच्या एका जास्तीच्या शर्टमध्ये गुंडाळली आणि विमानतळावर टॅक्सीनं आलो. तिथे मी माझी बॅग घेतली आणि एका तासानंतर मी मायामीला जाणाऱ्या फ्लाईटमध्ये होतो. मला वाटेत ३० मिनिटं न्यूयॉर्कला थांबायला लागलं. तो वेळ मी बोस्टनच्या विमानतळावरच्या मॅनेजरला फोन करण्यासाठी वापरला. माझा त्याच्याशी टेलिफोनवर संपर्क झाला नाही, पण मी त्याच्या सेक्रेटरीशी बोललो. "ऐक, बीन स्टेट बँकेच्या लोकांना सांग की, काल रात्रीच्या डिपॉझिट बॉक्समध्ये जमा झालेल्या मालमत्तेपैकी बराच ऐवज त्यांना 'रेस्ट हेवन' मोटेलच्या खोली क्रमांक २०८ मधल्या बाथटबमध्ये मिळेल." एवढं बोलून मी फोन खाली ठेवला.

दुसऱ्या दिवशी मी मायामीहून विमानानं इस्तंबूलला गेलो.

वाटेत तेल अवीवमध्ये एक तास थांबायला लागलं. हा वेळ मी माझी नैतिक प्रतिष्ठा उंचावण्यासाठी वापरला. माझ्या सगळ्या कारकिर्दीत मी इतकी माणुसकीला धरून असलेली गोष्ट केलेली नव्हती.

मी अमेरिकन बँकेच्या शाखेत गेलो आणि तिथल्या पैसे घेणाऱ्या क्लार्कपुढे नोटांची थप्पी ठेवली. "मला ५००० डॉलर्सचा कॅशिअरचा चेक हवाय." मी म्हणालो.

"हो सर आणि तुमचं नाव?"

"फ्रँक अबॅग्नेल (ज्यू)." मी म्हणालो.

"ठीक आहे. मि. अबॅग्नेल, हा चेक तुम्हाला तुमच्या नावे पाहिजे?"

मी नकारार्थी मान डोलावली. "नाही." मी म्हणालो, "ॲलॉयिस जेम्स, 'बेलआऊट' बेली, बोस्टन, मॅसॅच्युसेट्स यांच्या नावे चेक बनवा."

○

कागदी विमानासाठी, हवाईसुंदरीचा छोटासा ताफा पुरे आहे...

काही लोकांच्या पायाला भिंगरी लावलेली असते. उदाहरणार्थ, राष्ट्राध्यक्ष, क्वीन एलिझाबेथ, फ्रँक सिनात्रा, मोहम्मद अली, अरनॉल्ड पामर खरंतर सर्वच प्रसिद्ध व्यक्ती!

आणि विमान कंपन्यांचे वैमानिक!

"तुमच्याबरोबरचे इतर विमान-कर्मचारी कुठे आहेत?" इस्तंबूलच्या हॉटेलमध्ये नोंदणी करणाऱ्या क्लार्कनं विचारलं.

या प्रश्नाला मला याआधीही एकदा उत्तर द्यावं लागलं होतं.

"माझ्याबरोबर इतर नोकरवर्ग नाहीये." मी उत्तर दिलं, "एक वैमानिक आजारी पडलाय, म्हणून त्याच्या बदली मी आलोय."

अमेरिकेपेक्षा मध्यपूर्वेकडचे देश आणि युरोपमध्ये अधिक वेळा मला या प्रश्नाचं उत्तर द्यावं लागलं होतं. या प्रश्नासाठी माझं उत्तर ठरलेलं होतं. युरोप खंडातल्या हॉटेल्समध्ये अर्थातच सर्व विमान सेवकांची एकाच ठिकाणी राहण्याची व्यवस्था करण्याची प्रथा असावी. एकटा वैमानिक बघून त्यांना कुतूहल वाटत असावं.

आणि कुतूहलापोटी संशय बळावतो.

टर्कीश रेस्टॉरंटमध्ये त्या संध्याकाळी जेवत असताना माझ्या मनात विचार आला. 'मी इतर विमान कर्मचाऱ्यांबरोबर असणं ही आवश्यक बाब आहे.' मी माझा युनिफॉर्म उतरवला होता. काही विशेष प्रसंग सोडले, तर मी तो हल्ली फक्त हॉटेलमध्ये नोंदणी करताना किंवा हॉटेल सोडताना चेक वटवण्यासाठी किंवा फुकट प्रवास करतानाच वापरायचो.

इतर कर्मचारी वर्गाची उपस्थिती आवश्यक असण्याचा विचार माझ्या मनात पूर्वीही आला होता. विमानाची सर्व सूत्रं हातात असणारा वैमानिक जेव्हा आपल्या विमान सेवकांच्या ताफ्याला घेऊन जाताना पाहायचो, खरंतर त्या प्रत्येक वेळी हा विचार माझ्या मनात यायचा. त्याचा दर्जा माझ्यापेक्षा जास्त विश्वसनीय वाटल्यामुळेच नव्हे; पण ते जास्त मजा करतात म्हणून. हवाईसुंदरी वैमानिकाच्या हातातली बाहुली असते, हे मी पाहिलं होतं. माझ्यासारख्या भामट्या वैमानिकाचं आयुष्य मात्र एकाकी होतं; पण बचावासाठी ज्याच्या पायाला भिंगऱ्या लागल्या असतात, तो अभागी असतो. तुम्ही जर होरपळलेल्या मांजरासारखं दबकत जात असाल, तर सिंहाचा रुबाब दाखवणं शक्य नाही. माझं पोरकटपणाचं वागणं हे सशाच्या धावेसारखंच कुंपणापर्यंत पोहोचणारं आणि तेवढ्यावरच समाधान मानणारं होतं.

माझे स्वत:चे विमान-कर्मचारी माझ्यासोबत असावेत ही माझी अद्भुतरम्य कल्पना केवळ माझी कुणाशीतरी मैत्री असावी, या इच्छेपोटीच नव्हती. विमान-कर्मचारी म्हणून फक्त हवाईसुंदरीचाच मी विचार करत होतो. हवाईसुंदरीचा ताफा सोबत असणं, हा मी विमान-कंपनीचा वैमानिक असण्याचा पुरावा होता. एकाकी वैमानिक हा नेहमीच चिकित्सक पडताळणीचा विषय ठरतो, हे मला समजलं. याउलट ज्याच्या मागोमाग चालणारा सुंदर हवाईसुंदरीचा ताफा आहे, असा वैमानिक संशयातीत असतो. 'माझ्या प्रवासात जर माझ्याबरोबर हवाईसुंदरीचा समूह असेल, तर मी माझे कवडीमोलाचे चेक खिरापतीसारखे वाटेन आणि लग्न समारंभाच्या वेळी अक्षता द्याव्यात तसे स्वीकारले जातील' असा माझ्या मनात विचार आला. ते चेक वटवायला मला सध्या त्रास पडत होता, असं नाही; पण मी एका वेळी एकच चेक वटवत होतो. माझ्याबरोबर विमान-कर्मचारी असते, तर मी पुष्कळ चेक वटवू शकलो असतो.

एका आठवड्यानं मी इस्तंबूल सोडलं आणि विमानानं अथेन्सला गेलो.

"तुमच्याबरोबर तुमचे सहायक विमान-कर्मचारी नाहीत का?" हॉटेलमधल्या नोंदणी करणाऱ्या क्लार्कनं विचारलं. मी माझं नेहमीचं उत्तर दिलं आणि तेव्हा मला कोणीतरी खिजवल्यासारखं वाटलं.

दुसऱ्या दिवशी लव्हलीअरना भेटण्यासाठी मी विमानानं पॅरिसला गेलो. "मला वाटतं, तू एअर फ्रान्सच्या विमान सेवेत असायला हवा होतास, म्हणजे मी तुझ्या विमान कर्मचाऱ्यांपैकी एक झाले असते." त्या भेटीमध्ये मोनिका एकदा असं म्हणाली होती.

त्या वक्तव्यानंतर माझी खात्री झाली की, विमान-कर्मचारी बरोबर असणं जरुरीचं आहे.

पण ज्या वैमानिकाकडे जबाबदारीचं कोणतंही खातं नाही, ज्याला विमान चालवता येत नाही तो कर्मचाऱ्यांचा ताफा कसा काय गोळा करणार? काही मुलींना इकडून-तिकडून गोळा करून 'बघा मुलींनो, तुम्हाला युरोपला जायचंय? माझ्याकडे खोटे चेक वटवण्याची छान योजना आहे.' असं थोडंच सांगणार? आणि अमेरिकेच्या अथवा युरोपच्या गुन्हेगारी जगताबरोबर माझे अजिबात संबंध नव्हते. त्यामुळे त्यांच्याकडूनही मदत मिळणं शक्य नव्हतं.

मी पश्चिम बर्लीनला होतो आणि तिथंच या प्रश्नावर सहजगत्या तोडगा सापडला. तो एक लांबच्या वळणाचा धोकादायक पल्ला होता, पण तो आव्हानात्मकही होता. 'पॅन-ॲम'च्या मधाच्या पोळ्यानं मला नेहमीच पुष्कळ मध दिला होता. ती कंपनी माझी मातृतुल्य विमान-कंपनी नसली, तरी मी त्या कंपनीचा अनौरस पुत्र होतो आणि हा माझ्या पुत्र-कर्तव्याचा प्रश्न होता.

माझ्याबरोबर असणाऱ्या हवाईसुंदरीच्या ताफ्याची जबाबदारी 'पॅन-ॲम'वरच सोपवावी, असं मी ठरवलं.

मी न्यूयॉर्कला विमानानं गेलो आणि तिथे पोहोचल्यावर 'पॅन-ॲम'च्या पर्सोनल ऑफिसला मी पश्चिमेकडच्या एका छोट्या कॉलेजचा 'प्रेस्कॉट प्रेसबिटेरियन नॉर्मल'चा डायरेक्टर असल्याचं सांगून फोन केला.

"तुमच्या नोकरीतल्या पदांच्या भरतीसाठी तुम्ही निरनिराळ्या कॉलेज आणि युनिव्हर्सिटीकडे तुमची माणसं पाठवता, असं समजलं. या वर्षी तुम्ही तुमच्या यादीत आमच्या कॉलेजला सामावून घ्याल का?" मी विचारलं.

"क्षमस्व, पण आम्हाला असं करता येणार नाही." 'पॅन-ॲम'च्या ज्या व्यवस्थापकीय अधिकाऱ्यानं माझा फोन घेतला त्यानं सांगितलं.

"पण अरिझोना युनिव्हर्सिटीच्या कॅम्पसमध्ये ऑक्टोबरच्या शेवटच्या दोन आठवड्यांसाठी आमचे लोक निरनिराळ्या पदांसाठी मुलाखती घेण्याचं काम करणार आहेत. पॅन-ॲममध्ये नोकरी करण्यासाठी उत्सुक असणारे तुमचे जे कोणी विद्यार्थी आहेत त्यांच्याशी संभाषण साधायला या लोकांना आवडेल. तुम्हाला पाहिजे असेल, तर आम्ही आमची परिपत्रकं तुमच्याकडे पोस्टानं पाठवू."

"हे छान होईल." मी म्हणालो आणि अस्तित्वात नसलेल्या माझ्या कॉलेजचा काल्पनिक पत्ता दिला.

माझी जी योजना होती त्यासाठी पर्वतारोहण करणाऱ्याकडे असणाऱ्या निर्भीडपणाची आवश्यकता होती. मी माझा युनिफॉर्म चढवला आणि केनेडी विमानतळावरच्या पॅन-ॲमच्या १४ व्या हँगरकडे गेलो. माझ्या छातीवर लटकत असणाऱ्या माझ्या बनावट ओळखपत्रामुळे तिथे प्रवेश मिळण्यात मला कुठलीही आडकाठी आली नाही. स्टोअर डिपार्टमेंटमधून रमतगमत चालत मी अर्धा तास घालवला आणि मला जरूर असणारी पाकिटं, मोठी पाकिटं आणि इतर स्टेशनरी गोळा केली. त्या सर्वांवर पॅन-ॲमची अक्षरं दिमाखदारपणे झळकत होती. यात नोकरीसाठी करायचे अर्ज आणि रंगीत माहितीपत्रकं यांचाही एक गठ्ठा होता, तो मी उचलला.

माझ्या मोटेलच्या खोलीत परतल्यानंतर मी अरिझोना विद्यापीठाच्या नोकर-भरतीसाठी मदत करणाऱ्या अधिकाऱ्याला पत्र लिहिलं. त्यात मी नमूद केलं की, 'पॅन-ॲम' या वर्षी नोकर-भरतीची नवी पद्धत आचरणात आणणार आहे. त्या पत्रात लिहिलं होतं की, नेहमीच्या नोकर-भरती करणाऱ्या व्यवस्थापन अधिकाऱ्यांबरोबर त्यांचे वैमानिक आणि हवाईसुंदरीही असतील, ज्यायोगे विमानसेवेत कार्यरत असणारे कर्मचारी पॅन-ॲमच्या विमान-उड्डाणातल्या सद्यपरिस्थितीवर उत्तर प्रकारे भाष्य करू शकतील आणि संभाव्य वैमानिक आणि हवाईसुंदरी होऊ पाहणाऱ्या अर्जदारांचं योग्य मूल्यमापनही करू शकतील.

'सप्टेंबरच्या ९ तारखेला, सोमवारी एक वैमानिक तुमच्या कॅम्पसला भेट देईल आणि हवाईसुंदरीच्या जागांसाठी अर्ज करणाऱ्यांच्या मुलाखती घेण्यासाठी त्याचा तिथे तीन दिवस मुक्काम असेल.' त्या बनावट पत्रात हेही नमूद केलं होतं की, एका दुसऱ्या पाकिटामधून आम्ही तुमच्याकडे काही माहितीपत्रकं आणि नोकरीसाठी करायच्या अर्जाचे फॉर्म्स पाठवत आहोत, ते तुम्हाला इच्छुक उमेदवारांना देता येतील.

पॅन-ॲमचा व्यवस्थापकीय संचालक म्हणून त्या पत्रावर मी सही केली आणि ते पॅन-ॲमच्या पाकिटात घातलं. तसंच माहितीपत्रकं आणि अर्जाचे फॉर्म एका मोठ्या मनिला फोल्डरमध्ये घातले. नंतर मी जिथून पत्रं पाठवली जातात, त्या पॅन-ॲमच्या ऑफिसच्या इमारतीच्या त्या खोलीत गेलो आणि ते सर्व बाड तिथल्या तरुण क्लार्कच्या पुढे ठेवलं आणि ते सर्व एअर मेलनं पाठवण्याची त्याला बेधडकपणे आज्ञा केली.

मला वाटलं, पॅन-ॲमच्या स्वतःच्या शिक्क्यानिशी टपाल पाठवलं की, त्यांच्या शिक्क्यासोबत त्यांचं 'संपूर्ण जगभरातील विमान वाहतुकीचा जास्तीतजास्त

अनुभव असलेली विमान-कंपनी' हे घोषवाक्यही असेल. त्यामुळे त्या बनावट कागदपत्रांना एक वेगळाच दर्जा प्राप्त होणार होता.

१८ ऑगस्टला मी ते पत्र आणि इतर सामग्री पाठवली. २८ ऑगस्टला मी अरिझोना युनिव्हर्सिटीला फोन केला. विद्यार्थ्यांना नोकरी उपलब्ध करून देणाऱ्या विभागाच्या संचालकानं, जॉन हंडरसननं फोन घेतला.

"मि. हंडरसन, मी फ्रँक विल्यम्स, 'पॅन-ॲम' वर्ल्ड एअर वेजचा सहवैमानिक बोलतोय. पुढच्या काही आठवड्यांत माझी तुमच्या कॅम्पसला भेट देण्याची योजना आहे आणि आमचं पत्र आणि इतर सामग्री तुम्हाला मिळाली का? आणि या तारखा तुम्हाला सोयीच्या आहेत ना? याची चौकशी करण्यासाठी मी फोन केला."

"ओह! हाय विल्यम्स." हंडरसन उत्साहानं म्हणाला, "आम्हाला तुमचं पत्र आणि माहितीपत्रकं मिळाली. आम्ही तुमच्या भेटीची आतुरतेनं प्रतीक्षा करत आहोत. खरं म्हणजे आम्ही सर्व कॅम्पसभर त्याची जाहिरात केलीये. तुमच्याकडे बरेच अर्ज येण्याची दाट शक्यता आहे."

"ठीक आहे. तुम्हाला आलेल्या पत्रात काय आहे, ते मला ठाऊक नाही." मी खोटं बोललो. "पण मला फ्लाईट सुपरवायझरनं सूचना दिलीये की, फक्त ज्युनिअर्स आणि सिनिअर्सच्याच मुलाखती घ्यायच्या."

"मि. विल्यम्स, आम्हाला त्याची जाणीव आहे." हंडरसन म्हणाले, "माझ्याकडे आत्तापर्यंत ज्युनिअर्स आणि सिनिअर्सकडूनच विचारणा झालीये."

माझ्यासाठी कॅम्पसवरच राहण्याची व्यवस्था करण्याची त्यानं तयारी दर्शवली, पण कंपनीनं उपलब्ध करून दिलेल्या हॉटेलमध्ये आधीच आरक्षण केलं असल्याचं सांगून मी नकार दिला.

९ सप्टेंबरच्या सोमवारी सकाळी ९ वाजता मी अरिझोना युनिव्हर्सिटीच्या कॅम्पसमध्ये पोहोचलो. हंडरसननं माझं अगत्यपूर्ण स्वागत केलं. मी अर्थातच युनिफॉर्ममध्ये होतो. माझ्या तिथल्या वास्तव्यात माझ्या वापरासाठी हंडरसननं एक छोटी खोली राखून ठेवली होती.

"आत्तापर्यंत आमच्याकडे ३० जणींचे अर्ज आले आहेत आणि दर दिवशी १० प्रमाणे मी त्यांचे ३ गट केले आहेत." तो म्हणाला, "अर्थातच, मला माहीत आहे की, तुम्ही प्रत्येकीची मुलाखत घेणार आहात आणि तुम्हाला वाटलं, तर तुम्ही स्वत: रोजचा वेगळा कार्यक्रमही ठरवू शकता. पण पहिल्या १० जणी आज सकाळी ९ वाजता इथे येणार आहेत."

"ठीक आहे. मी प्रथम त्या सर्वांशी एक ग्रुप या नात्यानं बोलेन आणि त्यानंतर त्या प्रत्येकीची स्वतंत्रपणे मुलाखत घेईन." मी म्हणालो.

पहिला १० जणींचा ग्रुप एकत्रितपणे आणि वैयक्तिकरीत्याही सुंदरच होता. आपल्याकडे कर्मचाऱ्यांचा ताफा असायलाच हवा, याची त्यांच्याकडे बघून मला जाणीव झाली. त्या १० ही जणी 'एल्व्हिस प्रिसली'नं या कामात स्वत:ला झोकून दिलंय, अशा नजरेनं मला न्याहाळत होत्या.

मी एक व्यावसायिक वातावरण तयार केलं होतं.

"सर्वांत पहिली गोष्ट म्हणजे मुलींनो मला तुम्हाला हे सांगायचंय की, ही गोष्ट तुमच्यासाठी जितकी नवीन आहे, तितकीच मलाही. मला कॉकपिटची जितकी सवय आहे, तितकी क्लासरूमची नाही; पण कंपनीनं माझ्यावर ही कामगिरी सोपवलीये आणि मला आशा आहे, मी ती यशस्वीपणे पार पाडीन. तुमच्या मदतीनं आणि सांभाळून घेण्यानं हे सहज साध्य होईलसं वाटतंय.

"मी समजून घेण्याबद्दल म्हणालो, कारण कुणाला नोकरीवर ठेवून घ्यायचं आणि कुणाला नाही, हे माझ्या हातात नाही. माझं काम इतकंच आहे की, फ्लाईट अटेंडंट म्हणून मला उचित वाटतील त्यांची निवड करायची आणि त्याप्रमाणे त्यांची शिफारस करायची. मी निवडलेल्यांपैकी कुणालाही अथवा सर्वांनाच नाकारण्याचा अधिकार व्यवस्थापकीय अधिकाऱ्याला आहे. परंतु मी तुम्हाला हेही सांगू इच्छितो की, माझ्या शिफारसींवरच तुमची नेमणूक होऊ शकते आणि तुम्हाला त्यासाठी दुसऱ्या कुणासमोरही मुलाखतीला जावं लागणार नाही.

"आणि एक लक्षात घ्या. तुम्ही पदवीधर होण्याआधी 'पॅन-ॲम' तुम्हाला नोकरीवर ठेवून घेणं अशक्य आहे. पण आमचं असं एक धोरण आहे की, हवाईसुंदरी म्हणून तुमची निवड झाली असेल, तर शेवटच्या वर्षी आम्ही काही मदत देऊ करतो, ज्यामुळे तुम्हाला दुसरं काम स्वीकारण्याचा मोह होणार नाही. मी सांगितलेलं तुम्हा सर्वांना नीट समजलंय?"

समजलंच होतं. पोरींनीही तसं सांगितलं. त्यानंतर एक ग्रुप म्हणून विचार न करता मी त्या प्रत्येकीची स्वतंत्र मुलाखत घ्यायला सुरुवात केली. माझ्याबरोबर येण्यासाठी कोणत्या प्रकारच्या हवाईसुंदरीना निवडावं, याबद्दल मला खात्री नव्हती. पण त्या कोणत्या प्रकारच्या नसाव्यात, हे मला पक्कं ठाऊक होतं. या काळजीपूर्वक बनवलेल्या बनवाबनवीच्या योजनेमध्ये आपण फसवल्या गेलो आहोत, असं समजल्यावर ती परिस्थिती हाताळता न येणारी मुलगी मला नको होती. अगदीच साध्या-भोळ्या आणि फाजील नम्र उमेदवारांवर मी लगेचच काट मारली. ज्या आकर्षक व हसतमुख, पण अत्यंत सरळमार्गी होत्या, हवाईसुंदरी म्हणून विमान कंपन्यांना ज्यांना नोकरीवर ठेवायला आवडलं असतं, अशा मुलींच्या नावापुढे मी प्रश्नचिन्ह नोंदवलं. काहीशा सहज, मनमोकळ्या, थोड्याशा

धाडसी, संकटप्रसंगी घाबरून न जाणाऱ्या, संकुचित वृत्ती नसणाऱ्या मुलींनी मला प्रभावित केलं आणि त्यांच्या नावापुढे मी खूण करून ठेवली. मला वाटलं की, असे गुण असणाऱ्या मुलीच माझ्या मनात योजलेल्या विमान प्रवासातल्या कर्मचाऱ्यांच्या ताफ्यासाठी भरवसा करण्यायोग्य होत्या.

सकाळच्या सत्रात हंडरसन उपस्थित होता, पण जेवणाच्या सुट्टीत तो मला त्याच्या ऑफिसच्या मागे, फाईलरूमकडे घेऊन गेला आणि मी जिथे मुलाखती घेत होतो, तिथून जवळच असलेला त्याचा एक दरवाजा त्यानं दाखवला आणि त्याची किल्ली माझ्याकडे सोपवली.

"विद्यार्थ्यांच्या नोंदी ठेवण्यासाठी आम्ही कॉम्प्युटरचा वापर करतो. त्यामुळे इथे काम करण्यासाठी क्वचितच कुणी येतं." तो म्हणाला, "तुम्हाला या किल्लीची जरूर भासेल. सर्व अर्जदारांच्या फाईली वेगळ्या काढून इथल्या डेस्कवर मी ठेवल्या आहेत. जर तुम्हाला एखाद्या विशिष्ट मुलीच्या रेकॉर्डचं निरीक्षण करायचं असेल, तर ते पाहता येईल. यामुळे तुम्हाला स्वतंत्रपणे काम करता येईल. जर तुम्हाला आमच्या मदतीची गरज असेल, तर अर्थातच आम्ही उपलब्ध आहोतच."

रेकॉर्ड ठेवण्याच्या पद्धतीनं मला कोड्यात टाकलं. पण पाहुणा म्हणून मला जेवायला घेऊन जाण्यापूर्वी ही पद्धत कशी कार्यान्वित होते, हे मला दाखवून हंडरसननं खरोखरच उपकृत केलं.

त्या दिवशी दुपारच्या आधीच मी पहिल्या दहा अर्जदारांच्या मुलाखतींचं काम उरकलं आणि दुसऱ्या दिवशी सकाळी दुसऱ्या बॅचच्या उमेदवारांना भेटलो. त्यांच्याशीही मी पहिल्यासारखीच छाप टाकणारी बडबड केली. पहिल्या दहा जणींप्रमाणेच याही माझ्या अटींशी जुळवून घेणाऱ्या होत्या. शेवटच्या टप्प्यातल्या मुलींनाही मी पहिल्यासारखंच माझ्या बाजूनं वळवलं आणि तिसऱ्या दिवशी दुपारपर्यंत माझ्या यादीत १२ संभाव्य उमेदवारांची नोंद केली.

त्या १२ जणींपैकी प्रत्येकीच्या वैयक्तिक फाईलमधल्या रेकॉर्डची मी दोन तास छाननी केली. नंतर मी त्यांच्या घेतलेल्या मुलाखतींचा आणि माझ्या टिप्पणीचा विचार करून त्यापैकी आठ जणींवर येऊन ठेपलो. मी त्या रेकॉर्ड रूममधून बाहेर पडत असताना माझ्या मनात एक मजेशीर विचार चमकला आणि त्या ऊर्मीचं समाधान करण्यासाठी मला अर्ध्या तासापेक्षाही कमी वेळ लागला; आणि मी जेव्हा त्या खोलीतून बाहेर पडलो, त्या वेळी फ्रँक अबॅग्नेल (ज्यू), राहणार बॉक्सविले याच्या खिशात त्यानं समाजशास्त्रात मिळवलेल्या बॅचलर आणि मास्टर्सच्या पदव्यांच्या ट्रान्सस्क्रिप्टस तयार झालेल्या होत्या.

दुसऱ्या दिवशी सकाळी मी माझा शोधनिबंध निर्णायक पदापर्यंत पोहोचलेल्या

त्या आठ तरुणींना दिला, कारण त्याच कोकरांमुळे मला मेंढ्याची कातडी पांघरून उचापती करणं शक्य झालं होतं.

मी त्यांना एकत्र जमवलं, तेव्हा त्या मुलींना खूप आनंद झाला.

माझ्या भोंदूगिरीला साजेसं वातावरण निर्माण करत मी म्हणालो, "शांत राहा, कृपया शांत राहा." मी त्यांना विनवलं. "हवाईसुंदरी म्हणून अजून तुमची नेमणूक झालेली नाही. मला वाटतं, आता हे तुम्हाला समजायला हवं."

माझ्या वक्तव्यानं मला हवा होता तो दबदबा निर्माण झाला आणि क्षणभराची शांतताही पसरली. नंतर मी हसलो आणि त्यांच्यापुढे हे स्पष्ट केलं, "कारण तुम्ही सर्व जणी ज्युनिअर्स आहात आणि पॅन-ॲमच्या सेवेत रुजू होण्याआधी तुम्ही तुमचं शिक्षण पूर्ण करावं, अशी आमची इच्छा आहे." मी म्हणालो.

"मला वाटतं पूर्वी हे मी तुम्हाला सांगितलं आहे की, ज्यांची निवड झाली आहे अशा उमेदवारांना त्यांच्या शेवटच्या वर्षात कंपनी मदत देऊ करेल. त्याला अनुसरून तुम्हा आठ जणींना एक भेटवस्तू देण्याचा मला अधिकार दिला आहे आणि मला वाटतं, ती भेट तुम्हाला आवडेल.

मला त्यांनी असं कळवलं आहे की, येत्या वर्षी उन्हाळ्याच्या सुट्टीत 'शिकाऊ हवाईसुंदरी' या नात्यानं कंपनी अनेकींना नोकरीवर ठेवणार आहे. या मुलींचे वेगवेगळे गट बनवून युरोपला पाठवले जातील आणि तिथे त्या जाहिरातींचं, जनसंपर्काचं काम करतील. पॅन-ॲमच्या जगभरातल्या प्रसिद्धि-पत्रकांमध्ये त्यांच्या फोटोंचा मॉडेल म्हणून वापर होईल. असे फोटो तुम्ही नक्कीच पाहिले असतील, याची मला खात्री आहे. आणि काही जणींना शाळांमधून, सार्वजनिक ग्रुप मीटिंग, बिझिनेस सेमिनार अशांसारख्या ठिकाणी वक्ता म्हणून काम करायची संधी मिळेल. अशा प्रकारच्या ग्रुपचा प्रवास हा कंपनीची प्रसिद्धी करण्यासाठी असतो. यासाठी बहुधा आम्ही खऱ्या हवाईसुंदरीचा किंवा हवाईसुंदरीचा युनिफॉर्म घातलेल्या व्यावसायिक मॉडेल्सचा वापर करतो.

पण येत्या उन्हाळ्यात आम्ही हवाईसुंदरीच्या जागेसाठी अर्ज केलेल्या मुलींचा मॉडेल्स म्हणून वापर करणार आहोत. त्यामुळे त्यांना व्यावसायिक मार्गदर्शन मिळण्याच्या आधीच हा एक प्रकारचा अनुभव मिळेल. मला स्वत:ला ही कल्पना छान वाटते आणि त्याला कारणंही बरीच आहेत. एक म्हणजे आमच्या जाहिराती करणाऱ्या लोकांना आमच्या सेवेत असणाऱ्यांचाच फोटोसाठी वापर करता येईल आणि तेसुद्धा ज्या शहरात आम्ही सेवा पुरवतो, त्या ठिकाणी घेतलेल्या फोटोंचा. दुसरं म्हणजे नेहमीच्या हवाईसुंदरीना त्यांच्या कामात व्यत्यय आणून, केवळ फोटोसाठी आणण्याची गरज पडणार नाही. त्यामुळे इतर हवाईसुंदरीही नाराज होतात. पूर्वी ही गोष्ट नेहमीच अडचणीची ठरायची, कारण उन्हाळ्यात

आमचा धंदा जोरात असतो. त्या वेळी अशा कामासाठी नेहमीच्या हवाईसुंदरीना घेऊन यायला लागल्यानं इतर हवाईसुंदरीना त्यांचं काम करावं लागतं.

"आता या योजनेत तुम्हा कुणाला वा सर्वांनाच भाग घ्यायचाच असेल, तर तुम्हाला कामावर ठेवून घेण्याचा अधिकार मला दिला आहे. तुम्हाला युरोपच्या टूरचा खर्च मिळेल. नेहमीच्या हवाईसुंदरीना जेवढा पगार मिळतो, तेवढाच पगार तुम्हाला मिळेल. तुम्हाला हवाईसुंदरीसारखाच पोशाख करावा लागेल, पण तुम्ही हवाईसुंदरी नसाल. आम्ही तुम्हाला हवाईसुंदरीचे पोशाख देऊ, तसंच तुमची हवाईसुंदरी म्हणून नेमणूक झाल्याचं पत्रही तुम्हाला मिळेल. त्या पत्राची या योजनेत फार गरज आहे. याचा अर्थ असा की, पदवी संपादनानंतर तुमच्यापैकी ज्या कुणी हवाईसुंदरी म्हणून नोकरी करायची असं ठरवतील, त्यांना पॅन-ॲमच्या सेवेत आधीच कामाचा अनुभव घेतलेला असलेल्या कर्मचाऱ्यांप्रमाणे अर्ज करता येईल आणि इतर अर्जदारांमध्ये तुम्हाला अग्रक्रम दिला जाईल.

"या योजनेत कोणी सहभागी होणार आहेत का?"

त्या सर्व मुलींनी सहभाग घेण्यासाठी अनुमती दिली.

"ठीक आहे." मी हसत म्हणालो, "आता तुम्हा सर्वांना पासपोर्टची आवश्यकता आहे आणि ती तुमची जबाबदारी असेल. मला तुमचे पत्ते हवे आहेत, म्हणजे कंपनी तुमच्या संपर्कात राहील. साधारण महिन्याभरात तुम्हाला नेमणुकीची पत्रं मिळतील, अशी माझी खात्री आहे. सभ्य स्त्रियांनो, आत्ता हे इतकंच. तुम्हा सर्वांना भेटून मला फार आनंद झाला आणि आशा करू या की, जेव्हा तुम्ही हवाईसुंदरी म्हणून सेवेत रुजू व्हाल, तेव्हा तुमच्यापैकी काही जणी माझ्याही हाताखाली काम करतील."

त्या मुलींना मी दिलेल्या संधीबद्दल हंडरसनना कळवलं आणि त्या मुलींना जसा आनंद झाला, तसाच त्यांनाही वाटला. खरंतर, त्या रात्री हंडरसन, त्यांची पत्नी आणि त्या आठ मुलींनी हंडरसन यांच्या परसदारी, तरण तलावानजीक मला एक छानशी मेजवानी दिली.

मी विमानानं न्यूयॉर्कला परतलो आणि 'पॅन-ॲम'च्या इमारतीत ऑफिस असणाऱ्या मेल आन्सरिंग सर्व्हिस कंपनीत एक बॉक्स भाड्यानं घेतला. 'पॅन-ॲम'च्या नावामागे दडण्याची ही एक बेमालूम युक्ती होती. त्यामुळे त्या मुलींशी पत्रव्यवहार करताना मला 'पॅन-ॲम'च्या पत्त्याचा उपयोग करणं शक्य झालं आणि त्या मुलींकडून येणारी सर्व उत्तरं मात्र त्या मेल सर्व्हिस फर्मद्वारे माझ्या पत्राच्या पेटीत पाठवली जायची.

आठवड्याभरानं त्या प्रत्येकीला मी 'नेमणुकीचं' पत्र पाठवलं. त्याबरोबर 'फ्रँक विल्यम्स' म्हणून मी स्वाक्षरी केलेलं एक पत्रही पाठवलं. या पत्रात म्हटलं

होतं की, महत् आश्चर्य!! आश्चर्य असं, की त्यांचा सहभाग असणाऱ्या युरोपियन कार्यक्रमाचा प्रमुख म्हणून कंपनीनं माझी नेमणूक केली होती. म्हणजे माझ्या सहायक कर्मचाऱ्यांमध्ये सरतेशेवटी त्यांचा समावेश असणार आहे. या पत्रासोबत मी बनवलेला एक बनावट फॉर्म जोडला आणि त्यांचे युनिफॉर्म बनवण्यासाठी आवश्यक ती मापं पाठवण्याची विनंतीही केली. यापुढे काही प्रश्न असतील अथवा काही माहिती पाहिजे असेल, तर त्यांनी थेट मलाच विचारावं, असं सांगून माझा बॉक्स नंबरही दिला.

त्यानंतर त्या प्रवास योजनेसाठी मी माझ्या स्वतःच्या तयारीकडे वळलो. माझ्याकडे पासपोर्ट होता, तो माझ्या खऱ्या नावाचा वा तात्पुरता होता. मी ठरवलं, आपल्याला एक नेहमी वापरता येईल असा 'फ्रँक विल्यम्स' या नावाचा पासपोर्ट असणं जरुरीचं आहे. न्यूयॉर्कच्या पासपोर्ट ऑफिसमध्ये खूप गडबड असते आणि तिथल्या कर्मचाऱ्यांना पोलिसासारखा तपास करण्याजोगा वेळही नसतो. तेव्हा तिथेच प्रयत्न करून बघावा.

एका सकाळी मी त्या ऑफिसमध्ये गेलो. माझा तात्पुरता पासपोर्ट दिला आणि १० दिवसांनंतर मला नेहमीचा पासपोर्ट दिला गेला. तो बघून मला आनंद झाला, पण तो फ्रँक वि. अबॅग्नेल (ज्यू), याच्या नावाचा होता. फ्रँक डब्ल्यू विल्यम्स, प्रथम अधिकारी, 'पॅन-ॲम' याच्यासाठी त्याचा काही उपयोग नव्हता. मी आजूबाजूला निरीक्षण करायला सुरुवात केली आणि पूर्व किनाऱ्यावरच्या एका मोठ्या शहराच्या रेकॉर्ड ठेवलेल्या हॉलमध्ये मला हवी होती ती माहिती मिळाली. तिथे एक नोटिस लावली होती. त्यात म्हटलं होतं, 'फ्रान्सिस डब्ल्यू विल्यम्स हा मुलगा वयाच्या २० व्या महिन्यात, इतक्या लहान वयात २२ नोव्हेंबर १९३९ ला ख्रिस्तवासी झाला.' हा मुलगा १२ मार्च १९३८ ला स्थानिक इस्पितळात जन्मल्याचंही त्यात म्हटलं होतं. ३ डॉलर्स देऊन तिथल्या हॉस्पिटलच्या एका क्लार्ककडून मीच 'फ्रान्सिस डब्ल्यू विल्यम्स' असल्याचं सांगून जन्माचा दाखला घेतला. मला हे अगदी सयुक्तिक वाटलं की, जर कुणाचं नाव फ्रान्सिस असेल आणि त्यानं फ्रान्सिसऐवजी फ्रँक नावानं ओळखण्याचा पर्याय स्वीकारला, तर ते गैर नाही आणि कोणालाही त्यात काही विचित्र वाटणार नाही.

मी फिलाडेल्फियाच्या ऑफिसमध्ये त्या जन्माच्या दाखल्याची कॉपी आणि त्याबरोबर लागणारे जरूर ते फोटो घेऊन गेलो. दोन आठवड्यांनंतर मला माझ्या पॅन-ॲमच्या युनिफॉर्मशी जुळणारा दुसरा पासपोर्ट मिळाला. पुढच्या काही महिन्यांत जर माझ्या अरिझोनाच्या स्वप्नांना विपरीत परिस्थितीचा तडाखा बसला नाही, तर माझ्या विमान कर्मचाऱ्यांच्या ताफ्याचं संयोजन करण्यासाठी मी आता सिद्ध झालो होतो.

मी पुढच्या दोन महिन्यांत देशातल्या अनेक ठिकाणांना भेटी दिल्या. मुख्यत्वेकरून फारशा उचापती केल्या नाहीत; पण कधीकधी पॅन-ॲमचे काही बनावट चेक अथवा कॅशिअर चेकची बनावट कॉपी वटवली.

असाच एकदा मी मायामीला गेलो होतो आणि 'मायामी बीच हॉटेल'मध्ये 'फाऊंटन ब्ल्यू'च्या पेंट हाऊसमध्ये राहिलो होतो. हातात २०, ५० आणि १०० डॉलर्सच्या नोटांनी भरलेली एक ब्रीफकेस घेऊन मी कॅलिफोर्नियाचा शेअर दलाल असल्याचं सोंग घेतलं होतं. लॉस एंजल्सहून लीजवर घेतलेली भाड्याची रोल्स रॉइस घेऊन मी फ्लोरिडाला पोहोचलो होतो.

मी एक प्रतिष्ठित व्यक्ती आहे, अशी माझी प्रतिमा सर्वत्र तयार केल्यावर मायामीमधल्या काही बँकांना आणि तिथल्या उच्चभ्रू लोकांसाठी असणाऱ्या काही आलिशान हॉटेल्सना बनावट कॅशिअरचे चेक देऊन मोठ्या रकमांना लुबाडायचं, अशी एक योजना माझ्या डोक्यात होती. बहुतेकदा अगदी योगायोगानं मी प्रतिष्ठित व्यक्ती असल्याची सहज छाप पडत असे. हॉटेलच्या व्यवस्थापनातल्या काही उच्चस्तरीय लोकांचा परिचय करून घेण्याचा माझा शिरस्ता होता. एक दिवस दुपारी त्यापैकी एकानं मला थांबवलं आणि फ्लोरिडाच्या शेअर दलालाशी माझी ओळख करून दिली. मीही त्या गृहस्थाच्या अर्थव्यवहारातल्या हुशारीबद्दल ऐकून होतो.

तो कट्टर फ्लोरिडीअन होता आणि कॅलिफोर्नियाच्या लोकांबद्दलचा तिरस्कार त्याच्या नसानसांत भरलेला असल्याचं सरळ-सरळ जाणवत होतं. आमच्या सहज झालेल्या भेटीतून आणि त्याच्या शेरेबाजीवरून मला जाणवलं, त्याच्या लेखी कॅलिफोर्नियाचे दलाल म्हणजे क:पदार्थ होते. तो काही वेळा इतकं उद्धट आणि अरेरावी करणारं बोलला की, त्यामुळे हॉटेलचा उच्चाधिकारीही अस्वस्थ झाला. तो अद्वातद्वा बोलल्यावर काही मिनिटांनी मी निघून जाण्याची इच्छा प्रदर्शित केली. मी जाऊ लागताच त्यानं माझा हात घट्ट पकडला.

"सॅटर्न इलेक्ट्रॉनिक्सनं जे शेअर्स बाजारात आणलेत त्याबद्दल तुमचं काय मत आहे?" आढ्यतेखोरपणे हसत त्यानं विचारलं. मी त्या कंपनीबद्दल कधीच काही ऐकलं नव्हतं. वास्तविक पाहता अशी एखादी कंपनी अस्तित्वात आहे, हेच मला माहीत नव्हतं. पण मी त्याच्याकडे शांतपणे पाहिलं आणि एक डोळा मिचकावून म्हटलं, "तुमच्या हाताशी लागतील ते सगळे (शेअर्स) खरेदी करा." आणि निघून गेलो.

काही दिवसांनंतर, प्रवेशद्वाराजवळ आपापल्या गाड्यांची वाट पाहत असताना आमची समोरासमोर गाठ पडली. त्यानं जरा नाखुशीनं, पण आदर व्यक्त करत माझं स्वागत केलं. त्यामुळे मला खरंतर आश्चर्यच वाटलं.

"त्या सॅटर्न शेअरबद्दल मी तुमचं ऐकायला हवं होतं." तो म्हणाला, "ती कंपनी गॅलॅक्सी कम्युनिकेशन घेणार आहे, हे तुम्हाला कसं समजलं?"

मी फक्त हसलो आणि पुन्हा एकदा डोळा मारला. नंतर मला समजलं, गॅलॅक्सीनं ती कंपनी घेतल्यानंतर सॅटर्न इलेक्ट्रॉनिक्सचे शेअर्स गेले चार दिवस रोज ५ ते ८ आकड्यांनी वर जात होते.

त्या संध्याकाळी लिफ्टजवळ उत्तम पोशाख केलेल्या तिशीतल्या एका गृहस्थानं स्वत: त्या शहरातला एक शासकीय अधिकारी असल्याचं सांगत माझी ओळख करून घेतली.

"रिकनं (हॉटेलमधला एक अधिकारी) मला तुमच्याबद्दल सांगितलंय, मि. विल्यम्स." तो म्हणाला, "तुम्ही इथे तुमचं ऑफिस उघडताय आणि वर्षातले काही दिवस तुम्ही मायामीला वास्तव्य करणार आहात, असंही त्यानं सांगितलं." मी होकारार्थी मान हलवली. "हं, मी खरंच तसा गांभीर्यानं विचार करतोय." मी हसत म्हणालो, "पुढच्या काही आठवड्यांत कदाचित मी नक्की काय ते ठरवेन."

"ठीके. कदाचित मी तुम्हाला मदत करू शकेन." तो म्हणाला, "माझी बायको आणि मी आज रात्री पार्टी देतोय आणि या राज्याचे उच्चस्तरीय सरकारी अधिकारी आणि उद्योगपतीही येणार आहेत. त्यात नगराध्यक्ष आणि गव्हर्नरांच्या स्टाफपैकी काही लोकही असतील. जर तुम्ही येऊ शकलात, तर मला तुम्हाला आमंत्रण द्यायला आवडेल. तुमची संध्याकाळही चांगली जाईल आणि मला वाटतं, तुम्हाला असे काही लोक भेटतील की, ज्यांच्या मदतीनं तुम्हाला तुमच्या मनाजोगा निर्णय घेण्यास मदतही होईल."

मी ते आमंत्रण स्वीकारलं, कारण एक प्रकारे त्यांचं म्हणणं बरोबर होतं. त्यांचे काही मित्र मला मदत करण्याची नक्कीच शक्यता होती. माझ्याकडून ते नागवले जाणंही शक्य होतं.

या पार्टीमध्ये काळा टाय लावण्याची औपचारिकता होती. एवढ्या कमी वेळात काळं जॅकेट आणि टाय भाड्यानं देणारं दुकान शोधण्यात मला काहीच त्रास झाला नाही आणि त्या अधिकाऱ्याचं घर शोधण्यातही कसलीच अडचण पडली नाही.

ते घर कुणा एका बँकरच्या घराला जरा लागूनच होतं. तिला या पार्टीला बोलावलं नसावं, अशी मी आशा करत होतो. मी जिथे गाडी ठेवली होती, तिथे नोकर तैनात होता त्यामुळे जरूर पडली, तर मला चटकन बाहेरही पडता आलं असतं.

तिथे आमंत्रण नसलेली एक अनाहूत पाहुणी आली होती. तिच्याइतकी

सुंदर आणि आकर्षक तरुणी मी त्यापूर्वी आणि त्यानंतरही पाहिलेली नाही. ती भुऱ्या केसांची सौंदर्यवती होती. मी पाहुण्यांच्या गर्दीत मिसळलो. काही क्षणांनी माझं त्या तरुणीकडे लक्ष गेलं आणि ती सबंध संध्याकाळ माझी नजर तिच्यावरच खिळून राहिली. तिचं वागणं मला थोडंसं चमत्कारिक वाटलं. कारण ती सर्व चाहत्यांच्या कौतुकाचा विषय असली, तरीही त्यांपैकी कुणा पुरुषावर ती लट्टू झाल्याचं दिसलं नाही. यजमानांनीही माझ्या मताला पुष्टी दिली.

"ती चेरील." तो म्हणाला, "असल्या मेजवान्यांतून तिची उपस्थिती पार्टीला शोभा आणते. ती मॉडेल आहे आणि कित्येक मासिकांच्या मुखपृष्ठावर तिचे फोटो झळकत असतात. आमचे तिच्याबरोबर खूप चांगले संबंध आहेत. आमच्या पार्ट्यांना उपस्थित राहून ती पार्टीची शोभा वाढवते आणि आम्ही समाजातल्या सर्व प्रतिष्ठित ठिकाणी तिच्या नावाचा बोलबाला राहील, याची काळजी घेतो. इकडे या, मी तुमची तिच्याशी ओळख करून देतो."

माझ्याबद्दल औत्सुक्य वाटत असल्याचं तिनं लगेचच स्पष्ट केलं होतं. "तुम्ही येताना मी पाहिलं." आपला हात हस्तांदोलनासाठी पुढे करत ती म्हणाली. "ती रोल्स सुंदर आहे. ती तुमची आहे की या प्रसंगासाठी उसनी घेतलीत?"

"माझ्याकडे ज्या आहेत त्यापैकी ही एक." मी म्हणालो.

तिच्या भुवया उंचावल्या. "तुमच्याकडे आहेत त्यापैकी एक? तुमच्याकडे एकाहून अधिक रोल्स रॉइस आहेत?"

"माझ्याकडे पुष्कळ आहेत." मी उत्तर दिलं. "गाड्या जमवण्याचा मला शौक आहे." तिच्या डोळ्यातली चमक पाहून मला समजलं की, आपण एक जिवलग मैत्रीण जोडलीये. श्रीमंती आणि ऐहिक संपत्ती यामुळे अर्थातच ती आकर्षित झाली होती. त्यानंतरच्या त्या संध्याकाळी मला एका गोष्टीचं सारखं आश्चर्य वाटत होतं की, बाह्य मुखवटा इतका सुंदर असलेल्या तरुणीचं अंतरंग संपत्तीला किती लालचावलेलं आणि लोभी होतं! तिच्याकडे सद्‌गुणांचा अभाव होता, पण म्हणून मला तिच्याबद्दल वाटणाऱ्या आकर्षणात काही व्यत्यय आला नाही. तिचे दुर्गुणच मला भावले होते. ती अत्यंत सुंदर होती.

त्या पार्टीत आम्ही पूर्ण वेळ एकत्र नव्हतो. अधूनमधून बाजूला व्हायचो. एका जंगलात दोन चित्ते जसे वेगवेगळ्या भक्ष्यांचा शोध घेत असतात, तसे एकएकटे भटकायचो. मी ज्या भक्ष्याच्या शोधात होतो ते मला गवसलं – एक गलेलठ्ठ, मालदार आणि बँकेशी संबंधित कबुतराची एक जोडी. तिलाही तिचं भक्ष्य गवसलं होतं – मी!

२.३० वाजता मी तिला बाजूला घेतलं. "हे बघ, या पार्टीत आता काही

रस उरलेला नाहीये.'' मी तिला सुचवलं, ''आपण माझ्या पेंट हाऊसमध्ये जाऊन ब्रेकफास्ट घेऊ या का?''

तिच्या उत्तरानं माझ्या स्वाभिमानाला धक्का पोहोचला. ''तुझ्याबरोबर तुझ्या हॉटेलमध्ये जाण्याचे किती पैसे मोजशील?'' तिनं मला चिथावणी देत विचारलं.

''मला वाटलं तू मॉडेल आहेस?'' मी आश्चर्यानं बहकलो.

ती हसली. ''मॉडेलमध्येही प्रकार असतात. काही मॉडेलिंगच्या कामाचे पैसे नेहमीपेक्षा जास्त आकारले जातात.'' ती म्हणाली.

माझ्याबरोबर रतिसुख घेण्यासाठी मी अजूनपर्यंत कुणाला पैसे मोजले नव्हते. धंदेवाईक विषयसुखाचा बाजार माझ्यासाठी अनभिज्ञ प्रांत होता. आत्तापर्यंत मला कोणी वेश्या अथवा कॉलगर्ल भेटली नव्हती, पण आता तशी भेटलीये, असं दिसत होतं. तरीही मला तिच्याबरोबर शय्यासोबत करायची होती आणि तिचं खरं स्वरूप उघड झाल्यामुळे मी तिची किंमत ठरवण्याचा प्रयत्न केला.

त्यात काय मोठंसं! माझ्याकडे खूप पैसे होते.

''अं, ३०० डॉलर्स?'' मी बोली लावली.

गोडसं, खट्याळ हसून तिनं नकारार्थी मान डोलावली.

''नाही, ३०० डॉलर्स पुरेसे नाहीत.'' ती म्हणाली.

मला आश्चर्य वाटलं. अर्थातच, मी ज्यांचा आजपर्यंत उपभोग घेतला, त्यांची खरी किंमत किती आहे, हे न समजताच मी ऐषारामात लोळलो होतो.

''ओह! ठीक आहे. आपण ते दुप्पट करून ६०० डॉलर्स ठरवू.'' मी म्हणालो.

तिनं माझ्याकडे एक चाचपणी करणारा दृष्टिक्षेप टाकला.

''ते अगदी जवळपास आहे.'' ती म्हणाली, ''पण तुमच्यासारख्या मालदार व्यक्तीकडून जरा अधिक पैसे हवेत, असं मला वाटतं.''

मी तिच्याकडे पाहिलं आणि मला चीड आली. चोरीच्या व्यवसायातही मी एक नीतिमत्ता जोपासली होती आणि चोरी हा व्यवसाय म्हणून स्वीकारल्यापासून मी ही नैतिक मूल्यंही जपली होती. मी कधीही एकट्या-दुकट्याला फसवलं नव्हतं. उदाहरणार्थ, खोटा चेक देऊन वैयक्तिक वापरासाठी कोणतीही वस्तू, कपडे घेतले नव्हते. पुष्कळ डिपार्टमेंटल स्टोअर्स आणि व्यावसायिक कंपन्या, जर कोणाचा चेक वटला नाही, तर संबंधित विक्रेत्याला जबाबदार धरतात. जर त्यांच्या एखाद्या विक्रेत्यानं चेक स्वीकारून सूट विकत दिला आणि तो चेक वटला नाही, तर त्या सूटची किंमत त्या विक्रेत्याच्या पगारातून कापली जाते. मी ज्यांना फसवलं ती सर्व लक्ष्यं व्यावसायिक कंपन्या होत्या. जसं बँका, विमान कंपन्या, हॉटेल, मोटेल. ज्या संस्थांना विम्याद्वारे संरक्षण मिळालेलं आहे, अशा

संस्था. जेव्हा डामडौलाचं प्रदर्शन करण्यासाठी मी नवे कपडे अथवा वैयक्तिक स्वरूपाची दुसरी एखादी गोष्ट घाईगर्दीत खरेदी करायचो तेव्हा आवश्यक ती रोकड मिळवण्यासाठी मी नेहमीच एखाद्या बँकेवर अथवा हॉटेलवर धाड टाकायचो.

मला चटकन सुचलं की, माझ्या नियमाला चेरील ही सुंदर अपवाद ठरू शकेल.

"हे बघ, आपण इथे रात्रभर उभं राहून किमतीबद्दल घासाघीस करत बसलो, तरी हे संपणार नाही." मी म्हणालो, "मला शब्दांचा कीस काढत बसायला आवडत नाही. आपण माझ्या पेंट हाऊसऐवजी तुझ्या अपार्टमेंटवर गेलो आणि तिथे तासभर एकमेकांच्या सहवासात घालवला तर? आणि मी तुला १००० डॉलर्स देईन."

तिनं पर्स उचलली. "आपण निघू या." तिनं संमती दर्शवली. "पण आत्ता, या घटकेला मी अपार्टमेंटमध्ये राहत नाही. माझं लीज संपलंय आणि मी मायामी बीचवर एका हॉटेलमध्ये राहतेय." तिनं ज्या हॉटेलचं नाव सांगितलं, ते माझ्या हॉटेलपासूनही फारसं दूर नव्हतं. आम्ही तिथे तीस मिनिटांत पोहोचलो.

ती तिच्या खोलीच्या दरवाजात किल्ली घालून तो उघडत होती, तेव्हा मी वळून म्हटलं, "मी आत्ता एवढ्यात परत येतोच."

तिनं माझा हात पकडला. "अरे, तू कुठे चाललास?" तिनं काहीसं चिडून विचारलं, "दिलेला शब्द मोडण्याचा तर तुझा विचार नाही ना?"

माझ्या खांद्यावरचा तिचा हात मी झटकून टाकला. "हे बघ, मी हजार डॉलर्स खिशात घालून फिरतोय, असं तर तुला वाटत नाही ना?" मी विचारलं. "मी खाली जातोय आणि चेक वटवतोय."

"सकाळी ३.३० वाजता!" ती ओरडलीच "इतक्या सकाळी एवढ्या रकमेचा तुझा चेक वटणार नाही. १०० डॉलर्सचाही चेक वटणार नाही."

स्वतःच्या मोठेपणाची जाणीव झाल्यासारखं मी हसलो. "मलाही तसंच वाटतं. माझी या हॉटेलच्या मालकाशी ओळख आहे. हा न्यूयॉर्कच्या चेस मॅनहॅटन बँकेवर दिलेला सर्टिफाइड कॅशिअर्स चेक आहे. इथे याला सोन्यासारखी किंमत आहे. मी नेहमी असे चेक वटवतो."

"मला बघू दे." ती म्हणाली. मी माझ्या जॅकेटच्या खिशात हात घातला आणि मायामीला येण्याआधी घेतलेला चेस मॅनहॅटनचा एक खोटा चेक बाहेर काढला. तो १४०० डॉलर्सचा होता. तिनं त्याच्याकडे नजर टाकली आणि संमतिदर्शक मान डोलावली, "हा खरंच सोन्यासारखा किमती आहे." तिनं संमती दिली. "तो तू माझ्या नावेच का लिहून देत नाहीस?"

"अं." मी नापसंती दर्शवली. "हा चेक १४०० डॉलर्सचा आहे आणि

आपली बोली ठरली होती १००० डॉलर्सची आणि जरी ४०० डॉलर्स एवढे महत्त्वाचे नसले, तरी सौदा म्हणजे सौदा.''

''मला मान्य आहे.'' ती म्हणाली, ''तू मला तो दे. मी तुला ४०० डॉलर्स रोख देईन.'' तिनं पर्समध्ये हात घातला. १०० डॉलर्सच्या नोटा काढल्या आणि त्यातल्या ४ माझ्याकडे दिल्या. चेकवर मी सही केली आणि तिला दिला.

त्यानंतर जे काही घडलं ते मला ठाऊक आहे. त्याला बातमीदार 'विश्वसनीय सूत्रानुसार' म्हणतात, अशी ती माहिती आहे.

कित्येक दिवसांनंतर तिच्या बँकेनं तिला कळवलं की, तो कॅशिअर चेक खोटा आहे. तेव्हा तिनं चिडून 'डाडे काऊंटी' शेरीफच्या खात्याला फोन केला. सरतेशेवटी ओरिलीनं तिच्याशी संपर्क साधला.

''त्यानं हा चेक तुला का दिला?'' ओरिलीनं विचारलं.

''ते महत्त्वाचं नाही.'' ती झटकन म्हणाली, ''त्यानं तो मला दिला आणि तो खोटा आहे. त्या भामट्याला पकडलंच पाहिजे, असं मला वाटतं.''

''मी समजू शकतो.'' ओरिली म्हणाला, ''पण हा माणूस कसा विचार करतो, हेही समजून घेणं मला आवश्यक वाटतं. म्हणजे मला त्याला पकडता येईल. तू जे वर्णन केलंस, ते फ्रँक अबॅग्नेलला तंतोतंत लागू पडतं, पण त्यानं आजपर्यंत कुणालाही व्यक्तिशः कधी खोटा चेक दिलेला नाही. अचानक आणि तेसुद्धा एखाद्या सुंदर तरुणीला १४०० डॉलर्सचा चेक तो काय म्हणून देतोय? त्याचा हेतू काय होता?''

ओरिली हा स्वतःच एक कसबी नट आहे. त्यानं तिच्याकडून पूर्ण गोष्ट वदवून घेतली.

''त्यानं फुकट मजा मारली, याचं मला काही वाटत नाही.'' तिनं कडवटपणे शेवट केला. ''मी आधीही तसं होऊ दिलंय. पण त्या भामट्यानं माझे ४०० डॉलर्सही लुबाडले. त्याची मला चीड येते.''

या गोष्टीवरच्या ओरिलीच्या टिप्पणीशी मात्र मी पूर्ण सहमत आहे.

'आम्ही दोघंही नागवले गेलो होतो.'

तरीही मायामी सोडण्यापूर्वी दोन बँक अधिकाऱ्यांबरोबर झालेल्या खटपटीपेक्षा तिच्याबरोबर झालेल्या झटापटी कदाचित अधिक रोमांचक आणि कमी खर्चाच्या होत्या. त्या प्रत्येकाला मी २०,००० डॉलर्सपेक्षा जास्त लुबाडलं. मी फाऊंटन ब्ल्यू हॉटेलला बनावट कॅशिअर्स चेक देऊन हातोहात फसवलं. त्यामधून माझ्याकडे कित्येक डॉलर्सचा खुर्दाही जमा झाला.

गाड्या ठेवून घेतात त्या स्टोअरमध्ये मी माझी रोल्स ठेवली आणि कॅलिफोर्नियाच्या लीजवर देणाऱ्या फर्मला, ती गाडी कुठे ठेवली आहे ते तार

पाठवून कळवलं. चेरीलचं म्हणणं बरोबर होतं. ती गाडी छान होती आणि रस्त्यावर सोडून दिल्यामुळे वाऱ्या-पावसानं आणि विध्वंसकांकडून ती खराब झाली असती. त्यापेक्षा हा मार्ग ठीक होता.

मी 'सन' व्हॅलीमध्ये दडून बसलो आणि थंडीच्या दिवसांत फारसं बाहेर पडलो नाही. वसंत ऋतू आल्यावर मी न्यूयॉर्कला गेलो. मॅनहॅटनच्या एका अद्ययावत भागातल्या टेकडीवरच्या एका फ्लॅटमध्ये राहू लागलो आणि माझ्या संभाव्य हवाईसुंदरीना आठवण करून देणारी पत्रं पाठवून दिली. त्यांची उत्तरं मिळाली आणि माझी खात्री पटली की, 'पॅन-ॲम'चा प्रमोशनल एक्झिक्युटिव्ह या माझ्या काल्पनिक व्यावसायिक दर्जाबद्दलची विश्वसनीयता अजूनही टिकून होती. मग मी माझा सौंदर्यवतींना गटवण्याचा उद्योगही तसाच चालू ठेवला. 'पॅन-ॲम'च्या हवाईसुंदरीचे कपडे बनवणाऱ्या हॉलिवूडमधल्या फर्मचं नाव मला माहीत होतं. मी विमानानं हॉलिवूडला गेलो आणि माझा 'पॅन-ॲम'चा वैमानिकाचा पोशाख चढवून त्या फॅशन फर्मच्या कारखान्यात गेलो. 'पॅन-ॲम'च्या खात्याचा कार्यभाग जिच्याकडे होता, त्या बाईकडे गेलो आणि युरोपला जाणाऱ्या त्या काल्पनिक जनसंपर्काच्या सफरीबद्दल सविस्तर माहिती दिली. वरकरणी स्पष्टीकरण समोरच्या माणसावर छाप पाडणारं असल्यामुळे त्यांनी माझं म्हणणं मान्य केलं.

''ठीक आहे. सहा आठवड्यांत सर्व पोशाख आम्ही तयार ठेवू.'' ती म्हणाली, ''मला वाटतं त्या प्रत्येक मुलीसाठी तुम्हाला प्रवासाचं इतर सामानही लागेल?''

''अर्थातच.'' मी म्हणालो.

त्या मुलींचे कपडे तयार होत होते, तोपर्यंत मी लॉस एंजल्समध्ये राहिलो. या अविचारी साहसासाठी आवश्यक अशा इतर गोष्टी मला पार पाडायच्या होत्या. मी वैमानिकाचा पोशाख चढवून लॉस एंजल्सच्या विमानतळावर गेलो आणि पॅन-ॲमच्या स्टोअर डिपार्टमेंटला फोन केला. त्यांच्याकडून हॅट्स आणि युनिफॉर्मवर लावायची चिन्हं, बिल्ले वगैरे आवश्यक गोष्टी घेतल्या.

सर्व मुलींना त्यांचे एक इंच चौरसाचे रंगीत फोटो माझ्याकडे पाठवायला सांगितले. ते फोटो वापरून मी माझ्या ओळखपत्राप्रमाणेच त्यांच्यासाठी 'पॅन-ॲम'ची बनावट ओळखपत्रं बनवली आणि त्यावर प्रत्येकीचा व्यावसायिक दर्जा 'फ्लाईट अटेंडंट' असा लिहिला.

जेव्हा युनिफॉर्म शिवून तयार झाले, तेव्हा ते आणण्यासाठी एक स्टेशन वॅगन भाड्यानं घेऊन, तिच्या दारावर 'पॅन-ॲम'चा बनावट लोगो चिकटवून मी स्वतः गेलो. मी स्वतः युनिफॉर्म घेतले आणि त्यांच्या बिलावर सही करून युनिफॉर्मची रक्कम चुकती केली.

मे महिन्याच्या उत्तरार्धात प्रत्येक मुलीला मी एक पत्र पाठवलं आणि त्याबरोबर प्रत्येकीचं विमानाचं तिकीट पाठवलं. ही तिकिटं मी रोख पैसे मोजून खरीदली होती. पत्रामध्ये त्यांना २६ मे रोजी लॉस एंजल्स विमानतळाच्या लॉबीत जमायला सांगितलं.

माझा हा गरुडाच्या पिल्लांचा मेळावा अत्यंत धीटपणे आणि दिमाखदारपणे साकारलेल्या कलाकृतीचा रमणीय कलाविष्कार होता.

मी विमानतळाजवळच्या एका आलिशान हॉटेलमध्ये त्या प्रत्येक मुलीसाठी एक खोली आरक्षित केली. दुसऱ्या दिवशी त्या आल्यानंतर एकत्र भेटण्यासाठी हॉटेलमधली कॉन्फरन्स रूमही बुक करून ठेवली.

मी सर्व नोंदणी 'पॅन-ॲम'च्या नावे केली असली, तरी या सोयींसाठी रोख पैसे मोजले होते. या सर्व गोष्टी हाताळणाऱ्या असिस्टंट मॅनेजरचं औत्सुक्य शमवताना मी त्याला स्पष्ट करून सांगितलं की, हे 'पॅन-ॲम'च्या नेहमीच्या व्यवसायात मोडत नाही. विमान वाहतुकीच्या जाहिरात विभागानं हाताशी घेतलेला हा खास उपक्रम आहे. ज्या सकाळी मुली येणार होत्या, तेव्हा मी माझा 'पॅन-ॲम'च्या वैमानिकाचा युनिफॉर्म चढवला. विमानतळावरच्या 'पॅन-ॲम'च्या कार्यकारी शाखेत गेलो आणि विमान कर्मचाऱ्यांसाठी गाड्यांची व्यवस्था पाहणाऱ्या मॅनेजरला गाठलं.

"हे बघा, आज २ वाजता आपल्या ८ हवाईसुंदरी विशेष कामगिरीवर येतायेत. त्यांना हॉटेलमध्ये नेण्यासाठी मला काही वाहतूक-व्यवस्था करून हवी आहे." मी म्हणालो, "तुम्ही मला मदत करू शकाल का?"

"नक्कीच." तो म्हणाला, "कर्मचाऱ्यांच्या नेहमीच्या वापरासाठीची एक वॅगन माझ्याकडे उपलब्ध आहे. मी स्वत: त्यांना घेऊन येईन. तुम्ही तिथे असाल ना?"

"मी १.३० वाजता तुम्हाला इथेच भेटतो. आपण बरोबर जाऊ." मी म्हणालो, "मला कुठे काही सह्या वगैरे करायला पाहिजेत का?"

"नाही हो, कॅप्टनसाहेब. मी तुमचं काम करीन." तो हसला, "फक्त माझ्याजोगती एक राखून ठेवा हं."

त्या मुली बरोबर वेळेत पोहोचल्या. 'पॅन-ॲम'च्या कर्मचारी वर्गासाठी असणारी ती चकाकणारी गाडी बघून त्या मुली भारावून गेल्या. मी आणि त्या गाडीच्या मुख्याधिकाऱ्यानं सर्व मुलींचं सामान गाडीत चढवलं. त्यानं आम्हाला हॉटेलमध्ये सोडलं. पुन्हा सामान उतरवायला आणि मुलींना स्थिरस्थावर व्हायलाही सर्वतोपरी मदत केली. आमचं काम झाल्यावर मी त्याला ड्रिंक घेऊन जाण्याचा आग्रह केला, पण त्यानं तो नाकारला.

"मला तुमचं काम आवडतं." तो हसत म्हणाला, "मला कधीही हाक द्या."

दुसऱ्या दिवशी सकाळी मी त्या मुलींना कॉन्फरन्स रूममध्ये एकत्र जमवलं आणि त्यांना त्यांची ओळखपत्रं, त्यांचे युनिफॉर्म आणि सामान दिलं. प्रत्येक ड्रेसवर आणि सर्व सामानावर असणारा 'पॅन-ॲम'चा लोगो आणि त्यांचं मोनोग्राम केलेलं नाव न्याहाळताना त्या हर्षभरानं चीत्कारल्याच!

जेव्हा मी लंडन, पॅरिस, रोम, अथेन्स, जिनिव्हा, म्युनिच, बर्लीन, मॅर्डीड, ओसला, कोपनहेगन, व्हिएन्ना व इतर युरोपियन देश यांची नावं घेऊन आमच्या प्रवासाची रूपरेखा सांगितली, तेव्हा त्यांच्या आनंदाला उधाण आलं. मी त्यांना शांत केलं आणि एखाद्या कडक बापासारखा अवतार धारण केला.

"आत्ता हे सर्व फार मजेचं वाटतंय आणि मला आशा आहे, ते मजेचच होईल; पण आपण एका महत्त्वाच्या व्यवसायासाठी चाललो आहोत आणि मी कोणताही वाह्यातपणा अगर मूर्खपणा खपवून घेणार नाही." मी त्यांना बजावलं. "तुमच्या कोणत्याही गैरवर्तणुकीबद्दल तुम्हाला काढून टाकायचा मला अधिकार आहे. आणि मला तसं वाटलं, तर मी तुम्हाला घरी पाठवेन. एक गोष्ट स्पष्टपणे समजून घ्या, मी तुमचा बॉस आहे आणि माझ्या सूचनांबरहुकूम तुम्हाला राहावं लागेल आणि मी घालून दिलेल्या नियमांचं पालन करावं लागेल. मला वाटतं, माझे नियम आचरणात आणायला सोपे आणि वाजवी असतील, हे तुमच्या लक्षात येईलच. त्यांचं पालन करायला तुम्हाला अडचण पडणार नाही आणि म्हणूनच काहीही भानगडी चालणार नाहीत.

"पहिली गोष्ट म्हणजे तुम्ही पाहाल की, तुमच्या ओळखपत्रावर तुम्हा प्रत्येकीची हवाईसुंदरी अशी ओळख दिली आहे. आपण ज्या हॉटेलमध्ये राहू तिथल्या कर्मचाऱ्यांच्या दृष्टीनं, तसंच फोटोग्राफर्ससाठी आणि ज्यांच्यासाठी तुम्ही काम कराल, त्यांच्या दृष्टीनं तुम्ही हवाईसुंदरी आहात. पण आपण सर्व जण नेहमीच्या प्रवाशांसारखेही फिरणार आहोत आणि यामध्ये विमानाचा, तसंच मोटारीचा प्रवासही समाविष्ट आहे आणि म्हणून तुम्ही युनिफॉर्म कधी घालायचा ते मी तुम्हाला सांगेन. तुम्ही एका हव्याशा वाटणाऱ्या आनंददायी सहलीवर आणि कामावर जात आहात. हे पार पाडत असताना आमच्या नेहमीच्या विमानसेवेतल्या कर्मचाऱ्यांकडून – यात पुरुष आणि स्त्रिया दोन्हींचा समावेश आहे, तुम्हाला काही वादावादी आणि असूया जाणवू शकते. म्हणून नोकरीत रुजू असलेल्या हवाईसुंदरींमध्ये मिसळण्याचे प्रसंग आलेच, तर फक्त सांगा, की न्यूयॉर्कच्या जनसंपर्क ऑफिसमधून तुम्ही विशेष कामगिरीवर आलेल्या आहात आणि तुमच्या सध्याच्या उपक्रमाबाबत शक्य तितकी कमी माहिती द्या.

जर एखाद्यानं तगादाच लावला, तर त्याला माझ्याशी संपर्क साधायला सांगा.

"आत्ता तुम्हाला प्रत्येक पंधरवड्यानं पगार दिला जाईल. युरोपमध्ये चेक वटवणं फार कठीण असतं, त्यामुळे तुमचा पगाराचा चेक तुम्ही जर फक्त सही करून माझ्याकडे दिलात, तर मी तो चेक 'पॅन-ॲम'च्या स्थानिक ऑफिसमधून किंवा ज्यांच्याबरोबर आम्ही अशी सोय करून ठेवलेली आहे, अशा बँका अथवा हॉटेल्स यांच्याकडून वटवून रोकड आणून देईन. आता तुमच्यापैकी काही जणींना आश्चर्य वाटत असेल की, हे चेक वटवण्यासाठी घरी का पाठवता येणार नाहीत? याची दोन कारणं आहेत. पहिलं म्हणजे, हे चेक आमच्या एखाद्या विदेशी खात्यामधून दिलेले असतील. कंपनीला ते चेक युरोपमध्येच वटवलेलं आवडेल. दुसरं म्हणजे, विनिमय दर. तुम्ही चेक वटवलात, तर त्या दिवशीच्या विनिमय दरात तो वटवला जाईल आणि बहुतेक वेळा तुम्हाला नुकसान सोसावं लागेल. म्हणून तुमचे चेक मी वटवेन. तुम्हाला रोख पैसे देईन आणि जर तुम्हाला घरी काही पैसे पाठवायचे असतील, तर तुम्ही मनीऑर्डर पाठवू शकता किंवा कॅशिअरचा चेक पाठवू शकता. कुणाला काही शंका आहेत का?"

कुणीही काही शंका विचारल्या नाहीत. मी हसलो.

"ओके, यानंतरचा आजचा दिवस आणि रात्र तुम्ही तुमच्या मर्जीप्रमाणे घालवू शकता. आपण उद्या लंडनला जायला निघणार आहोत."

आम्ही त्याप्रमाणे निघालोही. रोख पैसे मोजून मी जी तिकिटं खरेदी केली होती, तीच आम्ही वापरली. आमचं विमान लंडनला उतरलं. पहाटेची बोचरी थंडी होती. पावसाचा शिडकावाही झाला होता. हॉटेलमध्ये जाण्याआधी मी त्या मुलींना हवाईसुंदरीचा पोशाख घालायची सूचना दिली.

माझ्या योजनेच्या प्रारंभी मी साहजिकच अस्वस्थ आणि भीतीनं ग्रस्त होतो, पण तसाच बेधडकपणे पुढे सरसावलो. कुणीही हॉटेल-कर्मचारी, टी.डब्ल्यू.ए.चा वैमानिक 'फ्रँक ॲडम्स' आणि पॅन-ॲमचा प्रथम अधिकारी 'फ्रँक विल्यम्स' हे दोघं एकच असल्याचा संबंध जोडणार नाही, या विश्वासावर मी हा जुगार खेळलो आणि केनसिंगटन इथल्या 'रॉयल गार्डन'मध्येच सर्वांना घेऊन उतरलो.

विमानतळावरून हॉटेलमध्ये पोहोचण्यासाठी मी एक व्हॅन भाड्यानं घेतली होती. आणि हॉटेलमध्ये पोहोचल्यावर माझा जीव भांड्यात पडला. कारण नोंदणी करणारा क्लार्क माझ्या अजिबात ओळखीचा नव्हता.

"आम्ही 'पॅन-ॲम' फ्लाईट – ३८ चे कर्मचारी आहोत." मी म्हणालो, "शॅनानहून आम्हाला इकडे पाठवण्यात आलं आहे. आमच्यासाठी इथे कोणी आरक्षण केलं आहे की नाही, हे मला ठाऊक नाही."

"काही अडचण नाही, कॅप्टन." क्लार्क म्हणाला, "एकेका खोलीत दोघी/

दोघींना एकत्र राहावं लागेल इतकंच. कारण आमच्याकडे फक्त ५ खोल्या उपलब्ध आहेत.''

मुली जवळजवळ दुपार होईपर्यंत झोपल्या. 'पॅन-ॲम'च्या स्थानिक फोटोग्राफरबरोबर फोटोसेशन ठरवलं आहे, असं सांगून त्या मुलींना मी लंडन शहरात पाय मोकळे करायला पाठवून दिलं आणि मी लंडनची टेलिफोन डिरेक्टरी चाळली आणि मला पाहिजे असलेल्या व्यावसायिक फोटोग्राफर फर्मचा फोन नंबर मिळवला. मी त्या कंपनीला फोन केला आणि स्वत: 'पॅन-ॲम'चा जनसंपर्क प्रतिनिधी असल्याची ओळख दिली.

''रॉयल गार्डन हॉटेलमध्ये माझ्यासोबत ८ मुली – हवाईसुंदरी आहेत. जाहिरातीसाठी आणि व्यावसायिक प्रसिद्धीपत्रकासाठी आम्हाला काही 'ब्लॅक अँड व्हाईट' आणि काही रंगीत असे फोटो हवे आहेत. हे फोटो पिकॅडली अथवा थेम्स ब्रिज यांच्या पार्श्वभूमीवर मुलींना ठळकपणे दाखवणारे असावेत.'' मी म्हणालो, ''तुम्हाला असे फोटो काढणं जमेल का?''

''हो नक्कीच!'' मी ज्या माणसाबरोबर बोलत होतो, तो उल्हसित झाला होता. ''आम्ही केलेल्या कामाचे नमुने घेऊन आमचा एखादा मुलगा तिथे आला, तर चालेल का? मला खात्री आहे, आम्ही हे काम करू शकू, मिस्टर विल्यम्स.''

त्या फर्मच्या प्रतिनिधीने आणि मी एकत्र जेवण घेतलं आणि हे काम कसं करायचं, ते ठरवलं. लंडनमधल्या चांगल्यापैकी फर्मशी मी संपर्क साधला होता, असं वाटलं. त्यांनी पूर्वीही 'पॅन-ॲम'चं काम केलं होतं.

''ठीक आहे. हे थोडं वेगळं आहे. आम्ही काहीतरी नवीन करण्याचा प्रयत्न करतोय.'' मी म्हणालो, ''मला खात्री आहे, तुम्हाला एक गोष्ट आवडेल. प्रत्येक दिवसअखेर तुम्हाला रोख पैसे मिळतील. तुम्ही फक्त मला त्या रकमेचं बिल द्यायचं.''

''त्याआधी तुम्ही 'प्रुफं' बघायची, त्याचं काय?'' फर्मच्या प्रतिनिधीनं विचारलं.

''हे बघा, शक्यता अशी आहे की, तोपर्यंत आम्ही लांब, दुसऱ्या शहराला प्रस्थान केलेलं असेल. आमचा कार्यक्रम खूप भरगच्च आहे. म्हणून तुम्ही ते सर्व 'पॅन-ॲम'च्या न्यूयॉर्कमधल्या 'जनसंपर्क आणि जाहिरात' या विभागाकडे पाठवून द्या.'' मी म्हणालो.

''जर त्यांनी तुमचे फोटो जाहिरातीसाठी वापरायचे असं ठरवलं, तर व्यावसायिक दराप्रमाणे निवडलेल्या प्रत्येक फोटोसाठी तुम्हाला पुन्हा पैसे दिले जातील.'' त्यानं शीळ घातली आणि बिअरचा ग्लास उंचावला.

''व्यवहार करायची ही निराळी रीत आहे आणि मला ती आवडली.''

समाधानपूर्वक हसत तो म्हणाला.

दुसऱ्या दिवशी सकाळी फोटो काढण्याची साधनं घेऊन एक प्रवासी व्हॅन आणि त्याच्यासोबत ३ कॅमेरामन हॉटेलमध्ये दाखल झाले आणि माझ्या आठ नवशिक्या पाखरांना घेऊन गेले. मी त्यांच्याबरोबर गेलो नाही, पण मी प्रमुख कॅमेरामनला सांगितलं की, त्यानं स्वत:ची कल्पनाशक्ती आणि तर्क वापरून फोटो काढावेत आणि संध्याकाळी पोरींना जरा बऱ्यापैकी रूपात, स्वस्थचित्त परिस्थितीत आणून सोडावं.

''एकदम ठीक साहेब.'' तो हसला आणि त्यानं मुलींना गाडीत चढवलं.

मला माझीही कामं उकरायची होती. मी माझ्या बेकायदेशीर, लांबच्या, साहसी प्रवासासाठी कृष्णकृत्यांना उपयोगी पडेल, अशी बरीच सामग्री घेऊन बाहेर पडलो होतो. त्यासाठी बनावट कॅशिअर चेक, माझ्या कुशल कारागिरीतून जन्मलेले 'पॅन-ॲम'चे एक्सपेन्स चेक, पपा लव्हलीअरांची उत्कृष्ट कसबी कलाकृती असलेले नेहमीचे पगाराचे चेक, 'पॅन-ॲम'च्याच स्टोअर डिपार्टमेंटमधून मिळवलेले 'पॅन-ॲम'चे परतावा मिळण्याचे फॉर्म्स, इत्यादी. यातलं बरचसं साहित्य बिनकामाचं होतं, पण छाप पाडण्यासाठी ही साधनं उपयुक्त होती. बऱ्याच गोष्टी माझ्या दृष्टीनं फायदेशीर होत्या. लंडन आणि आमच्या प्रवासात समाविष्ट असणाऱ्या इतर ठिकाणी महत्त्वाच्या अमेरिकन बँकांच्या शाखा होत्या.

दुसऱ्या दिवशी सकाळी त्या मुलींना मी माझ्या खोलीवर एकत्र बोलावलं आणि विमान कर्मचाऱ्यांसाठी हॉटेलं कशा प्रकारे व्यवहार करतात, हे स्पष्ट करून सांगितलं आणि 'पॅन-ॲम'चे बनावट एक्सपेन्स चेक माझ्या नावे करण्यासाठी दिले. प्रत्येक बिल हॉटेलच्या बिलापेक्षा अधिक रकमेचं होतं.

''मला तुमच्या ओळखपत्राचीही गरज पडेल आणि मी जेव्हा हॉटेलचं बिल चुकतं करीन, तेव्हा तुम्हा सर्वांना कॅशिअरच्या दृष्टीच्या टप्प्यात उभं राहावं लागेल.'' मी म्हणालो.

एकाही मुलीनं सही केलेल्या चेकवरच्या रकमेबद्दल विचारणा केली नाही. एकीनंही तो किती रकमेचा होता, हे पाहण्याची तसदी घेतली की नाही, कोण जाणे. कोणत्याही अडचणीशिवाय सर्व काळे धंदे, घोटाळे चालू होते. कॅशिअरच्या नजरेच्या टप्प्यात लॉबीमध्ये मुली घोळका करून उभ्या होत्या आणि आमच्या राहण्याच्या आणि इतर खर्चासाठी मी नऊ चेक सादर केले.

कॅशिअरनं एकच प्रश्न उपस्थित केला. ''ओह, याची रक्कम मोठी आहे कॅप्टन. तुम्हाला बाकीचे पैसे परत देण्यासाठी माझ्याकडे पुरेसे अमेरिकन डॉलर्स आहेतसं वाटत नाही.''

आपल्या पैशाच्या ड्रॉवरमध्ये तपासून पाहत ती म्हणाली, ''खरोखरच

माझ्याकडे डॉलर नाहीत. तुम्हाला बाकीचे पैसे पौंडमध्ये घ्यावे लागतील. माझा नाइलाज आहे.''

मी नाराज झाल्याचं, पण तिचा निर्णय मान्य करत असल्याचं नाटक वठवलं. मला माहीत होतं की, ती यातून फायदा काढणार. निदान, माझ्या मनात तरी तसं आलं. तिनं दिलेले पौंड खरे होते, पण 'पॅन-ॲम'चे चेक मात्र खरे नव्हते.

त्या दुपारी आम्ही विमानानं रोमला गेलो. तिथे पुढल्या तीन दिवसांत मागच्याप्रमाणेच पद्धत वापरली. रोमच्या हॉटेलच्या कॅशिअरनंही एक्सपेन्स चेकच्या बऱ्याच मोठ्या रकमेबद्दल प्रश्न उपस्थित केला, पण माझ्या स्पष्टीकरणानं त्याचं समाधान झालं.

''खरंच, त्याबद्दल मी दिलगीर आहे.'' मी म्हणालो, ''पण आम्ही अठरा दिवसांच्या इटलीच्या सफरीवर आहोत आणि अर्थातच तुम्हाला वाटलं, तर तुम्ही मला बाकीचे सुटे पैसे लिरामध्ये देऊ शकता.''

त्याला ते आवडलं. कारण त्यामध्ये त्याला ५० अमेरिकन डॉलर्सचा फायदा होत होता.

युरोपमध्ये विमानानं प्रवास करायचा नाही, असं मी ठरवलं. हे खर्चिक होतं म्हणून नव्हे, पण अशा विमान प्रवासात या मुलींना इतर विमान कंपनांच्या हवाईसुंदरीच्या प्रश्नांना सातत्यानं तोंड द्यावं लागलं असतं.

ही योजना राबवताना इतर विमान कंपन्यांच्या लोकांपासून या मुलींना दूर कसं ठेवायचं, हा माझ्यासमोर मोठा प्रश्न होता. मी आधीच नमूद केल्याप्रमाणे विमान कंपन्यांच्या लोकांना, विशेषत: ते एकाच कंपनीत काम करत असतील, तर शिळोप्याच्या गप्पा मारायला फार आवडतं.

माझ्या खोटे चेक वटवण्याच्या योजनेच्या यशस्वितेसाठी विमान कंपन्यांचा नोकर वर्ग ज्या हॉटेलमध्ये राहतो, अशाच हॉटेल्समध्ये आम्ही राहणं आवश्यक होतं आणि त्यामुळे विमान-कर्मचारी आणि या मुली संपर्कात येणं अगदी स्वाभाविक होतं. आमच्या एखाद्या 'पॅन-ॲम'चा युनिफॉर्म घातलेल्या मुलीची 'पॅन-ॲम'च्या नियमित सेवेत असणाऱ्या दुसऱ्या हवाईसुंदरीबरोबर भेट होण्याचा नेहमीच धोका होता आणि त्या दोघींत पुढचा संवाद होणं महाभयंकर ठरलं असतं.

नियमित हवाईसुंदरी – ''हाय, मी मेरी ॲलीस. एल. ए.हून आलीये. तुझं बेस स्टेशन कोणतं?''

माझी मुलगी – ''ओह! माझं कुठलंच बेस स्टेशन नाही. मी इथे जनसंपर्काच्या कामासाठी आले आहे.''

नियमित हवाई सुंदरी – "तू हवाईसुंदरी नाहीस?"

माझी मुलगी – "खरं पाहता नाही. आम्ही आठ जणी आहोत आणि आम्ही जाहिरातीसाठी आणि व्यवसायवृद्धीसाठी फोटोग्राफिक मॉडेलिंग करतोय."

नियमित हवाईसुंदरी (स्वत:शीच) – "बंडलबाज! मी 'पॅन-ॲम'मध्ये पाच वर्षं आहे, पण मी कधी असलं फॅड ऐकलं नाही. मी वरिष्ठांकडे हे कळवते आणि बघते, हे सर्व खरं आहे का?"

असला प्रसंग टाळण्याचा माझा कटाक्ष होता. म्हणूनच मुलींना वारंवार भाषणं देऊन मी त्यांना वरचेवर सूचना द्यायचो.

"हे बघा, तुम्ही साध्या पोशाखात असाल, तेव्हा तुमची 'पॅन-ॲम'चा युनिफॉर्म घातलेल्या हवाईसुंदरीशी भेट झाली, तर तुम्हीसुद्धा 'पॅन-ॲम'साठी काम करता असं सांगू नका. कारण तुम्ही प्रत्यक्षात ते करत नाही." मी त्यांना ताकीद देत असे, "जर तुम्ही युनिफॉर्म घातला असेल आणि तुमची दुसऱ्या 'पॅन-ॲम'च्या हवाईसुंदरीशी भेट झाली आणि तिनं तुमच्या दर्जाविषयी विचारलं, तर फक्त सांगा की, तुम्ही इथे सुट्टीवर आला आहात. तुम्हाला वाटेल हे फसवं आहे. तसं ते आहेही, पण त्याचंही कारण आहे. इतर विमान कंपन्यांना आमच्या उपक्रमाबद्दल माहिती करून देण्यास आम्ही उत्सुक नाही. कारण अशी शक्यता आहे की, 'पॅन-ॲम' आपल्या प्रवासाच्या जाहिरातीसाठी आणि प्रसिद्धीपत्रकासाठी त्यांच्या नेहमीच्या हवाईसुंदरीचा वापर करत नाही, असं त्या कंपन्या बाहेर पसरवतील. आम्हाला आमच्या नियमित हवाईसुंदरीनाही याची माहिती करून द्यायची नाहीये. कारण मी तुम्हाला आधी सांगितल्याप्रमाणे यावरून उगाचच मतभेद निर्माण होण्याची शक्यता आहे. कारण सेवेत कार्यरत असणाऱ्या हवाईसुंदरीसाठी अशा तऱ्हेची कामगिरी म्हणजे पर्वणीच ठरली असती."

या बाबतीत मुलींनीही छान सहकार्य केलं. युरोपभर भटकंतीसाठी मी एक आरामदायी, जवळजवळ आलिशान 'वोल्स वॅगन' बस भाड्यानं घेतली. काही वेळा माझी योजना गुन्हेगारी कारस्थानापेक्षा बहुतांशी आरामदायी, सुट्टीची सफर असल्यासारखी वाटली. आम्ही बऱ्याचदा त्या भागातली नेहमीची ठिकाणं सोडून जरा आडवाटेच्या ठिकाणी जायचो. कोणत्या ना कोणत्या देशातल्या अशा नयनरम्य ठिकाणी एखादा आठवडा किंवा कधी जास्तच दिवस राहायचो. अशा आडवाटेच्या प्रवासात मी माझे वाममार्गी धंदे करायचो नाही, कारण शेतकऱ्यांना लुबाडणं हे माझ्या तंत्रात बसत नव्हतं. पण मोठ्या शहरांत माझे खोटे धंदे व्यवस्थितपणे चालू होते. अशा मोठ्या शहरांत प्रवेश करण्यापूर्वी आम्ही आमचे युनिफॉर्म घालायचो आणि मी पसंत केलेल्या हॉटेलमध्ये आल्यावर आमच्या योजनेला गती मिळायची आणि माझे काळे उद्योग धुमधडाक्यात सुरू व्हायचे.

प्रत्येक पंधरवड्याला मी मुलींना पगाराचे बनावट चेक द्यायचो आणि ते माझ्या नावावर करून घेतल्यावर, ते वटवून त्यांना रोख पैसे परत द्यायचो. मीच त्यांचा सर्व खर्च करत होतो, पण प्रत्येकीला असं वाटत होतं की, 'पॅन-ॲम' तो खर्च करतेय. म्हणून बहुतेक जणी आपल्या आई-वडलांना वा त्यांच्या बँकेला मनिऑर्डरनं पैसे पाठवायच्या.

त्या मुली अर्थातच पूर्णपणे निरपराधी होत्या. त्यापैकी एकीलाही त्या सर्व उन्हाळाभर आपण मोठ्या गुन्ह्यामध्ये गुंतलेलो असल्याची पुसटशीही शंका आली नाही. प्रत्येकीला वाटलं की, त्यांना 'पॅन-ॲम'नं रीतसर नोकरी दिलीये. माझ्या भामटेगिरीची भुरळ पडून त्या त्यामध्ये सहज फसल्या होत्या.

माझी ही कारस्थानं साधी, पण आकर्षक होती; पण ती बऱ्याचदा फार धावपळीची आणि दमछाक करणारी होती. आठ सुंदर, आनंदी, उत्साही, सळसळत्या रक्ताच्या मुलींच्या समूहावर देखरेख करणं म्हणजे पांगळ्या घोड्यावर बसून वाकड्या-तिकड्या वळणावरून धावणाऱ्या मेंढरांच्या कळपावर नजर ठेवण्यासारखं होतं. अगदी अशक्यप्राय कर्म!

ही योजना कार्यान्वित करण्याच्या प्रारंभापासून मी ठरवलं होतं की, कुणाही मुलीबरोबर वैयक्तिक संबंध येऊ द्यायचे नाहीत. पण त्या उन्हाळ्यात बऱ्याच वेळा माझ्या निश्चयाला तडा जाण्याचे प्रसंग आले. त्यापैकी प्रत्येक जणच कमालीची उच्छृंखल होती आणि मी तर कामदेवच होतो! जेव्हा एखादी मुलगी वैयक्तिक आमंत्रण द्यायची (त्यापैकी प्रत्येकीनंच बऱ्याचदा तसं केलं) तेव्हा तिला त्यापासून परावृत्त करणं मला अशक्य वाटायचं. पण मी प्रत्येक प्रसंग व्यवस्थित सांभाळला.

म्हणजे सर्व उन्हाळाभर मी काही ब्रह्मचर्य पाळलं असं नाही.

आम्ही ज्या-ज्या ठिकाणी गेलो त्या ठिकाणच्या मुलींबरोबर आंतरिक हितसंबंध राखण्याच्या अनेक संधी मला मिळाल्या आणि अशा प्रत्येक संधीचा मी पुरेपूर फायदा उठवला.

पण मोनिका अशा पोरींपैकी नव्हती. जेव्हा आम्ही पॅरिसला भेट दिली आणि मी तिला भेटण्याचा प्रयत्न केला, तेव्हा तिनं मला आपले संबंध आता संपले आहेत असं कळवलं.

"फ्रँक, तरीपण मी अजूनही तुझी मैत्रीणच असणार आहे आणि मला आशा आहे, तूही पपांना धंद्यात मदत करशील. पण मला आता स्थैर्य हवंय आणि तुला तर बस्तान बसवायचं नाहीये!" ती म्हणाली, "माझा दुसऱ्या माणसाशी परिचय झालाय. तो 'एअर फ्रान्स'मध्ये वैमानिक आहे आणि आमच्या भविष्यातल्या एकत्र राहण्याबद्दल आम्ही गांभीर्यानं विचार करतोय."

हे मी समजू शकतो, याची मी तिला खात्री पटवली. खरं पाहता मी सुटकेचा नि:श्वास टाकला होता. तिच्या वडलांना 'पॅन-ॲम'कडून कामं मिळत राहतील याबद्दल विश्वास दिला. अर्थातच, हे सांगणं ही एक भूलथाप होती. पपा लव्हलीअरचा माझ्या काळ्या धंद्यात सहभाग असल्याबद्दल मला वैषम्य वाटू लागलं होतं आणि म्हणून या काळ्या धंद्यात त्यांचा प्याद्यासारखा वापर करायचा नाही, असं मी ठरवलं होतं. कसंही असलं, तरी त्यांनी मला जी सामग्री पुरवली होती, त्या सर्वांचा वापर करून मी डझनभर बँकांच्या तिजोऱ्या रिकाम्या केल्या असत्या.

आमच्या युरोपच्या सफरीची सांगता कोपनहेगनमध्ये झाली. तिथे मी मुलींना अरिझोनाच्या विमानात बसवून दिलं. त्यांच्या हातात गुलाबाचे गुच्छ दिले आणि त्यांना अमेरिकेला परत पाठवलं. पुढच्या आठवड्यांमध्ये त्यांच्या मनात काही शंका उत्पन्न होतील, त्या शमवण्यासाठी एक अलंकारिक भाषणही दिलं.

''तुमचे युनिफॉर्म ठेवा, तुमचं ओळखपत्र ठेवून द्या आणि तुमच्या चेकच्या मूळ प्रती ठेवून द्या.'' (चेक वटवून झाल्यावर मी नेहमीच चेकच्या मूळ प्रती परत केल्या होत्या.)

मी त्यांना सूचना दिल्या. ''जर कंपनीला युनिफॉर्म आणि ओळखपत्रं परत हवी असतील, तर ते तुमच्याशी संपर्क साधतील. नोकरीसंबंधी सांगायचं झालं, तर सरळ कॉलेजला परत जा. कारण तुम्ही पदवीधर होईपर्यंत आम्ही तुम्हाला कायमच्या नोकरीसाठी रुजू करून घेणार नाही आणि त्यानंतर कंपनीचा प्रतिनिधी तुमच्याशी संपर्क साधेल. कदाचित, तो मी नसेनही, कारण मला परत वैमानिकाच्या पूर्वपदावर हजर राहायला सांगितलं आहे. पण आशा आहे की, तुम्ही सर्व पुढे माझ्याबरोबरच्या कर्मचारी वर्गात पुन्हा एकदा समाविष्ट व्हाल. कारण या उन्हाळ्यात तुमच्यासोबत माझा वेळ फार मजेत गेला.''

सर्व गोष्टींचा विचार करता माझा वेळ खरंच मजेत गेला. जरी त्या मुलींनी माझ्या काळ्या केसांत रूपेरी छटा आणली असली, तरी त्यांनी माझे खिसेही नोटांनी भरले होते. सर्व मिळून जवळजवळ ३,००,००० डॉलर्स!

वास्तविक, त्या मुलींना 'पॅन-ॲम'कडूनच सर्व समजलं. युरोपातल्या डझनभर शहरांतून सतत तीन महिने येणाऱ्या फोटोंवरून आणि प्रत्येक वेळी त्याच आठ मुली 'पॅन-ॲम'च्या हवाईसुंदरीच्या पोशाखात दिसल्यानं 'पॅन-ॲम'च्या जाहिरात विभागाच्या अधिकाऱ्यानं चौकशी करायला सुरुवात केली. सरतेशेवटी ते सगळं प्रकरण ओरिलीच्या हातात सोपवण्यात आलं. त्यानं ते कुशलतेनं हाताळलं आणि विमान-कंपनीच्या अधिकाऱ्यांवर (त्यांच्या ढिसाळपणाबद्दल) ताशेरे ओढले आणि त्या मुलींनाही उजेडात आणलं. मला समजलं की, त्या आठ जणींनी ते

सगळं उत्तम प्रकारे, खुबीनं आणि उमदेपणानं स्वीकारलं.

मुलींचा निरोप घेतल्यानंतर मी कित्येक आठवडे युरोपमध्ये राहिलो आणि नंतर अमेरिकेला परतलो. तिथे एका ठिकाणी दोन-तीन दिवसांपेक्षा जास्त न राहता मी कित्येक आठवडे जिप्सीसारखा भटकलो. मी पुन्हा तऱ्हेवाईक आणि अस्वस्थ झालो होतो. आपल्याला कदाचित नेहमी सतत असंच धावावं लागणार, असं मला वाटत होतं. शिकारी कुत्रे सतत मागावर असलेल्या कोल्ह्याप्रमाणे माझी मन:स्थिती झाली होती आणि त्याचा परिणाम माझ्या भावनिक जीवनावर झाला.

मी बनावट चेकनं फसवेगिरी करण्याचा उद्योग पूर्णपणे थांबवला होता. शिकारी कुत्रे जवळच वावरतायेत या जाणिवेनं मी भयभीत झालो होतो आणि त्यांना सुगावा लागेल अशा आणखी काही नव्या वाटा मला तयार करायच्या नव्हत्या. मला अगदी क्वचितच माझी डोकेबाज गुन्हेगारी दाखवण्याचं आव्हान स्वीकारायला लागलं.

पश्चिमेकडल्या एका मोठ्या शहरात असाच प्रसंग घडला. तिथे पोहोचल्यावर मी विमानतळावरच्या रेस्टॉरंटमध्ये जेवण घेत होतो, तेव्हा बाजूच्या बूथवर एका वयस्क हेकेखोर माणसाचं एका तरुण, हांजी-हांजी करणाऱ्या जोडीदाराबरोबर – बहुधा हा त्या वयस्क माणसाच्या हाताखाली काम करणारा नोकर असावा – संभाषण चालू होतं. त्यात मला रस वाटू लागला.

तो वयस्क माणूस बँकर (बँकेचा मालक) होता आणि सॅनफ्रान्सिस्कोला कॉन्फरन्सला चालला होता. त्या तरुण पोराला तो सांगत होता की, त्याच्या अनुपस्थितीतही बँकेला पुष्कळ पैसे मिळाले पाहिजेत. तो अहंमन्य, आढ्यतेखोर होता आणि अर्थातच, स्वत:च्या उच्चाधिकाराबद्दल त्याला अभिमान होता. विमानतळावरच्या इंटरकॉमवरून त्याचं नाव पुकारण्यात आलं. त्यावरून त्याचं नाव 'जास्पर पी. कॅशमन' असल्याचं मला समजलं.

त्या दुपारी स्थानिक वृत्तपत्राच्या लायब्ररीचा उपयोग करून मी जास्पर पी. कॅशमनच्या पार्श्वभूमीची माहिती मिळवली. कॅशमन हे त्याच्या जमातीमधलं महत्त्वपूर्ण व्यक्तिमत्त्व होतं. तो स्वबळावर साम्राज्यशाही भांडवलदार झाला होता. तो एका बँकेत पैसे मोजणारा कारकून म्हणून नोकरीला लागला, तेव्हा त्या बँकेची मालमत्ता ५ दशलक्ष डॉलर्सहून कमी होती. तो आता त्या बँकेचा प्रेसिडेंट होता आणि बँकेची मालमत्ता १०० दशलक्ष डॉलर्सपेक्षा अधिक होती.

दुसऱ्या दिवशी मी त्या बँकेची टेहळणी केली. बँकेची इमारत नवी होती आणि अजून तिच्या दर्शनी खिडकीवर 'विस्तारास कटिबद्ध' या त्यांच्या ध्येयाचा गौरवपूर्ण उल्लेख होता. आतली सजावट प्रसन्न आणि हवेशीर होती.

एका बाजूला कॅशिअर लोकांची व्यवस्था आणि त्यांच्या समोरच्या भिंतीजवळ ज्युनिअर ऑफिसर बसलेले होते. सिनिअर ऑफिसर काचेची तावदानं असलेल्या खोल्यांतून बसले होते. कॅशमनला हाताखालच्या लोकांबरोबर घनिष्ठ संबंध ठेवणं पसंत नसावं.

मी एक मोटार भाड्यानं घेतली. तिथून १७५ मैलांवर असलेल्या एका बऱ्यापैकी मोठ्या शहरातल्या बँकेमध्ये १०,००० डॉलर्सचा बनावट कॅशिअर्स चेक देऊन चेकची सुविधा असलेलं खातं उघडलं. नंतर मी परत कॅशमनच्या गावात आलो आणि दुसऱ्या दिवशी त्याच्या बँकेत गेलो. माझ्या बनवाबनवीतून मिळणाऱ्या पैशामध्ये मला खरा रस नव्हता, पण कॅशमनच्या वर्तणुकीचा मला राग आला होता. मला फक्त त्याला डंख मारायचा होता.

मी जेव्हा बँकेत शिरलो, तेव्हा मी धनाढ्य उद्योजक असल्याची हवा निर्माण केली होती. राखाडी रंगाचा थ्री पीस सूट, चमकदार आणि चकचकीत पॉलिश केलेले ॲलिगेटर शूज, काऊंटेज माएचा टाय आणि हातात सुबकशी, छोटी ब्रीफकेस होती.

कॅशमनबरोबर त्या दिवशी असलेला माणूस तिथे ज्युनिअर ऑफिसर म्हणून काम करत होता. त्याचं डेस्क नीटनेटकं होतं. त्याच्या समोरच्या नावाच्या पाटीच्या चकाकीवरून ती नवीन असल्याचं समजत होतं. अर्थातच, त्याला अलीकडेच पदोन्नती मिळाली असल्याचं मी ताडलं. त्याच्या डेस्कसमोरच्या खुर्चीवर मी बसलो.

"येस सर, मी तुम्हाला काही मदत करू शकतो का?" माझा पोशाख आणि रुबाब बघून तो प्रभावित झाला असल्यामुळे अदबीनं म्हणाला.

"खरंतर हो. तुम्ही करू शकता." मी सहजपणे म्हणालो, "मी जंक्शनचा रॉबर्ट लेहमन आणि मला चेक वटवायचाय. जरा मोठ्या रकमेचा आहे. माझी ओळख पटवायला माझ्याकडे योग्य पुरावेही आहेत आणि त्याची सत्यता पडताळून पाहण्यासाठी तुम्ही माझ्या बँकेलाही फोन करू शकता. पण मला वाटत नाही, त्याची काही जरुरी पडेल. कारण जे. पी. कॅशमन स्वत:च मला ओळखतात आणि तेच चेकची सत्यता पटवतील. तुम्ही त्यांना फोन करा. पण नको. मी स्वत:च फोन करतो, कारण मला त्यांच्याबरोबर बोलायचंही आहे."

तो काही प्रतिक्रिया देण्याआधीच मी त्याचा टेलिफोन उचलला आणि कॅशमनचा एक्सटेन्शन नंबर फिरवला. कॅशमनच्या सेक्रेटरीनं फोन घेतला.

"येस, मि. कॅशमन प्लीज... ते नाहीत?... ओह! खरंच, मी विसरूनच गेलो. गेल्याच आठवड्यात त्यांनी सांगितलं होतं. ठीक आहे. ते परत आल्यावर त्यांना सांगाल का, की बॉब लेहमन आले होते आणि शिवाय असंही सांगा, मी

आणि जीन जंक्शनमध्ये शिकारीसाठी त्यांच्या आणि माईल्डरेडच्या येण्याची प्रतीक्षा करतोय... हो, त्यांना समजेल मी काय सांगतोय ते... येस आभारी आहे.''

मी टेलिफोन परत ठेवून दिला आणि खट्याळपणे हसत उभा राहिलो. ''आज माझा दिवस आहेसं वाटत नाही.'' मी नाराज झाल्यासारखं म्हणालो, ''मला रोख पैसेही हवे होते, पण तेवढ्यासाठी जंक्शनला जाऊन परत येऊन मी हा व्यवहार उरकू शकणार नाही. ठीक आहे सर, तुमचा दिवस चांगला जावो.''

मी जाण्यासाठी वळलो आणि त्या तरुण अधिकाऱ्यानं मला थांबवलं, ''मि. लेहमन, तुम्हाला केवढ्या मोठ्या रकमेचा चेक वटवून हवाय?''

''बऱ्याच मोठ्या रकमेचा.'' मी म्हणालो, ''मला ७५०० डॉलर्सची आवश्यकता आहे. तुम्हाला वाटतं का, की एवढ्या रकमेची तुम्ही व्यवस्था करू शकाल? मी तुम्हाला जंक्शनमधल्या बँकेचा नंबर देऊ शकेन.''

त्याच्या उत्तरासाठी न थांबता मी परत खुर्चीत बसलो. गडबडीनं ७५०० डॉलर्सचा चेक लिहिला आणि त्याला दिला. मी केलेल्या अंदाजाप्रमाणे त्यानंही जंक्शनला फोन केला नाही. तो उभा राहिला आणि काचेच्या दाराच्या ऑफिसकडे वळला.

''सर, मला व्हाईस प्रेसिडेंट मि. जेम्सकडून यावर संमती घ्यायला हवी. मी लगेचच परत येतो.''

तो जेम्सच्या ऑफिसमध्ये गेला. (जे मला नंतर समजलं.) मी योजल्याप्रमाणेच तो त्याला म्हणाला, ''सर, जंक्शनहून मि. लेहमन आले आहेत. त्यांना चेक वटवायचाय. त्यांची रक्कम जरा मोठी आहे. मि. कॅशमनचे ते व्यक्तिगत मित्र आहेत आणि त्यांना कॅशमननाही भेटायचं होतं. पण तुम्हाला माहीतच आहे, मि. कॅशमन सॅनफ्रान्सिस्कोला गेले आहेत.''

''मि. कॅशमनचा व्यक्तिगत मित्र?''

''हो. मला वाटतं व्यावसायिक आणि खासगीतलाही.''

''वटवून टाक. आपल्याला म्हाताऱ्याच्या कुणा मित्राचा राग ओढवून घ्यायचा नाहीये, हे नक्की.''

एका मिनिटभरानं तो तरुण ऑफिसर तो खोटा चेक पैसे देणाऱ्या क्लार्ककडे देत म्हणाला, ''प्लीज, या सद्गृहस्थांना चेकचे पैसे दे.''

''मि. लेहमन, मी तुम्हाला मदत करू शकलो याबद्दल मला आनंद झाला.'' तो म्हणाला.

मला त्या पैसे लुबाडण्याचा फारसा आनंद झाला नाही. वास्तविक पाहता, मला त्यात अजिबात मजा वाटली नाही. मी त्याच दिवशी ते गाव सोडलं आणि

कित्येक दिवसांनंतर दूरच्या व्हर्मोंट खेड्यात चिंतन, मनन करण्यासाठी थांबलो. मी जीवन उपभोगत नव्हतो. मला जाणवलं, मी फक्त जिवंत होतो. माझ्या लांडीलबाडी, फसवणूक या नीच कृत्यांमुळे मी पुष्कळ संपत्ती जमा केली होती, पण विषयवासनेच्या आहारी गेल्यामुळे मला माझ्या कर्माची फळंही चाखता येत नव्हती. मी या निष्कर्षाप्रत येऊन ठेपलो होतो की, आता निवृत्ती स्वीकारायला हवी. दूरच्या सुरक्षित ठिकाणी एखाद्या कोल्ह्याप्रमाणे स्वत:ला पुरून घ्यावं. जिथे मी निर्धास्तपणे, गुन्हेगारी जगतापासून अलिप्त अशा ठिकाणी आयुष्याची नव्यानं सुरुवात करू शकलो असतो.

मी भेट दिलेली ठिकाणं पुन्हा माझ्या मन:पटलावरून सरकायला लागली. गेल्या काही वर्षांत घडलेल्या प्रवासाची उजळणी करताना माझ्या प्रवासाची व्याप्ती पाहून मी थोडासा आश्चर्यचकित झालो.

सिंगापूरपासून स्टॉकहोमपर्यंत, ताहिटी ते थ्रीस्टा, बाल्टीमोर ते बाल्टीक्स असा या जगाचा आडवा-तिडवा प्रवास मी केला होता. आणखी कुठेकुठे गेलो होतो हेही मी विसरलोय.

पण एका ठिकाणचा मला विसर पडला नव्हता आणि जेव्हाजेव्हा मी सुरक्षित ठिकाणाचा विचार करायचो, तेव्हातेव्हा ते नाव माझ्या मनापुढे तरळायचं. ते होतं फ्रान्समधलं 'मॉन्टपेलिअर.'

मॉन्टपेलिअर हेच आपल्यासाठी सुरक्षित ठिकाण आहे, असं मी शेवटी ठरवलं आणि एकदा ठरवल्यावर मी त्यावर दुसऱ्यांदा विचार करत नाही.

पण मी दुसऱ्यांदा विचार करायला हवा होता!

या ससेमिऱ्याला अंत तरी आहे का?

संख्यात्मक दृष्टीनं विचार करता 'बास लँग्युडॉक'च्या द्राक्षांच्या मळ्यातून तयार होणारी वाईन फ्रान्सच्या इतर तीन ठिकाणांहून तयार होणाऱ्या एकत्रित उत्पादनापेक्षा अधिक होती. परंतु दर्जाचा विचार करायचा झाल्यास एक-दोन अपवाद वगळता लँग्युडॉकच्या वाईन्स सुगंध, दिखावा आणि चवीमध्ये रूट बीअरसारख्याच नि:सत्त्व असतात. जाणकार यजमान शिळ्या मांसाच्या तुकड्याबरोबर ही साधारण प्रतीची लँग्युडॉक वाईन देतो आणि विशेषकरून जो पाहुणा पुन्हा येण्याची शक्यता नाही, अशाच पाहुण्याला तो अशी वाईन देतो.

खरं म्हणजे ते अगदी खराब पेय आहे.

फ्रान्ससाठी सुदैवाची गोष्ट म्हणजे दारू विक्रेते, द्राक्षं गोळा करणारे, बाटल्या भरणारे आणि याव्यतिरिक्त उरलेल्या लोकसंख्येतले बहुतेक लोक मोठ्या प्रमाणात लँग्युडॉक वाईन घेतात. बरगंडी, ब्रॉर्डेक्स आणि शाम्पेनच्या द्राक्षमळ्यातून उत्पादित केलेल्या चांगल्या प्रतीच्या वाईन्स या फ्रान्स फक्त परदेशांत विकतं. या वाईन्स त्यांच्या दर्जासाठी आणि उच्च प्रतीसाठी खरोखरच प्रसिद्ध आहेत.

मॉन्टपेलिअरमध्ये द्राक्ष-संस्कृतीबद्दल मला सर्व काही समजलं. पहिली गोष्ट म्हणजे स्थानिक दारूसेवन करू नये.

त्या शहरात कदाचित मला एकट्यालाच वाईन वर्ज्य असावी. पण मी

मॉन्टपेलिअरला वाईन किंवा पाणी पिण्यासाठी गेलो नव्हतो. मी गेलो होतो, तिथे लपून राहण्यासाठी. तिथे कायमचं राहण्याचा माझा विचार होता. मी गुन्हेगारीचा कळस गाठला होता आणि त्या कळसावरून दिसणारं दृश्य फारसं चांगलं नव्हतं. आपल्या पोकळीत मला सामावून घेईल अशी शांत दरी मला हवी होती.

युरोपमध्ये सुरुवातीला मी जेव्हा खोटे चेक वटवण्याचे धंदे करत होतो, तेव्हा मार्सेली ते बार्सोलिना या प्रवासात मला मॉन्टपेलिअर लागलं होतं. त्या गावाच्या बाहेर एका मोठ्या ऑलिव्ह वृक्षाखाली मी माझी गाडी उभी केली होती आणि चीझ, ब्रेड, सॉसेजेस आणि सॉफ्ट ड्रिंक यांचा आस्वाद घेत सहलीचा आनंद लुटला होता. माझ्या बाजूलाच असलेल्या, लांबचलांब पसरलेल्या द्राक्षाच्या मळ्यातून द्राक्षं खुडणाऱ्यांनी मुंग्यांसारखी गर्दी केली होती. दूरवर पायेरेनरेसची बर्फाच्छादित शिखरं उन्हामध्ये चमकत होती. मला तिथे स्वस्थचित्त वाटलं होतं. मी सुखावलो होतो. जणूकाही मला घर मिळालं होतं!

एक प्रकारे ते खरंही होतं. फ्रान्सचा हा दक्षिणी भाग. ही माझ्या आईची मातृभूमी. आई इथे जन्मली होती. माझ्या वडलांशी लग्न झाल्यानंतर आणि अलजिअर्समध्ये गनिमी युद्धाला तोंड फुटल्यामुळे तिचे आई-वडील तिच्या इतर भावंडांसह इथे परत येऊन राहिले होते. त्या ऑलिव्ह झाडापासून एक तासाच्या अंतरावर माझे अनेक मामा, मावश्या आणि आजी-आजोबा राहतात. वाट वाकडी करून माझ्या आजोळच्या लोकांना भेटावं आणि पुढे स्पेनला प्रयाण करावं, अशा ऊर्मीला मी मनात दडपून टाकलं होतं.

मॉन्टपेलिअरमध्ये अनुभवलेला तो शांत, सुखासीन विसावा माझ्या स्मृतीत कायम ताजा होता आणि माझ्या वीस वर्षांच्या परिपक्व वयामध्ये गुन्हेगारी जगतातल्या काळ्या धंद्यांना सोडचिठ्ठी देऊन निवृत्तीचं जीवन व्यतीत करायचं मी निश्चित केलं, तेव्हा एकाकी जीवन व्यतीत करण्यासाठी मी मॉन्टपेलिअरची निवड केली. एक पळवाट म्हणून मला पुन्हा खोट्या नावानं तिथे आसरा घ्यावा लागत होता, ही गोष्ट माझ्यासाठी समाधानकारक नव्हती, पण माझ्याकडे दुसरा पर्याय उपलब्ध नव्हता.

माझ्यासाठी मॉन्टपेलिअर अनेक प्रकारे एक सुयोग्य ठिकाण होतं. ते ठिकाण प्रवाशांचं आवडतं ठिकाण नव्हतं. ते भूमध्य समुद्रावर येणाऱ्यांना आकर्षित करण्याजोगं ठिकाण नव्हतं, कारण ते मुख्य रस्त्यापासून खूप आत, दूर वसलेलं होतं. पण तिथून छोटासा प्रवास करून मजेसाठी जवळच्या समुद्र किनाऱ्यावर पोहोचता येत होतं. एखादा अमेरिकन तिथे वास्तव्य करतोय, या गोष्टीबद्दल अवाजवी कुतूहल निर्माण होण्याइतकं ते लहानही नव्हतं. त्याची

लोकसंख्या ८०,००० होती, पण ते इतकं मोठं शहरही नव्हतं की, तिथे महत्त्वाचं विमानतळ चालू शकेल अथवा मोठं हॉटेल उघडायला कोणी उद्युक्त होईल. मॉन्टपेलिअरमध्ये हिल्टन अथवा शेरेटनसारखी हॉटेल्स नव्हती आणि छोट्याशा विमानांच्या उड्डाणासाठी माफक सुविधा उपलब्ध होती. विमान-व्यवस्था अथवा मोठी हॉटेल्स नसणं या गोष्टी माझ्यासाठी फायद्याच्या शाबीत झाल्या. मला ओळखू शकेल असा वैमानिक, हवाईसुंदरी अथवा हॉटेल-कर्मचारी भेटण्याची शक्यताच दुरापास्त होती. लॉस एंजल्सचा एक ख्यातनाम लेखक आणि यशस्वी पटकथा-लेखक – रॉबर्ट मोन्जो अशी मी मॉन्टपेलिअरला माझी ओळख दिली. ख्यातनाम वा यशस्वी एवढ्यासाठी की, त्यामुळे तिथल्या स्थानिक बँकेत खातं उघडून मी बऱ्यापैकी मोठ्या रकमेचा भरणा करू शकलो होतो. मॉन्टपेलिअरला जेवढे पैसे मी घेऊन गेलो होतो, ते सगळे पैसे बँकेत जमा केले नव्हते. मी तसं केलं असतं, तर उगाचच माझ्या चरितार्थाच्या खरेपणाबद्दल औत्सुक्य निर्माण झालं असतं. जेवढे पैसे मी बँकेतल्या खात्यात ठेवले होते, त्याच्या तिप्पट नगद रक्कम माझ्या सामानात दडवली होती. वास्तविक, मॉन्टपेलिअरच्या लोकांना फाजील चौकशा करण्याची सवय नव्हती. त्या शहरात बाहेरून येऊन वास्तव्य करण्याची इच्छा प्रदर्शित केल्यावर, मला तिथल्या लोकांनी फक्त जुजबी प्रश्न विचारले होते.

मी एक छान, सुबक, देखणं, छोटं घर विकत घेतलं. त्याच्या परसदारी आधीच्या घरमालकांनी छोटीशी बाग फुलवली होती. ते छोटंसं परसदार उंच कुंपणानं बंदिस्त होतं. मी घरासाठी फर्निचर खरेदी केलं, तेव्हा दुकानदाराच्या पत्नीनं त्याच्या निवडीसाठी, सजावटीसाठी मला मोलाची मदत केली. ती गृहसजावट-क्षेत्रातली उत्कृष्ट, कसबी कलाकार होती. माझ्या अभ्यासासाठी आणि लायब्ररीसाठी मी एक खोली राखून ठेवली. मला संशोधनात मग्न असणारा लेखक अशी स्वतःची प्रतिमा तयार करायची होती.

मी 'रिनॉल्ट' गाडी खरेदी केली. लोकांचं लक्ष वेधण्याजोगी ती भपकेबाज नव्हती, पण आरामदायी होती. दोन आठवड्यांमध्ये या नव्या परिसरामध्ये मला सुरक्षित, समाधानी आणि घरच्यासारखं वाटू लागलं.

देवानं भूमध्य सामुद्रिक अशा लँग्युडॉकला निकृष्ट प्रतीची द्राक्षं देऊन जी कमतरता दिली होती, ती सच्छील, गुणी माणसांच्या चांगुलपणानं भरून काढली होती. तिथले लोक धष्टपुष्ट, सहज मिसळून जाणारे, कनवाळू आणि समाजप्रिय होते. मुख्य म्हणजे ते लगेच हसून मदतीचा हात पुढे करायचे. माझ्या शेजारच्या गृहिणी दारावर टकटक करून पेस्ट्री, ताजा ब्रेड किंवा जेवणासाठी बनवलेला एखादा पदार्थ नेहमी आणून द्यायच्या. माझ्या घराला लागूनच राहणाऱ्या आर्मांड

पेरीगॉक्सबरोबर माझं चांगलं सूत जमलं. तो ७५ वर्षांचा जाडगेलासा माणूस होता. तो द्राक्षाच्या मळ्यात ओव्हरसीअर म्हणून अजूनही काम करायचा आणि सायकलनं कामावर जायचा. तो प्रथम घरी आला, तोच दोन वाईनच्या बाटल्या – एक रेड आणि एक व्हाईट वाईन घेऊन!

"आमच्या बहुतेक वाईन्स अमेरिकनांच्या पसंतीला उतरत नाहीत." तो आपल्या जोशभरीत, पण नम्र आवाजात म्हणाला. "पण लँग्युडॉकमध्येही काही चांगल्या वाईन्स बनतात. या दोन त्यापैकी आहेत."

मी काही मद्यपारखी नव्हतो, पण चांगल्या वाईन्सचा आस्वाद घेतला असल्यामुळे दुसरे नमुने चाखायचे नाहीत, असं मी ठरवलं होतं. पण मॉन्टपेलिअरचे लोक इतर कुठल्या पेयापेक्षा वाईनच अधिक पितात. दुपारच्या अथवा रात्रीच्या भोजनाबरोबर वाईन दिली जातेच, पण न्याहारीच्या वेळीही वाईन दिलेली मी पाहिली आहे.

आर्मांडकडून मला समजलं की, लँग्युडॉकमध्ये बनवलेल्या वाईनचा दर्जा सुमार असतो ही देवाची करणी नाही.

तो म्हणाला, "१०० वर्षांपूर्वी फिलोक्सेरा या किड्यांच्या प्रादुर्भावामुळे फ्रान्सच्या सर्व द्राक्षमळ्यांचं नुकसान झालं. वाईन व्यवसायासाठी तो जबरदस्त तडाखा होता. मला असं समजलं की, अमेरिकेहून फ्रान्समध्ये आयात केलेल्या द्राक्षवेलींच्या मुळाशी हे किडे चिकटले होते." आर्मांड म्हणाला, "पण हे कितपत खरं आहे, हे मला माहीत नाही."

आर्मांडनं मला हेही सांगितलं की, फ्रान्समधल्या बऱ्याचशा द्राक्षांच्या वेली या अमेरिकन द्राक्षवेलींच्या मुळांपासून तयार करतात, जी पूर्णपणे रोगप्रतिबंधक असतात. त्यांच्यावर फ्रान्समधल्या रोपांची कलमं करतात. यात किती तथ्य होतं, हे त्याला माहीत नव्हतं आणि माझ्याबद्दल त्याच्या मनात विश्वास निर्माण झाल्यावर तो एकदा चेष्टेनं म्हणाला की, अमेरिकन आणि इतर देशांचे लोक कदाचित त्यांना कल्पनाही नसेल त्यापेक्षा अधिक लँग्युडॉक वाईनचा आस्वाद घेतात.

स्वस्त लँग्युडॉक वाईन्स टँकरमध्ये भरून ते टँकर उत्तरेकडल्या नावाजलेल्या वाईनच्या प्रांतात पाठवतात आणि तिथे बरगंडी, बॉर्डेक्स यापैकी जे हवं असेल त्याचं मिश्रण करतात. अशी सगळी माहिती मला तो रोजच पुरवायचा.

"याला म्हणतात 'स्ट्रेचिंग'. जसं व्हिस्कीमध्ये पाणी मिसळतात, तसंच आहे हे." असं आर्मांड म्हणाला. मला नाही वाटत हा सचोटीचा व्यवहार आहे.

वाईन्ससंबंधी जाणून घेण्यासाठी मॉन्टपेलिअर हे योग्य ठिकाण आहे, असं त्यानं सांगितलं.

"आमच्या या गावातच फ्रान्सचं वाईन विद्यापीठ आहे." तो अभिमानानं म्हणाला, "तिथे जाऊन तू अभ्यास करू शकतोस."

मी काही स्नेहसंमेलनांच्या प्रसंगी वाईन घेतली असली, तरी मला वाईनसंबंधी फारशी रुची निर्माण झाली नव्हती, त्यामुळे मी कधीही त्या विद्यापीठाला भेट दिली नाही. वाईनसंबंधी माहिती मिळवण्याची मला उत्कंठा नव्हती. आर्मांड जी थोडीबहुत माहिती सांगायचा, तेवढ्यावर मी समाधानी होतो. तो एक चांगला शिक्षक होता. त्यानं माझी कधी परीक्षा घेतली नाही वा मला श्रेणी दिली नाही.

माझी अडचण अशी होती की, मी कशातही मन रमवू शकत नव्हतो. आळसात वेळ घालवणं कठीण असतं. आजूबाजूच्या प्रदेशात मोटारीनं भटकण्यात मी खूप वेळ घालवायचो. मी समुद्र किनाऱ्यावर जाऊन वाळूचे ढिगारे बघण्यात वेळ घालवायचो. स्पॅनिश सरहद्दीजवळ मोटारीनं जायचो आणि पायरेनीजच्या टेकड्यांवर चढण्यात कित्येक तास घालवायचो.

कधीमधी मी आर्मांडच्या तसंच इतरांच्या द्राक्षमळ्यांनाही भेट द्यायचो. एक महिन्यानंतर माझे आजी-आजोबा राहत होते, त्या खेड्यालाही मी भेट दिली आणि तिथे त्यांच्याबरोबर तीन दिवस राहिलो. माझ्या आजीचा माझ्या आईबरोबर नियमित पत्रव्यवहार चालू होता. घरी घडणाऱ्या सर्व गोष्टींची तिला माहिती होती. मी तिच्याकडून गुपचूपपणे माहिती काढून घेत होतो. मी माझ्या कुटुंबातून पळून आलोय, हे मला त्यांना कळून द्यायचं नव्हतं. माझी आई बरी होती. माझे बहीण-भाऊ बरे होते. माझे वडील अजूनही आईची मनधरणी करत होते, हे ऐकून तिला गंमत वाटली. माझ्या आईनं बहुधा आजीला सांगितलं होतं की, मी सगळ्या जगभर फिरतोय आणि भविष्यात आपल्याला काय करायचंय ते ठरवतोय आणि माझ्या भेटीमध्ये मीही त्यांच्या या समजुतीला पुष्टी दिली.

मी मॉन्टपेलिअरमध्ये राहत असल्याचं आजी-आजोबांना सांगितलं नाही. त्यांना सांगितलं की, मी स्पेनला चाललोय आणि एखाद्या स्पॅनिश विद्यापीठात नाव दाखल करण्याचा माझा विचार आहे. मॉन्टपेलिअरच्या वास्तव्यात मी त्यांना दुसऱ्यांदा भेटायला गेलो तेव्हा सांगितलं की, स्पेनमधल्या कॉलेजनं मला फारसं प्रभावित केलं नाही, म्हणून आता चांगल्या विद्यापीठाच्या शोधात मी परत इटलीला जाणार आहे.

मॉन्टपेलिअरच्या जीवनात मी जसजसा रमलो, तसा पुन्हा शिक्षण चालू करण्याचा विचार केला. मॉन्टपेलिअर हे फ्रान्सच्या २० शैक्षणिक जिल्ह्यांपैकी एक होतं आणि त्या शहरात राज्याचं एक छोटं, पण चांगलं विद्यापीठ होतं. विद्यापीठाला भेट दिल्यावर मला समजलं की, परदेशी विद्यार्थ्यांसाठी तिथे अनेक अभ्यासक्रम उपलब्ध होते; पण इंग्रजी माध्यमातून काहीही शिकवलं जात

नसे. माझ्यासाठी ती फारशी आडकाठी नव्हती, कारण आईनं फ्रेंच शिकवल्यामुळे फ्रेंचवरही मी बऱ्यापैकी प्रभुत्व संपादन केलं होतं.

ऐदी, सुखवस्तू आयुष्यामुळे मी थोडा स्थूल, सुस्त आणि गुबगुबीत झालो होतो. त्यामुळे मी एखादी नोकरी करायचा अथवा एखादा छोटा व्यवसाय, कदाचित स्टेशनरीचं दुकान सुरू करायच्या विचारात होतो. माझ्या वाढत्या जाडेपणाबद्दल एकदा आर्मांडनंही उल्लेख केला होता.

"ए रॉबर्ट, लिहिण्यामध्ये फारसा व्यायाम होत नाही." माझ्या पोटावर हलकंसं ढोसत तो चेष्टेनं म्हणाला, "तू माझ्या द्राक्षाच्या मळ्यात काम करायला का येत नाहीस? मी तुला सडपातळ आणि धट्टाकट्टा बनवेन."

त्याच्या विनंतीला मी नकार दिला. शारीरिक श्रम हा माझा प्रांत नव्हे, व्यायामासाठीही मी कधी स्वत:ला जुंपून घेतलं नाही.

एखाद्या विद्यापीठात नाव दाखल करावं आणि एखादी बरी नोकरी करावी, यावर मी विचार करत होतो. पण दोन्ही गोष्टी तिथेच विरल्या. मॉन्टपेलिअरमध्ये राहू लागलो, त्याला बरेच महिने लोटले आणि मी एक कटू सत्य अनुभवलं. जेव्हा शिकारी कुत्र्यांना मदत मिळते, तेव्हा कोल्ह्यांना लपायला सुरक्षित जागा सापडत नाही.

आर्मांडनं सुचवलेल्या मॉन्टपेलिअरच्या हद्दीच्या बाहेर असलेल्या एका मार्केटमध्ये मी आठवड्यातून दोनदा जायचो. हे मार्केट अमेरिकेच्या मानानं छोटं होतं. मला जरुरी असणारे मांसादी पदार्थ अथवा इतर काही चीजवस्तू घेण्यासाठी मी तिथे जायचो. नेहमीप्रमाणे मी खरेदीसाठी गेलो होतो आणि तिथला कर्मचारी माझं सामान पिशवीत भरत असताना मला आठवलं की, मला दूधही घ्यायचं होतं. त्याला माझं सामान बाजूला ठेवायला सांगून (माझ्या मागे इतरही लोक उभे होते.) दूध विकत घेण्यासाठी मी दुकानाच्या मागच्या बाजूला गेलो. काऊंटरकडे परत येताना एका सेल्फच्या मागून, जिथे पॅकबंद (हवाबंद) पदार्थांचे डबे रचलेले होते, तिथून चालत येताना मला काऊंटरजवळ चार लोक दिसले. तिथे आता कोणी गिऱ्हाईक वा तो कारकून नव्हता.

त्या कपाटामागे लपण्यासाठी मी वळणार, तोच त्यापैकी एक जण ओरडला, "अबॅग्नेल!"

मी कपाटामागे लपलो, पण त्याच वेळी माझ्यासमोर तीन गणवेशधारी सशस्त्र पोलीस उभे ठाकले. त्या सर्वांनी माझ्यावर पिस्तुलं रोखली होती. मला त्यांनी सर्व बाजूंनी वेढलं. त्यात गणवेशधारी आणि साध्या पोशाखातले पोलीसही होते. त्यातल्या प्रत्येकानं माझ्यावर पिस्तूल, शॉटगन, मशिनगन आणि रायफल रोखली होती. त्यांचे हुकूम चाबकाच्या फटकाऱ्यासारखे माझ्या कानावर आदळले.

"हँड्स अप."
"हँड्स ऑन युवर हेड."
"कपाटाजवळ उभा राहा."
"मान जमिनीकडे झुकव."

मी माझे हात वर केले. मला ठाऊक नव्हतं की, या आज्ञांपैकी कुठल्या पाळायच्या. पण कोणीही माझ्यावर गोळी झाडू नये, असं मला वाटत होतं. त्यातल्या काही अधिकाऱ्यांनी त्यांच्या पिस्तुलाचे चाप ओढल्यामुळे मी घाबरलो होतो. वास्तविक, त्यांच्या अशा वागण्यानं त्यांचे सहकारीही धास्तावले होते.

"कृपा करून बंदूक चालवू नका." मी ओरडलो आणि म्हणालो, "मी काय करावं, हे तुमच्यापैकी कुणी एकानं सांगावं. त्याप्रमाणे मी करीन."

एका उंच, सडपातळ, खंबीर माणसानं आपलं पिस्तूल माझ्यावर रोखलं. "तोंड जमिनीवर ठेवून खाली आडवा हो." तो ओरडला.

त्यानं जसं सांगितलं तसं मी केलं.

काही रांगड्या हातांनी माझे हात माझ्या पाठीमागे वळवले आणि दुसऱ्या कोणीतरी निष्काळजीपणे माझ्या मनगटाभोवती लोखंडी बेड्या ठोकल्या.

त्यानंतर निष्ठुरतेनं फरफटत मला माझ्या पायांवर उभं केलं आणि गुन्हा अन्वेषण अधिकारी, इंटरपोल एजंट्स, सशस्त्र पोलीस आणि देव जाणे आणि कोणी-कोणी मला घेरलं होतं. मला दुकानातून बळजबरीनं बाहेर काढलं आणि एका गाडीच्या मागच्या सीटवर जबरदस्तीनं ढकलून दिलं. फ्रेंच पोलीस निष्ठुर असतात असं मी म्हणू शकत नाही, पण मी असं म्हणेन की, संशयित गुन्हेगारांना ते जास्तच निष्ठुरपणे हाताळतात. मला सरळ मॉन्टपेलिअर पोलीस ठाण्यात नेण्यात आलं. त्या प्रवासात कोणी शब्दही उच्चारला नाही.

पोलीस ठाण्यामध्ये त्या निष्ठुर अधिकाऱ्यानं आणि इतर दोन गुप्तहेर अधिकाऱ्यांनी मला एका छोट्या खोलीत डांबलं. गुन्हेगारांशी, विशेषतः संशयित अपराध्यांच्या चौकशी सत्रात फ्रेंच पोलिसांना बरंच स्वातंत्र्य असतं. गुन्हेगारांनाही काही हक्क असतात याकडे दुर्लक्ष करून ते इप्सित गोष्ट साध्य करतात. मला नाही वाटत, कपट-कारस्थान करणाऱ्या लुच्च्यांना फ्रान्समध्ये काही हक्क आहेत.

"माझं नाव मार्सेल गास्टन आहे. मी स्टेट पोलीस दलातला आहे." तो सडपातळ अधिकारी कोरड्या स्वरात म्हणाला, "तू फ्रँक अबॅग्नेल आहेस, हो ना?"

"मी रॉबर्ट मोन्जो." मी क्रुद्ध स्वरात म्हणालो, "मी लेखक आहे. कॅलिफोर्नियाला असतो. मला वाटतंय, तुम्ही लोकांनी फार मोठी चूक केलीये."

गास्टननं मला एक जोरदार थप्पड मारली. झिणझिण्या आणणारी जबरदस्त

चपराक होती ती!

"महाशय, मी ज्या काही चुका करतो, त्या महाभयंकरच असतात, पण आत्ता या प्रसंगी मी चूक केलेली नाही. तू फ्रँक अबॅग्नेलच आहेस."

"मी रॉबर्ट मोन्जो आहे." त्यांच्या चेहऱ्यावर जरा संशय व्यक्त होणाऱ्या खुणा दिसतात का, याचा शोध घेत मी आग्रही सुरात म्हणालो.

इतर पोलिसांपैकी एक जण पुढे झाला आणि त्यानं हाताची मूठ वळवली. पण गास्टननं माझ्यावर रोखलेली नजर न हलवता, त्याच्या मुठीवर आपला हात ठेवला आणि त्याला थांबवलं. नंतर त्यानं तुच्छतेनं खांदे हलवले.

"तुला झोडपून आम्ही तुझ्याकडून ते वदवून घेऊ शकतो, पण त्याची आवश्यकता नाही." तो म्हणाला, "माझ्याकडे पुष्कळ वेळ आहे अबॅग्नेल, पण मला त्यातला फार वेळ तुझ्यावर फुकट घालवायचा नाहीये. आम्ही तुला अमर्याद काळापर्यंत बंदिवान करू किंवा तुला ओळखणारा प्रत्यक्षदर्शी मिळेपर्यंततरी तुला आत टाकू. तू आम्हाला सहकार्य करायचं ठरवलंस तर ठीक, नाहीतर तोपर्यंत मी तुला किरकोळ गुन्हे करणाऱ्या आणि नेहमीच्या दारुड्यांच्या कोठडीत ठेवतोय. तू तिथे एक आठवडा, दोन आठवडे, महिनाभरही राहू शकतोस. त्यामुळे मला काही फरक पडत नाही. परंतु तू कबूल करेपर्यंत इथे तुला अन्न-पाणी मिळणार नाही. आम्हाला जे करून घ्यायचंय, ते तूच का सरळसरळ सांगत नाहीस? तू कोण आहेस, हे आम्हाला ठाऊक आहे. तू काय केलंयस, हेही आम्हाला ठाऊक आहे. खोटं बोलून स्वत:चीच गैरसोय करून घेशील.

"आणखी एक गोष्ट अबॅग्नेल. तुझ्याकडून माहिती वदवून घेण्यासाठी जर तू आम्हाला भाग पाडलंस, तर तुला खूप त्रास सहन करावा लागेल. तेव्हा तू या क्षणी आम्हाला सगळी माहिती सांगून टाक, नाहीतर आम्ही तुला जन्मभर याद राहील अशी अद्दल घडवू. याच्या परिणामाची तुला कायम आठवण राहील, याचं मी तुला वचन देतो."

मी गास्टनकडे पाहिलं आणि त्याला काय म्हणायचंय त्यातला शब्दन्‌शब्द मला समजला. मार्सेल गास्टन हा कणखर बदमाश होता.

"मी फ्रँक अबॅग्नेल आहे." मी म्हणालो.

खरं म्हणजे त्यांना हवा होता तसा कबुलीजबाब मी दिला नाही. मी स्वत:हून फ्रान्समध्ये केलेल्या गुन्ह्यांचे कुठलेही तपशील कधीच सांगितले नाहीत. पण त्यांना एखाद्या विशिष्ट कुकर्माबद्दल ठाऊक असेल आणि त्यांनी माझ्याकडे त्यासंबंधी विचारणा केली, तर मी संमतिदर्शक मान हलवून म्हणायचो, "हो. अशा प्रकारे हे घडलं, हे बरोबर आहे." किंवा "हो ते मीच केलं."

मी केलेले अनेक गुन्हे, मला अटक केली तेव्हाची परिस्थिती आणि माझी

केलेली उलट तपासणी यांविषयी गास्टननं एक सविस्तर निवेदन बनवलं आणि मला ते वाचायला दिलं.

"हे सर्व जर मुख्य मुद्द्याला धरून असेल, तर त्याच्यावर तू स्वाक्षरी कर." तो म्हणाला.

त्या निवेदनावर मी वाद उपस्थित केला नाही. त्यानं मला थप्पड मारली, ही गोष्टही त्यानं त्यात समाविष्ट केली होती. मी त्यावर स्वाक्षरी केली. मला कशा प्रकारे पकडण्यात आलं, हेही त्या निवेदनात नमूद केलं होतं.

मॉन्टपेलिअरला महत्त्वाच्या विमानसेवा उपलब्ध नव्हत्या, पण हवाईसुंदरी आणि इतर विमान-कर्मचारी इथे वरचेवर यायचे. 'एअर फ्रान्स'ची एक हवाईसुंदरी आपल्या नातेवाइकांना भेटण्यासाठी मॉन्टपेलिअरला आली होती, तेव्हा तिनं काही आठवड्यांपूर्वी मला दुकानात पाहिलं होतं आणि ओळखलं होतं. तिनं मला माझ्या गाडीमध्ये चढतानाही पाहिलं होतं. तिनं गाडीचा लायसन्स नंबर उतरवून घेतला होता. पॅरिसला परत गेल्यावर तिनं आपल्या कॅप्टनला गाठून आपला संशय व्यक्त केला होता. तिनं दिलेल्या माहितीच्या सत्यतेबद्दल तिला पूर्ण विश्वास होता. त्यानंतर तिच्या कॅप्टननं पोलिसांना फोन करून कळवलं.

"तो माणूस तोच होता याबद्दल माझी खात्री आहे. माझे त्याच्याशी संबंधही होते." तिनं आग्रहपूर्वक सांगितलं.

'एअर फ्रान्स'च्या कोणत्या हवाईसुंदरीनं मला पकडवलं, हे मला कधीच समजलं नाही. मला ते कोणी सांगणारही नाही. गेल्या काही वर्षांमध्ये मी कित्येक जणींबरोबर प्रेमचेष्टा केल्या होत्या; पण ती मोनिका नसावी अशी मी आशा केली. पण ही माहिती कुणी पुरवली ते मी आजपर्यंत समजू शकलेलो नाही. तरीही ती मोनिका असेल, असं मला वाटत नाही. तिनं जर मला मॉन्टपेलिअरला पाहिलं असतं, तर समोर येऊन तिनंच माझी चौकशी केली असती.

मला सहा दिवस मॉन्टपेलिअरला ठेवलं होतं. तेवढ्या काळात अनेक वकील येऊन मला भेटून गेले आणि त्यांनी मला कायदेशीर मदत पुरवण्याची इच्छा व्यक्त केली.

एका मध्यमवयीन वकिलानं मला स्पष्ट सांगितलं होतं की, माझी पूर्णपणे मुक्तता करणं त्याला अशक्यप्राय वाटतंय. तरीही वकील म्हणून मी त्याचीच निवड केली. कारण त्याचं दिसणं, वागणं पाहून मला आर्मांडची आठवण झाली.

"मी सर्व पोलिसी पुराव्यांची छाननी केली. त्यांनी तुझी बरोबर कोंडी केलीये." त्यानं स्पष्टच सांगितलं, "तुला कमीतकमी शिक्षा होईल हे पाहणं, एवढीच अपेक्षा आपण करू शकतो."

मी त्याला सांगितलं. "माझी त्याला संमती आहे."

माझ्या अटकेनंतर जेमतेम एक आठवडा झाला होता आणि आश्चर्याची गोष्ट म्हणजे माझी पेरपेपिग्ननला रवानगी करण्यात आली. मी तिथे पोहोचल्यावर दुसऱ्या दिवशी मला फिरत्या हायकोर्टामध्ये सुनावणीसाठी आणण्यात आलं. त्या कोर्टात न्यायाधीश, दोन प्रॉसिक्युटर्स आणि ज्युरी म्हणून नऊ नागरिक उपस्थित होते. ते सर्व जण मिळून मी गुन्हेगार आहे अथवा निर्दोष आहे हे ठरवणार होते.

दोन दिवसांपेक्षा कमी वेळ चाललेला तो खटला खरंतर कोर्टाच्या चौकशीसारखा नव्हताच. गास्टननं माझ्याविरुद्धच्या आरोपांची यादी दिली आणि दोषारोपांच्या पुष्ट्यर्थ त्यानं पुरावे सादर केले. माझ्याविरुद्ध साक्ष देण्यासाठी पुष्कळ जण कोर्टात उपस्थित होते.

"आपल्या बचावासाठी आरोपीला कोणता युक्तिवाद करायचा आहे?" न्यायाधीशानं माझ्या वकिलाला विचारलं.

"या आरोपांविरुद्ध आरोपीला काहीही युक्तिवाद करायचा नाही." वकिलानं उत्तर दिलं. "वेळ वाचवण्यासाठी आम्ही सर्व गोष्टींचा एकत्रित विचार आता आपल्यासमोर ठेवू इच्छितो."

त्यानंतर त्यानं माझ्या वतीनं भावनापूर्ण, परिणामकारक निवेदन केलं. त्यानं माझ्या कोवळ्या वयाकडे – मी त्या वेळी २१ वर्षांचाही नव्हतो – लक्ष वेधत, मी एका दुभंगलेल्या घरामुळे दिशाहीन बनलेला, गोंधळलेला, दुर्दैवी आणि गुन्हेगार असण्याऐवजी खरंतर कर्तव्य बजावण्यात चुकलेला तरुण असल्याचं चित्र उभं केलं.

फ्रान्समधली शिक्षा संपल्यानंतर मी अशाच प्रकारचे गुन्हे केलेल्या इतर डझनभर देशांनीही मला त्यांच्या स्वाधीन करावं, अशी मागणी केलीये, हेही त्यानं न्यायाधीशांच्या निदर्शनास आणून दिलं.

हा तरुण पुढच्या कित्येक वर्षांपर्यंत आपल्या मायदेशाला जाऊ शकणार नाही, अशी शक्यता आहे आणि जेव्हा परतेल, तेव्हाही बेड्या ठोकलेल्या अवस्थेत त्याची रवानगी तिथल्या तुरुंगात होईल, असा त्या वकिलानं युक्तिवाद केला.

"या मुलाला इथल्या तुरुंगात ज्या यातना भोगाव्या लागतील, याबद्दल या कोर्टाला मला कोणतंच निवेदन करण्याची जरुरी भासत नाही. शिक्षा ठोठावताना या गोष्टी विचारात घ्याव्यात इतकंच माझं सांगणं आहे."

मी दोषी असल्याचा निवाडा देण्यात आला; पण मला या गोष्टीचा आनंद झाला की, माझ्या वकिलानं लढाई हरली असली, तरी युद्ध जिंकलं होतं.

न्यायाधीशांनी मला फक्त एका वर्षाच्या तुरुंगवासाची शिक्षा दिली होती.

माझी पेरपेपिग्ननच्या तुरुंगात रवानगी करण्यात आली. तो तुरुंग म्हणजे १७ व्या शतकातला, वापरात नसलेला, अंधारकोठडीसारखा एक दगडी किल्ला होता. तिथे काही दिवस वास्तव्य करेपर्यंत मला न्यायाधीशांच्या कनवाळूपणाचं खरं स्वरूप जाणवलं नव्हतं.

दोन रक्षकांनी माझा ताबा घेतला आणि मला दरडावून कपडे काढायचा हुकूम दिला. मी नग्न अवस्थेत असतानाच त्यांनी मला वरच्या मजल्यावर नेलं. तसंच एका अरुंद वाटेनं पुढे नेलं. जिथे तुरुंगाच्या कोठड्या अशा नव्हत्याच. त्याच्या दोन्ही बाजूला दगडी भिंती होत्या आणि पुढच्या भागाला लोखंडी दरवाजे होते. एका लोखंडी प्रवेशद्वारासमोर रक्षक थांबले आणि एकानं त्याचं कुलूप काढून दार उघडलं. भयपटामध्ये दाखवतात त्याची आठवण करून देणारा करकर असा कर्कश्श आवाज करत दार उघडलं. मग दुसऱ्या रक्षकानं मला त्या अंधारकोठडीत ढकलून दिलं. मी अडखळलो आणि पुढे कोसळलो. माझं डोकं कोठडीच्या मागच्या भिंतीवर आदळलं. कारण ती कोठडी खोल खड्ड्यासारखी होती. जमिनीलगतच्या दोन पायऱ्यांकडे माझं लक्ष गेलं नव्हतं. मला दिसण्याजोग्या त्या पायऱ्या नव्हत्याच.

माझ्या सभोवती संपूर्ण अंधार होता. दमट, गारठवून टाकणारा, थंडगार, श्वास गुदमवणारा आणि धडकी भरवणारा अंधार! विजेचं बटण शोधण्यासाठी मी उभा राहिलो आणि लोखंडी छतावर माझं डोकं आदळलं. तिथे विजेचं बटण नव्हतं. त्या कोठडीत वीज नव्हती. एका बादलीशिवाय त्या कोठडीत काहीही नव्हतं. पलंग, शौचालय, वॉश बेसिन, सांडपाण्याची सोय, काहीही नव्हतं. ती कोठडी कोठडीसारखी नव्हतीच. ते एक भगदाड होतं! ती जेमतेम पाच फूट रुंद, पाच फूट उंच आणि पाच फूट लांब लोखंडी दरवाजा, दगडी जमीन आणि भिंती असलेली अंधारकोठडी असावी. छत आणि दरवाजांचा स्पर्श थंडगार होता. भिंती सतत थंडगार अश्रू ढाळत होत्या.

त्या अंधाराचा माझ्या डोळ्यांना सराव होईपर्यंत मी थांबलो. त्या खोलीमध्ये बाहेरून कुठूनही प्रकाश झिरपत नव्हता. वरच्या छतामध्ये अथवा भिंतीमध्ये कुठेही फटी नव्हत्या. तो जुना लोखंडी दरवाजा माझ्या दगडी आणि स्टीलच्या कोठडीवर असा गच्च बसला होता की, त्यातून वाराही शिरू शकला नसता. गडद अंधारात डोळ्यांना काहीच दिसत नव्हतं.

पण त्या कोठडीत कुठूनतरी हवा येत होती. ठरावीक वेळानं माझ्या त्वचेवर बोटांनी गच्च आवळल्यासारखा थंड हवेचा झोत फटकारे मारत होता. थंडीनं आणि भीतिदायक वातावरणामुळे शरीरावर काटा उभा राहत होता. हा झोत

कुठून येतोय, याचं मला आश्चर्य वाटलं. कुठूनही येत असला, तरी त्याचा स्रोतही अंधारात दडलेला होता.

मी जमिनीवर धपकन कोसळलो. थंडीनं कुडकुडत होतो आणि मला वाटत होतं की, मला जिवंतपणीच थडग्यात घातलंय. माझ्या थरकापामध्ये भीतीची भर पडली. माझ्या परिस्थितीचं मूल्यमापन करत मी स्वत:ला शांत केलं. स्वत:ला बजावलं की, मी पुढे वर्षभर जिथे राहणार आहे, ती नक्की ही कोठडी नाही. कदाचित, मला इथे निरीक्षणासाठी ठेवलंय. ताबडतोबच हा पर्याय मी रद्दबादल ठरवला. कारण या कोठडीतून जर कोणी माझं निरीक्षण करणार असेल, तर त्याचे डोळे क्ष-किरणाचेच असायला हवेत. ठीकये. कदाचित असं असेल की, मी जर गैरवर्तन केलं, तर माझी काय स्थिती होईल हे दाखवण्यासाठी हे सर्व असेल. या दुसऱ्या पर्यायावरच मी विचार करू लागलो. बरोबरच आहे, बाहेरच्या सर्वसाधारण तुरुंगातल्या कैद्यांबरोबर माझी वागणूक चांगली राहावी, हे नीट लक्षात राहावं म्हणून मला या वागणुकीची झलक दाखवली असावी. कसंही असलं, तरी फक्त बेफाम कैद्यांनाच अशा एकाकी अंधारकोठडीत सश्रम कारावासाची शिक्षा ठोठावली जाते, नाही का? निश्चितच! कुठल्याही सुसंस्कृत समाजामध्ये कुठल्याही सज्जड कारणाशिवाय आपल्या कैद्यांना अशी निष्ठुर आणि पाशवी शिक्षा दिली जात नाही. मी स्वत:ला समजावलं.

फ्रान्समध्ये तशी ती दिली जाते किंवा जात होती.

पेरपेपिग्ननच्या तुरुंगातल्या पहिल्या दिवशी मला काहीही खायला दिलं नाही. त्या दुपारी मला त्या भयंकर कोठडीत ठेवण्यात आलं. कित्येक तासांनंतर मी थकून गेलो. गारठलो, भुकेजलो, गोंधळलो, घाबरलो आणि निराश झालो. मी त्या कडक जमिनीवर लवंडलो आणि झोपी गेलो. अंग मुडपून, पाय पोटाशी घेऊन झोपलो, कारण मी सहा फूट उंच होतो.

दाराच्या करकरण्यानं मला जाग आली. मी असा अवघडून झोपल्यामुळे स्नायू आखडले होते. अंग दुखत होतं. मी उठून बसलो. दरवाजामध्ये एका रक्षकाची धूसर प्रतिमा उभी असल्याचं मला जाणवलं. माझ्या कोठडीच्या पायऱ्यांवर तो काहीतरी ठेवत असल्याचं दिसलं. तो उभा राहून दरवाजा बंद करायला लागला, तसा मी सावध झालो.

"थांब, थांब." मी धडपडत पुढे झेपावलो आणि दोन्ही हातांनी दाराची आतली बाजू पकडून ठेवत त्याला दरवाजा बंद करण्यापासून अडवायचा प्रयत्न करत ओरडलो, "मला इथे का ठेवलंय? मला इथे किती काळपर्यंत राहायला लागेल?"

"तुला दिलेली शिक्षा पूर्ण होईपर्यंत." तो म्हणाला आणि त्यानं दरवाजा

पुढे लोटून बंद केला. तो लोखंडी दरवाजा त्या कोठडीच्या दगडी चौकटीवर दाणकन बंद होत असतानाच त्यानं उच्चारलेल्या शब्दांनी माझ्या कानावर सणसणीत आघात केला.

त्या भयंकर सत्यानं भांबावून मी मागे आदळलो. 'एक वर्ष? या काळोखी कबरीत मला एक वर्ष घालवायचंय? उजेडाशिवाय? अंथरुणाशिवाय? कपड्यांशिवाय? शौचालयाच्या सुविधेवाचून? देवाला ठाऊक, आणखी कशाशिवाय ते!' मी स्वत:ला बजावलं – 'हे अशक्यप्राय आहे. असल्या अंधाऱ्या कोठडीत, या असल्या परिस्थितीत कुणीही माणूस एक वर्षभर राहू शकणार नाही. तो मरून जाईल आणि त्याचा मृत्यू हळूहळू येणारा आणि अत्यंत वेदनादायक असेल. मला शिरच्छेदाची शिक्षा झाली असती, तर बरं झालं असतं. मला फ्रान्स देश आवडतो, पण मी जो गुन्हा केलाय, त्यासाठी ही असली भयंकर शिक्षा ठोठावणारा हा कसला देश?

आणि तुरुंगाच्या अशा स्थितीबद्दल जर सरकार अनभिज्ञ असेल, लोकांना काही ठाऊक नसेल, तर हे कसले फ्रेंच दंडाधिकारी, ज्यांच्या हातात मला सोपवलंय? ते निश्चितपणे दुर्गुणी, राक्षसी प्रवृत्तीचे, माथेफिरू, विकृत नराधम आहेत.'

मी अचानक दचकलो. खरं म्हणजे फार भयभीत झालो. या नरकासमान कोठडीत मी एक वर्षभर जिवंत राहू शकेन की राहू शकणार नाही, हे मला ठाऊक नव्हतं. माझ्या पेरपेपिग्ननमधल्या कारावासाबद्दल अजूनही रात्री मला भयानक स्वप्नं पडतात. पेरपेपिग्ननच्या तुरुंगाच्या तुलनेत कलकत्त्याची अंधारकोठडी म्हणजे सैतानाचं सुट्टीमध्ये व्यतीत करायचं एक आरामदायी विश्रामगृहच म्हणायला हवं!

तुरुंगातलं जीवन सुखासीन असेल, अशी मी आशा केली नव्हती. माझ्या गजाआड होण्याच्या पहिल्या आणि तेसुद्धा काही तासांच्या अनुभवानंतर माझी खात्री पटली होती की, तुरुंग ही काही राहण्यासाठी चांगली जागा नाही. पण मी जे काही वाचलं, ऐकलं किंवा पाहिलं होतं त्यामधून तुरुंगवास हा इतका भयंकर, निष्ठुर, दया-माया नसलेला आणि खडतर असेल, याची मला जाणीव नव्हती.

मी आजूबाजूला चाचपडलं आणि रक्षकानं आणून ठेवलेलं अन्न शोधून काढलं. ते म्हणजे एका भांड्यात एक लीटर पाणी आणि छोटा ब्रेडचा तुकडा होता. ती साधीशी न्याहारीही एखाद्या ट्रेमधून आणली नव्हती. त्या रक्षकानं पाण्याचं भांडं वरच्या पायरीवर ठेवून दिलं होतं आणि त्याच्याजवळच दगडावर ब्रेड टाकून दिला होता आणि कशाचाही विचार न करता तो ब्रेडचा तुकडा मी

फस्त केला आणि एका घोटात पाणी संपवून टाकलं. नंतर विमनस्कपणे त्या दमट दगडी भिंतीजवळ मुटकुळं करून फ्रेंच न्यायदानाच्या या कपट-कारस्थानाबद्दल विचार करत बसून राहिलो.

हा माझा तुरुंगातल्या शिक्षेचा काळ नव्हता, तर माझं शरीर आणि मन यांचं खच्चीकरण करण्यासाठी योजलेलं क्रूरकर्म होतं.

पेरपेपिग्नन तुरुंगातल्या जेवणामध्ये कोणताच बदल नसायचा. न्याहारीसाठी मला ब्रेड आणि पाणी दिलं जायचं. जेवणासाठी पातळ चिकन सूप आणि ब्रेडचा तुकडा असायचा. रात्रीच्या जेवणासाठी एक कपभर काळी कॉफी आणि ब्रेडचा तुकडा. या एकसुरी जेवणामध्ये कधीकधी फक्त वेळा आणि क्रम यातच बदल व्हायचा. इथले रक्षक माझ्या या अपुऱ्या खाद्यपुरवठ्याच्या वेळांत अदलाबदल करून वेळेसंबंधी, दिवसासंबंधी, मनातल्यामनात हिशेब ठेवण्याच्या माझ्या प्रयत्नाला सुरुंग लावायचे. उदाहरणार्थ, कित्येक दिवसांपर्यंत न्याहारी, दुपारचं जेवण आणि रात्रीचं जेवण नियमितपणे सकाळी ७ वाजता, दुपारी आणि संध्याकाळी ५ वाजता दिलं जायचं; पण अचानक मुख्य जेवण सकाळी १० वाजता, रात्रीचं जेवण दुपारी २ वाजता आणि न्याहारी संध्याकाळी ६ वाजता दिली जायची. मी वेळांचा फक्त अंदाज बांधायचो. किती वाजता खाणं पुरवतात, तेव्हा दिवस असतो की रात्र, हेही मला ठाऊक नव्हतं आणि बरेच वेळा मला दिवसातून फक्त एकदा किंवा दोनदाच खाणं दिलं जायचं. कधीकधी तर मला सबंध दिवसभरात अजिबात खायलाच दिलं जायचं नाही.

कोठडीतून मी कधी बाहेर पडलो नाही. त्या भयंकर तुरुंगात डांबलं होतं, त्या काळामध्ये मला व्यायामासाठी अथवा मनोरंजनासाठी एकदाही तुरुंगाच्या बाहेर काढलं नव्हतं. जर तुरुंगामध्ये एखादी अशी खोली असेल, जिथे दिवसा कैद्यांना वाचन करणं, पत्र लिहिणं, रेडिओ ऐकणं, टेलिव्हिजन पाहणं अथवा खेळ खेळणं अशा सुविधा असतील, तर अशा सुविधा उपभोगणाऱ्या भाग्यवंतांपैकी मी नव्हतो. मला पत्र लिहिण्याची परवानगी नव्हती आणि माझ्या काही नातेवाइकांना मला पेरपेपिग्ननच्या तुरुंगामध्ये डांबल्याचं माहिती असल्यास आणि त्यांनी मला पत्रं लिहिली असल्यास मला ती पत्रं मिळाली नाहीत. मला जेवण पुरवणाऱ्या रक्षकांकडून मी माझ्या नातेवाइकांना, वकिलाला, रेडक्रॉसच्या अधिकाऱ्यांना अथवा अमेरिकन वकिलातीमधल्या अधिकाऱ्यांना भेटण्यासाठी केलेल्या विनंत्या पूर्णपणे दुर्लक्षित करण्यात आल्या. फक्त एकदाच त्यानं उत्तर दिलं होतं.

त्या प्रसंगी त्यानं त्याच्या दणकट हातानं माझ्या कानफटात मारली. "माझ्याशी बोलू नकोस." तो गुरगुरला, "तशी परवानगी नाहीये. तू बोलू नकोस. गाणं म्हणू नकोस. शीळ घालू नकोस. कुठलाही आवाज करू नकोस. नाहीतर तुला

मार बसेल.'' आणि मी काही म्हणायच्या आत त्यानं ते अवजड दार धाडकन बंद केलं.

ती बादली माझा शौचखाना होता. मला टॉयलेट पेपर दिला नव्हता. वापरानंतर बादली बाहेर नेत नसत. त्या घाणीला मी लवकरच सरावलो. पण काही दिवसांनंतर ती बादली भरून गेली आणि मला आजूबाजूला हलावं लागलं आणि माझ्यावर स्वत:च्या विष्ठेत झोपायची वेळ आली. मी शरीरानं आणि मनानं बधिर झालो होतो. बंड करून उठणंही शक्य नव्हतं. पण त्यानंतर तो ओकारी आणणारा घाणीचा वास सहन करणं रक्षकांनासुद्धा बहुधा अशक्यप्राय झालं असावं. एक दिवस दोन जेवणांच्या मध्यंतरी दार उघडलं आणि दुसरा एक कैदी एखाद्या उंदरासारखा पटकन आत शिरला. ती बादली घेऊन पळून गेला आणि काही मिनिटांनंतर ती रिकामी बादली परत ठेवून गेला. मी त्या माझ्या छोट्या कबरीत राहत असताना साधारणपणे सहा-सात वेळा या प्रकाराची पुनरावृत्ती झाली आणि फक्त दोनच वेळा माझ्या कोठडीच्या जमिनीवर पडलेली विष्ठा साफ केली गेली. प्रत्येक वेळी एक कैदी कोठडीत शिरत असे, तेव्हा रक्षक दरवाजावर उभा राहायचा. पाईपनं पाण्याचा फवारा मारून सर्व कोठडी धुतली जायची. धुऊन झाल्यावर साठलेलं पाणी फडक्यानं टिपलं जायचं. त्या दोन्ही वेळा मी रक्षकाच्या रागाची पर्वा न करता, त्या पाण्याच्या फवाऱ्यात अंग धुऊन घेण्याचा प्रयत्न केला. दोन्ही प्रसंगी जराही बडबड न करता ही स्वच्छता केली गेली.

अशा प्रकारे काही वेळाच मला स्वत:चं अंग थोडंफार स्वच्छ करता आलं. कधीकधी मला प्यायला दिलेल्या काही पाण्याची बचत करून मी हात धुवायचो किंवा चेहरा ओला करून पुसायचो.

मला ना दाढी करायची परवानगी होती ना कधी माझे केस कापले गेले. आनुवंशिकतेनं मी खूप केसाळ आहे आणि कापले नाहीत म्हणून माझे केस आणि दाढी खूपच वाढली. माझे केस एकमेकांत गुंतत खांद्यापर्यंत वाढले आणि त्यांच्या चिकट आणि घट्ट जटा झाल्या आणि माझी दाढी छातीपर्यंत रुळत होती.

माझ्याच मलमूत्रानं माखणं टाळता न आल्यामुळे माझे केस आणि दाढी घाणीनं तेलकट आणि सुगंधी (?) झाली होती. उवा आणि इतर छोट्याछोट्या किड्यांना कोठडीत घुसण्याला प्रत्यवाय नसल्यामुळे ते माझ्या अंगावरच्या केसांत वास्तव्य करून होते आणि माझ्या रक्तावर पोसले जात होते. खाजवण्यामुळे माझ्या अंगावर जखमा झाल्या होत्या. तिथे असणाऱ्या घाणीमुळे पू झाला होता. माझं शरीर अनेक जंतूंच्या वाढीसाठी पोषक अन्न बनलं होतं. त्या अंधारभरल्या

छोट्याशा भगदाडात राहण्यामुळे मला धड उभंही राहता येत नव्हतं. मी आजूबाजूला हालचाल करायचा प्रयत्न करायला लागलो की, वरचेवर तोल जाऊन पडायचो. मी हात-पाय लांब पसरण्याचा वा व्यायाम करायचा प्रयत्न करायला लागलो, तर त्या खडबडीत भिंतीवर आणि टणक जमिनीवर घसपटायचो आणि त्यामुळे माझ्या जखमांमध्ये वाढच व्हायची.

मी पेरपेपिग्नन तुरुंगात भरती झालो, तेव्हा माझं वजन होतं २१० पौंड. त्या निःसत्त्व अन्नामुळे शरीर-पोषणासाठी मला पुरेसे उष्मांक आणि पोषक पदार्थ मिळत नव्हते. माझं हृदय चालू राहण्यासाठी आणि रक्ताभिसरणासाठी आवश्यक असणारी शक्ती माझ्या शरीरात आत्तापर्यंत साठवलेल्या चरबीतून मिळत होती. काही आठवड्यांतच माझ्या दंडाभोवती मला बोटांचा विळखा घालता येऊ लागला.

असल्या यमयातना भोगणारा मी एकटाच नव्हतो. थोड्याच दिवसांत मी अंदाज बांधला की, या पेरपेपिग्नन तुरुंगाच्या जवळजवळ सर्वच लोखंडी दरवाजांच्या मागे यमयातना भोगणारे कैदी होते.

दोन कोठड्यांतल्या दगडी भिंती इतक्या जाड होत्या, की शेजारच्या कोठडीत बंद असलेल्या कैद्याबरोबर संपर्क साधणं अशक्य होतं. पण त्या भिंतीही आवाज-प्रतिबंधक नव्हत्या. न समजू येणारा आरडाओरडा, शिव्या, दुःखाचे चीत्कार आणि किंकाळ्या, घुसमटलेले हुंदके आणि रडण्याचे आवाज हळूहळू पसरत कॉरिडॉरमधून सतत ऐकू यायचे. कधीकधी अचानक सर्व थांबायचं, पण काही मिनिटांतच पुन्हा आवाज सुरू होत असे. कधीकधी माझ्या कोठडीच्या भिंतीमधून झिरपत, दगडातून पाझरत, जमिनीतून निथळत येणारे आवाज, नैराश्यानं भरलेले, अतृप्त आत्म्याचे निःश्वास आणि हुंदके भासायचे. कधी कधी त्यांना राग आणि क्रोधाची धार असायची. जसा काही लांडग्यांनी त्यांचा लचका तोडलाय!

कधीकधी हे आवाज माझेच असायचे, कारण त्या एकाकी कोठडीत माणसाचा आवाज ऐकण्यासाठी मी एकटाच बडबडायचो किंवा दरवाजाशी उभं राहून पुढे वाकायचो आणि रक्षकावर ओरडायचो आणि त्याला सांगायचो की, मला बाहेर काढा. जरी सन्मानपूर्वक नाही, तरी निदान माणसासारखं सभ्यतेनं वागवा.

मी त्यांना शिव्या द्यायचो. स्वतःला शिव्या द्यायचो. उगीचच गोंगाट करायचो आणि बरळायचो. रडायचो आणि ओरडायचो. गाणी म्हणायचो. हसायचो. दुःखानं किंकाळी मारायचो. बादली भिंतीवर आपटायचो. सारी विष्ठा माझ्या कोठडीभर विखरायचो. मला वाटायचं, मला वेड लागलंय.

पेरपेपिग्नन तुरुंगातले कैदी वेडे होत असणार, हे निःसंशय! त्यांना ज्या

खुळचट प्रकाराची वागणूक मिळते, त्यामुळे ते वेडेच होत असणार. काही आठवड्यांनंतर मला असं वाटायला लागलं की, आपण आपलं शहाणपण नक्कीच हरवून बसणार. खरं काय आणि खोटं काय, यातला फरक जोखण्याची क्षमता मी गमावली आणि मला भ्रम होऊ लागला. माझ्या छान हवाईसुंदरीबरोबर आपण पुन्हा रॉयल गार्डनमध्ये गेलोय आणि लॉबस्टर्स, भाजलेलं गोमांस असं उत्कृष्ट जेवण घेतोय किंवा कोस्टा ब्राव्हाच्या समुद्र किनाऱ्यावर पहुडलोय आणि मोनिका माझ्या बाहुपाशात आहे, असे भास मला व्हायचे. त्या अंधारकोठडीत मी स्वतःच्या विष्ठेत लोळत पडलोय, ही जाणीव जेव्हा व्हायची, तेव्हा पेरपेपिग्नन तुरुंगात रवानगी करणाऱ्या माझ्या दैवाला मी दूषणं द्यायचो.

मला वाटतं, तरल स्वप्नरंजनात रंगण्याचा कल्पनाविलास जर माझ्याकडे नसता, तर पेरपेपिग्नन तुरुंगात मी खरोखरच वेडा झालो असतो आणि भ्रमिष्ट म्हणून मेलो असतो. इतकी वर्षं ज्या हुशारीनं मी खोटे चेक वटवण्याच्या कुशल करामतींनी अनेकांना फसवलं होतं आणि ज्यामुळे मी सद्यःस्थितीला पोहोचलो होतो, ती कल्पकताच माझी जीवनरक्षक म्हणून उपयोगास आली होती.

मी असं ठरवलं की, जर मला भ्रमच होणार असेल, तर माझा भ्रम सुनियोजित असावा. म्हणून मग मी माझ्या स्वतःच्या कल्पनाविलासांची रचना करायचो. मी जमिनीवर बसायचो आणि वैमानिकाचा पोशाख घालायचो. त्याची छबी आठवायचो आणि कल्पना करायचो, मी ७०७ विमान चालवणारा वैमानिक आहे. माझी उकिरड्यासारखी तुरुंगातली घाणेरडी कोठडी एकाएकी सुबक, स्वच्छ जेट विमान व्हायची आणि त्यात आनंदी, उत्साही प्रवासी आणि त्यांच्यामध्ये मिसळणाऱ्या सुंदर, आकर्षक हवाईसुंदरी असायच्या. इतक्या वर्षांमध्ये विमान प्रवासामधून मिळालेल्या सर्व अनुभवांचा मी वापर करायचो आणि कल्पना करायचो की, मी टर्मिनलपासून विमान पुढे धावपट्टीपर्यंत आणलंय. मला कंट्रोल टॉवरकडून विमान-उड्डाण करण्यासाठी अनुमती मिळालीये आणि त्या मोठ्या विमानाचं मी हवेमध्ये उड्डाण करून ३५,००० फुटांवर हवेमध्ये ते स्थिर केलंय.

नंतर मी वैमानिकाचा माईक उचलायचो, 'बंधू-भगिनींनो, मी तुमचा कॅप्टन तुमच्याबरोबर बोलतोय. अबॅग्नेल एअरलाईन्स फ्लाईट ५७२ – सिॲटल ते डेनव्हर यामध्ये आपलं स्वागत आहे. आत्ता, या घटकेला आपण ताशी ५७५ मैलांच्या वेगानं जात आहोत. हवामान उत्तम असेल, अशी अपेक्षा आहे. त्यामुळे डेनव्हरपर्यंतचा प्रवास आरामदायी असेल. तुमच्यापैकी जे स्टारबोर्ड साईडजवळ म्हणजेच विमानाच्या उजव्या बाजूला बसले आहेत, त्यांना खाली, काही अंतरावर माऊंट रेनिअरचं विहंगम दृश्य अनुभवायला मिळेल. माऊंट रेनिअर १४,४१०

फूट उंच आहे. तुम्हाला कदाचित माहीत असेल की, ते वॉशिंग्टन स्टेटमधलं सर्वांत उंच शिखर आहे.'

अर्थातच, काही वेळा माझ्या कल्पनाविलासात मी माझं मोठं विमान भयंकर वादळाशी लढत देऊन घेऊन जाणारा किंवा फारच धोकादायक असा यांत्रिक बिघाड दूर करून माझी मालमत्ता सुखरूप पोहोचवणारा आणि प्रवाशांच्या कृतज्ञतेचा उतराई झालेला असा हिरो असायचो. विशेषतः स्त्रियांच्या, त्यातही विशेषकरून सुंदर स्त्रियांच्या स्तुतिसुमनांचा धनीही झालेला असायचो.

किंवा मी एक सहल घेऊन जाणारा बस-ड्रायव्हर असल्याचं कल्पून आणि ग्रँड कॅनियनचं सौंदर्य अथवा सॅन ॲन्टोनिया, न्यू ऑर्लिअन्स, रोम, न्यूयॉर्क शहर (माझ्या आठवणीतलं न्यूयॉर्क शहर आकर्षक होतं.) या ठिकाणची आकर्षकता दाखवून द्यायचो किंवा मंत्रमुग्ध झालेल्या एखाद्या प्रवाशांच्या गटाला एखाद्या ऐतिहासिक ठिकाणाची माझ्या जलद, चतुर आणि मनोरंजक शैलीत माहिती सांगायचो.

'आता बंधू-भगिनींनो, तुमच्या डाव्या बाजूला जो राजवाडा दिसतोय तो हे शहर ज्यांनी वसवलं त्यांच्यापैकी एकाचं, जे. पी. ग्रीनस्टफचं घर आहे. त्यानं आपल्या सबंध आयुष्यात पुष्कळ पैसे मिळवले. घोटाळा हा झाला की, त्यानं इतके प्रचंड पैसे मिळवले की, उरलेलं आयुष्य तो एका सरकारी तुरुंगात घालवतोय.'

माझ्या कल्पनाविलासात मी मला वाटेल तो कोणीही असे. मला अटक होण्यापूर्वीच्या पाच वर्षांत मी जसा होतो, तसा कोणीतरी असायचो. पेरपेपिग्ननमध्ये मी स्वतःची प्रतिमा सुधारली होती आणि त्यामध्ये बरीच भर घातली होती. कधी मी एक प्रसिद्ध सर्जन असायचो आणि माझ्या वैद्यकीय कौशल्यानं प्रेसिडेंटचं ऑपरेशन करून त्याचे प्राण वाचवायचो. कधी नोबेल पारितोषिक मिळवणारा प्रसिद्ध लेखक असायचो. कधी ऑस्कर ॲवॉर्ड मिळवणारा चित्रपट दिग्दर्शक असायचो. कधी एखाद्या पर्वताच्या अत्यंत अवघड कड्यावर अडकलेल्या दुर्दैवी गिर्यारोहकांना सोडवणारा गिर्यारोहणातला वाटाड्या असायचो. मी भटका कारागीर, शिंपी, इंडियनांचा म्होरक्या, बेकरीवाला, बँकमालक किंवा कल्पक चोर असायचो. कारण मी माझ्या विशेष संस्मरणीय अशा माकडचेष्टांचा पुन्हा एकदा नाट्याविष्कार द्यायचो. माझ्या काही संस्मरणीय प्रेमप्रकरणांनाही उजाळा द्यायचो. पण माझ्या नाटकावर नेहमीच पडदा पडायचा. मला वास्तवाचं भान यायचं. पण माझ्या अंधाऱ्या, निराशामय, थंडगार कोठडीमधल्या कंटाळवाण्या जीवनाचा हा मनानं कल्पलेला प्रवास आहे, याचीही मला जाणीव व्हायची. हा 'वाल्टर मिट्टी'सारखा बेशरम कारावास होता.

एक दिवस अनपेक्षित वेळीच करकर आवाज करत दार उघडलं आणि रक्षकानं माझ्या कोठडीमध्ये काहीतरी भिरकावलं. ती पातळशी, घाणेरडी, कुबट वास येणारी चादर होती. उशी एवढीच असेल जेमतेम, पण मी ती जमिनीवर पसरली आणि त्यावर बूड टेकलं, तेव्हा छान वाटलं. माझ्याकडून असं काय आदर्श वर्तन घडलंय की ज्यामुळे मला हे बक्षीस मिळालंय याबद्दल कुतूहल जागवत मी झोपी गेलो.

एका जाडजूड रक्षकानं माझ्या अंगाखालची चादर खसकन ओढली, तेव्हा मी जागा झालो. रक्षकानं खदखदा हसत लोखंडी दरवाजा धाडकन बंद केला, तेव्हा किती वाजले होते, मला माहीत नव्हतं; पण त्यानंतर बऱ्याच वेळानं मला न्याहारी दिली होती. तरीही रात्रीच्या जेवणानंतर केव्हातरी दरवाजा पुन्हा एकदा उघडला आणि पायरीवर चादर ठेवली गेली. मी ती चादर पटकन उचलली. त्याचा मऊ स्पर्श एखाद्या युवतीच्या मादक स्पर्शाप्रमाणे सुखावह वाटत होता, पण पुन्हा एकदा त्या रक्षकानं जोरानं माझ्या अंगाखालची ती चादर खेचली आणि मी जागा झालो आणि पुन्हा एकदा, कोण जाणे कधी ते, पण ती चादर पुन्हा त्या पायरीवर ठेवली गेली. मला सत्य उमगलं. रक्षक माझ्याशी क्रूर, निष्ठुर खेळ खेळत होते. तरीपण तो एक खेळच होता. दुसरं काही नव्हतं. कदाचित, त्यांचा एखादा उंदीर (कैदी) मेला असणार. मी स्वत:ला बजावलं आणि त्या चादरीकडे दुर्लक्ष केलं. त्या गुळगुळीत दगडी जमिनीचा माझ्या शरीराला सराव झाला होता. मी पुन्हा त्या चादरीला हातही लावला नाही. ते रक्षक रोज रात्री चादर बाहेर ठेवायचे. ती चादर मी वापरेन आणि त्यांना पुन्हा तो क्रूर खेळ खेळायला मिळेल, असं त्यांना वाटत असावं, पण मी त्यांना तशी संधीच दिली नाही.

मला अटक होऊन पेरपेपिग्नन तुरुंगात टाकल्याच्या पाचव्या महिन्यात (ज्याच्या सत्यतेचा नंतर पडताळा आला.) माझ्या कोठडीच्या दरवाजावर टकटक झाली आणि त्याचा काही भाग सरकवण्यात आला आणि आतमध्ये मंदसा प्रकाश पसरला. मला आश्चर्य वाटलं, कारण त्या दरवाजाला सरकती झडप आहे हे माझ्यापासून लबाडीनं लपवून ठेवलं होतं.

"फ्रँक अबॅग्नेल?" ज्या आवाजातून विचारणा झाली, तो नक्कीच अमेरिकन ढंगातला होता.

मी धडपडत दरवाजाजवळ पोहोचलो आणि बाहेर डोकावलो. कॉरिडॉरच्या बाहेर घाणेरड्या वासामुळे मागे सरकलेला एक उंच सडसडीत माणूस आपल्या तोंडावर, नाकावर रुमाल धरून उभा होता.

"मी फ्रँक अबॅग्नेल आहे." मी औत्सुक्यानं पुढे म्हणालो, "तुम्ही अमेरिकन

आहात का? तुम्ही एफ. बी. आय.कडून आला आहात का?''

''मी पीटर रॅमसे. मी मार्सेलीहून अमेरिकन वकिलातीकडून आलो आहे.'' त्या सडपातळ माणसानं तोंडावरचा हातरुमाल जरा बाजूला करत म्हटलं, ''तुझं कसं काय चाललंय?''

भांबावलेल्या मन:स्थितीत मी त्याच्यावर नजर रोखली. अरे देवा, मार्सेलीमधल्या एखाद्या रेस्टारंटमध्ये वाईनचा ग्लास हातात घेऊन बोलत असल्यासारखं तो विचारत होता. लाह्या फुटाव्यात तसे माझ्या तोंडातून शब्द बाहेर पडत होते.

''मी कसा आहे?'' दु:खानं वेडापिसा होत मी त्याच्याच प्रश्नाचा पुनरुच्चार केला. ''मी कसा आहे हे तुम्हाला सांगतोच. मी आजारी आहे. माझ्या अंगावर जखमा झाल्यात. मी नग्न आहे. उपाशी आहे. माझ्या सर्वांगावर उवा झाल्यात. झोपण्यासाठी बिछाना नाहीये, संडास नाहीये, वॉश-बेसिन नाहीये. मी स्वत:च्याच विष्ठेत झोपतोय. वीज नाही, रेझर नाही, टूथब्रश नाही, काहीही नाही. मला किती वाजलेत ठाऊक नाही. कोणता वार आहे ते माहीत नाही. कुठलं वर्ष चालू आहे तेही ठाऊक नाही. ख्रिस्ताच्या कृपेनं, मला पिसाळलेल्या कुत्र्यासारखं वागवतायेत. मी इथे मरणाच्या पंथाला लागलोय. अशी आहे माझी स्थिती.''

माझ्या लांबलचक निंदानालस्तीच्या वक्तव्यानं मी दमून गेलो आणि जमिनीवर धपकन कोसळलो.

माझ्या कोठडीतून येणाऱ्या घाणीमुळे रॅमसे हैराण झाला होता, पण माझ्या वक्तव्याचा त्याच्यावर कोणताही परिणाम झाला नव्हता. त्यानं भावनाशून्यपणे मान डोलावली.

तो शांतपणे म्हणाला, ''ठीक आहे. माझ्या भेटीचा उद्देश मी स्पष्ट करून सांगणं आवश्यक आहे. हे बघ, या जिल्ह्यात मी वर्षातून दोनदा फेरी मारतो. इथल्या अमेरिकनांना भेटतो. मला नुकतंच समजलं की, तू इथे आहेस. तुझ्या आशा उंचावण्याआधीच मला स्पष्ट करू दे की, मी तुला मदत करण्यासाठी असमर्थ आहे. इथल्या परिस्थितीबद्दल आणि ते तुला कसे वागवत आहेत याबद्दल मला पूर्ण जाणीव आहे आणि इथे तुला जसं वागवतात त्याबद्दल मला काहीही करता येणार नाही. हे बघ अबॅग्नेल, फ्रेंच माणूस इथे शिक्षा भोगत असेल, तर त्याला जसं वागवलं जातं, तसंच तुला वागवलं जातंय. या तुझ्या कोठडीच्या आजूबाजूच्या कोठडीत बंद असलेल्या कैद्यांना आणि इथल्या तुरुंगातल्या प्रत्येक कैद्यालाही असंच वागवलं जातंय. प्रत्येकाला सारखंच जेवण मिळतं. तू ज्या सोयींपासून वंचित आहेस, त्या त्यांनाही मिळत नाहीत.

''अबॅग्नेल, अशी निष्ठुर वागणूक फक्त तुझ्याच वाट्याला आलेली नाही आणि ते त्यांच्या लोकांना जसं वागवतात तसंच तुलाही वागवतायेत, तोपर्यंत

तुझ्या या चमत्कारिक अवस्थेबद्दल मी काहीही करू शकत नाही. तक्रारही करू शकत नाही. तू अमेरिकन, परदेशी असल्यामुळे ते तुला वेगळी वागणूक देतायेत, तुझ्याविषयी भेदभाव करतायेत असं दिसलं, तर दुसऱ्या मिनिटाला मी हस्तक्षेप करीन आणि तक्रार करीन. त्यामुळे काही चांगलं साध्य होणार नाही, पण मी तुझ्या वतीनं रदबदली करीन. पण जोपर्यंत ते आपल्या लोकांना जी वागणूक देतात, तशीच शिक्षा तुला देत असतील, तर काही करता येणार नाही. फ्रेंच तुरुंग आहेत हे. हे नेहमी असेच असतात आणि माझ्या माहितीनुसार ते नेहमीच असे असतील. पुनर्वसनावर त्यांचा विश्वास नाही. डोळ्यासाठी डोळा, दातासाठी दात अशा रानटी पद्धतीवर त्यांचा विश्वास आहे. थोडक्यात म्हणजे गुन्हा शाबीत झालेल्या गुन्हेगाराला शिक्षा दिली पाहिजे, यावर त्यांचा विश्वास आहे. तू गुन्हा शाबीत झालेला गुन्हेगार आहेस. तू नशीबवान आहेस. खरंच, तुझा विश्वास बसणार नाही, पण याहूनही भयंकर शिक्षा पूर्वी असायची. गुन्हेगारांना रोज एकदा मारायचे. जोपर्यंत कुणीही मुद्दाम तुलाच म्हणून त्रास देत नाही, तोपर्यंत मला काहीही करता येणार नाही.''

त्याचे शब्द माझ्या कानावर पडले आणि असं वाटलं की, कोणीतरी माझ्या पाठीवर चाबकाचे फटकारे मारतंय. मला फाशीची शिक्षा ठोठावलीये, असं वाटायला लागलं. त्यानंतर रॅमसे भेसूर हसला, पण माझ्या कष्टदायक जीवनात आशेचा किरण दाखवून गेला.

''मला असं समजलंय की, तुला इथे आणखी तीसएक दिवस राहावं लागेल.'' तो म्हणाला, ''अर्थातच, तुझी सुटका होणार नाही. मला सांगितलंय की, दुसऱ्या देशातले अधिकारी येतील आणि त्यांच्या देशात शिक्षेच्या सुनावणीसाठी घेऊन जातील. पण तो देश कोणता, ते मला माहीत नाही. तू जिथे जाशील, तिथे इथल्यापेक्षा नक्कीच बरी वागणूक असेल. आत्ता तुला तुझ्या आई-वडलांना तू कुठे आहेस, हे कळवायचं असेल किंवा तुला कुणाशी संपर्क साधायचा असेल, तर सांग. मी पत्र लिहीन. अशी मदत करायला मला आनंद वाटेल.''

त्याचं हे वागणं खरोखरच उदारपणाचं होतं. असं करणं त्याच्यावर बंधनकारक नव्हतंच. मलाही मोह झाला, पण क्षणभरच!

''नाही, तशी काही आवश्यकता नाही.'' मी म्हणालो, ''आभारी आहे, मि. रॅमसे.''

त्यानं पुन्हा एकदा मान डोलावली.

''अबॅग्नेल, मी तुला सुयश चिंततो.'' तो म्हणाला. तो वळला आणि तेजोमय झोतात दिसेनासा झाला. मी पटकन मागे झालो आणि डोळे झाकून

घेतले. वेदनेनं विव्हळलोच.

काय झालं, ते थोड्या दिवसांनी मला समजलं. कॉरिडॉरमधल्या विजेच्या दिव्यांचा प्रकाश कमी-जास्त करता येत होता. कोठडीचा दरवाजा किंवा 'पीप होल' उघडायचं असे, तेव्हा विजेच्या दिव्यांचा प्रकाश मंद करायचे. इतका मंद की, अंधाऱ्या बिळात राहणाऱ्या चिचुंद्रीप्रमाणे कोठडीत बंदिवान असलेल्या कैद्यांच्या डोळ्यांना इजा पोहोचू नये. जेव्हा रॅमसेसारखा माणूस भेटीसाठी यायचा, तेव्हा त्याला जाण्याची वाट दिसावी म्हणून विजेच्या दिव्यांचा प्रकाश प्रखर करायचे. तो माझ्या कोठडीसमोर थांबला, तेव्हा विजेचे दिवे मंद करण्यात आले आणि तो परत जायला निघणार, त्याआधीच एका रक्षकानं विजेच्या दिव्यांचा प्रखर प्रकाश चालू केला. पेरपेपिग्ननच्या तुरुंगामध्ये कोठडीत बंद असलेल्या कैद्यांच्या दृष्टीसंबंधी घेतलेली काळजी, एवढीच एक कैद्यांविषयी दाखवलेली सहानुभूती होती.

रॅमसे गेल्यानंतर मी भिंतीला टेकून बसलो. माझ्या डोळ्यांची जळजळ शमल्यावर त्यानं पुरवलेल्या माहितीवर मी विचार करू लागलो. माझी शिक्षेची मुदत जवळजवळ संपत आलीये? या भयंकर कोठडीमध्ये मला डांबलं, त्याला अकरा महिन्यांचा काळ लोटला? मला माहिती नव्हतं. मला वेळेचं कुठलंच भान उरलं नव्हतं, पण मला वाटलं, त्यानं सांगितलं ते सत्य होतं.

त्यानंतर मी दिवस मोजायचा प्रयत्न करायचो. मनाच्या पंचांगामध्ये तीस दिवसांचा हिशेब ठेवायचा प्रयत्न करत होतो, पण ते अशक्यप्राय होतं. जिथे कुठलाही उजेड नाही अशा उबग आणणाऱ्या पोकळीमध्ये दिवसांचा हिशेब ठेवणं केवळ अशक्य होतं. इथे वेळेचा कोणताही तुकडा मोजता आला, तर फक्त जगण्यासाठी वापरला जात होता. मला खात्री होती, आता काही दिवसांचाच काळ आहे, जोवर माझ्या मनाची उभारी मला जपता येणं शक्य होतं.

तरीही दिवस जात होते आणि एक दिवस दरवाजातला तो सरकता भाग लोटला गेला. त्यातून मला ठाऊक असलेला अंधूकसा, मंद प्रकाश झिरपला. माझा मागचा एकमेव अनुभव वगळता असा अनुभव मला आला नव्हता.

"मागे वळ. कोठडीच्या पाठीकडे तोंड कर आणि डोळे मीट." उद्धट स्वरांत हुकूम मिळाला. माझ्या हृदयात धडधडत होतं. मी सूचनेबरहुकूम कृती केली. हा माझ्या सुटकेचा दिवस होता की काय? की माझ्यापुढे आणखीन काही वाढून ठेवलंय?

"मागे वळू नकोस. पण हळूहळू डोळे उघड आणि त्यांना प्रकाशाचा सराव होऊ दे." त्या आवाजानं सूचना दिली. "मी हे असंच उघडं ठेवून जातोय. नंतर मी परत येईन."

मी हळूहळू डोळे उघडले आणि सभोवती स्वच्छ सोनेरी प्रकाश पसरलेला पाहिला. माझ्या अशक्त डोळ्यांसाठी तर तो फारच प्रखर होता. या प्रकाशाच्या तिरिपीमुळे मला डोळे बंद करायला लागले. तरीही हळूहळू या प्रकाशाला माझी बुबुळं सरावली आणि डोळे न मिचकावता आणि न दुखता मी सभोवार पाहू शकलो. तरीही ती कोठडी अजूनही एखाद्या पावसाळी दिवसासारखी अथवा संधिप्रकाशासारखी अंधारलेली वाटत होती. एका तासानंतर तो रक्षक परतला किंवा तो आवाज तरी मला त्याचाच वाटला.

"डोळे पुन्हा एकदा बंद कर." त्यानं सूचना दिली. "मी याहून अधिक प्रकाश वाढवणार आहे."

त्यानं सूचना दिल्याप्रमाणे मी कृती केली आणि त्यानं सांगितल्याप्रमाणे मी माझे डोळे हळूहळू आणि सावधानपूर्वक उघडले. ती छोटी कोठडी प्रखर प्रकाशानं भरून गेली, त्यामुळे माझे डोळे पुन्हा बारीक झाले. एखाद्या चांदणीभोवती तेजोवलय असतं, तशा प्रकाशानं माझी कोठडी प्रकाशमय झाली. त्या छोट्या कोठडीतल्या अंतर्रचनेवर प्रथमच प्रकाश पडला होता. मी आजूबाजूला पाहिलं, तसा मी गांगरलो. मला ओकारी आली. भिंती दमट आणि पोपडे आलेल्या होत्या. छतही ओलसर होतं. जमिनीवर विष्ठा पसरलेली होती. ती घाणेरडी होती. काही दिवसांत बादली रिकामी केली नसल्यामुळे घाणीनं भरलेली होती. जमिनीवर किडेही वळवळत होते.

मला उलटी झाली.

रक्षक बहुधा एक तासानंतर परत आला असावा. या वेळी त्यानं दरवाजा उघडला.

"चल माझ्याबरोबर." तो ओरडला.

त्या घाणेरड्या गुहेतून मी का-कू न करता धडपडत निघालो. मी इथे आल्यापासून प्रथमच सर्व अंग ताणून उभा राहिलो आणि माझी मान, खांदे, हात, पाय यांतून एक जीवघेणी कळ उठली. मला चालायला त्रास होत होता; पण मी त्या रक्षकाच्या मागे दारू प्यायलेल्या बदकासारखा झोकांड्या खात चालत होतो आणि कधीकधी तोल सावरण्यासाठी भिंतीचा आधार घेत होतो.

फारसं फर्निचर नसलेल्या एका साध्याशा खोलीत तो मला खाली घेऊन आला.

"इथे उभा राहा." त्यानं हुकूम दिला आणि उघड्या दरवाजातून दुसऱ्या खोलीत गेला. मी वळलो. इतके दिवस एका छोट्या बिळात बंद केल्यानंतर त्या खोलीचं निरीक्षण करताना ती मला मोठ्या आकाराची, प्रशस्त वाटली. माझ्यासमोर एकाएकी एक भयानक प्राणी उभा ठाकला आणि मी तिथेच थबकलो. असला

प्राणी मला कधीच भेटला नव्हता.

तो एक पुरुष होता. तो नरच असणार. पण अरे देवा! कसला विद्रूप होता तो? तो उंच होता, पण कृश होता. कमरेपर्यंत वाढलेल्या अजागळ, राठ केसांच्या गुंत्याचं छप्पर त्याच्या डोक्यावर होतं. त्याच्या चेहऱ्यावर दाढीचे खुंट वाढले होते आणि ती छातीपर्यंत पोहोचली होती. ज्या फटीतून लाळ गळत होती, ते त्याचं तोंड होतं. त्याचे डोळे खोल खोबणीत बसवलेले पेटते निखारे वाटत होते. तो नग्न होता आणि त्याचं अंग घाणीनं माखलं होतं. त्यावरच्या जखमा आणि जखमेवरच्या खपल्यांमुळे तो महारोग्यासारखा वाटत होता. त्याच्या हाताची आणि पायाची नखं खूप वाढली होती आणि गिधाडासारखी पुढे वळली होती. ते भूत समोर आलं आणि मी दचकलो. माझ्या डोक्यात प्रकाश पडला आणि सत्याची जाणीव झाली, तसा मी पुन्हा एकदा शहारलो.

मी आरशासमोर उभा होतो आणि स्वत:लाच पाहत होतो!

खांद्यावर कपडे टाकून आणि हातात बुटाची जोडी घेऊन रक्षक परतला. माझा अवतार बघून मी अजूनही घाबरलेलो होतो.

मी जेव्हा तुरुंगात दाखल झालो, तेव्हा मी जे कपडे घातले होते तेच ते कपडे होते, हे मी ओळखलं.

ते कपडे माझ्याकडे देत आणि बूट जमिनीवर टाकत तो रक्षक दरडावून म्हणाला, "हे घाल."

"कृपा करून मला आधी दाढी, अंघोळ करायला मिळेल का?" मी विचारलं.

"नाही. हे कपडे चढव." माझ्याकडे तिरस्कारानं बघत तो म्हणाला. माझ्या घाणेरड्या अंगावर मी पटकन कपडे चढवले. मला ते खूपच ढगळ होत होते. माझ्या कमरेचा पट्टा गायब होता. मी माझ्या खपाटीला गेलेल्या पोटाभोवती पँट आवळून धरली आणि रक्षकाकडे पाहिलं. तो लगतच्या खोलीत गेला आणि सुतळीचा एक लांब तुकडा घेऊन आला. मी त्या तुकड्यानं पँट कमरेभोवती आवळून बांधली.

त्याच वेळी तिथे दोन पोलीस हजर झाले. त्यांच्यापैकी एकाकडे एखाद्याला बंदिवान करण्याची अनेक साधनं होती. त्यातल्या एकानं पुढे कडी असणारा कातडी पट्टा माझ्या कमरेभोवती आवळला, तर दुसऱ्यानं माझ्या घोट्याभोवती जड बेड्या घातल्या. त्यानंतर माझ्या हातात बेड्या घातल्या आणि एक लांब साखळी माझ्या गळ्याभोवती गुंडाळून हातकड्यांमधून, कमरेच्या पट्ट्याच्या कडीतून घेऊन माझ्या पायांच्या बेड्यांत अडकवली आणि तिथे कुलूप ठोकलं. माझी बांधाबांध करत असताना त्या ऑफिसरांपैकी कोणी काहीही बोललं नाही.

त्यानंतर एका ऑफिसरनं दाराकडे बोट दाखवलं आणि मला थोडासा धक्का दिला. दुसऱ्यानं दरवाजातून बाहेर नेलं. मी पाय ओढतच त्यांच्या मागोमाग गेलो. कारण पायांतल्या अवजड लोखंडी बेड्यांमुळे आणि आपल्याला कुठे नेतायेत या भीतीनंही मला धड चालता येत नव्हतं. मला पूर्वी कधीच साखळदंडांनी बांधलं नव्हतं. अनावर झालेल्या खतरनाक गुन्हेगारांनाच असं जखडून ठेवतात, असा माझा समज होता.

"आपण कुठे चाललोय? मला तुम्ही कुठे घेऊन जाताय?" दुपारच्या कलत्या उन्हाच्या तिरिपीमुळे डोळे बारीक करत मी त्यांना विचारलं. खोलीतल्या प्रकाशापेक्षा हा प्रकाश प्रखर होता. माझ्या प्रश्नाला उत्तर देण्याचे कष्ट घ्यावेत असं त्या दोघांपैकी कुणालाच वाटलं नाही.

काहीही न बोलता त्यांनी मला नंबराची पाटी नसलेल्या एका गाडीच्या सीटवर बसवलं. एक जण गाडी चालवायला बसला आणि दुसरा माझ्याजवळ बसला.

त्यांनी मला मोटारीनं रेल्वे स्टेशनवर आणलं. मी गाडीत बसलो होतो, तिथे सावली होती. तरीही दुपारच्या प्रकाशानं मला उमासे यायला लागले. मला भोवळ यायला लागली. इतक्या महिन्यांनंतर केवळ सूर्यप्रकाशात आल्यामुळे हे उमासे येत नव्हते, हे मला ठाऊक होतं. मी आजारी होतो. तापाची कणकण, उलट्या, जुलाब आणि गारठ्यानं कापरं भरणं, यामुळे गेला महिनाभर मी अनेकदा त्रस्त झालो होतो. पेरपेपिग्ननच्या रक्षकांकडे मी तक्रार केली नव्हती. कारण माझी इतर गाऱ्हाणी आणि तक्रारींकडे त्यांनी दुर्लक्ष केलं, तसंच या तक्रारींकडेही त्यांनी दुर्लक्ष केलं असतं.

रेल्वे स्टेशनवर मला मोटारीतून बाहेर काढण्यात आलं आणि एकानं माझ्या पट्ट्यातलं साखळीचं एक टोक खसकन बाहेर खेचलं. दुसरं टोक त्याच्या हाताभोवती गुंडाळलं आणि पट्ट्यानं बांधलेल्या कुत्र्याला ओढावं, तसं प्लॅटफॉर्मवर जमलेल्या लोकांमधून मला ढकलत पुढे नेलं आणि रेल्वेगाडीकडे ढकलून दिलं. कंडक्टरनं आम्हाला एका डब्याकडे जायला सांगितलं. त्यामध्ये दोन बाक होते. त्याच्या खिडक्या-दारांच्या काचा बंद होत्या. त्यावर पाटी होती 'मिनिस्ट्री ऑफ जस्टीस' (न्यायखात्यासाठी आरक्षित). आम्ही इतर प्रवाशांमधून वाट काढत जात असताना माझ्या अवताराकडे बघून लोकांच्या नजरेत दाटलेली भीती, धक्का आणि तिटकारा जाणवत होता. माझ्या अंगाला येणाऱ्या घाणेरड्या वासामुळे – मला वासाचं ज्ञानच होत नव्हतं – मला त्यांच्याबद्दल सहानुभूती वाटत होती. माझ्या अंगाला घाणीचा भयंकर दर्प येणं अगदी स्वाभाविकच होतं.

तो डबा आठ माणसं मावू शकतील इतका मोठा होता. जसजशी गाडी

भरली, तसे सर्व जागांवर प्रवासी बसले. त्यानंतर धट्टेकट्टे शेतकरी आले आणि त्या डब्यात आमच्याबरोबर प्रवास करायची परवानगी विचारली. माझ्या अंगाला येणाऱ्या दुर्गंधीकडे त्यांचं लक्ष नसायचं. प्रत्येक वेळी पोलीस हात हलवून तुटकपणे नकार द्यायचे.

त्यानंतर तीन उच्छृंखल, सुंदर अमेरिकन मुली आल्या. त्यांनी सिल्क आणि नॉयलॉनचे तोकडे कपडे घातले होते. त्यांच्या हातात वाईनच्या बाटल्या आणि खाण्याचे पदार्थ, भेटवस्तू, सॉव्हेनिअर्स यांनी भरलेल्या पिशव्या होत्या.

त्या येताच त्यांनी लावलेल्या मौल्यवान अत्तराच्या दर्पानं वातावरण भरून गेलं. एका पोलिसाच्या तोंडावर मोठं हसू पसरलं आणि आपल्या जागेवरून उठून त्यानं माझ्या समोरच्या बाकावर त्यांना बसायला जागा करून दिली. त्या मुलींना मी कोण आहे आणि कोणता गुन्हा केलाय, हे जाणून घेण्याची उत्सुकता होती. त्यांनी लगेचच त्यासंबंधी अधिकाऱ्यांशी गप्पा मारायला सुरुवात केली. मला साखळदंडात जखडलं असल्यामुळे मी अर्थातच 'जॅक द रिपर'सारखा महाभयंकर खुनी, एखादा कुविख्यात गुन्हेगार वाटत होतो. माझ्याकडे पाहून त्या घाबरल्या नव्हत्या. उलट त्यांना माझ्याबद्दल एक वेगळीच उत्सुकता वाटली असावी. माझ्या अंगाला येणाऱ्या दुर्गंधीबद्दल त्या (उत्साहानं) हातवारे करत पोलिसांशी चर्चा करत होत्या. एकीनं शेरेबाजी केली, "त्यांनी याला गटारात ठेवलं असावं, असा वास याच्या अंगाला येतोय." इतरांनी हसून तिच्या म्हणण्याला पुष्टी दिली.

मी अमेरिकन आहे हे त्यांना माहिती करून द्यायचं नव्हतं. माझ्या या गलिच्छ दिसण्यामुळे आणि अशा मानहानीमुळे मला लाज वाटत होती. त्या पोलिसांनी शेवटी एकदाचं त्या मुलींना सांगून टाकलं की, त्यांना इंग्लिश समजत नाही आणि बोलताही येत नाही. गाडी स्टेशनहून सुटली आणि त्या तिघी आपापसात गप्पा मारण्यात रमल्या.

आम्ही कुठे चाललोय ते मला ठाऊक नव्हतं. त्या घटकेला मला दिशांचं ज्ञानही नव्हतं. त्या पोलिसांकडे मला कुठे नेतायेत, याची पुन्हा चौकशी करणं निरर्थक होतं, असं मला वाटलं. त्या दोन अधिकाऱ्यांमध्ये मी अंगाची गठडी करून बसलो होतो. मी आजारी होतो. निराश झालो होतो. अधूनमधून गाडीच्या खिडकीतून बाहेरचं निसर्गसौंदर्य पाहत होतो. नजर चोरून त्या मुलींचं निरीक्षण करत होतो. त्यांच्या आपसातल्या संभाषणावरून मला समजलं की, त्या फिलाडेल्फियाकडच्या भागात राहणाऱ्या शिक्षिका होत्या आणि सुट्टीमध्ये युरोपला आल्या होत्या. त्यांनी स्पेन, पोर्तुगाल, पायरेनेसला भेट दिली होती आणि आत्ता कुठल्यातरी रमणीय प्रदेशाकडे प्रवास करत होत्या. माझ्या मनात आलं, आम्ही

पॅरिसला तर चाललो नव्हतो?

माझी तब्येत ठीक नसली, तरी प्रवासामध्ये पुष्कळ वेळ गेल्यानंतर मला भूक लागली होती. त्या मुलींनी आपल्या बॅगेतून चीज, ब्रेड, सँडविचेस, वाईन आणि हवाबंद फळांचे रस काढले आणि ते खात-खात त्या अधिकाऱ्यांबरोबर गप्पा मारत होत्या. माझे हात बांधले होते, त्यामुळे त्यांच्यापैकी एकीनं मला सँडविचचा छोटा तुकडा भरवायचा प्रयत्न केला. पण एका अधिकाऱ्यानं पटकन तिचं मनगट धरलं आणि ''नाही'' असं ठणकावून सांगितलं.

आम्ही पेरपेपिग्नन सोडल्यानंतर, त्या दोन अधिकाऱ्यांना आणि मला इंग्रजी समजत नाही, याची खात्री पटल्यावर काही वेळानं त्या तरुणींच्या संभाषणाचा ओघ त्यांनी या सुट्टीत उपभोगलेल्या कामचेष्टांकडे वळवला. त्यामध्ये इतक्या बारीक-बारीक तपशिलांसकट चर्चा चालली होती की, मला आश्चर्यच वाटलं. आपल्या प्रियकराची शारीरिक ताकद आणि कृती यांचं इतकं रसभरीत वर्णन चालू होतं की, मलाच अवघडल्यासारखं झालं. अत्यंत कामुक, रसभरीत, चार अक्षरी विशेषणानं भरलेली, आंतरगृहात शोभेलशी बायकांची चर्चा यापूर्वी मी कधीच ऐकली नव्हती. त्यांच्या या प्रणयचेष्टांच्या गप्पा ऐकून मी निष्कर्ष काढला की, बायकांसंबंधी मला अजून खूप शिकायचंय आणि त्याच वेळी त्यांच्या या महान खेळात माझा सहभाग असता, तर माझं काय स्थान असतं यावर मी अंदाज बांधू लागलो. आम्ही जर पुन्हा भेटलोच, तर त्यांच्याबरोबर हे खेळ खेळण्याची मी मनात खूणगाठ बांधली.

आमचं पोहोचण्याचं ठिकाण होतं पॅरिस. त्या पोलीस अधिकाऱ्यांनी मला जोरानं खेचून पायावर उभं केलं. त्या तरुणींचा निरोप घेतला आणि मला गाडीबाहेर ओढत आणलं, परंतु त्याआधी मीही त्या तरुणींचा माझ्या पद्धतीनं निरोप घेतला.

मला डब्याच्या दरवाजातून खेचून बाहेर काढत होते, तेव्हा मी मान वळवली. त्या तीन तरुण शिक्षिकांकडे पाहून कामातुर हास्य केलं.

''माझ्या वतीनं फिलीमध्ये सर्वांना नमस्ते सांगा.'' मी माझ्या खास 'ब्रॉंक्स'च्या (न्यूयॉर्कच्या) ढंगात म्हणालो.

त्यांच्या चेहऱ्यावरच्या आश्चर्यचकित भावांमुळे माझ्या दबलेल्या आत्मविश्वासाला उभारी आली.

मला पॅरिसमधल्या मुख्य तुरुंगात नेण्यात आलं आणि एका जाडजूड, टकल्या, निर्दय, भावनाशून्य डोळे असलेल्या, पाहताच नावड उत्पन्न करणाऱ्या पोलीस अधिकाऱ्याकडे सोपवलं. तरीसुद्धा माझ्या अवताराकडे बघून त्याच्या डोळ्यात त्याला बसलेला धक्का आणि किळस प्रतिबिंबित झाली आणि त्यांनी मला साफसुथरा करण्यासाठी ताबडतोब पावलं उचलली. एका अधिकाऱ्यानं

मला अंघोळीसाठी नेलं. माझ्या अंगावर साचलेली घाण धुऊन टाकल्यावर एका न्हाव्याला बोलावून त्याच्याकरवी माझी दाढी केली आणि डोक्यावरचं जंजाळ भादरलं. त्यानंतर मला एका छोट्याशा कोठडीत नेलं. खरंतर माझ्या आधीच्या तुरुंगातल्या कोठडीच्या तुलनेत हा स्वर्गच होता!

तिथे एक अरुंद, लोखंडी कॉट होती. त्यावर एक गादी आणि त्यावर स्वच्छ पलंगपोस होता. एक छोटं वॉशबेसिन होतं. बऱ्यापैकी स्वच्छतागृह होतं. बाहेरून उघडझाप करता येणारा विजेचा दिवा होता.

"तू नऊ वाजेपर्यंत वाचू शकतोस. नंतर दिवा बंद करतात." रक्षकानं मला माहिती पुरवली. माझ्याकडे वाचायला काहीच नव्हतं.

"हे बघ, मी आजारी आहे." मी म्हणालो, "कृपा करून मी डॉक्टरांना भेटू शकेन का?"

"मी विचारेन." तो म्हणाला.

एका तासानं तो परतला, तेव्हा त्याच्या हातात ट्रे होता. त्यावर पातळ रश्श्याचा एक वाडगा, ब्रेड आणि कॉफीचा ग्लास होता.

"मला वाईट वाटतंय, पण डॉक्टर नाही." तो म्हणाला. मला जाणवलं की, हे तो मनापासून बोलतोय.

त्या पातळ रश्शात मांसाचे तुकडे होते आणि माझ्या दृष्टीनं ही मेजवानी होती. ते अपुरं जेवणही माझ्या पोटासाठी भरपूरच होतं. मला असं चांगलं जेवण पचवण्याची सवयच राहिली नव्हती. जेवल्यावर एका तासानं मला उलटी झाली.

माझ्या सद्य:स्थितीबद्दल मी अजून अनभिज्ञ होतो. पॅरिसमध्ये मला पुन्हा एकदा सुनावणीसाठी आणलं होतं का? शिक्षेचा उर्वरित काळ पूर्ण होईपर्यंत मला तिथेच राहायचंय होतं का? की मला दुसऱ्या एखाद्या देशाच्या सरकारकडे सोपवणार होते? मला याबद्दल काहीच माहीत नव्हतं. माझ्या सर्व प्रश्नांना वाटाण्याच्या अक्षता दाखवल्या होत्या.

पण मला पॅरिसमध्ये ठेवणार नव्हते. दुसऱ्या दिवशी कॉफी, ब्रेड, चीझच्या न्याहारीनंतर मला उलटी झाली नाही. नंतर मला माझ्या कोठडीतून बाहेर काढलं आणि रानटी जनावराप्रमाणे मला पुन्हा बेड्या ठोकल्या. दोघा पोलिसांनी मला एका खिडक्या असलेल्या व्हॅनमध्ये चढवलं आणि माझे पाय गाडीच्या तळाला साखळीनं जखडून टाकले. मग प्रवासाला सुरुवात झाली. तो मार्ग माझ्या परिचयाचा होता. मला ऑर्ली विमानतळाकडे नेत होते.

विमानतळावर मला व्हॅनमधून बाहेर काढलं. विमानतळावरच्या स्कॅन्डेनेव्हिअन विमान-कंपनीच्या काऊंटरवर आणण्यात आलं. मी घसपटत चालत असताना माझ्या हाता-पायातल्या साखळ्यांच्या खणखणाटानं विमानतळावरच्या लोकांचं

लक्ष वेधलं जात होतं. कॅफेटेरियामधले आणि बारमधले लोक आपलं खाणं-पिणं सोडून माझ्या अशा अजागळ ध्यानाला पाहायला येत होते.

स्कॅन्डेनेव्हियन विमान-कंपनीच्या काऊंटरच्या मागे असलेल्या एका क्लार्कला मी ओळखलं. तिनं एकदा माझा बनावट चेक वटवला होता. किती रकमेचा ते मला आठवत नव्हतं. तिनं मला ओळखलं असलं, तरी तसं दाखवलं नाही. खरंतर तिनं ज्या माणसाचा चेक वटवला होता, तो दोनशे पौंड वजनाचा सुदृढ, धट्टाकट्टा इसम होता. आत्ता तिच्यासमोरचा बेड्या घातलेला कैदी डोळे खोल गेलेला, वाकलेला, निस्तेज, आजारी होता. एकदा माझ्याकडे पाहून तिनं नजर फिरवली.

"हे बघ, हे काय चालू आहे, हे मला जर सांगितलंस, तर तुझं काही बिघडणार नाहीये." तिकीट-काऊंटरजवळच्या गर्दीचं निरीक्षण करणाऱ्या पोलिसाला मी विनंती केली.

"आम्ही स्वीडिश पोलीस येण्याची प्रतीक्षा करतोय." एक जण तुटकपणे म्हणाला, "आता तोंड बंद ठेव आणि आमच्याशी पुन्हा बोलू नकोस."

चांगल्या शिवलेल्या निळ्या सूटवर फॅशनेबल कोट घातलेली, निळे डोळे असलेली, भुऱ्या केसांची, चलाख, लहानखोर, पण चांगली बांधेसूद अशी एक तरुणी समोर आली. तिच्या खांद्यावर एक कातडी बॅग होती. तिच्यामागे तिच्यापेक्षा उंच असणारी, तिच्याप्रमाणेच पोशाख केलेली तरुणी उभी होती. तिच्याही हातात एक अॅटॅची केस होती.

"हा फ्रँक अबॅग्नेल ना?" माझ्या डाव्या बाजूला असणाऱ्या पोलिसाला त्या लहानशा तरुणीनं विचारलं.

"ते तुला काय करायचंय?" त्यानं फटकारलं. "त्याला कुणालाही भेटण्याची परवानगी नाही. हा माणूस तुझा मित्र असला, तरी त्याच्याबरोबर बोलायची परवानगी नाही."

निळे डोळे चमकले आणि छोटे खांदे ताठ झाले.

"मी त्याच्याशी बोलेन. त्याच्या साखळ्या ताबडतोब काढून टाका." तिच्या आवाजात उद्दाम अधिकार होता. त्यानंतर ती माझ्याकडे पाहून हसली. तिच्या नजरेत, वागण्यात सर्वसाधारण सैलपणा होता.

"तू फ्रँक अबॅग्नेल, हो ना?" तिनं अस्खलीत इंग्रजीत विचारलं. "मी तुला फ्रँक म्हटलं तर चालेल ना?"

○

पुन्हा सटकला

ते दोन पोलीस-अधिकारी आश्चर्यानं एका जागी खिळून राहिले. दोन करड्या अस्वलांना एका खारुताईनं अचानक आव्हान दिलं होतं. मीही त्या सुंदर आकाशवाणीकडे आ वासून पाहत राहिलो. तिनं मला साखळदंडातून मुक्त करायची आज्ञा केली होती आणि ती माझी मरणयातनांतून सुटका करण्यासाठी प्रयत्नरत होती.

तिनं आपला नाजूकसा हात पुढे केला आणि माझ्या खांद्यावर ठेवला. ''मी 'स्वीडिश नॅशनल पोलीस फोर्स'मधली इन्स्पेक्टर जॉन लुंडस्ट्रोम.'' आणि तिच्यामागे उभ्या असलेल्या सुंदर मुलीकडे पाहून म्हणाली, ''ही माझी सहायक इन्स्पेक्टर, कर्स्टन बेरग्लुंड आणि आम्ही तुला स्वीडनला घेऊन जाण्यासाठी आलोय. तुला कल्पना असेल, तिथे तुझ्यावरच्या गुन्हेगारी खटल्याची सुनावणी होणार आहे.''

ती बोलत होती, तेव्हा तिनं आपल्या खिशातून एक कातडी फोल्डर काढला आणि त्यामधील तिची प्रमाणपत्रं आणि सोन्याचा छोटा बिल्ला फ्रेंच पोलिसांना दाखवला.

गोंधळलेल्या पोलीस अधिकाऱ्यानं आपल्या सहकाऱ्याकडे पाहिलं. दुसऱ्या पोलीस अधिकाऱ्यानं सर्व कागदपत्रं सुपुर्द केली आणि खांदे उडवत म्हणाला, ''साखळ्या काढून टाक. तो तिचा कैदी आहे.''

माझ्या बेड्या काढल्या गेल्या. भोवती जमलेल्या लोकांनी जयघोष केला आणि सर्वांनी उभं राहून, शिट्या मारून आणि पाय आपटून आनंद व्यक्त केला.

इन्स्पेक्टर लुंडस्ट्रोमनं मला बाजूला नेलं.

"फ्रँक, मला काही गोष्टी पूर्णपणे स्पष्ट करायच्या आहेत." ती म्हणाली, "स्वीडनमध्ये आम्ही सर्वसाधारणपणे हातात बेड्या आणि इतर बंधनं अडकवत नाही. मी कधीच माझ्याबरोबर त्या बाळगत नाही आणि आपल्या प्रवासात तुझ्यावर कुठलीही बंधनं असणार नाहीत, पण आपली फ्लाईट डेन्मार्कला थांबते आणि डेन्मार्कमधून तुला व्यवस्थित घेऊन जाण्यासाठी माझ्या देशाला बाँड द्यावा लागतो. अशा व्यवहारात ही नेहमीची प्रथा आहे.

"फ्रँक, आपण डेन्मार्कच्या भूमीवर एक तासभरच असणार आहोत. तुला स्वीडनच्या ताब्यात सुपुर्द करायची आणि तू मध्येच निसटून जाणार नाहीस याची जबाबदारी फ्रेंच सरकार, डेन्मार्क सरकार आणि माझं स्वत:चं सरकार यांच्या वतीनं पूर्णपणे माझ्यावर आहे आणि मी खात्रीपूर्वक सांगते की, स्वीडिश तुरुंग हे फ्रेंच तुरुंगांपेक्षा फारच वेगळे असल्याचं तुला जाणवेल. आमच्या कैद्यांना माणुसकीनं वागवलं जावं, अशी आमची धारणा आहे.

"पण फ्रँक, मला हे स्पष्ट करू दे की, माझ्याकडे शस्त्र आहे, कर्स्टनकडे शस्त्र आहे. शस्त्र वापरण्यात आम्ही निष्णात आहोत. जर तू पळायचा, निसटून जाण्याचा प्रयत्न केलास, तर आम्हाला बंदूक चालवायला लागेल आणि आम्ही जर तुझ्यावर गोळी घातली तर फ्रँक, आम्ही तुला ठार मारू, हे लक्षात ठेव. समजलं ना?"

ते शब्द शांतपणे, काही अभिनिवेश न दाखवता उच्चारले होते. मैत्रीपूर्ण नसले, तरी एखाद्या परक्या माणसाला सहकार्याची दिशा दाखवणारे होते. खांद्यावर पट्टे अडकवलेली मोठी पर्स तिनं उघडली. इतर खूपशा गोष्टींसमवेत ०.४५ 'सेमी ऑटोमॅटीक' पिस्तूलही होतं.

मी इन्स्पेक्टर बेरग्लुंडकडे पाहिलं. छानसं हसत तिनं तिच्या पर्सवरही थोपटून दाखवलं.

"होय, मला समजलं." मी म्हणालो.

खरंतर मला वाटलं, ती थट्टाच करतेय. मला कैद करणाऱ्या त्या सुंदर तरुणींपैकी कोणीच मला 'ॲनी ओकले'सारखी भीतिदायक वाटली नाही. लुंडस्ट्रोम तिकीट-काऊंटरवरच्या क्लार्ककडे वळली. "आम्ही तयार आहोत." तिनं सांगितलं. त्या मुलीनं संमतिदर्शक मान डोलावली आणि तिच्या मागच्या खोलीतून दुसऱ्या एका तरुण माणसाला, क्लार्कला बोलावलं. त्यानं आम्हाला काऊंटरच्या मागे असलेल्या ऑफिसमधून, बॅगा ठेवतात तिथून ऑपरेशन एरियामधून वाट

काढत विमानात चढायच्या शिडीपर्यंत आणलं.

मी घातलेले ढगळ कपडे सोडले, तर आम्ही तिघंही इतर प्रवाशांसारखेच वाटत होतो.

कोपनहेगनला उतरण्यापूर्वी आम्हाला विमानामध्ये खायला दिलं गेलं. ते नेहमीचंच, विमान प्रवासातलं तुटपुंजं जेवणं होतं; पण ते रुचकर होतं. तुरुंगात डांबल्यापासून मला मिळालेलं ते पहिलं चांगलं जेवण होतं. माझ्यासाठी ही आनंददायी मेजवानी होती. माझ्याबरोबर आलेल्या अधिकाऱ्यांनी मला त्यांचा वाटा देऊ केला, तेव्हा तो नाकारण्यासाठी मला स्वत:च्या मनाला मुरड घालायला लागली.

आम्हाला अपेक्षेपेक्षा जास्त वेळ, म्हणजे दोन तास डेन्मार्कमध्ये थांबायला लागलं. त्या दोन अधिकाऱ्यांनी मला लगेचच विमानतळावरच्या एका रेस्टॉरंटमध्ये नेलं. मला खात्री आहे, त्या दोघींना पुन्हा जेवण करण्याएवढी भूक नव्हती, तरीही आम्हा तिघांसाठी त्यांनी चांगलं भोजन मागवलं. केवळ माझी वखवखलेली भूक शमवण्यासाठीच त्यांनी हे केलं असावं, असं मला वाटलं. पण मीही नाही म्हटलं नाही. विमानात चढण्यापूर्वी त्यांनी माझ्यासाठी पुष्कळ कँडीबार आणि काही इंग्रजी भाषेतली मासिकं आणली.

त्या सर्व प्रवासात मला कैदी म्हणून न वागवता त्या माझ्याशी एखाद्या मित्राप्रमाणे वागत होत्या. मी त्यांना त्यांच्या एकेरी (पहिल्या) नावानं संबोधावं, असा त्यांनी आग्रह धरला. त्यांनी एखाद्या मित्राशी बोलावं, तसं मला माझ्या कुटुंबाबद्दल, माझ्या आवडी-निवडींबद्दल आणि इतर सर्वसाधारण गोष्टींबद्दल विचारलं. माझ्या गुन्हेगारी कारकिर्दीबद्दल त्यांनी मोजकीच चौकशी केली आणि त्यानंतर पेरपेपिग्नन तुरुंगातल्या रानटी वागणुकीबद्दल विचारलं. त्या नरकामध्ये मी फक्त सहाच महिने होतो हे समजलं, तेव्हा मला आश्चर्यच वाटलं. माझं काळ-वेळाचं भानच हरपलं होतं.

"तू परदेशी नागरिक असल्यामुळे तुला पॅरोलवर ठेवता येत नव्हतं, पण न्यायाधीशांना त्यांचे विशेषाधिकार वापरून शिक्षेची मुदत कमी करता येत होती आणि त्यांनी तेच केलं." जॉन म्हणाली.

ज्या कडक ज्युरींनी मला शिक्षा दिली होती, त्यांचे मी लगेचच आभार मानले. मी सहाच महिन्यांची शिक्षा भोगली होती याचं ज्ञान झाल्यावर मला जाणवलं की, पेरपेपिग्नन तुरुंगात मी वर्षभर जिवंतच राहू शकलो नसतो. फारच थोड्या कैद्यांनी ते दिव्य पार पाडलं होतं.

कोपेनहेगनहून निघाल्यानंतर अर्ध्या तासानं विमान स्वीडनमधल्या मालमोलामध्ये उतरलं. आश्चर्याची गोष्ट म्हणजे आम्ही विमानातून उतरलो, आमचं सामान बाहेर काढलं आणि जॉन आणि कर्स्टननं मला परस्पर विमानतळावर उभ्या असलेल्या

स्वीडिश पोलिसांच्या काळ्या-पांढऱ्या रंगाच्या गाडीशी नेलं. एक पोलीस-अधिकारी त्याचा चालक होता. त्यानं आमचं सामान – खरंतर त्या दोघींचं. कारण माझं काहीच नव्हतं – गाडीत ठेवायला मदत केली आणि मालमोपासून जवळच असलेल्या क्लिप्पनच्या पोलीस स्टेशनला घेऊन गेला.

क्लिप्पन पोलीस स्टेशनबद्दल माझ्या मनात कुतूहल निर्माण झालं. ते पोलीस स्टेशनसारखं न दिसता एखाद्या चमत्कारिक, जुन्या पठडीतल्या पथिकाश्रमासारखं वाटत होतं. एका लालसर चेहऱ्याच्या, हसऱ्या पोलीस सार्जंटनं आमचं – जॉन-कर्स्टनला स्वीडिशमध्ये आणि थोड्या निराळ्या लकबीतल्या इंग्लिशमध्ये मला अभिवादन केलं. एखाद्या पाहुण्याचं स्वागत करावं, तसं त्यांनी माझ्याशी हस्तांदोलन केलं.

"मि. अबॅग्नेल, तू येणार याची मला कल्पना होती. तुझ्यासंबंधीची सर्व कागदपत्रं इथे माझ्याजवळ आहेत."

"सार्जंट, फ्रँकला डॉक्टरी इलाजाची जरुरी आहे." जॉन इंग्रजीत म्हणाली, "मला वाटतं, तो फार आजारी आहे. त्याच्याकडे लगेचच लक्ष देण्याची आवश्यकता आहे."

तेव्हा रात्रीचे नऊ वाजले होते, पण सार्जंटनं फक्त संमतिदर्शक मान डोलावली.

"इन्स्पेक्टर लुंडस्ट्रोम, मी लगेचच काय ते बघतो." तो म्हणाला. त्यानं तिथे उभ्या असलेल्या तरुण गणवेशधारी अधिकाऱ्याला बोलवलं आणि म्हणाला, "कार्ल, कैद्याला त्याच्या राहण्याच्या खोलीत घेऊन जा."

"हो साहेब." तो म्हणाला आणि माझ्याकडे पाहून हसला.

"कृपया, माझ्याबरोबर येता का?" मी गोंधळलेल्या मन:स्थितीतच त्याच्या मागोमाग जायला लागलो. स्वीडनमध्ये गुन्हेगारांना जर अशा प्रकारे वागवत असतील, तर सज्जनांना ते कसं वागवत असतील?

तो मला हॉलच्या शेवटी, ओकच्या लाकडांनी बनवलेल्या एका प्रचंड दरवाजाजवळ घेऊन गेला. त्यानं त्याचं कुलूप उघडलं आणि मला आत जाऊ देण्यासाठी बाजूला उभा राहिला. मी जेव्हा आत पाऊल टाकलं, तेव्हा थक्कच झालो. ती कोठडी नव्हती. ते एक घरच होतं. मोठी प्रशस्त खोली होती. त्यावर एक मोठी खिडकी होती, जिथून खेड्याचा परिसर दिसायचा. डोक्याकडच्या आणि पायालगतच्या बाजूंना छान कोरीव काम केलेला मोठा पलंग होता. त्यावर रंगीत चादर अंथरलेली होती. खोलीमध्ये साधंसंच फर्निचर होतं आणि बाथटब, शॉवर असणारी स्वतंत्र बाथरूम होती. स्वीडनच्या ऐतिहासिक शौर्याच्या क्षणांचं महत्त्व सांगणारी चित्रं भिंतीवर लावली होती. खिडकीवरच्या सुंदर पडद्यामुळे

बाहेरून येणाऱ्या-जाणाऱ्यांपासून एकांत मिळायचा. तो पडदा ओढलेला होता.

"मला आशा आहे साहेब, तुम्हाला लवकरच बरं वाटेल." दरवाजा ओढून घेत आपल्या निराळ्या ढंगाच्या इंग्रजीत कार्ल म्हणाला.

"आभारी आहे." मी उत्तर दिलं. याहून जास्त काही सांगावंसं मला वाटत होतं, पण कसं आणि काय सांगावं, ते सुचलं नव्हतं. तो गेल्यावर मी खोलीचं बारकाईनं निरीक्षण केलं. जाड काचांच्या न उघडणाऱ्या खिडक्या होत्या. दरवाजाही आतून उघडता येत नव्हता, पण माझी हरकत नव्हतीच. या तुरुंगातून सटकण्याचा माझा जराही विचार नव्हता.

त्या रात्री मी पलंगावर नुसता पडून होतो आणि काही मिनिटांतच दरवाजा पुन्हा उघडला. जॉन एका टक्कल पडलेल्या, मनमिळाऊ, पण कार्यक्षम डॉक्टरला घेऊन आली. तो इंग्रजीत पटकन म्हणाला, "कपडे काढ." माझी जरा चलबिचल झाली, पण जॉननं निघून जाण्याची कुठलीच हालचाल केली नाही. त्यामुळे तिच्यासमोर विवस्त्र व्हायला मला संकोच वाटत होता, तरी माझे अपुरे कपडे मी उतरवले. तिच्या चेहऱ्यावर फक्त काळजीचा भाव होता. स्वीडनमध्ये विशिष्ट परिस्थितीतच विवस्त्रता कामोत्तेजक ठरते, हे मला समजलं.

डॉक्टरनं निरनिराळ्या साधनांचा वापर करून, हलकंसं ठोकून, दाबून अंदाज घेत मला शांतपणे तपासलं. स्टेथोस्कोप आणि ती साधनं बाजूला ठेवली आणि मान हलवली.

"हा माणूस कुपोषण आणि जीवनसत्त्वाचा अभाव यामुळे त्रस्त आहे, पण माझ्या मते सर्वांत वाईट म्हणजे याला डबल न्युमोनिया झालाय." तो म्हणाला, "इन्स्पेक्टर, मला वाटतं तुम्ही ॲम्ब्युलन्स बोलवावी."

"ठीक आहे डॉक्टर." जॉन म्हणाली आणि खोलीतून धावतच बाहेर गेली.

अर्ध्या तासात मला एका छोट्या, स्वच्छ आणि कार्यक्षम हॉस्पिटलच्या स्वतंत्र खोलीत सुरक्षितपणे हलवण्यात आलं. प्रकृती सुधारण्यासाठी मी तिथे महिनाभर होतो. त्या काळात माझ्या खोलीच्या बाहेर एक गणवेशधारी अधिकारी सज्ज असायचा. परंतु तो कधी रक्षक न वाटता मित्रासारखा वाटायचा. जॉन, कर्स्टन, सार्जंट अथवा कार्ल मला रोज भेटायला यायचे. प्रत्येक वेळी येताना माझ्यासाठी काही – पुष्पगुच्छ, कँडी, एखादं मासिक अथवा भेटवस्तू आणायचे.

माझ्या हॉस्पिटलमधल्या वास्तव्यात त्यांनी मी केलेल्या गुन्ह्यांबद्दल अथवा माझ्या गुन्ह्यांच्या सुनावणीबद्दल किंवा माझ्यावर असलेल्या आरोपांबद्दल एकदाही प्रश्न विचारला नाही.

महिन्यानंतर, जेवणाच्या वेळेआधी मला माझ्या कोठडीत आणण्यात आलं. दुपारी कार्ल माझ्याकडे जेवणाच्या पदार्थांची यादी घेऊन आला.

"आमच्याकडे स्वयंपाकघराची सुविधा नाहीये." दिलगिरी व्यक्त करत तो म्हणाला, "यापैकी तुला काय हवं असेल ते सांग, आम्ही कॅफेमधून ते आणून देऊ. ते खूप चांगलं अन्न असतं, हे मी तुला खात्रीपूर्वक सांगतो."

ते खरंच चांगलं जेवण होतं. एका महिन्याभरात माझ्या पूर्वीच्या २०० पौंडाजवळ माझं वजन आलं.

हॉस्पिटलमधून आल्यानंतर दुसऱ्याच दिवशी जॉन मला भेटायला आली. तिच्याबरोबर एक सडपातळ, आनंदी वृत्तीचा माणूस होता.

"मी इन्स्पेक्टर जॉन लुंडस्ट्रोम, मी स्वीडिश नॅशनल पोलीसमध्ये काम करते." ती औपचारिकपणे म्हणाली, "माझं कर्तव्य म्हणून मी तुला सांगते की, तुला इथे काही काळासाठी बंदिवान म्हणून ठेवण्यात येईल. तुझ्या गुन्ह्यांची चौकशी करणं, हेही माझं कर्तव्य आहे. हे तुझे सहायक आहेत. ते दुभाष्या म्हणून काम करतील. ते उत्तम इंग्रजी बोलतात आणि अमेरिकन म्हणी, वाक्प्रचार, बोलीभाषा याबद्दल त्यांना चांगली माहिती आहे."

मी आश्चर्यानं थक्क झालो. "ओह! जॉन, तूसुद्धा उत्तम इंग्रजी बोलतेस की!" मी निषेध व्यक्त केला. "हे काय म्हणून?"

"कैदी जर परदेशी स्त्री किंवा पुरुष असेल, तर स्वीडिश कायद्यानुसार परदेशी व्यक्तीला प्रश्न विचारताना परदेशी व्यक्ती ज्या भाषेत संभाषण करते, त्या भाषेच्या जाणकार दुभाष्याची उपस्थिती आवश्यक असते." जसं काही तिनं मला पूर्वी कधीही पाहिलंच नव्हतं, अशा ढंगात जॉन बोलत होती.

"कायद्यानुसार तुला वकील नेमायचा अधिकार आहे आणि मी तुझी चौकशी करत असताना तो सर्व काळ येथे हजर असायला हवा. वकील नेमण्यासाठी तुझ्याजवळ पैसे नसल्यामुळे स्वीडिश सरकारनं तुझ्यासाठी मदतनीस नेमली आहे. तिचं नाव 'एल्सा क्रिस्टिआनसन' आणि आज ती तुला नंतर भेटेल. मी तुला जे सांगितलं ते सर्व तुला समजलं ना?"

"व्यवस्थित." मी म्हणालो.

"तर मी तुला उद्या भेटेन." ती म्हणाली आणि निघून गेली.

एका तासानंतर माझ्या दरवाजावर थाप पडली आणि दार उघडलं. माझं जेवण घेऊन रक्षक आला होता. स्वादिष्ट आणि भरपूर जेवण होतं ते! तो तुरुंगातला कर्मचारी नसून हॉटेलमधला वेटरच असल्यासारखं त्यानं ते जेवण एका घडीच्या टेबलवर मांडलं.

जेवणाची थाळी घेऊन जाण्यासाठी तो आला, तेव्हा माझ्याकडे पाहून हसला. "बाहेर चक्कर टाकायला तुम्हाला आवडेल का?" त्यानं विचारलं. "मी इथे माझ्या कामासाठी फेऱ्या मारतोय तोपर्यंत इथे, या इमारतीमध्येच तुम्ही फिरू

शकाल. मला वाटलं, तुम्हाला आत बसून कंटाळा येत असेल.''

मी त्याच्याबरोबर स्वयंपाकघरात गेलो. तिथे ट्रे आणि खाण्यासाठी वापरलेल्या डिशेस घेऊन जाण्यासाठी जवळच्या रेस्टॉरंटमधला वेटर आला होता. स्वयंपाकघर हे काही स्वयंपाकघरासारखं नव्हतंच. तिथे एका कोपऱ्यात रक्षकांना स्वत:साठी फक्त कॉफी बनवून घेता येत होती. नंतर त्यानं मला सर्व तुरुंगाची फेरी घडवली. ती इमारत दोन मजली होती आणि त्यात फक्त २० कैदी राहत होते. प्रत्येक कोठडीचा दरवाजा उघडण्याआधी त्यानं दरवाजावर थाप मारली. कोठडीत राहणाऱ्याचं हसून स्वागत केलं आणि कैद्याला काय हवं-नको हे विचारलं. दरवाजा बंद करण्यापूर्वी आणि कुलूप घालण्याआधी कैद्याचा 'गुडनाईट' म्हणून निरोप घेतला.

मी माझ्या खोलीत परतलो, तेव्हा एल्सा क्रिस्टिआनसन आणि दुभाषी रेव्हरंड कार्ल ग्रीक माझी वाट बघत होते. त्याला पाहून मला आश्चर्य वाटलं, पण मिसेस क्रिस्टिआनसनला जरासुद्धा इंग्रजी बोलता येत नाही, हे त्यानं स्पष्ट केलं. माझ्या केसमध्ये चौकशी करण्यात तिनं वेळ घालवला नाही. तिनं फक्त माझी ओळख करून घेतली आणि मला सांगितलं, उद्या सकाळी जॉन जेव्हा चौकशीला सुरुवात करेल, तेव्हा ती इथे हजर असेल, इतकंच.

ती उंच, सुंदर स्त्री होती. माझ्या अंदाजानं चाळिशीची असावी. शांत आणि आदरणीय वाटली. तरीसुद्धा तिनं वकील म्हणून माझं काम बघण्याबद्दल माझ्या मनात शंका होती, पण माझा नाइलाज होता. माझ्या पसंतीचा वकील नेमण्यासाठी माझ्याकडे पैसे नव्हते. फ्रेंच पोलिसांनी माझे फ्रान्समध्ये ठेवलेले सर्व पैसे ताब्यात घेतले होते, असं मला वाटलं होतं. माझ्या अटकेनंतर अथवा तुरुंगात ठेवल्यानंतर मी जमा केलेल्या लुटीबद्दल त्यांनी कोणताच उल्लेख केला नव्हता आणि माझ्या सुटकेनंतर त्यांनी माझे पैसेही परत दिले नव्हते आणि स्वीडनमध्ये माझ्या अनेक लॉकर्समध्ये दडवलेल्या पैशांपैकी काही पैसे आणण्याचा मार्ग उपलब्ध नव्हता.

दुसऱ्या दिवशी सकाळी जॉन आली. तिच्याबरोबर मिसेस क्रिस्टिआनसन आणि ग्रीकसाहेबही आले होते. तिनं लगेचच मला माझ्या स्वीडनमधल्या गुन्हेगारी कृत्यांबद्दल विचारायला सुरुवात केली. बर्गन मिसेस क्रिस्टिआनसनसाठी त्या प्रश्नांचं भाषांतर करायचे. मिसेस क्रिस्टिआनसन नुसती शांतपणे बसून राहायची आणि अधूनमधून फक्त मान डोलवायची.

जॉनबरोबरच्या पहिल्या दोन प्रश्नोत्तरांच्या सत्रात मी उडवाउडवी करत होतो. एकतर मी उत्तर देणं टाळत होतो किंवा मी उत्तर द्यायचो तेही 'मला आठवत नाही' अथवा 'मी सांगू शकत नाही' असं.

तिसऱ्या दिवशी जॉन चिडली.

"फ्रँक! फ्रँक!" ती ओरडली. "तू इतका टोकाचा बचावाचा पवित्रा का घेतो आहेस? तू अशी उडवाउडवीची उत्तरं का देतोयेस? तू इथे आहेस. तुझी चौकशी होणार आहे. तू माझ्याशी प्रामाणिक असलास, तर ते तुझ्यासाठीच हितकारक ठरेल. तू कोण आहेस, हे आम्हाला माहीत आहे आणि तू काय केलंयस, हेही आम्हाला ठाऊके. तुला माहीतये, आमच्याकडे सर्व पुरावा आहे. तू बोलायला इतका नाखूश का आहेस?"

"कारण इथे जरी असा चांगला तुरुंग असला, तरी मला २० वर्षं तुरुंगात काढायची नाहीत." मी जरा ठणकावूनच उत्तर दिलं.

बर्गननं मिसेस क्रिस्टिआनसनसाठी भाषांतर केलं, तेव्हा त्या तिघांची प्रतिक्रिया अगदी अनपेक्षित होती. ते मोठ्यानं हसायला लागले. एखाद्या विनोदी फार्सनं जसं सात मजली हसू कोसळतं, तसं ते मोठ्यानं हसायला लागले. मी आश्चर्यानं त्यांच्याकडे बघायला लागलो.

हसू दाबत जॉन म्हणाली, "वीस वर्षं?"

"किंवा पाच वर्षं, दहा वर्षं किंवा आणखी काही." त्यांच्या अशा वागण्यानं चिडून मी बचावात्मक उत्तर दिलं.

"पाच वर्षं? दहा वर्षं?" जॉन म्हणाली, "फ्रँक, तू केलेल्या गुन्ह्यासाठी तुला जास्तीतजास्त एक वर्ष शिक्षा होईल आणि तू प्रथमच गुन्हा केलेला असल्यामुळे तुला इतकी ही शिक्षा होईलसं मला वाटत नाही. फ्रँक, या देशात खुनी आणि बँक लुटणारे यांना गुन्हा शाबीत झाल्यावर क्वचितच दहा वर्षांची शिक्षा होते. तू केलेला गुन्हा भयंकर आहे, पण एक वर्षाचा तुरुंगवास ही इथे मोठी शिक्षा समजली जाते आणि तुला जास्तीतजास्त तेवढीच शिक्षा दिली जाईल, याची मी खात्री देते."

स्वीडनमध्ये काय-काय उद्योग केले, हे माझ्या आठवणीनुसार तपशीलवार माहिती देऊन मी तिला पूर्ण कबुलीजबाब दिला. एका आठवड्यानंतर मला आठ ज्युरींसमोर सुनावणीसाठी मालमोला आणलं. माझा गुन्हा आणि त्यासाठी दिली जाणारी शिक्षा याबद्दल ते ठरवणार होते, कारण मी दिलेल्या कबुलीजबाबानंतर निरपराधित्वाचा प्रश्नच नव्हता. तरीदेखील मी माझी जवळजवळ सुटका करून घेतली होती. खरंतर क्रिस्टिआनसननं केली होती.

माझ्याविरुद्धचे सर्व साक्षी-पुरावे सादर झाल्यानंतर तिनं सगळ्यालाच आव्हान दिल्याचं बघून मी आश्चर्यचकित झालो. माझ्यावर 'चेकच्या साहाय्यानं केलेला भयंकर घोटाळा' असा ठपका ठेवला असल्याचं तिनं मुख्य न्यायाधीशांच्या नजरेत आणून दिलं.

"मी हे कोर्टाच्या निदर्शनास आणू इच्छिते की, इथे कोर्टापुढे सादर केलेले दस्तऐवज स्वीडिश कायद्यानुसार चेक नाहीतच." तिनं युक्तिवाद मांडला, "ते त्यानं स्वत: बनवलेले दस्तऐवज आहेत. ते कधीच चेक नव्हते आणि आत्ताही ते चेक नाहीत."

"स्वीडिश कायद्यानुसार हे दस्तऐवज म्हणजे चेक नव्हेत. कारण हे निव्वळ बनावट आहेत. न्यायाधीशसाहेब, खरं पाहता कायद्यानुसार अशिलानं चेकवर काही खाडाखोड, दुरुस्त्या वगैरे केलं नाही, कारण हे दस्तऐवज चेक नव्हेतच. ही केवळ अशिलानं बनवलेली कलाकृती आहे आणि म्हणून त्याच्याविरुद्धचे गुन्हे रद्दबादल ठरवावेत."

न्यायाधीशांनी गुन्हे रद्दबादल केले नाहीत, पण त्या गुन्ह्याची श्रेणी कमी केली. त्या गुन्ह्याला, खोटी बतावणी करून पैसे मिळवण्याची श्रेणी दिली गेली आणि ज्युरींनी मला सहा महिने तुरुंगवासाची शिक्षा दिली. मला तो माझा विजय वाटला आणि मी मिसेस क्रिस्टिआनसनचे मनापासून उत्स्फूर्त आभार मानले. त्या निकालावर तीही खूश होती.

नंतर क्लिप्पन तुरुंगातल्या माझ्या खोलीत मला परत आणलं. दुसऱ्या दिवशी माझं अभिनंदन करण्यासाठी जॉन आली. तिनं एक अस्वस्थ करणारी बातमी दिली. मी माझ्या शिक्षेच्या काळात या अशा छोट्या हॉस्टेलसारख्या, आरामदायी असलेल्या क्लिप्पन तुरुंगात राहणार नव्हतो. मालमोच्या एका स्थानिक संस्थेत मला जावं लागणार होतं. युरोपमधल्या लुंड विद्यापीठाच्या परिसरातलं हे एक सर्वांत जुनं कॉलेज होतं.

"फ्रान्समधल्या तुरुंगापेक्षा हा वेगळा असल्याचं तुला जाणवेल. खरंतर अमेरिकेतल्या कुठल्याही तुरुंगापेक्षाही तो वेगळा आहे." जॉननं मला खात्री दिली. 'गुन्हेगार-कक्ष' म्हणून ओळखल्या जाणाऱ्या कॅम्पसच्या भागात माझी रवानगी झाली, तेव्हा तुरुंगासंबंधीचे सर्व कुतर्क विरून गेले. त्या कक्षामध्ये तुरुंगासारखं वातावरण नव्हतं. कुंपण नव्हतं, नियंत्रणकक्ष नव्हते, गज नव्हते, इलेक्ट्रॉनिक प्रवेशद्वारं नव्हती अथवा दारं नव्हती. कॅम्पसच्या इतर मोठ्या शासकीय इमारतींपैकीच ही एक इमारत होती आणि सगळीकडे मुक्त प्रवेशद्वार होतं.

मला दाखल केल्यानंतर मला क्वार्टरकडे नेण्यात आलं. मला ती तुरुंगाच्या कोठडीसारखी अजिबात वाटली नाही. शिवाय क्लिप्पनच्या खोलीप्रमाणेच ती सर्व सोयी-सुविधा असणारी आरामदायी होती.

तुरुंगाचे नियम जाचक नव्हते आणि बंधनं माफक होती. मला माझे सर्वसाधारण कपडे घालण्याची मुभा होती. माझ्याकडे कपड्यांचा एकच जोड असल्यामुळे मला शहरातल्या दुकानात नेलं गेलं आणि मला कपड्याचे दोन जोड घेऊन दिले

गेले. मला कुणालाही पत्रं लिहिण्याची मुभा असायची. पोस्टानं आलेली कुणाचीही पत्रं मला मिळू शकायची. माझ्या पत्राची पूर्वतपासणी व्हायची नाही. त्या ठिकाणी शंभरच कैदी राहत होते आणि तेवढ्या लोकांसाठी स्वयंपाकघर चालवणं फायदेशीर नसल्यामुळे जेवण बाहेरच्या हॉटेलमधून मागवलं जायचं. काही मर्यादेपर्यंत कैदी भोजनासाठी अन्नपदार्थांची निवड आपल्या आवडीनं करायचे.

त्या संस्थेमध्ये लिंगभेद नसल्यानं तिथे कित्येक स्त्रियाही होत्या, परंतु निवासी स्त्री-पुरुषांमध्ये वैषयिक संबंधास मज्जाव असायचा. नवरा-बायको अथवा प्रेमिकांच्या भेटीगाठीसाठी परवानगी असायची. सकाळी ७ ते रात्री १०पर्यंत कैद्यांना इमारतींमध्ये कुठेही जाण्या-येण्याचं स्वातंत्र्य असायचं. दुपारी ४ ते रात्री १० या वेळात पाहुण्यांना भेटीसाठी येऊ द्यायचे. रात्री १० वाजता कैद्यांनी खोल्यांत असणं बंधनकारक असायचं आणि त्यानंतर खोल्यांना कुलपं लावायचे आणि कर्फ्यू असायचा.

या कक्षात अनावर झालेल्या गुन्हेगारांना ठेवत नसायचे. इथे डांबलेले कैदी खोट्या चेकनं पैसे लुबाडणारे, गाड्या चोरणारे, पैशाचा अपहार करणारे यांसारखे, परंतु हिंसक नसणारे गुन्हेगार असायचे. तरीही त्यांनी केलेल्या गुन्ह्याच्या प्रकारानुसार त्यांचं वय, लिंग यावरून त्यांना विभागण्यात यायचं. माझ्याच वयाच्या, खोट्या चेकनं फसवणूक किंवा इतर फसवणुकीचे गुन्हे करणाऱ्यांबरोबर मला राहावं लागलं.

स्वीडिश तुरुंग गुन्हेगारांचं पुनर्वसन करण्याचा आटोकाट प्रयत्न करतो. मला सांगण्यात आलं की, मी माझ्या शिक्षेच्या काळात विद्यापीठातल्या शैक्षणिक वर्गांना जाऊ शकतो अथवा तुरुंगाच्या हद्दीत असलेल्या पॅराशूट कंपनीत काम करू शकतो. मी जर शैक्षणिक वर्गांना गेलो, तर स्वीडिश सरकार माझी फी भरेल आणि मला इतर साधनं पुरवेल. मी जर पॅराशूट फॅक्टरीत काम करायचं ठरवलं, तर प्रचलित दरानं मला मजुरीही दिली जाणार होती.

इथून निसटून जाणं सोपं होतं, पण एका गोष्टीची अडचण होती.

स्वीडनमध्ये अगदी लहान वयातच ओळखपत्रं देऊ करतात. त्यांना क्वचितच ती दाखवावी लागतात, पण एखाद्या नागरिकाकडे त्याच्या कार्डाची चौकशी करण्याचे अधिकार पोलिसांना आहेत आणि कुठेही सरहद्द ओलांडताना, परदेशी जाणाऱ्या रेल्वे वा विमान प्रवासासाठी ओळखपत्राची आवश्यकता असते. माझ्याकडे माझं ओळखपत्र नव्हतं. माझ्याजवळ पैसेही नव्हते.

खरंतर याची काहीच जरुरी नव्हती. पळून जाण्याचा विचार माझ्या मनातही आला नाही. मला मालमोचा तुरुंग आवडला होता. एक दिवस मला थक्क करून टाकणारी गोष्ट घडली. माझ्याकडून फसवला गेलेला एक तरुण बँक-

कर्मचारी मला भेटायला आला. त्यानं माझ्यासाठी चक्क फळांची टोपली आणि स्वीडिश चीझ भेट म्हणून आणलं होतं.

"तुम्ही माझ्या बँकेमध्ये चेक वटवले, पण त्यामुळे मी अडचणीत सापडलो नाही, हे समजल्यावर तुम्हाला बरं वाटेल, असं मला वाटतं." तो तरुण म्हणाला, "तुमच्याबद्दल माझ्या मनात कुठलीही वाईट भावना नाही, हे मला तुम्हाला सांगायचं होतं. तुरुंगात डांबून राहणं फार त्रासाचंच असेल ना?"

त्या पोराला मी खरंच गंडवलं होतं. मी त्याला माझा मित्र बनवलं होतं. माझं गुन्हेगारी कृत्य तडीस नेण्यासाठी त्याला त्याच्या घरीही जाऊन भेटलो होतो. त्याच्या या सद्भावनेच्या वागणुकीनं माझं मन द्रवलं.

मी पॅराशूट कंपनीत काम करायचो आणि वर्गांनाही जायचो, त्यामुळे तिथल्या सुपरवायझरना आनंद झाला. मी कमर्शिअल आर्ट शिकायचो. खरंतर लुंडमध्ये शिकवल्या जाणाऱ्या कमर्शिअल आर्टच्या काही कृतींमध्ये मी तिथल्या शिक्षकांपेक्षा जास्त निपुण होतो.

सहा महिने केव्हा संपले कळलंच नाही. चौथ्या महिन्यात मिसेस क्रिस्टिआनसनं एक धक्कादायक बातमी सांगितली. इटली, स्पेन, टर्की, जर्मनी, इंग्लंड, स्वित्झर्लंड, ग्रीस, डेन्मार्क, नॉर्वे, इजिप्त, लेबॅनॉन आणि सायप्रसच्या सरकारांनी माझ्या इथल्या शिक्षेच्या पूर्ततेनंतर मला त्यांच्या देशाच्या स्वाधीन करण्याची रीतसर विनंती केली होती आणि याच क्रमानं त्यात्या देशांना पाठवण्याची शिफारसही झालेली होती. त्याप्रमाणे माझी इथली मुदत पूर्ण झाल्यावर मला इटलीच्या सरकारकडे सुपुर्द केलं जाणार होतं. तिथली शिक्षा भोगून झाल्यावर मला कुठे पाठवायचं, हे इटलीचं सरकार ठरवणार होतं.

माझ्याबरोबर राहणाऱ्या एका साथीदारानं इटलीच्या तुरुंगात शिक्षा भोगली होती. त्यानं सांगितलेल्या भयंकर गोष्टींवरून माझी खात्री झाली की, इटलीचे तुरुंग पेरपेपिग्नन तुरुंगापेक्षा जास्त नसले, तरी तितकेच वाईट होते. मिसेस क्रिस्टिआनसननंही इटलीची गुन्हेगारांना द्यावयाच्या शिक्षेची अंमलबजावणी अत्यंत रानटी आणि कडक असल्याबद्दल ऐकलं होतं. गुन्हेगारी प्रकरणात इटलीचे न्यायाधीश दया-माया दाखवत नाहीत, अशी माहितीही तिनं दिली. इटलीच्या स्वाधीन होणं टाळण्यासाठी आम्ही एक पद्धतशीर जोरदार मोहीम आखली. माझ्या सुनावणीमधल्या मुख्य न्यायाधीशाकडे, न्यायमंत्र्याकडे आणि अगदी राजाकडेही, मला स्वीडनमध्येच आश्रय द्यावा अशी विनंती करणाऱ्या अर्जांचा भडिमार केला. माझ्या सुटकेनंतरही मला स्वीडनमध्ये राहण्यास परवानगी द्यावी, किमानपक्षी मला माझ्या देशाकडे, अमेरिकेकडे सुपुर्द करावं, असं गाऱ्हाणं मांडलं. मला स्वीडनमध्येच राहण्यापासून वंचित केल्यास आणि दुसरीकडे

कुठेही पाठवलं तर एकाच गुन्ह्यासाठी मला परतपरत शिक्षा भोगावी लागेल आणि माझ्या कल्पनेनुसार माझं उर्वरित आयुष्य या तुरुंगातून त्या तुरुंगात हेलपाटे मारण्यात वाया जाण्याची शक्यता आहे, असंही सांगितलं.

माझ्या सर्व अर्ज-विनंत्या नाकारल्या गेल्या. मला इटलीत पाठवायचं अटळ असल्याचं दिसत होतं. इटलीचे अधिकारी मला त्यांच्या ताब्यात घेणार होते, त्याच्या आदल्या रात्री मी बिछान्यावर पडलो होतो. झोप येत नव्हती आणि निसटून जाण्याच्या साहसी योजनांवर मी विचार करत होतो. इटलीमध्ये गुन्हेगारांना द्यायच्या शिक्षेच्या अंमलबजावणीबद्दल मी जे ऐकलं होतं, तितकी जर ती कडक असेल, तर तिथे माझा निभाव लागेलसं मला वाटत नव्हतं. 'पेरपेपिग्ननसारख्याच असलेल्या नरकात मरण्यापेक्षा निसटून जाण्याच्या प्रयत्नात मेलो तरी बेहत्तर!' माझ्या मनात विचार चमकला.

मध्यरात्रीच्या आधीच एक रक्षक आला.

"फ्रँक, कपडे चढव आणि तुझं सारं सामान भर." त्यानं सूचना दिली. "तुला घेऊन जाण्यासाठी इथे काही लोक आले आहेत."

मी घाबरून उठून बसलो.

"कोण लोक?" मी विचारलं. "इटलीचे अधिकारी तर मला उद्यापूर्वी नेणार नाहीत, असं मला सांगितलंय."

"ते नाहीत." त्यानं उत्तर दिलं. "हे स्वीडिश अधिकारी आहेत."

"स्वीडिश अधिकारी!" मी जोरात विचारलं. "त्यांना काय हवंय?"

त्यानं नकारार्थी मान डोलावली. "मला माहीत नाही, पण तुला ताब्यात घेण्यासाठी त्यांच्याकडे योग्य ती कागदपत्रं आहेत."

त्यानं मला त्या वॉर्डमधून बाहेर काढलं आणि तिथे उभ्या असलेल्या पोलिसांच्या गाडीजवळ घेऊन गेला. गणवेशधारी अधिकाऱ्यानं मागचा दरवाजा उघडला आणि त्याच्याजवळ येऊन बसायला सांगितलं.

"न्यायाधीश साहेबांना तुला भेटायचंय." तो म्हणाला.

त्यांनी मला चांगल्या लोकवस्तीतल्या एका सुखवस्तू घरी आणलं. ते न्यायाधीशांचं घर होतं.

न्यायाधीशांच्या पत्नीनं मला आत घेतलं. अधिकारी बाहेर उभे होते. ती मला साहेबांच्या अभ्यासाच्या खोलीत घेऊन गेली.

एका मोठ्या चामड्याच्या खुर्चीकडे बोट करून हसून म्हणाली, "मि. अबॅग्नेल, इथे बसा. मी तुमच्यासाठी चहा घेऊन येते. थोड्याच वेळात साहेब तुम्हाला भेटतील." ती उत्कृष्ट इंग्रजी बोलत होती.

थोड्या वेळानं साहेब आले. तेही अस्खलित इंग्रजी बोलत होते. मला

अभिवादन करून ते माझ्यासमोर बसले आणि काही मिनिटं मला शांतपणे निरखत राहिले. जरी मला बरेच प्रश्न विचारायचे होते, तरी मी काही बोललो नाही.

त्यानंतर साहेब हळुवार, विचारपूर्वक सांगू लागले. ''तरुण पोरा, गेले कित्येक दिवस माझ्या मनात तुझ्याबद्दलचेच विचार चालू होते.''

ते म्हणाले, ''तुझ्या केसबद्दल, तुझ्या पूर्वचरित्राबद्दल मी अनेक चौकशा केल्या. तू एक हुशार तरुण आहेस. मि. अबॅग्नेल, जर तू दुसरा सन्मार्ग चोखाळला असतास, तर तुमच्या देशातच नव्हे, तर समाजामध्ये इतर ठिकाणीही तू मोलाची भर घातली असतीस. पण तू ज्या चुका केल्यास त्याबद्दल दुःख वाटतं.'' ते थांबले.

''होय सर.'' मी लीनपणे म्हणालो. मला आशा वाटली की, मला इथे नुसते उपदेशाचे डोस ऐकण्यासाठी आणलेलं नाहीये.

''तरुण पोरा, आपल्या दोघांना ठाऊक आहे, उद्या तुला जर इटलीकडे सुपुर्द केलं, तर तुला वीस वर्षं तुरुंगवासाची शिक्षा होईल.'' जज साहेबांनी पुढे सांगायला सुरुवात केली.

''मला इटलीच्या तुरुंगाबद्दल थोडीफार माहिती आहे, मि. अबॅग्नेल. ते फ्रेंच तुरुंगासारखेच असतात आणि तिथे शिक्षा भोगून झाल्यावर ते तुला स्पेनला पाठवतील, असं मला समजलंय. तू तुझ्या अर्जात नमूद केल्याप्रमाणे तुला उर्वरित आयुष्य युरोपियन तुरुंगांतच घालवावं लागेल.

''मि. अबॅग्नेल, आणि या बाबतीत आम्हाला काही करता येत नाहीये. फ्रान्सनं ज्याप्रमाणे आमच्याकडे तुला सुपुर्द करण्याची विनंती मान्य केली, त्याप्रमाणे आम्हालाही इटलीची विनंती मान्य करायला लागेल. कायदा ही गोष्ट अशी नाही की, तो धुडकावण्यामुळे होणारी शिक्षा आपण टाळू शकू.''

''मला ठाऊक आहे, सर.'' माझी आशा विरत चालली होती. मी म्हणालो, ''मला इथे राहणं आवडलं असतं, पण ते शक्य नाही हे मला समजतंय.''

ते उठले आणि त्या अभ्यासाच्या खोलीत फेऱ्या मारता-मारता माझ्याशी बोलत राहिले.

''आयुष्यात नव्यानं सुरुवात करण्याची संधी मिळाली, तर तू काय करशील?'' त्यांनी विचारलं. ''या वेळी तू नेकीचा विधायक मार्ग स्वीकारशील, असं तुला वाटतं का?''

''होय सर. जर मला तशी संधी मिळाली, तर नक्कीच तसं करेन.'' मी म्हणालो.

''शिक्षक म्हणतात तसं तू यापासून काही धडा शिकलायस का?'' त्यांनी पुढे विचारलं.

"होय सर. मी नक्कीच तसं करेन." मी म्हणालो. माझी आशा पुन्हा एकदा उंचावली.

ते पुन्हा बसले आणि त्यांनी माझ्याकडे पाहून निश्चयपूर्वक मान डोलावली.

"मि. अबॅग्नेल, मी आज जी गोष्ट केली, त्याचं मला स्वत:लाच आश्चर्य वाटलं."

ते म्हणाले, "दोन आठवड्यांपूर्वी मी अशी कृती करणार आहे, असं कुणी मला सांगितलं असतं, तर मी त्याच्या शहाणपणाबद्दल शंका उपस्थित केली असती. "तरुण पोरा, आज मी अमेरिकन वकिलातीमधल्या माझ्या एका मित्राला फोन केला आणि त्याला एक विनंती केली, ज्यामुळे स्वीडिश कायद्यानुसा तुझ्या हक्कांचं उल्लंघन होतं. मि. अबॅग्नेल, मी त्याला तुझा अमेरिकन पासपोर्ट रद्द करायला सांगितला आणि त्यानं ते केलं."

मी त्यांच्याकडे पाहिलं आणि त्यांच्या चेहऱ्यावर उमटलेल्या स्मितरेषेवरून मी आश्चर्यचकित झाल्याचं त्यांना जाणवल्याचं दिसत होतं. त्यांच्या या कृतीनं मला बुचकळ्यात टाकलं, पण थोडाच वेळ.

"मि. अबॅग्नेल, तू आता स्वीडनमध्ये अस्वागतार्ह असा परदेशी नागरिक आहेस." साहेब हसून म्हणाले. "त्यामुळे दुसऱ्या देशांनी तुला पाठवून देण्यासाठी विनंती केली असली, तरी कायद्यानुसार मी तुला अमेरिकेला परत पाठवू शकतो. मि. अबॅग्नेल, काही मिनिटांतच मी बाहेर उभ्या असणाऱ्या अधिकाऱ्यांना तुला विमानतळावर नेऊन न्यूयॉर्कला जाणाऱ्या विमानातून परत पाठवण्याचा हुकूम देणार आहे. सर्व व्यवस्था पूर्णही झालेली आहे.

"अर्थातच, जेव्हा विमानातून तुला बाहेर काढलं जाईल, तेव्हा तुझ्या देशातले पोलीसही तुला अटक करण्याच्या प्रतीक्षेत असणार, हे लक्षात ठेव. तुझ्या देशालाही तू 'पाहिजे असलेला' असा गुन्हेगार आहेस. मी घेतलेल्या निर्णयाची त्यांनाही माहिती असावी, हे जाणवल्यामुळे मी तुझा फ्लाईट नंबर आणि तुझ्या आगमनाची वेळ एफ. बी. आय.ला कळवली आहे.

"तुझ्या देशातही तुझी सुनावणी होईल, पण तरुण पोरा, निदान तुझ्या स्वत:च्या माणसांमध्ये असशील आणि मला खात्री आहे, तुला शिक्षा झाली, तर तुला आधार देण्यासाठी तुझे कुटुंबीय तिथे हजर असतील. ते तुला तुरुंगातही येऊन भेटतील. कदाचित, तुला एका गोष्टीची माहिती नसेल. एकदा तू अमेरिकेत शिक्षा भोगलीस की, हे इतर देश तुला तिथून बाहेर काढू शकणार नाहीत. अमेरिकन कायद्याप्रमाणे तू ज्या देशात जन्मलास तिथून परक्या देशात तुझी आरोपी म्हणून परत पाठवणी करण्याची कायद्यानं मनाई आहे.

"तरुण पोरा, मी ही कृती केली, कारण हे सर्वांच्या दृष्टीनं, विशेषत: तुझ्या दृष्टीनं भलेपणाचं आहे. तुझ्या स्वत:च्या देशात तू एकदा सर्व कर्मांचा हिशेब

चुकता केलास की, तू विधायक आणि सुखी जीवन जगू शकशील. मि. अबॅग्नेल, माझी वैयक्तिक सचोटीची जोखीम स्वीकारून मी ही गोष्ट करतोय आणि मला आशा आहे, तू माझा विश्वास खोटा ठरवणार नाहीस.''

त्यांना घट्ट मिठी मारून मला त्यांचं चुंबन घ्यावसं वाटलं होतं, पण त्याऐवजी मी त्यांच्या हातात हात मिळवले आणि डोळ्यात पाणी आणून 'भविष्यात मी चांगलं अर्थपूर्ण जीवन जगेन' असं वचन त्यांना दिलं. ते वचन असं होतं की, जे माझ्याकडून अठरा तासांतच मोडलं जाणार होतं.

त्या अधिकाऱ्यांनी मला विमानतळावर नेलं. माझ्यासाठी आनंददायी गोष्ट म्हणजे तिथे माझा ताबा घेण्यासाठी जॉन हजर होती. तिच्याकडे एक मोठं पाकीट होतं. त्यात माझा पासपोर्ट, कागदपत्रं आणि तुरुंगाच्या पॅराशूट फॅक्टरीत मी मिळवलेले पैसे होते. ते पाकीट वैमानिकाला देण्याआधी तिनं मला वरखर्चासाठी २० डॉलर्स दिले.

''या माणसाला देशातून हद्दपार केलंय.'' तिनं विमानाच्या कमांडरला सांगितलं. ''न्यूयॉर्कमध्ये अमेरिकेचे अधिकारी विमानात भेटतील आणि त्याला ताब्यात घेतील. त्यांना याची मालमत्ता असलेलं हे पाकीट सुपुर्द करा.''

ती माझ्याकडे वळली आणि तिनं माझा हात हातात घेतला. ''गुड बाय फ्रँक आणि गुडलक. मी आशा करते, तुझं भवितव्य आनंददायी असेल.'' ती गंभीरपणे म्हणाली.

मी तिचं चुंबन घेतलं. हे दृश्य पाहणाऱ्या हवाईसुंदरीला आणि वैमानिकाला आश्चर्य वाटलं. जॉनबद्दल मला वाटणाऱ्या भावनांचा तो पहिलाच उत्कट आविष्कार होता. त्यामध्ये मला तिच्याविषयी वाटणाऱ्या प्रामाणिक कौतुकाचा अंतर्भाव होता.

''मी तुला कधीच विसरणार नाही.'' मी म्हणालो आणि मी तिला कधीच विसरलोही नाही. माझ्या मनातली जॉन लुंडस्ट्रोमची छबी, ही एक चांगली दयाळू व्यक्ती आणि सुंदर, मदत करणारी मैत्रीण अशीच राहील.

कुठेही न थांबता सरळ न्यूयॉर्कला जाणारी ती फ्लाईट होती. मी पुढे, कॉकपिटच्या शेजारी बसलो होतो. त्यामुळे विमान कर्मचाऱ्यांना माझ्यावर लक्ष ठेवता येत होतं. पण त्याव्यतिरिक्त मला एक सर्वसाधारण प्रवासी म्हणूनच वागणूक दिली जात होती. फ्लाईटमध्ये मला प्रवासी कक्षात जाण्याची मुभा होती.

प्रतीक्षा करणाऱ्या अधिकाऱ्यांना चकवण्याचा विचार मनात केव्हा आला, हे मला ठाऊक नाही किंवा त्या न्यायाधीशांनी माझ्यावर ठेवलेल्या विश्वासाचा भंग करायला मी का प्रवृत्त झालो, हे मला ठाऊक नाही. कदाचित, बोस्टनच्या तुरुंगात काढाव्या लागलेल्या माझ्या अल्पशा वास्तव्यात त्या तुरुंगातल्या भयानक कोठड्यांसंबंधी मी विचार करू लागलो, त्या क्षणी असेल. पेरपेपिग्नन तुरुंगाच्या

तुलनेत ते नक्कीच सुखदायी होतं. अमेरिकन तुरुंग इतरांच्या तुलनेत बरेही असतील, पण मला तुरुंगाची हवा खायची नव्हती. क्लिप्पनच्या तुरुंगातल्या सहा महिन्यांच्या वास्तव्यानं आणि तिथल्या फाजील लाडानं मला बिघडवलं होतं.

ते जेट विमान व्ही. सी. १०, ब्रिटिश व्हायकाऊंट प्रकारचं होतं. ते माझ्या परिचयाचं होतं. बी. ओ. ए. सी.च्या वैमानिकानं मला त्या विमानाची सर्व तपशिलांसह सहल घडवली होती. त्यातली रचनात्मक वैशिष्ट्यंही विशद केली होती.

आधीच्या अनुभवावरून मला ठाऊक होतं की, विमान केनेडी विमानतळाच्या १३ व्या धावपट्टीवर उतरेल आणि विमानतळापर्यंत पोहोचण्यासाठी त्याला अंदाजे दहा मिनिटं लागतील.

वैमानिक विमान उतरवायला लागण्याआधी दहा मिनिटं मी उठलो. पाठीमागच्या एका शौचालयाकडे गेलो आणि आत जाऊन दरवाजा बंद केला. मी खाली वाकलो. पटकन उघडण्याचा खटका टॉयलेटच्या तळाशी असतो, हे मला महिती होतं. मी तो पकडला, बाहेर खेचला, फिरवला आणि टॉयलेटचं संपूर्ण 'प्लंबिंगयुक्त' असं ते एकसंध युनिट उचकटलं. जमिनीवर असताना विमानाची साफ-सफाई करण्यासाठी जिथून व्हॅक्युम पंप घेतात, ती दोन चौरस फुटांची पट्टी टॉयलेटच्या खाली असते. भांडं बाजूला केल्यावर ती मोकळी झाली.

मी तिथेच थांबलो. एक जोरदार धक्का देत विमान धावपट्टीवर उतरलं. नंतर वैमनिकानं इंजिन उलट बाजूनं फिरवत, झडपांचा ब्रेकसारखा उपयोग करत विमानाची गती कमी केली. मला माहीत होतं तो शेवटी धावपट्टीवरून विमानतळाकडे जाण्यासाठी छोट्या गल्लीमध्ये वळेल, त्या वेळी तो जेट पूर्णपणे बंद करेल. त्या स्थितीत तो आल्याचं मला जाणवलं, तेव्हा मी ती टॉयलेटच्या खालची पट्टी उचकली आणि त्यातून खाली उतरलो, वर हातानं घट्ट पकडून जमिनीच्या वर १० फूट लोंबकळत राहिलो.

मला माहीत होतं की, टॉयलेटच्या खालची पट्टी काढल्याबरोबर कॉकपिटमध्ये धोक्याचा गजर होईल. पण पूर्वीच्या उड्डाणाच्या अनुभवावरून मला हेही ठाऊक होतं की, विमान उतरण्याच्या हबक्यानं ती पट्टी नेहमीच थोडी उघडते आणि विमान आधीच जमिनीवर उतरलेलं असल्यामुळे कसलाही धोका नसल्याचं समजून वैमानिक त्या इशाऱ्याकडे दुर्लक्ष करतात आणि तो गजर बंद करतात.

वैमानिक त्याप्रमाणे कृती करतो की नाही, याबद्दल मी फिकीरच केली नाही. आम्ही रात्रीच्या वेळी उतरलो होतो. जेव्हा ते मोठं धूड जवळजवळ थांबलं, तेव्हा मी माझी वरची पकड सोडत खाली उडी मारली आणि अंधारात धावत सुटलो.

मी अंधाराचा फायदा घेत धावपट्टीवरून पलीकडे सरळ धावत गेलो. नंतर

मला समजलं की, कुणाच्याही लक्षात न येता मी निसटलो होतो आणि अत्यंत रागावलेल्या ओरिलीनं आणि एफ. बी. आय.च्या इतर एजंट्सनी विमानाची कसून सर्व पाहणी केली. वर उचकलेली टॉयलेटसीट दिसेपर्यंत, माझ्या निसटून जाण्याच्या भन्नाट योजनेचा कोणालाही थांगपत्ता लागला नव्हता.

विमानतळाच्या जवळून जाणाऱ्या 'व्हॅन-विक' या महामार्गाच्या बाजूला असलेल्या वादळ-प्रतिबंधक कुंपणावर चढून मी खाली उतरलो आणि बाजूनं जाणाऱ्या टॅक्सीला थांबावलं.

"ग्रँड सेंट्रल स्टेशन." मी म्हणालो.

स्टेशनला पोहोचल्यावर माझ्याजवळ असणाऱ्या २० डॉलर्समधून मी टॅक्सीचं बिल चुकतं केलं आणि ब्राँक्सला जाणारी गाडी पकडली.

मी घरी गेलो नाही. मला वाटलं, माझ्या आईच्या अपार्टमेंटवर आणि वडलांच्या घरावर पाळत ठेवली असणार. पण मी प्रथम आईला आणि नंतर वडलांना फोन केला. पाच वर्षांनंतर प्रथमच त्यांचा आवाज कानावर पडत होता आणि आईबरोबरचं आणि वडिलांबरोबरचं संभाषण रडतरडत बोलण्यातच संपलं. मी त्या दोघांपैकी कुणाकडे तरी जावं आणि स्वतःहून पोलिसांच्या स्वाधीन व्हावं, हे त्यांचं सांगणं मी अव्हेरलं. मालमोच्या न्यायाधीशांना दिलेल्या वचनाचा भंग केल्याबद्दल मला स्वतःची लाज वाटत होती. तरी मला असंही वाटलं की, आपण भोगला एवढा तुरुंगवास बस्स झाला.

वास्तविक, मी ब्राँक्सला गेलो होतो, ते एका मुलीला भेटायला. तिच्याकडे मी काही पैसे आणि काही कपडे ठेवले होते, ज्यांमध्ये एक सूट होता आणि माँट्रीअल बँकेच्या 'सेफ डिपॉझिट बॉक्स'च्या किल्ल्या ठेवल्या होत्या. मला पाहून तिला आश्चर्य वाटलं.

"अरे देवा, फ्रँक!" ती ओरडतच म्हणाली. "मला वाटलं की, तू कुठेतरी कायमचाच नाहीसा झालास. आणखी काही दिवस वाट पाहून मी तुझे पैसे खर्च करणार होते आणि कपडे साल्व्हेशन आर्मीला देणार होते."

मी तिथे वेळ घालवत थांबलो नाही. माझ्या मैत्रिणी आणि परिचयाच्या किती व्यक्तींचा ठावठिकाणा एफ. बी. आय.ला ज्ञात होता, हे मला ठाऊक नव्हतं. मला शोधून काढण्यासाठी गुप्त पोलीस काही जणींचा उपयोग करत असल्याचं मला समजलं होतं, पण नक्की कोण ते मला माहीत नव्हतं. मी माझे कपडे घेतले. तिच्याजवळ ठेवलेल्या पैशांपैकी ५० डॉलर्स माझ्याकडे ठेवून बाकीचे तिला दिले आणि माँट्रीअलला जाणारी गाडी पकडली.

माँट्रीअलच्या सेफ डिपॉझिट बॉक्समध्ये मी २०,००० डॉलर्स दडवले होते. ते पैसे घेऊन लवकरातलवकर विमान पकडून ब्राझीलमधल्या सावो-

पालोला जाऊन भूमीगत होण्याचा माझा विचार होता. तुरुंगामध्ये काही महत्त्वाची माहिती मिळते. तुरुंगातल्या साथीदारांकडून मला कळलं होतं की, अमेरिका आणि ब्राझील यांच्यामध्ये एकमेकांचे गुन्हेगार हस्तांतरित करण्याचा करार झालेला नाहीये. मी ब्राझीलमध्ये कोणतेच गुन्हे केले नसल्यामुळे आपण तिथे सुरक्षित असू आणि जरी त्या देशात मला अटक झाली, तरी ब्राझीलचे अधिकारी मला अमेरिकेला परत पाठवायला नकार देतील, असं मला वाटलं.

मी पैसे काढले, पण मी फ्लाईट पकडू शकलो नाही. मी मॉंट्रीअल विमानतळावर तिकिटांच्या रांगेत उभा होतो, तेव्हा कोणीतरी माझ्या खांद्यावर थाप टाकली. मी वळलो, तर नाकी डोळी नीटस, रुबाबदार 'रॉयल-कॅनडीन'चा गणवेशधारी पोलीस उभा ठाकला होता.

"फ्रँक अबॅग्नेल, मी कॉन्स्टेबल जेम्स हेसिंग्ज. तुला अटक झाली आहे." तो हसत म्हणाला.

दुसऱ्या दिवशी मला न्यूयॉर्क-कॅनडा सरहद्दीवर नेण्यात आलं आणि अमेरिकेच्या सरहद्दीवर गस्त घालणाऱ्यांकडे सुपुर्द करण्यात आलं. ज्यांनी मला एफ. बी. आय. एजंटकडे सोपवलं, त्या एफ. बी. आय. एजंटनं मला न्यूयॉर्कला नेऊन तिथे गुन्हेगारांना डांबून ठेवण्यासाठी केलेल्या केंद्रीय व्यवस्थेमध्ये माझी राहण्याची सोय केली.

अमेरिकेच्या कमिशनपुढे माझ्यावर दोषारोप ठेवले गेले. माझ्यावरच्या आरोपांची सुनावणी कुठे करायची, यासंबंधीचा फिर्यादींचा निर्णय होईपर्यंत त्यांनी मला २,५०,००० डॉलर्सच्या बाँडखाली 'केंद्रीय डिटेन्शन हाऊस'मध्ये परत पाठवलं.

दोन महिन्यांनंतर जॉर्जिया राज्याच्या 'नॉर्दन डिस्ट्रीक्ट'च्या सरकारी वकिलांचा युक्तिवाद मान्य झाला आणि 'फुल्टन-काऊंटी – जॉर्जिया'च्या मार्शलनं मला तिथल्या तुरुंगात ठेवलं, जिथे माझ्या गुन्ह्यांची चौकशी सुरू होणार होती.

'फुल्टन-काऊंटी' तुरुंग माशांच्या डबक्यासारखा अत्यंत घाणेरडा तुरुंग होता.

"मित्रा, ही अगदी वाईट गोष्ट झाली बघ!" तुरुंगात मला भेटलेल्या एका कैद्यानं सांगितलं.

"या ठिकाणी असणारी एकमेव चांगली गोष्ट म्हणजे इथलं हॉस्पिटल. पण तिथे प्रवेश मिळवण्यासाठी तुम्ही मृत्यूच्या दारातच असायला हवं."

तुरुंगामध्ये असणारी सर्वांत चांगली गोष्ट म्हणजे दिवसभराचा वेळ घालवता येण्याजोग्या खोलीत असलेली पैसे टाकून वापरायच्या फोनची सुविधा.

मी तिथल्या फोनमध्ये नाणं टाकलं आणि तिथल्याच सार्जंटला फोन केला. "मी डॉ. जॉन पेटस्की बोलतोय." मी अधिकारवाणीनं म्हणालो.

"तुमच्याकडे माझा एक रोगी कैदी म्हणून आहे. त्याचं नाव आहे, 'फ्रँक अबॅग्नेल.' मधुमेहाच्या आजारानं तो खूप त्रस्त आहे. बऱ्याचदा बेशुद्ध होतो. सार्जंट, जर आपण त्याला मेडिकल वॉर्डमध्ये दाखल केलंत, तर फार उपकार होतील. मी तिथे भेट देऊन त्याला योग्य तो औषधोपचार करू शकेन."

अर्ध्या तासात मला हॉस्पिटल वॉर्डमध्ये नेण्यासाठी तुरुंगाधिकारी आला. तिथे उपस्थित असणाऱ्या ज्या सहयोगी कैद्यांनी माझं संभाषण ऐकलं होतं, ते कौतुकानं हसत होते.

एका आठवड्यानंतर राज्याचा मार्शल आला. त्यानं मला आपल्या ताब्यात घेतलं आणि अटलांटामधल्या 'फेडरेशन डिटेन्शन सेंटर'मध्ये पाठवलं. तिथे माझ्यावरच्या खटल्याची सुनावणी होणार होती.

या तुरुंगात मी घडवून आणलेला गुन्हा म्हणजे मी स्वत:ची करून घेतलेली सुटका! तुरुंगाच्या वार्षिक इतिवृत्तात नमूद केलेली, तुरुंगाच्या आजपर्यंतच्या इतिहासातली ती सर्वांत विनोदी सुटका म्हणावी लागेल. निदान मलातरी ती विनोदीच वाटली आणि त्या घटनेचं मला अजूनही हसू येतं. इतर बऱ्याच जणांचं याबद्दल विरुद्ध मत आहे.

खरंतर ती माझी सुटका नसून ते सहकारातून घडवून आणलेलं पलायन होतं आणि त्या वेळची परिस्थिती आणि वेळ यांचा ताळमेळ साधल्यानं ते घडणं शक्य झालं. ज्या काळात मला तुरुंगात डांबलं होतं, त्या वेळी अमेरिकन तुरुंगावर मानवी हक्क संघटनेकडून टीकेची झोड उठवली जात होती. काँग्रेसच्या कमिटीकडून त्यांचं बारकाईनं निरीक्षण होत होतं आणि न्यायखात्याच्या एजंटकडून तपासणी होत होती. न्यायखात्याचे निरीक्षक छुपेपणानं, नियोजित वेळेपेक्षाही अधिक काम करत होते. तुरुंगरक्षक आणि व्यवस्थापक यांच्याबरोबर शत्रुत्व आणि भांडणं ओढवून घेत होते.

अशा या वातावरणात मला तुरुंगात डांबलं, ते माझ्या अगदी पथ्यावर पडलं. अमेरिकेच्या ज्या मार्शलनं मला इथे आणून सोडलं, त्याच्याकडे मला अटकेत टाकण्याविषयी काहीच कागदपत्रं नव्हती; पण तो अत्यंत शीघ्रकोपी होता.

तुरुंगाच्या ज्या अधिकाऱ्याकडे या मार्शलनं मला सोपवलं, त्याला अमेरिकेच्या मार्शलला माझ्याबद्दल पुष्कळ प्रश्न विचारायचे होते. मी कोण होतो? मला इथे का ठेवणार होते? आणि मार्शलकडे योग्य ती कागदपत्रं का नाहीत?

मार्शलचा संयम सुटला.

"कोर्टाच्या हुकमानुसार तो इथे आहे." त्यानं ठणकावलं. "त्याला कोठडीत टाका आणि आम्ही त्याच्या पुन्हा समाचाराला येईपर्यंत त्याला जेवा-खायला द्या."

तुरुंगात प्रवेश देणाऱ्या अधिकाऱ्यानं नाखुशीनंच माझा ताबा घेतला. त्याच्याकडे

दुसरा पर्यायच उपलब्ध नव्हता. मार्शल तावातावानं निघून गेला. नंतर मला जे समजलं, त्यावरून मला असं वाटतं की, मी जरी त्याच्या मागोमाग गेलो असतो, तरी मला कुणीही थोपवलं नसतं. माझ्या कोठडीपर्यंत मला घेऊन जाणारा रक्षक बडबडला, "हा आणखी एक माथेफिरू तुरुंग-निरीक्षक दिसतोय."

"मी त्यातला नाही. माझ्या खटल्याची सुनावणी होण्यासाठी मला इथे ठेवलंय." मी खरं काय ते सांगितलं.

"हो, अगदी बरोबर आहे तुझं." कोठडीचं दार धाडकन लावत तो उपहासानं म्हणाला. "तुम्ही हरामखोर आहात. तुम्हाला वाटतं, तुम्ही सहज निसटून जाल, नाही का? गेल्या महिन्यात तुमच्यामुळे आमच्या दोन लोकांनी नोकऱ्या गमावल्या. तुम्हाला कसं हेरायचं, ते आम्ही चांगलं शिकलोय."

इतर कैद्यांच्या अंगावर होता तसा कॉटनचा पांढरा गणवेश त्यांनी मला दिला नाही. माझे नेहमीचेच कपडे वापरायची मला परवानगी होती. मला हेही जाणवलं की, मी राहत असलेली कोठडी अद्ययावत नसली, तरी छान राहण्याजोगी होती. जेवण चांगलं मिळायचं आणि मला रोज अटलांटाचं वर्तमानपत्र वाचण्यासाठी द्यायचे, पण प्रत्येक वेळी वर्तमानपत्र देताना ते मला कुत्सित टोमणा मारायचे. मला कधीही नावानं संबोधत नसत. खबऱ्या, फासेपारधी, जेम्स बाँड किंवा अशाच कोणत्यातरी उपहासात्मक विशेषणानं उल्लेख करायचे, ज्यायोगे मी कैद्याचं कातडं पांघरून आलेला निरीक्षक असल्याचं सुचवलं जायचं. अटलांटाच्या वृत्तपत्रामध्ये आठवड्यातून दोनदा शिक्षा सुनावणाऱ्या केंद्रीय संस्थांमधल्या परिस्थितीसंबंधी माहिती यायची. माझ्या असं लक्षात आलं की, या तुरुंगातल्या कर्मचारी वर्गात मी एफ.बी.आय.चा छुपा खबऱ्या असल्याचा दाट संशय होता.

मी जर तसा खरोखरच असतो, तर त्यांना काळजीचं काहीच कारण नव्हतं. आणि बऱ्याच सन्माननीय व्यक्तींना अमेरिकेचे तुरुंग हे देशाला लांच्छनास्पद आहेत असं का वाटलं, हे मला कोडं होतं. माझ्या मते, हा तुरुंग तरी खूप चांगला होता. मालमोच्या तुरुंगाच्या दर्जाचा नसला, तरी मी राहिलेल्या काही मोटेलपेक्षा खूपच बरा होता.

तरीही तिथल्या रक्षकांना जर मी तुरुंग तपासणारा इन्स्पेक्टरच वाटणार असेन, तर मी तसाच असल्याप्रमाणे भासवणार होतो. माझ्याशी एकनिष्ठ असणाऱ्या अटलांटातल्या एका तरुणीशी मी संबंध प्रस्थापित केला. तुरुंगाचे नियम फारसे लवचीक नसले, तरी आम्हाला आठवड्यातून एकदा टेलिफोनवर खासगी संभाषण करण्याची मुभा होती. माझी टेलिफोन करण्याची वेळ आली, तेव्हा मी तिला फोन केला.

"हे बघ, इथून बाहेर पडायला काय कसरत करायला लागेल, याची मला

कल्पना आहे.'' मी तिला सांगितलं. ''पण इथे आत प्रवेश मिळवण्यासाठी तुला काय करायला लागेल, ते तू बघ. माझ्यासाठी करशील एवढं?''

तिचं नाव होतं जीन सेबरींग. मला भेटायला येण्यासाठी तिला फारसं काही करायला लागलं नाही. ती माझी मैत्रीण, खरं पाहता – प्रेयसी आहे, असं तिनं सांगितलं आणि तिला मला भेटायची परवानगी मिळाली. भेटायच्या मोठ्या खोलीत आम्ही दोघं एका टेबलपाशी समोरासमोर बसलो. आम्हा दोघांमध्ये एक तीन फूट उंच काचेचं तावदान होतं आणि त्यामध्ये एक भोक पाडून, त्यावर जाळीच्या तुकड्याचं आवरण होतं. त्याच्यातून आम्ही बोलायचो. खोलीच्या शेवटी आमच्यापासून लांब, दोन्ही बाजूला एक-एक रक्षक उभा असायचा. त्यांना आमचं बोलणं ऐकू जात नव्हतं.

''जर तुला त्याला काही द्यायचं असेल, तर ते हात उंचावून वर धर. ते जर आमच्या देण्याच्या परवानगीत बसत असेल, तर आम्ही होकारार्थी मान हलवू.'' एका रक्षकानं तिला सूचना दिली.

जीन येण्याआधी मी एक फसवाफसवीची योजना तयार केली. ती एक बौद्धिक कसरत ठरली असती, हे मला ठाऊक होतं, पण ती प्रयत्न करून बघण्याजोगी होती. तरीही मदत मागण्यासाठी मला जीनची मनधरणी करावी लागणार होती. कारण माझ्या योजनेमध्ये बाहेरची मदत हा महत्त्वपूर्ण घटक होता. तिचं मन वळवण्यासाठी प्रयास पडले नाहीत.

''का नाही? मी नक्की करेन!'' तिनं हसून संमती दिली.

''तू जर हे तडीस नेऊ शकलास, तर ते मजेशीर होईल, असं मला वाटतं.''

''तू सीन ओरिली या नावाच्या एफ. बी. आय. एजंटला भेटली आहेस अथवा त्याच्याशी बोलली आहेस का?'' मी विचारलं.

तिनं होकारार्थी मान डोलावली. ''खरं म्हणजे तो जेव्हा तुझ्याबद्दल चौकशी करत आला होता, तेव्हाच त्यानं मला त्याचं कार्ड दिलं होतं.''

''फारच छान!'' माझ्यामध्ये उत्साह संचारला. ''पोरी, मला वाटतं या धंद्यात आपली जोडी जमणार.''

आणि खरंच जमली.

त्या आठवड्यात जीननं आपण एका मासिकासाठी लिहिणारी स्वयंप्रणित लेखिका असल्याची बतावणी करून वॉशिंग्टन डी. सी. इथल्या 'अमेरिकन ब्युरो ऑफ प्रिझन्स'च्या ऑफिसला भेट दिली आणि इन्स्पेक्टर सी. डब्ल्यू. डनलॉपची 'तुरुंगातील अग्निप्रतिबंधक उपाययोजना' या विषयावर मुलाखत घेतली. तिनं हे काम खूप कौशल्यानं केलं. जीन फक्त हुशार नव्हती, तर कुठल्याही पुरुषाला जिच्याबरोबर बोलायला आवडेल, अशी सुंदर, चुणचुणीत, आकर्षक स्त्री होती.

तिथून निघतानिघता ती परत आत वळली. "इन्स्पेक्टर, माझ्या मनात आणखी काही प्रश्न आले आणि मला तुम्हाला फोन करावासा वाटला, तर माझ्याजवळ असावं म्हणून तुमचं एखादं कार्ड मला द्याल का? डनलॉपनं लगेचच तिला आपलं कार्ड दिलं.

आमच्या पुढच्या भेटीत आपल्या त्या यशस्वी मोहिमेबद्दल हसतहसत सविस्तर माहिती देताना तिनं डनलॉपचं कार्ड हातात उंच धरलं आणि जेव्हा एका रक्षकानं संमतिदर्शक मान डोलावली, तेव्हा तिनं ते कार्ड जाळीतून माझ्याकडे दिलं.

तिच्या भेटीमुळे मी तुरुंग खात्याचा खबऱ्या असल्याबद्दल रक्षकांना जो संशय होता, त्याला पुष्टीच मिळाली.

"कोण आहे ती? तुझी सेक्रेटरी की तीही तुरुंग तपासणारी निरीक्षक आहे?" मला माझ्या कोठडीत नेत असताना एका रक्षकानं विचारलं.

"या मुलीबरोबर मी लग्न करणार आहे." मी उल्हसित होत सांगितलं.

त्या आठवड्यात जीननं छपाईची कामं करणाऱ्या एका स्टेशनरी दुकानाला भेट दिली.

"माझे वडील अलीकडेच नव्या जागेत राहायला गेलेत आणि त्यांना नवा फोन नंबर मिळालाय." तिनं प्रिंटरला सांगितलं, "मी त्यांना नव्या घरातल्या गृहप्रवेशाच्या उत्सव प्रसंगी भेट म्हणून ५०० कार्ड देणार आहे. ती जुन्या कार्डबरहुकूम, पण नवा टेलिफोन नंबर आणि पत्ता असणारी असावीत." असं म्हणत तिनं प्रिंटरला ओरिलीचं कार्ड दिलं.

ओरिलीचे नवे टेलिफोन नंबर अटलांटाच्या शॉपिंग मॉलमध्ये, शेजारी-शेजारी असलेल्या 'पे' फोन बूथवर लिहिलेले होते.

जीननं मागवलेली कार्ड प्रिंटरनं तीन दिवसांत छापून दिली. तिच्या पुढच्या भेटीच्या वेळी तिनं मला त्यातलं एक कार्ड दिलं आणि आम्ही आमच्या योजनेला मूर्त स्वरूप दिलं.

गरज पडल्यास उपयोगी पडू शकेल, अशा एका मित्राचं साहाय्य घ्यायचा विचार आहे, असं तिनं सांगितलं, "मी त्याला सर्व काही सांगितलं नाही. आम्ही फक्त गमतीचा प्रयोग करतोय, असं सांगितलंय." ती म्हणाली.

"ठीके. उद्या रात्री आपण प्रयत्न करू या आणि आपण आशा करू या की, रात्री नऊ वाजता ते फोन वापरण्याची कुणालाही दुर्बुद्धी होणार नाही." मी म्हणालो.

दुसऱ्या दिवशी नऊ वाजायच्या थोडं आधीच मी कोठडीच्या रक्षकाला हाक मारली. त्या रक्षकाशी मी मैत्री केली होती.

"रिक, ऐक, असं काही घडलंय की, मला ड्यूटीवर असणाऱ्या लेफ्टनंटला

भेटायला लागेल. माझ्याबद्दलचा तुझा कयास बरोबर आहे. मी तुरुंग व्यवस्थेची पाहणी करणारा इन्स्पेक्टरच आहे. हे माझं कार्ड.''

मी त्याला डनलॉपचं कार्ड दिलं, ज्याच्यावर त्याचा फक्त वॉशिंग्टनच्या ऑफिसचा फोन नंबर दिला होता. या वेळी जर कोणी 'ब्युरो ऑफ प्रिझन'ला फोन केला, तर ऑफिस बंद असल्याचं त्यांना सांगितलं जाईल.

रिकनं ते कार्ड तपासलं आणि हसला.

''अरे देवा, आम्हाला माहीतच होतं. आमचा तुझ्याबद्दलचा अंदाज खरा आहे.'' तो म्हणाला, ''कोम्बसला हे आवडेल. चल.'' त्यानं कोठडी उघडली आणि तो मला लेफ्टनंट कोम्बसच्या ऑफिसमध्ये घेऊन गेला.

मी तुरुंग तपासणारा इन्स्पेक्टर असावा, असा त्यालाही संशय येत होता. त्यामुळे त्यालाही आनंद झाला.

हातातलं डनलॉपचं कार्ड उलटं-पालटं करून न्याहाळत त्यानं ते टेबलवर टाकलं आणि जरा गुरगुरतच म्हणाला, ''आम्हाला तुझ्याबद्दल आधीपासूनच अंदाज होता.''

मी हसलो. ''ठीक आहे. येत्या मंगळवारी हे समजलंच असतं.'' मी म्हणालो, ''आणि मी आता तुम्हाला एक सांगतो, तुम्हाला काळजी करायचं काहीएक कारण नाहीये. तुमची व्यवस्था चोख आणि कडक आहे. 'ब्युरो'ला जशी अभिप्रेत आहे, अगदी तंतोतंत तशीच तुमच्या इथली व्यवस्था आहे. 'ब्युरो'ला याचा अभिमानच वाटेल. तुम्हाला माझा रिपोर्ट आवडेल.''

कोम्बसच्या चेहऱ्यावर त्याला झालेला आनंद स्पष्ट दिसत होता. मग मी माझं घोडं आणखी पुढे दामटलं. ''पण मला आत्ता काही तातडीचं काम करावं लागणार आहे.'' मी म्हणालो, ''मला या एफ. बी. आय. एजंटशी संपर्क साधावा लागणार आहे. माझ्या वतीनं तुम्ही जरा फोन कराल का? तो अजून ऑफिसमध्येच असेल, मला खात्री आहे.''

मी त्याला ओरिलीचं नाव, एफ. बी.आय.मधलं त्याचं पद आणि त्याचा बनावट फोन नंबर असलेलं कार्ड दिलं.

कोम्बसनं का-कू केली नाही. त्यानं फोन उचलला आणि ऑफिसचा नंबर फिरवला. ''या ओरिलीबद्दल आम्ही बरंच ऐकून आहोत.'' फोन नंबर फिरवता-फिरवता तो म्हणत होता. ''बँक लुटणाऱ्यांच्या शोधात तो भिंगरी लावल्यासारखा फिरत असतो.''

ऑफिसचा फोन वाजत होता. दुसऱ्या घंटीला जीननं फोन उचलला आणि म्हणाली, ''गुड इव्हिनिंग, फेडरल ब्युरो ऑफ इनव्हेस्टिगेशन. मी तुम्हाला काय मदत करू?''

"हो, इन्स्पेक्टर ओरिली आहेत का?" कोम्बस म्हणाला, "मी डिटेन्शन सेंटरचा कोम्बस बोलतोय. आमच्या इथे एक व्यक्ती आहे, तिला त्यांच्याबरोबर बोलायचंय." ओरिलीच्या उत्तरासाठीही त्यानं प्रतीक्षा केली नाही आणि माझ्याकडे फोन दिला.

"ती म्हणाली, ती तुमचा त्याच्याशी संपर्क जोडून देत आहे." कोम्बसनं मला सांगितलं.

मी जरुरीपुरती काही मिनिटं थांबलो आणि माझ्या नियोजित भूमिकेत शिरलो.

"हां, इन्स्पेक्टर ओरिली? माझं नाव डनलॉप... सी. डब्ल्यू. डनलॉप... 'ब्युरो ऑफ प्रिझन्स'मध्ये काम करणारा... माझा अधिकृत कार्ड नंबर आहे १६२९५ A... हं बरोबर. मी आत्ता इथे आहे, पण मी कोण आहे, ते या लोकांना मी सांगितलंय. मला सांगायलाच लागलं... हो.

"ऐका इन्स्पेक्टर ओरिली. तुम्ही ज्या 'फिली'च्या केसवर काम करताय, त्यासंबंधी मला काही माहिती मिळालीये आणि मला ती तुम्हाला आजच सांगायचीये... नाही सर. मी टेलिफोनवर ती माहिती देऊ शकत नाही. ती खूप खळबळजनक आहे. मला स्वत:लाच तुम्हाला भेटावं लागेल आणि तेही एका तासाच्या आत भेटावं लागेल. वेळ फार महत्त्वाचा आहे... ओह, बरोबर आहे तुमचं... ठीक... नाहीनाही, हे लोक तुम्हाला उघडं पाडणार नाहीत. त्याला फक्त दहा मिनिटं लागतील... एक मिनिट थांबा. मला लेफ्टनंटना विचारू दे. मला खात्री आहे, त्यांना ते पटेल."

मी टेलिफोनचा माऊथ पीस हातानं झाकला आणि कोम्बसकडे पाहून म्हटलं, "जरा ऐकता का? ही जे. इंडगर हूवरची माणसं सामान्य नाहीत. ते सध्या काही बाबींवर गुप्तपणे काम करतायेत आणि इथे त्यांना आत्ता कोणासमोर उघडपणे यायचं नाहीये. ते काहीसं 'मुस्ताचे पीट'सारखं काम आहे." मी कोम्बसला विचारलं, "त्यांनी जर इथे पुढच्या दारी गाडी आणली, तर त्यांच्या गाडीत जाऊन मी त्यांच्याशी दहा मिनिटं संभाषण करू शकतो का?"

कोम्बसनं तोंड वेंगाडलं. "तू तुझ्या लोकांना बोलावून आत्ताच तुमचं खरं स्वरूप उघड का करत नाहीस?" त्यानं विचारलं, "तुझी आता इथे काही जरुरी नाही का?"

"नाही." मी म्हणालो, "पण आम्हाला नियम, हुकूम पाळून हे सारं रीतसर करायला लागतं. मंगळवारी माझ्यासाठी मार्शल येईल. हे सर्व रीतसर व्हावं, असं माझ्या वरिष्ठांना वाटतं आणि ते तसंच होणार आणि मी तुम्हाला माझं खरं स्वरूप उघड केल्याचं जर तुम्ही बोलला नाहीत, तर मला धन्यता वाटेल. मी

आपला आभारी राहीन. पण ही फार महत्त्वाची गोष्ट आहे, म्हणून मला ते करावंच लागेल.''

कोम्बसनं संमतिदर्शक खांदे उडवले. ''ठीक आहे, आम्ही तुला ओरिलीला भेटू देऊ. तुला पाहिजे तर तू त्याच्याबरोबर एक तास घालव.''

मी पुन्हा फोनवर बोलू लागलो. ''ओरिली, हो, त्यांची हरकत नाही... हां... बाहेर, समोर... लाल-पांढऱ्या रंगाची ब्युक... समजलं... नाही... नाही... काही अडचण नाही. हे लोक चांगले आहेत. तुम्ही सुरक्षेचा एवढा का बाऊ करताय, हेच मला समजत नाही. ते आता आपल्याच टीममध्ये आहेत आणि तुम्हालाही ते ठाऊक आहे.''

रिकनं माझ्यासाठी कॉफी आणली आणि स्वत: खिडकीजवळ जाऊन उभा राहिला आणि कॉफी पिता-पिता मी कोम्बसबरोबर गप्पा मारल्या. पंधरा मिनिटांनंतर रिक म्हणाला, ''तुमची ब्युक आली.''

कोम्बस उठला आणि किल्ल्यांचा जुडगा घेत मला म्हणाला, ''चल, मी स्वत:च तुला बाहेरपर्यंत सोडतो.''

त्याच्या ऑफिसच्या मागच्या बाजूला फक्त रक्षकांच्या वापरासाठी एक लिफ्ट होती. त्या लिफ्टनं आम्ही खाली आलो. तिथे असलेल्या रक्षकाच्या समोरून त्यानं मला प्रवेशद्वाराजवळ आणलं आणि गजांच्या दरवाजाचं कुलूप उघडलं. मी चालत बाहेर पडलो, तेव्हा रक्षकानं औत्सुक्यानं पाहिलं, पण कोणतीच टिप्पणी केली नाही. मी बाहेर पडलो आणि समोर उभ्या असलेल्या गाडीकडे गेलो.

जीन ड्रायव्हरच्या जागी बसली होती. तिनं घातलेल्या मोठ्या कडांच्या हॅटमुळे तिचे केस झाकले गेले होते. तिनं पुरुषी पोशाख घातला होता.

मी तिच्याजवळ बसलो, तेव्हा ती खुदकन हसली. ''हॉट-डॉग, अखेर आपण काम फत्ते केलं.'' ती खुसुखुसु हसली.

मी हसलो. ''मला तू त्या नरकातून किती लवकरातलवकर बाहेर काढतेस बघू.'' आत्यंतिक आनंदानं उकळ्या फुटत असताना मी म्हणालो.

मोटारींच्या शर्यतीत भाग घेतल्याप्रमाणे तिनं जोरात गाडी काढली. त्यामुळे रबर जळल्याचा वास आला आणि रस्त्यावर टायरचा छाप उमटला. गस्त घालणाऱ्या पोलिसांच्या गाडीचं लक्ष टाळण्यासाठी हमरस्ता सोडून दूर होत तिनं गाडीचा वेग कमी केला आणि त्यानंतर वळणावळणाचा रस्ता पकडून आम्ही अटलांटाच्या बसस्थानकावर पोहोचलो. मी तिला निरोपाचं चुंबन दिलं आणि न्यूयॉर्कला जाणारी ग्रे हाऊंडची बस पकडली.

जीन घरी गेली आणि सामानसुमान आवरून मोन्टानाला गेली. या माझ्या

माकडचेष्टांमध्ये तिचा कधी काळी संबंध जोडला गेला असता, तरी तिच्याविरुद्ध कुणीही आरोपपत्र दाखल करणार नव्हतं.

तुरुंगाधिकाऱ्यांसाठी ही फारच अडचणीत आणणारी परिस्थिती होती. जेव्हा कोम्बसला आणि रिकला समजलं की, मी त्यांना गंडवलं होतं, तेव्हा मी बळाचा वापर करून निसटून गेलो असा रिपोर्ट देऊन त्यांनी स्वत:ला वाचवण्याचा प्रयत्न केला. याची नोंद एफ. बी. आय.च्या फाईल्समध्ये झाली होती, परंतु शहाण्या-सुरत्या माणसांनी पाठपुरावा केल्यावर सत्य लवकरच उजेडात आलं.

मला ठाऊक होतं, माझा कसून शोध घेतला जात होता. म्हणून मी परत एकदा ब्राझीलला पळून जायचं असं ठरवलं; पण माझा तपास थंडावेपर्यंत मला थांबायला हवं होतं, हे मला उमजलं होतं. पुढचे काही दिवस अमेरिकेहून बाहेर पडण्याच्या सगळ्या मार्गांवर कडक पाळत ठेवली जाणार, याबद्दल मला खात्री होती.

न्यूयॉर्कच्या एका वृत्तपत्राच्या पहिल्या पानावर माझ्या निसटून जाण्याची बातमी होती. ती अशी – 'फ्रँक अबॅग्नेल, हा देश-विदेशातील सर्व पोलिसांना 'स्कायमॅन' म्हणून ठाऊक आहे आणि ज्यानं विमानाच्या टॉयलेटमधून निसटून सर्व अधिकाऱ्यांना फसवलं होतं, तो आत्ताही त्यांच्या हातावर तुरी देऊन पुन्हा मोकाट सुटला आहे.'

न्यूयॉर्कमध्ये माझ्याकडे पैशांची थप्पी नव्हती, पण जीननं मला पुरेसे पैसे दिले होते आणि पोलिसांचा तपास थंडावेपर्यंत ते पुरेसे होते. मी 'क्वीन्स'मध्ये लपून राहिलो आणि दोन आठवड्यांनंतर वॉशिंग्टन डी.सी. ला जाणारी रेल्वे पकडली. तिथे मी एक गाडी भाड्यानं घेतली आणि राजधानीच्या हद्दीबाहेरच्या एका मोटेलमध्ये उतरलो.

मी वॉशिंग्टनला गेलो, कारण व्हर्जिनियातल्या पोटोमॅकमधल्या बँकांमधून मी पुष्कळ मालमत्ता दडवली होती. तसंच वॉशिंग्टन हे विविध धर्मीयांची लोकसंख्या असलेलं मोठं शहर होतं. त्यामुळे इथे मी कुणाचं लक्ष आकर्षित करू शकेन, असंही मला वाटलं नाही.

माझा अंदाज चुकीचा निघाला. मी खोलीमध्ये येऊन तासभर झाला असेल. माझ्या खोलीतल्या पडद्याच्या फटीतून मी सहजच बाहेर पाहिलं, तर मला कित्येक पोलीस-अधिकारी मोटेलच्या अवतीभोवती सुरक्षा कवच तयार करण्याच्या गडबडीत असताना दिसले. मला (नंतर) समजलं की, मोटेलमध्ये नोंदणीचं काम करणारी क्लार्क पूर्वी विमान-कंपनीमध्ये हवाईसुंदरी होती. तिनं मला ताबडतोब ओळखलं होतं आणि आपण या भानगडीत पडावं की नाही या संभ्रमात एक तास घालवल्यावर तिनं पोलिसांना कळवलं.

एकच गोष्ट माझ्या दृष्टीनं फायदेशीर ठरली, जी मला तेव्हा ठाऊक नव्हती. मला कोंडीत पकडल्याचं ओरिलीला कळवल्यावर त्यानं अधिकाऱ्यांना सांगितलं होतं की, तो तिथे येऊन सूत्रं हातात घेईपर्यंत मला पकडण्याचा कोणीही प्रयत्न करू नये. पूर्वी जेव्हा मला कोर्टात उभं केलं गेलं होतं, त्या वेळी ओरिलीबरोबर अगदी थोड्या वेळासाठी माझी भेट झाली होती; पण आत्ता माझ्या अटकेचं श्रेय त्याला घ्यायचं होतं.

पण या क्षणी मी खूप घाबरलो होतो. बरीच रात्र झाली होती. पण या बाजूच्या सर्व खोल्यांची मागची आणि पुढची बाजू पूर्ण उजेडात होती. भरपूर उजेडातून पार्किंगच्या पलीकडे असणाऱ्या सुरक्षित अंधाऱ्या जागेपर्यंत मी पोहोचू शकेन, असं मला वाटत नव्हतं.

तरीही मला प्रयत्न करणं भाग होतं, हे मला माहीत होतं. मी कोट चढवला. मागच्या दारानं बाहेर सटकलो, पण इमारतीच्या कोपऱ्याजवळ जाऊन दोन-चार पावलंही चाललो नसेल, तोच दोन अधिकाऱ्यांनी माझ्यावर पिस्तुलं रोखली.

"हलू नका, मिस्टर. आम्ही पोलीस आहोत." टेलिव्हिजनवरच्या पोलिसी नाटकातल्याप्रमाणे एका पोलिसानं ओरडून सांगितलं.

मी थांबलो नाही. चालत राहिलो. अगदी त्यांच्या रोखलेल्या बंदुकीच्या टोकापर्यंत पोहोचलो आणि चालताचालता खिशातून पैशाचं पाकीट काढत म्हणालो, "डेव्हिस, एफ. बी. आय."

माझ्या स्वत:च्या शांतपणाचं आणि आवाजातल्या हुकमतीचं मलाच आश्चर्य वाटलं. "ओरिली अजून इथपर्यंत येऊन पोहोचले की नाही?"

बंदुकी खाली केल्या गेल्या.

"मला ठाऊक नाही सर." त्यातला एक जण म्हणाला. "जर ते आले असतील, तर त्या कोपऱ्यात असतील."

"ठीक आहे." मी निश्चयी स्वरात म्हणालो. "तुम्ही या भागाची नाकेबंदी करा. ओरिली अजून आले की नाही, याचा मीच तपास करतो."

मी त्यांच्या बाजूनं निघून जाताना ते बाजूला झाले. मी मागेही बघितलं नाही. पार्किंगच्या पलीकडे अंधारात चालत राहिलो.

○

नंतरची वाटचाल

शिकारी कुत्री जर कसून पाठलाग करत असतील, तर अगदी धूर्त कोल्ह्यालाही त्यांना सातत्यानं चकवता येत नाही. फ्रँक अबॅग्नेलच्या बाबतीत तर कायद्याची शिकारी कुत्री फक्त कसून पाठलागच करत नव्हती, तर ती अतिशय रागावलीही होती. तुम्ही एकाही पोलिसाचा जर अपमान केलात, तर तो सर्व पोलीस दलाचा अपमान केल्यासारखं होतं. तुम्ही 'रॉयल कॅनडाच्या अश्वारूढ दलातल्या' पोलिसाला अडचणीत टाकलंत, तर 'स्कॉटलंड यार्ड'लाही अडचणीत टाकल्यासारखं होतं. मायामीतल्या रहदारी नियंत्रक पोलिसाचा पाणउतारा करणं, हे कॅलिफोर्नियाच्या 'हायवे पॅट्रोल'चा पाणउतारा करण्यासारखं ठरतं. फ्रँक अबॅग्नेल तर कित्येक वर्षं सर्व ठिकाणच्या पोलिसांचा सातत्यानं आणि बेपर्वाईनं अपमान करत आला होता आणि म्हणूनच सर्व ठिकाणचे पोलीस रात्रंदिवस अविश्रांतपणे त्याचा शोध घेत होते आणि त्यायोगे आपणच कायद्याचे रखवालदार असल्याची आपली भूमिका त्यांना शाबीत करायची होती.

वॉशिंग्टन डी. सी. इथल्या अबॅग्नेलला पकडण्यासाठी लावलेल्या सापळ्यातून तो निसटला. त्यानंतर साधारणपणे महिनाभरातच न्यूयॉर्क शहराचे दोन गुप्तहेर आपली गाडी उभी करून 'हॉट-डॉग' खात बसले होते आणि त्यांची नजर एका नंबर प्लेट नसलेल्या गाडीकडे चाललेल्या अबॅग्नेलवर पडली. त्यांनी त्याला

हटकलं. आपण अबॅग्नेल नसल्याचं तो सांगत होता, पण दोनच तासांत त्याची ओळख पटली आणि त्याला 'एफ. बी. आय.' एजंटच्या ताब्यात देण्यात आलं.

एका आठवड्याच्या आत अबॅग्नेलवर राज्य आणि केंद्रीय सरकारांकडून तक्रारींचा पाऊस पडला. खोटी स्वाक्षरी करणं, खोटे चेक वटवणं, लुबाडणं, दुसऱ्याची गोष्ट लाटण्यासाठी टपालाचा गैरवापर करणं, चेकची बनवाबनवी अशा अनेक तक्रारी, सर्व पन्नास राज्यांतून केल्या गेल्या होत्या. या कैद्याचा ताबा मिळावा म्हणून अमेरिकेच्या अनेक वकिलांमध्ये तसंच सरकारी वकिलांमध्ये नुसती चढाओढ लागली होती. प्रत्येक जण त्याच्यावरचा दावा किंवा दावे अत्यंत गंभीर असल्याचं सांगत होता.

अबॅग्नेलवरच्या सर्व दाव्यांना भक्कम कायदेशीर पुरावे होते. आपल्या गुन्हेगारीच्या कारकिर्दीमध्ये त्यानं दाखवलेली हुशारी आणि चाणाक्षपणा जरी वादातीत असले, तरी कपट किंवा धूर्तपणाचा अवलंब न करता, त्यानं ते गुन्हे अत्यंत धाडसानं आणि राजरोसपणे केले होते. त्यानं केलेल्या कायद्याच्या उल्लंघनाच्या सर्व तक्रारींमध्ये त्यानं पार पाडलेल्या सर्व भूमिकांसाठी त्याच्यावर दोषारोप ठेवण्यासाठी अनेक साक्षीदार उपलब्ध होते. अबॅग्नेलविरुद्ध असणाऱ्या सर्व तक्रारी जर हवेत उडवल्या आणि त्यातली कोणतीही एक तक्रार पकडली, तरी त्यासाठी अनेक पुरावे उपलब्ध होते. अबॅग्नेलला येऊ घातलेल्या बिकट परिस्थितीची पूर्ण कल्पना येत नव्हती आणि त्यामुळेच त्याला दारुण नैराश्यानं ग्रासलं. त्याला ठाऊक होतं की, त्याला एखाद्या राज्याच्या किंवा केंद्रीय तुरुंगात शिक्षा भोगावी लागणार. कदाचित निरनिराळ्या तुरुंगांत अनेक वर्षं कंठावी लागतील, असंही वाटत होतं. अमेरिकेचा कुठलाही तुरुंग मालमोच्या तुरुंगासारखा असू शकेल, अशी आशाही त्यानं धरली नव्हती. त्याला एक मोठी भीती होती की, पेरपेपिग्ननच्या कोठडीसारख्या अमेरिकेच्या एखाद्या तुरुंगात त्याला डांबून टाकतील. केंद्रीय अधिकाऱ्यांनी जेव्हा त्याच्यावरच्या खटल्यांच्या सुनावणीसाठी त्याला जॉर्जियामधल्या अटलांटाला पाठवण्याचा तडकाफडकीचा निर्णय घेतला, तेव्हाही त्याची भीती थंडावली नाही. अमेरिकेच्या दुसऱ्या कुठल्याही शहरापेक्षा जिथल्या अधिकारी वर्गात त्याच्याबद्दल घृणा होती, त्या अटलांटामध्ये आपण लोकप्रिय नाही, हे अबॅग्नेलला जाणवत होतं.

तरीदेखील एका सक्षम वकिलानं त्याच्यातर्फे काम पाहिलं. त्या वकिलानं अमेरिकेच्या सरकारी वकिलांबरोबर तडजोड केली, ज्याला अबॅग्नेलनं मोठ्या आशेनं संमती दिली.

एप्रिल १९७१मध्ये फ्रँक अबॅग्नेल केंद्रीय न्यायाधीशापुढे हजर झाला आणि अमेरिकेच्या पीनल कोड नियम नं. २० च्या अंतर्गत खंडप्राय अशा अमेरिकेत केलेल्या सर्वज्ञात आणि अज्ञात गुन्ह्यांबद्दल आपण गुन्हेगार असल्याचं

त्यानं मान्य केलं. न्यायाधीशानं फक्त आठ गुन्हे सोडून अबॅग्नेलवरच्या इतर सर्व गुन्ह्यांची चौकशी थांबवण्याचा आदेश दिला आणि आठांपैकी सात गुन्ह्यांत प्रत्येकी १० वर्षांची आणि पळून जाण्याच्या एका गुन्ह्याबद्दल २ वर्षांची शिक्षा सुनावली. ७ गुन्ह्यांच्या शिक्षांची १०-१० वर्षं एकत्रितपणे आणि ८ व्या शिक्षेची २ वर्षं त्यानंतर भोगायची होती.

अबॅग्नेलला व्हर्जिनिया राज्यातल्या पीटर्सबर्ग इथल्या 'केंद्रीय सुधार संस्थे'मध्ये १२ वर्षांची शिक्षा भोगण्यासाठी पाठवण्यात आलं. या शिक्षेच्या काळातली ४ वर्षं त्यानं एका तुरुंग-उद्योगगृहात ताशी २० सेंट्स इतक्या पगारावर क्लार्कची नोकरी केली. पॅरोलवर सुटका करून घेण्यासाठी त्यानं त्या वेळी तीनदा अर्ज केले, पण प्रत्येक वेळी ते नाकारले गेले. तिसऱ्या वेळी त्याला विचारलं गेलं होतं, "भविष्यात तुला पॅरोलवर पाठवायचा जर आम्ही विचार केला, तर तुला कुठल्या शहरात जायला आवडेल?"

"मला ठाऊक नाही." अबॅग्नेलनं कबुली दिली. "पण न्यूयॉर्कला जाणं मला आवडणार नाही. कारण भूतकाळात घडलेल्या घटना आणि परिस्थितीचा विचार करता तिथलं वातावरण माझ्यासाठी अपायकारक ठरेल, असं मला वाटतं. मला पॅरोलवर कुठे पाठवावं हे ठरवण्याचं पूर्ण स्वातंत्र्य मी पॅरोलची परवानगी देणाऱ्या अधिकाऱ्यांवर सोपवतो."

त्यानंतर थोड्याच दिवसांत त्याची पॅरोलवर टेक्सासमधल्या ह्यूस्टनला रवानगी केली गेली. कोणतं कारण घडलं, याची चौकशी वा पाठपुरावा अबॅग्नेलनं कधीच केला नाही. तिथे पोहोचल्यावर ७२ तासांत अमेरिकेच्या पॅरोल ऑफिसला हजेरी लावण्याची ताकीद त्याला देण्यात आली आणि शक्य झाल्यास या काळात त्यानं एखादी फलदायी नोकरीही पाहावी, असं सांगितलं.

तुरुंगातून सुटून आलेल्या बहुतेकांच्या अनुभवाप्रमाणेच फ्रँक अबॅग्नेलच्याही लवकरच लक्षात आलं की, तुरुंगाची हवा चाखलेल्यांना समाजाची अवहेलना झेलावी लागते. काहींच्या बाबतीत ती शिक्षा म्हणजे एक सामाजिक कलंक असतो. पण निंदानालस्ती आणि उपेक्षा यापेक्षा जास्त शिक्षा बहुतेकांच्या वाट्याला येते. पूर्वाश्रमीच्या गुन्हेगारांच्या प्रयत्नांना यश मिळणं, हे बेरोजगाराला कराव्या लागणाऱ्या प्रयत्नांपेक्षा अवघड होऊन बसतं. त्या कामाला लागणारं कसब (जे बहुधा तुरुंगातल्या शिक्षण वर्गात दिलं जातं.) त्याच्याकडे असूनसुद्धा त्याला कोणी काम देत नाही. आर्थिक मंदीच्या काळात जेव्हा नोकर कपात केली जाते, तेव्हा प्रथम नोकरी गमवणारे शिक्षा भोगलेले गुन्हेगार असतात. नोकरीवरून काढून टाकण्यासाठी तो पूर्वी गुन्हेगार होता इतकं कारणही पुरेसं ठरतं.

पॅरोलच्या काळात अबॅग्नेलवर नजर ठेवण्यासाठी ज्या अधिकाऱ्याची नेमणूक

झाली होती, तो अत्यंत निष्ठुर आणि त्याच्या विरोधात असल्यानं अबॅग्नेलच्या समस्यांमध्ये भरच पडली.

"अबॅग्नेल, तुझी उपस्थिती मला इथे नको होती. माझ्यावर तुला लादलं गेलंय. मला धोकादायक माणसं आवडत नाहीत. मी तुला आधीच बजावतोय, मला नाही वाटत, तू इथे महिनाभरही राहू शकशील आणि याद राख, जर काही वेडंवाकडं वागलास, तर माझ्याशी गाठ आहे. दर आठवड्याला इथे येऊन तू मला भेटायला हवंस आणि जेव्हा तुला नोकरी लागेल, तेव्हा तुला भेटायला मी तिथे येईन. यात काही गडबड केलीस, तर मी स्वतः तुला तुरुंगात पोहोचवून येईन." तो अधिकारी म्हणाला.

निरनिराळ्या शहरांतून वास्तव्य असणाऱ्या एका 'पिझ्झा' बनवणाऱ्या उपाहारगृहामध्ये अबॅग्नेलला वेटर, आचारी आणि व्यवस्थापकीय होतकरू कामगार म्हणून पहिली नोकरी मिळाली. या नोकरीसाठी अर्ज करताना आपण तुरुंगाची शिक्षा भोगून आलो आहोत, हे अबॅग्नेलनं समजू दिलं नव्हतं, कारण त्या अर्जातही तसं काही विचारलं नव्हतं. या कामामध्ये फारसं नावीन्य वा आव्हानात्मक असं काही नव्हतं आणि पॅरोल अधिकाऱ्यांच्या वारंवारच्या भेटींमुळे ते अधिकच नीरस वाटायला लागलं होतं.

अबॅग्नेल हा जरी उत्कृष्ट नोकर होता आणि त्याच्याकडे बहुधा दुकानातली रोकड सांभाळण्याची जबाबदारी सोपवलेली असली, तरीही सहा महिन्यांनंतर (तडकाफडकी एक दिवस) त्याला कामावरून काढून टाकण्यात आलं. कारण असं झालं – कंपनीच्या दुसऱ्या एका दुकानाचा 'मॅनेजर' म्हणून नेमणूक करायची वेळ आली, तेव्हा कर्मचाऱ्यांची पूर्वपीठिका तपासताना व्यवस्थापनाला असं समजलं की, केंद्रीय तुरुंगाच्या पॅरोलवर असलेला तो एक कैदी होता. त्यानंतर एका आठवड्यातच एका सुपर मार्केटच्या चेनमध्ये किराणा मालाची साठवणूक (भरणी) करण्याचं काम त्याला मिळालं आणि त्या ठिकाणीही आपण शिक्षा भोगलेला गुन्हेगार असल्याचं त्यानं मालकाला सांगितलं नव्हतं. नऊ महिन्यांनंतर त्या कंपनीच्या एका दुकानावर रात्रपाळीचा मॅनेजर म्हणून त्याची नेमणूक झाली.

एका रुबाबदार, उत्तम शिष्टाचार पाळणाऱ्या, कंपनीच्या कामात निष्ठापूर्वक रुची घेणाऱ्या, अशा या तरुणाकडे वरिष्ठ मॅनेजरांचं लक्ष वेधलं गेलं आणि अर्थातच कंपनीचा एक उदयोन्मुख मॅनेजर म्हणून त्याला विकसित करावयाचा त्यांचा विचार होता; पण सुरक्षा तपासणीत त्याचा कलंकित भूतकाळ उघड झाला आणि त्याला कामावरून डच्चू मिळाला. त्यामुळे अबॅग्नेलची किराणा माल व्यवसायातला 'गुरू' बनण्याची प्रक्रिया अचानकच बंद पडली.

त्यानंतरच्या पुढच्या महिन्यांतही अशाच नाउमेद करणाऱ्या पद्धतींची पुनरावृत्ती

होत गेली. अबॅग्नेलला ते सारं परिचयाचं झालं होतं आणि सर्व यंत्रणेविरुद्ध त्याच्या मनात निर्माण झालेली तेढ अगदी सार्थ असल्याचं जाणवून परत पूर्वीच्या गुन्हेगारी जगताकडे वळण्याचा विचार तो करत होता. शिक्षा भोगून आलेले अनेक गुन्हेगार परिस्थितीला वैतागून पुन्हा गुन्हेगारी जगताकडे वळतात, त्याचप्रमाणे अबॅग्नेलही वळला असता; पण त्याच्या बाबतीत हितकारक ठरलेल्या दोन गोष्टींनी त्याला परावृत्त केलं. पहिली म्हणजे त्याच्या विरोधात असणाऱ्या पॅरोल अधिकाऱ्याच्या जागी एका नि:पक्षपाती आणि समंजस अधिकाऱ्याची नियुक्ती झाली आणि दुसरीकडे त्यानंतर लवकरच अबॅग्नेलनं स्वत: स्वत:च्या परिस्थितीकडे पाहून भविष्यात आपणापुढे काय वाढून ठेवलंय किंवा पुढे आपण काय बनू शकत नाही, याबद्दल आत्मपरीक्षण करून खोलवर विचार केला.

"मी त्या वेळी सिनेमागृहात 'प्रोजेक्शनिस्ट'चं काम करत होतो. मी चांगले पैसे मिळवत होतो, पण दर आठवड्याच्या ५ रात्री त्या छोट्या खोलीत बसून दुसरं काही न करता तोच तो सिनेमा मला पुन:पुन्हा बघावा लागायचा. मी स्वत:ला बजावलं की, मी यापेक्षा अधिक हुशार आहे. माझ्याजवळच्या खऱ्या बुद्धिमत्तेकडे मी दुर्लक्ष करतोय आणि खरं म्हणजे फुकट घालवतोय."

अबॅग्नेल त्याच्या पॅरोल अधिकाऱ्याला भेटला. त्या एकाकी भासणाऱ्या 'प्रोजेक्शन'च्या खोलीत बसून तयार केलेल्या योजनेचा आराखडा त्यानं त्याच्यासमोर सादर केला.

"मला वाटतं, खोट्या सह्या करणं, खोटे दस्तऐवज बनवणं या आणि अशा गुन्ह्यांसाठी लागणाऱ्या चलाखीबद्दल माहिती असणाऱ्या कोणत्याही इसमापेक्षा मला जास्त ज्ञान आहे." अबॅग्नेलनं त्या अधिकाऱ्याला सांगितलं, "माझी तुरुंगातून सुटका झाल्यापासून मला नेहमी वाटत आलंय की, मी जर माझ्या या ज्ञानाला योग्य दिशा दिली, तर योग्य अशा लोकांना त्याचा खूप फायदा होईल. उदाहरणार्थ, मी जेव्हाजेव्हा दुकानात जातो आणि चेक लिहितो, तेव्हातेव्हा मला तिथल्या क्लार्कनं अथवा कॅशिअरनं दोन-तीन चुका केल्याचं आढळतं. अशा चुका की, ज्याचा फायदा एखादा भामटा सहज उठवू शकतो. मी निष्कर्ष काढलाय की, हे सर्व पुरेसं शिक्षण न मिळाल्यामुळे होतं आणि मला हेही ठाऊक आहे की, जे लोक चेक आणि कॅश व्हाऊचर हाताळतात, त्यांना मी नक्की शिकवू शकेन. फसवणुकीपासून आणि चोरीपासून ते स्वत:ला कसे वाचवू शकतील, हेही सांगू शकेन."

त्याच्या पॅरोल अधिकाऱ्याच्या आशीर्वादानं उपनगरातल्या बँक डायरेक्टरला अबॅग्नेल भेटला आणि त्याच्या मनात काय योजना होती, याची रूपरेखा त्यानं सांगितली. आणि तो स्वत: बँकांना लुटणारा कुशल बदमाश कसा होता, ही

स्वत:ची पार्श्वभूमीही विस्तारानं सांगितली.

"आत्ता, या वेळी, हे सर्व कसं करता येईल, हे दाखवून देण्यासाठीची 'स्लाईड' किंवा तत्सम काही माझ्याकडे नाही." ॲबग्नेल म्हणाला, "पण बँकेचं कामकाज संपल्यानंतर तुमच्या कर्मचाऱ्यांना एक तासभर भाषण देणं मला आवडेल. तुम्हाला जर वाटलं की, माझं भाषण कुचकामी होतं, तर मला तुम्ही काहीही देऊ नका. पण जर तुम्हाला माझं भाषण उपयुक्त वाटलं, तर तुम्ही मला ५० डॉलरचा मोबदला द्या. तसंच इतर बँकांतल्या तुमच्या मित्रांना फोन करून मी जे करतो आहे, त्याबद्दल आणि माझ्या भाषणाबद्दल तुम्हाला काय वाटतं, ते त्यांना सांगा."

'पांढरपेशा वर्गातील गुन्हेगारीचे सर्वज्ञ' ही बिरुदावली घेऊन केलेल्या भाषणामुळे त्याला दुसऱ्या एका बँकेतही भाषणाची संधी मिळाली. त्यानंतर आणखी एक आणि त्यानंतर आणखी एक अशी आणखी-आणखी भाषणं होऊ लागली. महिन्याभरातच अबॅग्नेलसाठी चहुबाजूंनी – बँका, हॉटेल्स, विमान कंपन्या आणि इतर उद्योगसमूह यांच्याकडून – भाषणासाठी वाढती मागणी होत होती.

आता सर्व जगामध्ये 'बनावट चेक व सुरक्षित दस्तऐवज' या विषयावरचा एक प्रमुख विशेषज्ञ म्हणून फ्रँक ॲबग्नेलला मान्यता प्राप्त झालेली आहे. त्यानं पंचवीस वर्षांहून अधिक काळ एफ. बी. आय.च्या 'आर्थिक गुन्हेगारी' या विभागामध्ये काम केलंय. तो हल्ली एफ. बी. आय.च्या पाठशाळेत, तसंच त्यांच्या राष्ट्रीय विद्यापीठामध्ये शिक्षणाचे धडे देतो. तो कार्यक्रम देशभरातल्या स्थानिक, प्रांतिक आणि केंद्रीय कायद्याची अंमलबजावणी करणाऱ्या सर्व सदस्यांसाठी राबवला जातो. 'सेक्युअर डॉक्युमेंट्स कॉर्पोरेशन' या 'वॉशिंग्टन डी.सी.'स्थित कंपनीचा तो संस्थापक आहे आणि सर्व जगभर व्याख्यानांसाठी प्रवास करत असतो. सध्या 'मिडवेस्ट'मध्ये बायको आणि तीन मुलांबरोबर तो वास्तव्य करतोय.

○

लेखकाशी प्रत्यक्षपणे केलेली प्रश्नोत्तरे

'ब्रॉडवे बुक्स' या संस्थेनं अबॅग्नेलबरोबर, त्याच्या रूपेरी पडद्यावर केलेल्या सादरीकरणावर, त्याच्या कुटुंबासंबंधी आणि त्यानं एफ.बी.आय.शी केलेल्या सहयोगासंबंधी बातचीत केली.

प्रश्न १ : हॉलिवूडपर्यंत पोहोचण्यासाठी 'कॅच मी इफ यू कॅन'ला बरीच वळणं-वळणं घेत जावं लागलं. पुस्तक-प्रसिद्धीनंतर जवळ-जवळ २० वर्षांनी का होईना, पण आपण 'स्टीव्हन स्पीलबर्ग'पर्यंत कसे पोहोचलात?

उत्तर : तो प्रवास खरोखरच चित्तवेधक आहे. पुस्तकाच्या संकल्पनेच्याही आधी मी माझ्या लेखनाचे हक्क चित्रपटासाठी विकले होते. एकदा 'टु नाईट शो – स्टारिंग जॉनी कारसन'मध्ये झळकल्यावर मी ते हक्क 'बड यॉर्किन' आणि 'नॉर्मन लीर' यांना विकले होते. दोन वर्षं आपल्याकडे हक्क ठेवून त्यांनी ते 'कोलंबिया टेलिव्हिजन डिव्हीजन'ला विकले. एका वर्षानंतर कोलंबियानं 'सोनी ग्रोसो प्रॉडक्शन'ला विकले आणि एका वर्षानंतर ते 'हाल बार्टलेट प्रॉडक्शन'ला विकले गेले. त्यांनी ते बरीच वर्षं आपल्याकडे ठेवले आणि नंतर डिस्नेच्या 'हॉलिवूड पिक्चर्स'ला विकले. दोन वर्षांनंतर टचस्टोननं ते हक्क 'सोनी ट्रायस्टार'ला आणि त्यांच्याकडून 'बॅंगलो

७८- प्रॉडक्शन’कडे ते आले. शेवटी ‘बँगलो ७८’नं त्यांची कल्पना ‘ड्रीम वर्क्स’पुढे मांडली आणि ड्रीम वर्क्सनं त्याला मूर्त स्वरूप दिलं. ‘जेफ नॅथनसन’ला पटकथा-लेखक म्हणून पाचारण करण्यात आलं. हे सर्व होऊन ते जेव्हा चित्रीकरणासाठी पूर्ण तयार झालं, तेव्हा स्टीव्हन स्पीलबर्गनं दिग्दर्शन करण्याचं ठरवलं आणि इतका काळ थांबावं लागल्याचं श्रेय पदरी पडलं.

प्रश्न २ : तुमची भूमिका साकार करणाऱ्या ‘लिओनार्ड डि कॅप्रिओ’ला पडद्यावर पाहताना कसं वाटलं?

उत्तर : ‘लिओनार्ड डि कॅप्रिओ’शी मी जेव्हा प्रथम टेलिफोनवर बोललो, त्या दिवसापासून त्यानं मला प्रभावित केलं. तो स्वतः हुशार, प्रगल्भ आणि स्पष्टवक्ता आहे आणि आपल्या भूमिकेसंबंधी तो अत्यंत विचारी वाटला. त्याला सिनेमामध्ये काम करताना पाहणं फारच आल्हाददायक होतं. तो खरंच महान आहे.

प्रश्न ३ : चित्रपटाचे सल्लागार म्हणून तुम्ही काम पाहिलंत म्हणजे नक्की काय काम केलंत? लिओनार्ड डि कॅप्रिओ आणि टॉम हंक्स तुमच्या अनुभवांबद्दल तुम्हाला विचारत असत काय?

उत्तर : मी लिओनार्डबरोबर बराचसा काळ घालवलाय. त्याच्या घरी जाऊन मी त्याला भेटलोय. माझ्या पूर्वायुष्याबद्दल, माझ्या सवयींबद्दल, आवडी-निवडींबद्दल, अगदी माझ्या वागायच्या पद्धतीबद्दलही आम्ही सविस्तर चर्चा केलीय. मी कसा होतो आणि आता कसा आहे, याचाही त्यानं अभ्यास केलाय. त्याच्याबरोबर मजेत वेळ जातो आणि तो चांगला यजमानही आहे. टॉम हंक्स हा खरंच एक वेगळा माणूस आहे. माझ्याबरोबर, माझ्या कुटुंबीयांबरोबर तो फार प्रेमळपणे वागतो. कामाबद्दलच्या त्याच्या खऱ्या निष्ठेमुळे मी खूप प्रभावित झालोय. त्याची वृत्ती सदाबहार होती आणि त्याच्याबरोबर काम करायला फार मजा यायची.

प्रश्न ४: तुमच्या आयुष्यातल्या अनेक चित्तथरारक घटनांना एका फिल्ममध्ये चित्रबद्ध करणं फार आव्हानात्मक असणार. त्यातलं काय-काय गाळावं लागलं?

उत्तर : मी स्टीव्हन स्पीलबर्गला जेव्हा पहिल्या वेळी भेटलो, तेव्हाच त्यानं मला स्पष्ट करून सांगितलं होतं की, एखाद्याच्या आयुष्यातला पाच वर्षांचा काळ काही गोष्टींना काट दिल्याशिवाय दोन तासांच्या फिल्ममध्ये चित्रबद्ध करणं अशक्य असतं. मे २००२ मध्ये चित्रीकरण पूर्ण झालं, तेव्हा माझ्या लक्षात

आलं की, त्यातला अंदाजे ८० टक्के भाग व्यवस्थित चित्रित झालाय. त्यांनी माझ्या कौटुंबिक बांधणीत फरक केला. माझी काही नाटकी सादरीकरणं काढून टाकली. मी स्वीडनमध्ये भोगलेला तुरुंगवासाचा काळ गाळला. केंद्रीय तुरुंगातून मी केलेलं पलायन तसंच काही घटनांच्या स्थळांमध्ये आणि वेळांमध्ये बदल केले.

प्रश्न ५ : टॉम हंक्सनं ज्याची भूमिका केलीय त्या एफ. बी. आय.च्या इन्स्पेक्टरबरोबर तुरुंगातून सुटल्यावर तुमचा कधी संबंध आलाय का?

उत्तर : हो. ओरिली. मला सांगायला आनंद वाटतोय की, तो अजून जिवंत आहे आणि त्याचं छान चाललंय. मी त्याच्याबरोबर टेलिफोनवर बोललोय. आम्ही अनेक प्रसंगी भेटलोय. माझी मुलं वाढतानाही त्यानं पाहिलंय.

प्रश्न ६ : सिनेमामध्ये तुमच्या आई-वडलांचं जे चित्रीकरण केलंय त्यावर तुम्ही संतुष्ट आहात का?

उत्तर : मला सिनेमाच्या चित्रीकरणावर टीका करायची नाहीये, कारण किती झालं तरी तो एक सिनेमा आहे. माझ्या वडलांची भूमिका करणारा ख्रिस्तोफर वाल्कन हा एक श्रेष्ठ कलाकार आहे, पण मुळात तो माझ्या स्वत:च्या वडलांसारखा दिसत नाही. माझे वडील सूर्यप्रकाशासारखे स्वच्छ, प्रामाणिक होते. फार कष्टाळू होते आणि त्यांना कसलाही अहंकार नव्हता. आई-वडलांचा घटस्फोट माझ्या वडलांसाठी फार कठीण होता आणि माझ्यासाठी व्यक्तिश: ते फार चांगले 'बाबा' होते. घटस्फोटानंतर २० वर्षांनी माझ्या आईनं पुनर्विवाह केला, पण त्या लग्नापासून तिला मुलं झाली नाहीत.

प्रश्न ७ : मुलाखतींमधून आणि भाषणांमधून आई-वडलांचा घटस्फोट हा तुम्हाला गुन्हेगारी जगताकडे वळवण्यात फार मोठा वाटेकरी ठरलाय, असं तुम्ही ठासून सांगता. तुमचे आई-वडील जर एकत्र राहिले असते, तर गोष्टींना वेगळं वळण कसं काय लागलं असतं?

उत्तर : माझ्या आई-वडलांच्या घटस्फोटाचा मला कुबडीसारखा उपयोग करायचा नाहीये. तरीही घटस्फोट हा लहान मुलांचं आयुष्य उद्ध्वस्त करणारा प्रसंग आहे. माझ्या आई-वडलांनी घटस्फोट घेतला नसता, तर मी घरातून पळून गेलो नसतो, यावर माझा विश्वास आहे. मग मी एक साचेबंद, सर्वसाधारण

आयुष्य जगलो असतो. हायस्कूलमध्ये गेलो असतो. नंतर कॉलेज करून एखाद्या व्यवसायात स्थिर झालो असतो. माझ्याकडे नेहमीच उद्योजकतेला आवश्यक असे गुण असल्यामुळे मी बहुधा त्यात यशस्वीही झालो असतो.

प्रश्न ८ : तुम्ही बऱ्याचदा तुमच्यावरच्या वडलांच्या प्रेमाबद्दल बोलता. वडील या नात्यानं त्यांनी तुमची एवढी गय करायला नको होती. विशेषत: त्यांचं 'मोबिल कार्ड' वापरून ३४०० डॉलर हडप करून तुम्ही जेव्हा जिवाची चैन केलीत तेव्हा तरी, असं तुम्हाला कधी वाटलं का? तुमच्या एखाद्या मुलानं तुमच्याबरोबर असं वागण्याचा प्रयत्न केला, तर तुमची काय प्रतिक्रिया असेल?

उत्तर : त्यांच्यापैकी कुणीही, कधीही असं करणार नाही. 'तुम्ही वडलांना फसवू शकत नाही' ही गोष्ट ती आयुष्यात लवकरच शिकली आहेत. देवाच्या कृपेनं मला तीन मुलं आहेत आणि त्यांनी मला कधी काडीइतकाही त्रास दिला नाहीये. मी स्वत: आता एक पालक आणि वडील असल्यामुळे मला फार अपराधी वाटतं. कारण माझ्या वडिलांना मी किती त्रास आणि मनस्ताप दिला असणार, हे मला आता समजतंय आणि असं असूनही त्यांनी माझ्यावर खूपच प्रेम केलं.

प्रश्न ९ : वडलांबरोबर झालेल्या शेवटच्या बोलण्याचा तुमच्यावर काय परिणाम झाला?

उत्तर : मी तुरुंगात असताना माझे वडील देवाघरी गेले. मी त्यांची क्षमायाचना कधीही करू शकलो नाही. माझं त्यांच्यावर किती प्रेम आहे, त्यांच्याविषयी मला किती आदर वाटतो, हेही सांगू शकलो नाही. मी तुरुंगातच असल्यामुळे त्यांच्या अंत्यविधीसाठी मला उपस्थित राहता आलं नाही. मी पळून जाण्याचा धोका आहे, असं 'ब्युरो ऑफ प्रिझन'ला वाटल्यानं त्यांनी मला अंत्यविधीसाठीही सोडलं नाही.

प्रश्न १० : पहिल्या वेळी जेव्हा तुम्हाला हे सर्व थांबवावं असं वाटलं, तेव्हा जिथे तुम्ही कोणताही गुन्हा केलेला नाही अशा देशामध्ये उदाहरणार्थ, ब्राझीलमध्ये जाण्याऐवजी तुम्ही फ्रान्सची निवड का केलीत? घराकडे लागलेली ओढ आणि त्यामुळे आईच्या फ्रान्समधल्या नातेवाइकांशी जवळीक साधण्याची इच्छा या निर्णयामागे होत्या का?

उत्तर : नाही. मला फ्रेंच मुली फार आवडतात.

प्रश्न ११ : तुमच्या फ्रान्समधल्या वास्तव्यात पेरपेपिग्नन तुरुंगात तुम्ही मरणप्राय यातना भोगल्यात. तरीसुद्धा तुरुंग व्यवस्थेवर फ्रान्स करत असलेला अत्यल्प खर्च आणि त्याच-त्याच गुन्हेगारानं तुरुंगाची पुन्हा वारी करण्याचं तिथलं अल्प प्रमाण यांचा (सार्थ) उल्लेख तुमच्या चर्चासत्रांमधून तुम्ही करता. फ्रान्सची शिक्षा करण्याची पद्धत अमेरिकेपेक्षा जास्त श्रेयस्कर आहे, असं तुम्हाला वाटतं का? पेरपेपिग्ननचा तुरुंग अजून कार्यरत आहे का?

उत्तर : फ्रान्समधल्या तुरुंग व्यवस्थेत कधीच बदल होणार नाहीत. पण माझं वय वाढत गेलं, तसा मी अधिक शहाणा होत गेलो. फ्रान्समधली ही प्रणाली खरोखरच फार चांगलीही असेल. तुम्ही गुन्हा केलात, तर तुम्हाला शिक्षा व्हायलाच हवी, यावर त्यांचा विश्वास आहे. समाज आणि त्यापासून मिळणाऱ्या सर्व हक्कांपासून तुम्हाला दूर ठेवलं जातं. तुम्हाला तुरुंगात डांबतात. राहण्यासाठी सुखसोयींनी युक्त असं वातावरण तिथे नसतं. ते तसं चांगलं असणं, हे तिथे अभिप्रेतच नाही. तुम्हाला तिथे परत जाण्याची इच्छाच होऊ नये, अशी त्यांची धारणा असते. ते फ्रेंच असले तरी टीव्ही, वातानुकूलित खोल्या, व्यायामाच्या सोयी, सुग्रास अन्न यांसारख्या सुखसोयी ते तिथे देणार नाहीत. अमेरिकेत कैद्यांना तुरुंगात ठेवण्याचा सध्याचा खर्च दर वर्षी, दरडोई, २५,००० डॉलर्स इतका आहे. आपल्या समाजात ज्यांनी कोणत्याही कायद्याचं उल्लंघन केलेलं नाही, असे सद्वर्तनी लोक जसे राहतात त्यापेक्षा अधिक चांगल्या वातावरणात आपले कैदी राहतात.

प्रश्न १२ : तुमची भामटेगिरी जसजशी सफाईदार होत होती, तसे-तसे तुम्ही अधिकाधिक स्त्रियांना भुरळ पाडत होतात – वास्तविक त्या वेळी तुमचं वय फारसं मोठं नव्हतं. तुम्हाला तुमच्या फसवेगिरीतून मिळालेली अलोट संपत्ती आणि तुमचा स्त्रीलंपटपणा यांचा एकमेकांशी काही संबंध आहे का? त्या दिवसांच्या तुलनेत लग्नानंतरचं आयुष्य कसं आहे?

उत्तर : गुन्हेगारी वृत्तीव्यतिरिक्त स्त्रीलंपटपणा हाच माझा एकमेव दुर्गुण होता. मला स्त्रिया आवडत. मी सिगरेट ओढत नव्हतो. दारू पीत नव्हतो. अमली पदार्थ घेत नव्हतो. तेव्हाही आणि आत्ताही मी या गोष्टींपासून दूर आहे. आज मात्र मी फक्त एका स्त्रीवर प्रेम करतो. ती म्हणजे २५ वर्षांहून अधिक काळ माझी सहचरी असणारी, माझ्या तीन गुणी मुलांची आई, माझी पत्नी.

प्रश्न १३ : तरुण अबॅग्नेलमध्ये अनेक विरोधाभास आहेत. उदाहरणार्थ,